# TÔI ĐỌC
# ĐẠI TẠNG KINH

**TÔI ĐỌC ĐẠI TẠNG KINH**

**Thích Như Điển**

Viên Giác Tùng Thư

Xuất bản lần thứ nhất, tháng 3/2022

Biên tập: Nguyên Đạo

Thiết kế bìa: Họa sĩ Đình Khải

THÍCH NHƯ ĐIỂN

# Tôi đọc Đại Tạng Kinh

VIÊN GIÁC
TÙNG THƯ
2022

# MỤC LỤC

# LỜI DẪN NHẬP

Hôm nay ngày 6 tháng 6 năm 2021, nhằm ngày 26 tháng Tư năm Tân Sửu, Phật lịch 2565, tại thư phòng Tổ Đình Viên Giác, Hannover, Đức Quốc, nhân mùa An Cư Kiết Hạ, tôi chấp bút viết lời dẫn nhập của quyển sách thứ 69 này, gởi đến chư Tôn Đức và quý độc giả xa gần thưởng lãm.

Ở tuổi 72 theo Tây lịch và 73 theo cách tính của người Việt Nam mình mà tôi còn có cơ hội để ngồi vào bàn giấy mỗi ngày mấy tiếng đồng hồ để viết, để đọc v.v... đó là một hạnh phúc vô cùng to lớn đối với cá nhân tôi. Xin niệm ân Tam bảo đã cho con được sức khỏe này, vốn là một món quà vô giá mà không món quà nào có thể sánh được, bởi "sức khỏe là vàng". Nếu người không có sức khỏe, không có nghị lực, không đặt ra mục tiêu thì đường đi sẽ chẳng bao giờ đến đích.

Mỗi ngày tôi thường có một câu chuyện ngắn sau bữa điểm tâm cho Tăng chúng nghe. Có lần tôi bảo rằng: "Tất cả chúng ta đều bình đẳng về thời gian, dầu cho nam hay nữ, tăng hay ni, người lớn hay trẻ thơ... mỗi ngày đều có đúng 24 tiếng đồng hồ như nhau, không hơn không kém. Tuy nhiên, có nhiều người làm được rất nhiều việc trong khoảng thời gian 24 tiếng đó, mà cũng có lắm người để phí thời gian một cách vô ích, cuối cùng chẳng được gì. Giống như ánh sáng mặt trời, lúc nào cũng bình đẳng soi chiếu khắp nơi trên địa cầu, nhưng những nơi nào bị rừng già hay bóng đêm che phủ thì không thể nào hấp thụ được ánh sáng ấy. Như Đức Phật đã từng dạy rằng: 'Tất cả chúng sanh đều có Phật tánh', điều ấy không sai, nhưng có người thì hiển lộ trong kiếp này, mà cũng có rất nhiều người Phật tánh ấy chưa đơm hoa kết trái trong hiện kiếp, phải chờ đến kiếp sau hay nhiều kiếp sau nữa, Phật tánh ấy mới hiển bày."

Kể từ năm 1984 đến nay (2021) là 37 năm, cứ đến mùa hạ, sau Đại lễ Phật Đản là chư Tăng Ni tại chùa Viên Giác đều kiết giới an cư. Và trong khoảng thời gian dài như thế, có những năm Giáo Hội Âu Châu tổ chức thì khi nhiều có đến hàng trăm vị về đây an cư, khi ít nhất cũng trên 10 vị, cả Tăng lẫn Ni chúng thường trú và ngoại trú cùng tham dự.

Thời khóa biểu an cư ở trường hạ nào cũng đều giống nhau, thường là như sau.

Sáng sớm thức dậy tọa Thiền và trì tụng Thần chú Thủ-lăng-nghiêm; sau giờ điểm tâm là giờ chấp tác hay học bài; 11 giờ 30 cúng quá đường.

Trong mùa an cư kiết hạ, quý Phật tử tại gia thường cúng dường trai tăng. Đây là cơ hội để người Phật tử tại gia gieo duyên với Tăng bảo, và sau lễ tác bạch, tôi thường đáp từ bằng những câu chuyện trích từ kinh sách, để tán thán hay huấn thị, hướng dẫn...

Sau giờ quá đường là đi lên Chánh điện kinh hành nhiễu Phật, cuối cùng hồi hướng. Nếu hôm nào có cúng hương linh thì một số quý Thầy lo chu toàn việc này.

Từ 12:30 đến 2 giờ, là giờ nghỉ trưa của đại chúng. Buổi chiều học tập hay ôn bài. Một số các chú, các cô sa-di, sa-di-ni lo chuẩn bị công phu chiều và sau đó là dược thực (ăn nhẹ).

Khoảng 20 giờ đại chúng vân tập lên Chánh điện để tụng kinh, lễ bái, ngồi thiền; 21:30 chấm dứt việc chung, ai về phòng nấy nghỉ ngơi dưỡng sức để tiếp tục cho ngày hôm sau.

Cứ thế và cứ thế, "tam nguyệt an cư, cửu tuần cấm túc" trôi qua đúng như quy củ Thiền môn xưa nay, theo tinh thần Tứ phần luật đã phân định.

Vào chiều ngày 14 và ngày cuối tháng (30 hoặc 29 âm lịch) chư Tăng Ni đều làm lễ Sám hối, và sáng hôm sau ngày rằm hoặc mồng một là lễ Bố Tát tụng giới của chư tỳ-kheo. Chư ni lễ Phật, lễ Tổ rồi đi tụng giới riêng; chư Tăng vẫn ở tại Chánh điện giáo giới cho Cư sĩ thọ giữ 5 giới, xong đi ra; đến sa-di, sa-di-ni thọ giữ 10 giới đi vào đảnh lễ và nghe giới do Giới sư tuyên đọc. Kế tiếp, vị Thầy chính sẽ đọc lời tựa của giới bổn và vấn hòa làm pháp Yết-ma. Sau khi làm pháp Yết-ma xong, vị Thầy chính chia ra nhiều vị để cùng tụng 250 giới gồm: 4 pháp Ba-la-di, 13 pháp Tăng tàn, 2 pháp Bất định, 30 pháp Xả đọa, 90 pháp Đọa, 4 pháp Hướng bỉ hối, 100 pháp Chúng học và 7 pháp Diệt tránh.

Cuối cùng, tụng Bát-nhã, hồi hướng. Sau đó vị Thầy chính cần căn dặn gì thì đại chúng lắng nghe, hoặc chúng có Phật sự gì cần thưa thỉnh thì trình lên chư Tăng hiện diện để trao đổi với nhau.

Vào lúc 17 giờ chiều ngày mồng Một hay Rằm, tại chùa Viên Giác thường tụng giới Bồ Tát cho cả cư sĩ và tăng sĩ cùng tham dự. Vì đa phần các Phật tử Việt Nam ở Đức khi thọ giới Bồ Tát thường hay thọ 10 giới trọng và 48 giới nhẹ. Đây còn gọi là "đạo tục thông hành giới", nên chư tăng ni và cư sĩ có thể cùng nghe hay tụng giới chung trong một đạo tràng.

Khi đúng 3 tháng, trước hay sau Đại lễ Vu Lan là lễ Tự Tứ, mãn hạ. Xưa nay chùa Viên Giác vẫn là một đạo tràng kiết giới An Cư Kiết Hạ cho Tăng Ni không phân biệt tông phái, nên những ngày kiết giới An Cư hay Tự Tứ đều có rất đông Tăng Ni trong tổ chức DBO (Deutsche Buddhistische Ordengemeinschaft) - Cộng đồng Tăng lữ Đức, thường về chùa Viên Giác để cùng kiết giới và sau đó về lại trụ xứ của mình để tâm niệm an cư, đến ngày Tự Tứ lại về Chùa Viên Giác để nhận thêm một tuổi hạ.

Kể từ năm 1984 đến năm 2019, nghĩa là trong 35 năm An Cư Kiết Hạ ấy, vào mỗi buổi tối, tôi và Đại chúng Chùa Viên Giác đều hành trì pháp môn lễ bái hồng danh Phật trong các Kinh như Kinh Ngũ Bách Danh, Kinh Tam Thiên Phật Danh và Kinh Vạn Phật. Nhưng cũng có những bộ kinh chúng tôi lạy từng chữ một, như Kinh Pháp Hoa và Kinh Đại-bát Niết-bàn. Mỗi đêm chúng tôi lạy khoảng 300 đến 350 lạy. Đến trước mùa An Cư Kiết Hạ năm 2019, chúng tôi đã lạy xong tất cả những Kinh này để đón mừng sinh nhật lần thứ 70 của tôi, cũng như 55 năm xuất gia học đạo và hành đạo (1964 – 2019).

Kể từ mùa An cư này, Thầy trò chúng tôi phát tâm trì kinh chứ không lễ bái kinh nữa. Vì tuổi của tôi đã lớn, nên chọn phương pháp ngồi tụng kinh thích hợp hơn và có lẽ vào lúc cuối đời, tôi sẽ chọn pháp môn niệm Phật để đón nhận một sự ra đi an lạc của thân cũng như tâm.

Sau Phật Đản năm 2019, chúng tôi đã bắt đầu trì tụng Kinh Đại Bảo Tích gồm 9 cuốn, do cố Hòa Thượng Thích Trí Tịnh dịch từ chữ Hán trong Đại Chánh Tân Tu Đại Tạng kinh sang tiếng Việt, được in với chữ lớn đậm, dễ đọc. Cũng nhờ công đức của hàng ngàn Phật tử khắp nơi trên thế giới đã ấn tống 1.000 bộ (mỗi bộ 9 quyển) nên chúng ta mới có cơ duyên trì tụng.

Lạy từng chữ thì lâu, chứ tụng thì mỗi đêm thường tụng được 40 đến 50 trang. Đến giữa năm 2020, Đại chúng chùa Viên Giác đã tụng xong 9 quyển Kinh Đại Bảo Tích và tôi đã bắt đầu hướng dẫn Đại chúng tụng bộ Kinh Đại Bát-nhã 24 quyển, do cố Hòa Thượng Thích Trí Nghiêm dịch từ chữ Hán sang tiếng Việt và cố Hòa Thượng Thích Thiện Siêu hiệu đính. Kinh này nguyên thủy bằng tiếng Sanskrit, nằm trong số Kinh điển mà ngài Tam Tạng Pháp sư Huyền Trang đời Đường bên Trung Hoa, vào đầu thế kỷ 7, đã sang Ấn Độ du học và mang về Trường An. Ngài đã được Vua Đường Thái Tông hộ trì bằng cách thỉnh Ngài đến cung Ngọc Hoa để dịch kinh viết sách.

Đa phần ngài Huyền Trang chủ trì dịch ra chữ Hán, kế đó có các vị học giả do đức vua đích thân tuyển chọn sẽ đọc lại và trau chuốt về văn phong. Sau khi hoàn tất, bản dịch được khắc lên gỗ để in thành nhiều bản, khó khăn hơn rất nhiều so với thế kỷ 20 - 21 dùng máy in công nghiệp để in ra rất nhanh và đẹp.

So ra tiến trình dịch thuật và in ấn ngày xưa nhiêu khê vô cùng, nhưng nhờ có chư Tổ sư nhiều đời đã không bỏ lỡ công cuộc truyền thừa, luôn xem "hoằng pháp thị gia vụ", nên ngày nay chúng ta mới có được những bản kinh được trực dịch từ tiếng Sanskrit sang tiếng Hán và từ Hán sang Việt. Quả thật là chúng ta sinh vào thế kỷ 20, 21 này vẫn còn nhiều phước báu khi được tiếp cận với nguồn Pháp bảo vô cùng phong phú. Do vậy, chúng ta lúc nào cũng phải niệm ân Tam Bảo. Nếu không có Giáo Pháp truyền thừa thì chúng ta sẽ không hiểu được Phật, mà không hiểu được lời Phật dạy thì không thể dựa vào đâu để tu tập. Cho nên phải nói rằng công đức của ngài Tam Tạng Pháp Sư Huyền Trang rất lớn. Từ đó suy ra, nếu không có những Hòa Thượng như Ngài Trí Tịnh, Ngài Trí Nghiêm, Ngài Thiện Siêu dịch từ chữ Hán ra tiếng Việt, thì chúng ta cũng sẽ khó mà tiếp cận được với loại ngôn ngữ khó nhất nhì thế giới này. Công đức này, chúng ta là người Phật tử Việt Nam phải cúi đầu đảnh lễ tri ân quý Ngài.

Đến mùa An Cư năm 2021, thầy trò chúng tôi đã trì tụng đến tập thứ 6 của Kinh Đại Bát-nhã Ba-la-mật-đa. Từ đây đến cuối mùa An Cư sẽ còn trì tụng nhiều tập kế tiếp nữa. Tất cả những Kinh điển nói trên đều dịch từ bản Hán ngữ trong Đại Chánh Tân Tu Đại Tạng Kinh (Taishō Shinshū Daizōkyō - 大正新脩大藏経). Do vậy, đọc hay tụng những kinh văn này vẫn là một phần rất quan trọng khi chúng ta đi sâu vào Đại Tạng.

Đường vào Đại Tạng Kinh mênh mông bát ngát như một đại dương rộng lớn, nhưng nếu người lữ hành có tấm bản đồ mang theo bên mình thì chúng ta sẽ không bị lạc lối giữa cảnh trời cao bể rộng ấy. Nếu người ra đi mà không biết phương hướng thì sẽ dễ bị lầm đường lạc lối. Nay chúng ta đã có Tam Bảo: Phật, Pháp, Tăng; có giới, định, tuệ thì lo gì khó khăn trở ngại khi chúng ta lặn ngụp vào đại dương Kinh, Luật, Luận ấy? Nói rộng thì mênh mông, không gì có thể đo lường, nhưng nếu nói gọn thì tinh yếu chỉ dạy trong Tam tạng Thánh giáo của Đức Phật chỉ nằm gọn trong những câu sau:

*Hãy bỏ tất cả các việc ác,*
*Làm tất cả các việc lành,*
*Tự làm thanh tịnh tâm ý của mình,*
*Đó là lời chư Phật dạy.*

Đi vào Đại Tạng Kinh Đại Thừa, người ta thường bắt đầu từ các quyển Trường A-hàm, Trung A-hàm, Tạp A-hàm, Tăng Nhất A-hàm và Bộ Bản Sanh. Đây là những tập căn bản, tương ứng với kinh bên Nam Truyền là Trường Bộ Kinh, Trung Bộ Kinh, Tương Ưng Bộ Kinh, Tăng Chi Bộ Kinh và Tiểu Bộ Kinh.

Sau đó đi vào Kinh, Luật, Luận thì giữa Nam Truyền và Bắc Truyền khác nhau rất nhiều. Phần tôi, sẽ chỉ lược nói qua những gì chúng tôi đã đọc, đã dịch, đã nghe, đã thâu thập để giới thiệu đến quý vị xa gần.

Dĩ nhiên, mỗi người đều có cách đọc tụng Đại Tạng kinh khác nhau, chẳng ai giống ai cả, nhưng chung quy thì việc làm cho lời Phật dạy được nối tiếp lâu dài trên thế gian này vẫn là nhiệm vụ của chúng ta, những người đi sau, nối gót theo con đường hoằng pháp của các bậc Tổ Đức đời trước đã hành trì. Làm được như vậy là một sự hy hữu lắm rồi.

Năm 2003, sau khi khai sơn sáng lập và Trụ Trì chùa Viên Giác 25 năm (1978 – 2003), tôi đã quyết định trở về ngôi Phương Trượng và giao lại việc điều hành ngôi Tổ Đình này cho quý Thầy đệ tử xuất gia lo liệu. Đây là một quyết định đúng đắn, vì mục đích của tôi là có được nhiều thời gian hơn để dịch kinh, viết sách và nhất là đọc Đại Tạng kinh. Và tâm nguyện ấy của tôi đã được các đệ tử tôn trọng, hỗ trợ cho tôi từ đó đến nay. Các vị đã không cô phụ sự kỳ vọng của thầy mình.

Trong 5 năm, từ năm 2003 đến 2008, Thầy Hạnh Tấn đã đảm nhận chức Trụ Trì ngôi Tổ Đình Viên Giác. Từ năm 2008 đến năm 2017, trong vòng gần 10 năm, Thầy Hạnh Giới tiếp nối đảm nhận vai trò Đệ nhị Trụ Trì. Và từ năm 2017 đến nay (2021) Thầy Hạnh Bổn đảm nhận vai trò của Đệ tam Trụ Trì ngôi đại tự này.

Từ năm 2003 đến 2012, suốt 10 năm đó, mỗi năm từ 2 đến 3 tháng tôi có thời gian để tịnh tu nhập thất, viết sách, dịch kinh tại núi đồi Đa Bảo gần Sydney, nơi bào huynh của tôi là Hòa Thượng Thích Bảo Lạc sáng lập, và mỗi lần đến Úc như thế tôi đã dẫn theo nhiều đệ tử đi cùng để phụ phần đánh máy những kinh sách nào tôi đã dịch ra. Cho nên trong thời gian 10 năm ấy tôi đã cho ra đời được 20 tác phẩm và dịch phẩm bằng nhiều ngôn ngữ khác nhau. Quả thật là “bất khả tư nghì” không có giấy bút nào để viết lên lời cảm tạ cho đủ. Tạ ân đất trời, tạ ân Tam Bảo, tạ ân Cha mẹ, Thầy Tổ, huynh đệ, tạ ân đàn-na thí chủ, tử đệ v.v...

Ân nghĩa thì nghìn trùng, làm sao chúng ta có thể quên đi những nghĩa ân này được.

Cũng chính trong thời gian trên, cá nhân tôi đã quyết định tham gia dịch một phần của Đại Tạng Kinh và phần này sẽ giới thiệu chi tiết với quý vị trong những chương sau.

Chúng ta được biết là sau khi đậu Tiến Sĩ Văn học tại Đài Loan, Hòa Thượng Thích Tịnh Hạnh mong muốn xây dựng một bộ Đại Tạng thuần bằng tiếng Việt, nên năm 1994 một mình một bóng Thầy đã âm thầm về lại Việt Nam tìm người phiên dịch, cũng như ra ngoại quốc tìm nguồn tài chánh hỗ trợ của các chùa và các Phật tử. Đến năm 2000, nghĩa là sau hơn 6 năm vận động, những bộ kinh căn bản A-hàm đã được in ra, và Hòa Thượng Tuệ Sỹ cũng như một số chư Tôn Đức đã đóng góp phần mình vào giai đoạn đầu này không ít. Rồi từ đó cho đến khi Hòa Thượng Thích Tịnh Hạnh viên tịch tại Đài Loan năm 2015, thì Ngài đã cho in được 187 tập tất cả. Còn 16 tập sau cùng từ tập 188 đến tập 203 sẽ được xuất bản trong năm 2022.

Dĩ nhiên, những bộ Kinh, Luật và ngay cả Luận như Trung Quán Luận, Đại Trí Độ Luận, Đại Thừa Khởi Tín Luận v.v... cũng đã được quý Hòa Thượng dịch xong trước đó nhiều năm, Hòa Thượng Thích Tịnh Hạnh chỉ cho biên tập chung vào trong Linh Sơn Pháp Bảo Đại Tạng Kinh để trở thành một Tạng Việt ngữ như hiện nay. Tuy chưa hoàn chỉnh lắm, nhưng cũng là một cố gắng không nhỏ của một vị Đại Sư đã đem chuông đi đánh xứ người và mang về một thành quả to lớn như vậy, là một điều mà ít ai dám nghĩ tới. (Xem thêm lời bạt của cùng tác giả viết cho việc xuất bản 16 tập sau cùng, từ tập 188 đến tập 203 của Linh Sơn Pháp Bảo Đại Tạng Kinh, sẽ rõ được ngọn ngành cũng như tâm nguyện của cố Hòa Thượng Thích Tịnh Hạnh.)

Những tập kinh đầu tiên in ấn rất đẹp, bìa cứng mạ vàng, gởi đi từ Đài Loan của những năm đầu thế kỷ thứ 21. Chúng tôi vô cùng hoan hỷ vì từ đây chúng ta có thể đọc thẳng Đại Tạng bằng tiếng Việt, chứ không cần phải qua trung gian bằng chữ Hán nữa. Thế nhưng kinh sách vẫn nằm đấy, chỉ xem qua và trầm trồ nhìn ngắm, khen tặng chứ tôi cũng chưa dám giở ra từng trang để đọc, vì lẽ thấy bộ kinh đồ sộ quá. Tuy rằng thuở ấy chỉ mấy chục tập ban đầu được in, chứ không phải một Đại Tạng Kinh đồ sộ như bây giờ.

Chúng ta cũng biết rằng từ trước thế kỷ 7, nghĩa là trước khi Ngài Huyền Trang sang Ấn Độ du học thì tại Trung Quốc đã có nhiều Đại Sư đến từ Ấn Độ như Ngài Ma Đằng, Ngài Trúc Pháp Lan là những người đầu tiên dịch Kinh Tứ Thập Nhị Chương từ chữ Phạn sang chữ Hán. Rồi sau đó có Ngài An Thế Cao, Ngài Nghĩa Tịnh, Ngài Huệ Viễn v.v... cả hàng trăm danh tăng và cư sĩ như vậy vẫn chưa hoàn thành một Đại Tạng Kinh giá trị gồm cả Kinh, Luật và Luận, mà phải chờ cho đến khi Ngài Huyền Trang từ Ấn Độ trở về Trung Hoa, thì việc phiên dịch Tam Tạng Kinh điển mới được hệ thống hóa lại, và 3 tạng kinh này mới từ từ được chỉnh đốn sau đó.

Trải qua các triều đại từ Đường, Tống, Nguyên, Minh rồi Nhà Thanh, cả hơn 1.400 năm như thế, chỉ mới có những bộ Đại Tạng như Vĩnh Lạc hay Càn Long ra đời. Và phải chờ đến bộ Đại Chánh Tân Tu Đại Tạng Kinh được xuất hiện tại Nhật Bản thời Thiên Hoàng Taisho (Đại Chánh năm thứ 11, nhằm năm 1922). Đến năm Thiên Hoàng Showa (Chiêu Hòa năm thứ 9), nhằm năm 1934; nghĩa là suốt 13 năm lịch sử sau Đệ nhất thế chiến (1914 – 1918) và trước Đệ nhị thế chiến (1939 – 1945), Đại Chánh Tạng này đã hình thành và ngày nay các học giả khắp đông tây đều căn cứ vào bộ Đại Chánh Tân Tu Đại Tạng Kinh này để phiên dịch, chú giải, diễn giảng v.v... Quả là một kỳ công suốt gần 2.000 năm lịch sử của chữ Hán mới có được một bộ Hán Tạng như vậy.

Còn Việt Nam chúng ta qua bao nhiêu năm thời kỳ Bắc thuộc, chúng ta vẫn dùng chữ Hán trong mọi sinh hoạt như thi cử, hành chánh của triều đình, ngoại giao v.v... mặc dầu chúng ta đã có chữ Nôm và chữ quốc ngữ, nhưng cho đến đầu thế kỷ 21 này mới có một Đại Tạng, tuy chưa được tiêu biểu lắm, dĩ nhiên phải còn chỉnh sửa, hiệu đính nhiều lần nữa, nhưng đó cũng là một niềm tự hào của dân tộc Việt khi so với các nước lân bang như Nhật Bản, Đại Hàn, Tây Tạng, Mông Cổ v.v...

Riêng phần tôi, năm nay (2021) viết tác phẩm thứ 69 này, nhưng phải trải qua nhiều giai đoạn như đánh máy, dò lỗi chính tả, chỉnh sửa v.v... cũng phải mất một thời gian khá lâu để năm 2022 mới xuất bản được.

Ngày 22 tháng 2 năm 2022, cũng là ngày kỷ niệm đúng 50 năm, tính từ ngày tôi rời xa đất Mẹ thân yêu để sang Nhật Bản du học năm 1972. Năm 1977 tôi đến Đức và ở đây cho đến hôm nay. Và đây cũng chính là tác phẩm viết để kỷ niệm một chặng đường tu học, hành trì suốt 50 năm ở ngoại quốc.

Xin chư Tôn Đức và quý thiện hữu tri thức khi đọc tác phẩm này, nếu thấy nơi nào còn thiếu sót, sơ hở, sai trái thì hoan hỷ chỉ giáo cho, để tác phẩm này khi tái bản sẽ hoàn hảo hơn.

Chân thành niệm ân tất cả quý Ngài và quý vị.

Viết xong Lời Dẫn Nhập này vào lúc 11:30 ngày 6.6.2021 tại Thư phòng Tổ Đình Viên Giác, Hannover, Đức quốc nhân mùa An Cư Kiết Hạ, Phật lịch 2565.

***Tác giả Thích Như Điển***

# CHƯƠNG I
# ĐƯỜNG VÀO ĐẠI TẠNG

Trước khi đi du học Nhật Bản vào năm 1972, ở Việt Nam tôi chưa hề có nhân duyên nhìn được bộ Đại Tạng Kinh nào bằng chữ Hán cả. Lúc ấy chỉ có những bộ kinh mà ở chùa thường hay trì tụng như Di Đà, Hồng Danh, Mông Sơn Thí Thực, Thủy Sám, Địa Tạng, Kinh Vu Lan Bồn theo âm Hán Việt hoặc đã được Quý Hòa Thượng đi trước cho dịch ra Việt ngữ hay thơ lục bát, và mãi về sau này mới dịch ra âm Việt ngữ hoàn toàn hay thơ lục bát.

Chính thức chúng ta có thể nói là vào cuối thế kỷ 20, đầu thế kỷ 21 mới có những bản kinh hoàn toàn xuất bản bằng Việt ngữ như Kinh Pháp Hoa, Kinh Đại Bát Niết Bàn, Kinh Đại Bảo Tích, Kinh Đại Bát Nhã, Kinh Lương Hoàng Sám v.v... Như vậy, việc hình thành Đại Tạng Kinh Việt Nam bắt nguồn từ những Kinh được dịch trước, sau đó là Luật rồi mới đến những bộ A-hàm và Luận tạng về sau này.

Khi đến Nhật vào ngày 22 tháng 2 năm 1972, chúng tôi có nhiều cơ hội đi thăm viếng những danh lam thắng cảnh chùa viện của Nhật Bản, từ Tokyo đến Kyoto, Nara, Kagoshima v.v... nhất là sau khi đã đậu vào Phân khoa Giáo dục của Đại Học Teikyo tại Hachioji vào cuối năm 1972, đầu năm 1973 bắt đầu nhập học thì tôi lại không có khả năng tài chánh để tiếp tục ở bên ngoài các cư xá sinh viên nữa. Do vậy tôi mới thưa với cố Hòa Thượng Thích

Minh Tâm (lúc ấy Ngài làm Chi Bộ Trưởng của Giáo Hội Phật giáo Việt Nam Thống Nhất thuộc Chi Bộ tại Nhật), là muốn vào chùa Nhật ở để luyện nói tiếng Nhật cho rành và lý do khác quan trọng hơn, là đỡ tốn tiền đóng tiền nhà cũng như tiền ăn hàng tháng. Thế là Hòa Thượng đã tìm cách để giúp đỡ tôi.

Một hôm tôi nghe được điện thoại của Hòa Thượng gọi, cho biết là đã tìm được một chùa Nhật cho tôi ở trong lúc đi học tại Đại Học ở Hachioji. Tôi mừng vô cùng, vì dầu sao đi nữa thì Thầy Như Tạng, Thầy Chơn Thành và Thầy Minh Tâm cũng là những người Tăng sĩ đầu tiên, đã giúp đỡ tôi trong lúc còn bỡ ngỡ khi mới đến xứ Hoa Anh Đào. Thầy Minh Tâm bảo rằng:

- Chùa này tên gọi là Honryuji (Bổn Lập tự) thuộc Nhật Liên Tông (Nichirenshyu), họ tụng Kinh Pháp Hoa và vị Thầy Trụ trì tên là Oikawa Shinkai, đã từng du học tại Tích Lan, nên rất thông cảm với hoàn cảnh của những du học sinh ở tại Nhật, nhất là những vị Tăng như chúng ta. Ông ta là người có học, ở ngoại quốc lâu năm và là trưởng nam của Ngài Oikawa Shingaku, Trụ trì Chùa Joenji (Thường Viên tự) ở Shinjuku. Vị này là Giáo thọ và cũng là Giám học Đại Học Risso (Lập Chánh) tại Shinagawa (Phẩm Xuyên).

- Bạch Thầy như vậy phải còn có điều kiện gì nữa không?

Thầy Minh Tâm trả lời:

- Ở chùa, dĩ nhiên là mỗi ngày phải công phu kinh kệ, dọn dẹp chùa viện, phòng ốc quét dọn cho thật sạch sẽ v.v... Đây là địa chỉ của chùa: Honryuji 7 Uenomachi = 198 Hachioji. Gần Takahatahatsudo, đi tàu Chyuosen (Trung ương tuyến). Ngày ấy Thầy Lâm Như Tạng sẽ dẫn Thầy đi đến trình diện Thầy Trụ trì và nhớ hãy mang tất cả đồ tùy thân theo. Khi đến đó họ sẽ sắp đặt phòng ốc và phân chia công việc hằng ngày để làm, ngoại trừ giờ đi học ở trường.

Tôi cảm ơn Thầy Minh Tâm và chuẩn bị hành trang di chuyển từ Shinagawa ra Hachioji. Tôi đến chùa Honryuji lúc ấy là vào tháng 3 năm 1973, vì đây cũng là thời điểm nhập học của Đại Học Teikyo.

Chùa nằm cách nhà ga xe Chyuosen không xa mấy, đi bộ chừng 10 phút. Hôm đó Thầy Lâm Như Tạng và tôi phải đi xe taxi từ nhà ga xe lửa, vì đồ đạc mang theo khá nhiều, sau một năm ở Nhật và đã tốt nghiệp 3 khóa Nhật Ngữ tại trường Nhật Ngữ ở Yotsuya. Bây giờ, đường đường là một sinh viên tăng nghèo nên phải đi ăn nhờ ở đậu. Thuở ấy tôi không thấy xấu hổ, mà rất vui. Vì đây là cơ hội để mình thực tập tiếng Nhật hằng ngày, cũng như làm quen với Phật giáo Nhật Bản.

Sau khi Thầy Lâm Như Tạng giới thiệu và gởi gắm xong, thì Thầy ấy về lại chỗ ở để lo viết luận án Tiến sĩ ra trường của Đại Học Meiji (Minh Trị). Hiện nay thì Hòa Thượng Minh Tâm đã viên tịch (2013), Thầy Lâm Như Tạng cùng gia đình đang sinh sống tại Sydney, nước Úc và Hòa Thượng Thích Chơn Thành đang Trụ trì Chùa Liên Hoa tại Westminster, California, Hoa Kỳ.

Sau này thì tôi có biết thêm nhiều Thầy nữa như: Hòa Thượng Nguyên Đạt, Hòa Thượng Trí Đức, Hòa Thượng Chơn Minh. Quý vị này nay đang hành đạo ở Mỹ. Hòa Thượng Trí Hiền đã quá vãng, Hòa Thượng An Thiên đến Nhật sau tôi, nhưng cũng đã ra đi định cư và viên tịch tại Úc. Hiện giờ chỉ còn lại Hòa Thượng Thích Bảo Lạc, năm nay Ngài cũng đã 80 tuổi rồi, là bào huynh của tôi và Thầy là sinh viên Tăng đến Nhật vào thời điểm cuối năm 1974. Thầy Minh Tuấn cũng vậy, bây giờ hình như đang ở Việt Nam.

Khi tôi đã ở yên ổn tại Chùa Honryuji rồi thì tôi giới thiệu Thầy An Thiên với Thầy Trụ Trì Oikawa, để Thầy An Thiên được vào ở chung.

Sau đó Thầy Minh Tuấn sang Nhật, tôi đã giới thiệu cho Thầy Yamada, Trụ trì Chùa Kongoin (Kim Cang Viện) cũng nằm trên đường Uenomachi tại Hachioji, để Thầy Minh Tuấn tá túc trong thời gian đầu và sau này Thầy lên Kozasan để học Đại Học về Chân Ngôn Tông tại đó. Sau năm 1980 Thầy ấy sang Mỹ, rồi qua Pháp thọ học với Thiền Sư Nhất Hạnh và cuối cùng hình như đã về lại Việt Nam.

Còn Hòa Thượng Bảo Lạc cuối năm 1974 sang Nhật, tôi đã nhờ Thầy Trụ trì Chùa Shinshoin (Tín Tùng Viện), cũng nằm gần chùa Honryuji cho Thầy ở đó, đi học Nhật Ngữ tại Yotsuya một năm. Cuối cùng Thầy Bảo Lạc đã đậu vào Đại Học Komazawa. Học ở đó 4 năm ra trường, đến năm 1981 Thầy sang Úc định cư và hành đạo cho đến ngày nay.

Phần tôi an phận thủ thường, mỗi ngày thường dậy thật sớm lên Hondo (Bổn Đường, tức là Chánh điện) để lau chùi quét dọn trong ngoài sạch sẽ, đoạn về lại nhà Tăng, thư phòng, văn phòng để lau chùi tiếp. Chính nhờ làm việc này mà tôi đã phát hiện ra hai bộ Đại Tạng Kinh bằng tiếng Nhật, đặt rất trang trọng trong thư phòng của Thầy Trụ trì Oikawa. Đó là Bắc Truyền Đại Tạng Kinh và Nam Truyền Đại Tạng Kinh. Thuở ấy cách đây gần 50 năm (2021–1973) tôi chỉ đứng nhìn và trầm trồ chứ không thốt nên lời. Thỉnh thoảng tôi có rút ra một tập để xem, chữ thôi là chữ. Vừa chữ Hán lẫn chữ Nhật. Thật là những bộ Đại Tạng tuyệt vời. Đây là lần đầu tiên tôi trông thấy và tiếp xúc với Đại Tạng Kinh, chứ chưa dám xem kỹ và đọc như sau này. Vì thuở ấy chữ nghĩa đâu đủ mà đọc. Vả lại thời gian không có nhiều để dừng lại xem những quyển giống như Đại Tự Điển không khác bao nhiêu, mà những kinh sách này được kê mấy dãy dài trong thư phòng của Thầy Trụ trì. Chính Thầy ấy cũng trân quý những pháp bảo này, nên chúng tôi những học Tăng thuở ấy ở đây như Nakatomi, Matsunaga, Simizu v.v... chỉ đứng nhìn thôi, chứ không dám mượn về phòng để đọc.

Thầy Trụ trì đi du học ở Tích Lan và chắc rằng Ngài đã học xong Cao học, nên sau khi về lại Nhật đã đi dạy tiếng Pali cho sinh viên Phật khoa tại Đại học Risso (Lập Chánh) ở Shinagawa. Trong thời gian này, ngoài mấy tăng sinh đã kể trên ra, có thêm tôi và gia đình 6 người của Thầy nữa. Đó là hai ông bà Trụ trì, con trai đầu tên Gen, con gái tiếp tên Nobuko, con trai thứ ba tên Shin và con gái út tên là Yoko. Bây giờ tất cả những người này đã có cháu nội ngoại và hai người con trai kế thế Trụ trì Chùa Joenji ở Shinjuku cũng như Chùa Honryuji ở Hachioji.

Công việc của tôi mỗi ngày sau khi lau dọn chùa viện xong là dùng cơm sáng với cả chùa, giống như một đại gia đình. Nhờ vậy mà tiếng Nhật của tôi khá lên thấy rõ. Ngay cả bây giờ sau hơn 44 năm xa Nhật (2021–1977) tôi vẫn có thể tự tin viết thư bằng tiếng Nhật để trả lời thư từ Nhật Bản gởi qua. Đôi khi đi diễn thuyết bằng tiếng Nhật ở Đại Học Nhật Bản, cho các sinh viên Nhật nghe về tình hình Việt Nam "Tại sao người Việt Nam lại bỏ nước ra đi" nhiều như vậy? (Đại Học Teikyo Heisei năm 2019). Hoặc giả đọc sách tiếng Nhật, rồi từ Nhật ngữ tôi dịch sang Việt ngữ không mấy khó khăn. Chẳng bù với tiếng Đức từ năm 1977 đến nay 2021 là 44 năm mà khi viết văn, dịch sách tiếng Đức tôi phải tra tự điển rất nhiều lần mới có thể dịch xong một tác phẩm.

Bây giờ tôi ở tuổi 73 rồi và hai ông bà Trụ trì Chùa Honryuji chắc cũng đã hơn 80 tuổi. Những năm trước đây khi về thăm Nhật, tôi có thăm lại chùa xưa, nhưng vài ba năm nay thì không còn liên lạc đều như trước nữa. Phải thành thật cảm ơn phu nhân của Hòa Thượng Trụ trì chùa này không ít. Vì nếu không có bà chỉ vẽ và giải thích cho tôi hàng lô con chữ khó, chữ mới, tiếng địa phương v.v... thì chắc Nhật ngữ của tôi không thể được như ngày hôm nay.

Thuở ấy anh em sinh viên tăng chúng tôi cư ngụ tại chùa này ai cũng thương kính Hòa Thượng Trụ trì, còn bà phu nhân này thì ai cũng ngán. Vì lẽ bà rất chu đáo và chi li từng chút một từ nhà bếp lên đến Chánh điện, ra đến những ngôi mộ trong vườn chùa. Chỗ nào và việc gì bà cũng đảm đang hết, nên chúng tôi không thể vắng mặt khi bà muốn nhờ việc này hay việc kia.

Sau khi dùng sáng xong, tôi đưa cậu Shin và cô Yoko đi học lớp mẫu giáo mà tiếng Nhật gọi là Yochien (Ấu Trĩ viên), thỉnh thoảng họ vẫn gọi là Kindergarten như cách phát âm tiếng Đức vậy. Chỉ đi bộ thôi, từ chùa đến trường học phải băng qua một đường rầy xe lửa, nên trong chùa ai cũng lo cho hai cô cậu này, do đó phải nhờ các tăng sinh đang ở trong chùa giúp giùm khi phu nhân Trụ trì bận việc không đưa hai con đi học được. Sau này khi lên bậc tiểu học thì các cô cậu tự đi đến trường, không cần ai đưa đón nữa. Thời gian cứ thế mà trôi. Việc đến và đi như cơm bữa hằng ngày. Việc ai nấy làm, chuyện ai nấy biết.

Từ 9 giờ sáng mỗi ngày tôi bắt đầu đi học. Trước khi đi phải chào bằng tiếng Nhật là: Itte ikimasu (Xin phép được đi) và người còn ở trong chùa đáp vọng ra cửa là: Itte irasai (Xin vui lòng đi). Khi về lại chùa cũng vậy. Người đi về thưa: Tadai imasu (Đã về rồi); người trong chùa vọng ra bảo: Hai! Okarerinasai (Vâng! Chào đã trở về). Đó là cách chào hỏi thông thường lúc đi cũng như lúc về của người Nhật. Nếu là những sinh viên ngoại quốc đến Nhật chỉ ở trong các cư xá, thì sẽ không có được những cảm giác như gia đình thế này.

Người Nhật khi chào phải khum người xuống và người đối diện cũng phải thủ lễ như vậy trong nhiều lần cúi đầu xuống, sau đó mới ngẩng đầu lên. Nếu buổi sáng thì chào người đối diện là: Ohaiyo gozaimasu; buổi trưa là Konichiwa; buổi tối chào Konbanwa và trước khi đi ngủ chào là Oyasuminasai!

Từ chùa đi bộ ra nhà ga Hachioji độ 10 phút, lên tàu Keiosen đi hướng Shinjuku đến trạm Takahata Hatsudo thì xuống xe và đi xe buýt đến phía sau Đại Học Teikyo.

Đại Học ấy vào năm 1973 có đến mấy ngàn sinh viên người Nhật, nhưng chỉ có 4 sinh viên Việt Nam. Đó là các cô Dung, cô Cúc, anh Phúc đen và tôi. Sau năm 1975, mỗi người mỗi ngả, tôi chỉ gặp lại cô Cúc vài lần ở Chùa Tịnh Luật tại Houston, Texas, Hoa Kỳ; còn cô Dung và Phúc thì chưa bao giờ gặp lại cả.

Dọc đường đi đến Đại Học Teikyo thuở ấy chỉ toàn là ruộng lúa và rau đậu, nhưng sau này có lần về lại Nhật, tôi ghé thăm lại trường xưa không còn định hướng được nữa, vì nhà cửa, lầu gác đã được xây dựng lên quá nhiều, xa xa chỉ còn nhìn thấy giảng đường lớn và cao nhất của Đại Học ngự trị trên đồi là không có gì thay đổi, nên tôi đã nhận ra trường cũ của mình. Ôi! Một thời vang bóng của sinh viên Phân khoa Giáo dục từ đầu năm 1973 đến đầu năm 1977. Trong 4 năm ấy tôi đã quen được nhiều bạn sinh viên người Nhật và bây giờ tuy đang ở Đức, nhưng chúng tôi vẫn còn thường xuyên liên lạc với nhau như Yoda và Yamada. Vì cả hai người này đều học cùng phân khoa, nên tình bạn đã giữ được lâu bền như vậy. Cả hai bây giờ cũng đã về hưu, một người sống ở Fuchu và người kia thì sống tại Nigata.

Buổi trưa tôi hay vào Shokudo (thực đường), giống như Mensa bán đồ rẻ cho sinh viên tại các Đại Học ở Đức, mua những món đơn giản để dùng, đoạn lên thư viện để vừa đọc sách và vừa nghỉ trưa luôn thể, vì thư viện là nơi yên tĩnh nhất của trường. Ngơi nghỉ chừng vài tiếng đồng hồ lại đọc sách. Nếu những giờ sau trong ngày có lớp thì phải vào học và độ 5 giờ chiều lại đi xe buýt và xe điện Keiosen để về lại chùa.

Ở Nhật Bản đi học cũng như đi làm đều rất vất vả và phải hết lòng với công việc của mình thì mới thành công được. Ngay cả ngày thứ Bảy cũng phải đi học từ sáng đến chiều thì mới mong lấy hết các tín chỉ trong 4 năm ở Đại Học được. Riêng ngày Chủ nhật thì phải lo việc chùa từ sáng đến tối.

Sau khi về lại chùa, bỏ sách vở đó là tôi phải đi làm nhiệm vụ rửa dọn Ofuro, đổ nước cũ ra, cho nước mới vào và đun sôi. Ngày xưa chùa chưa dùng gas hay điện như bây giờ để nấu nước tắm, mà dùng theo lối cổ xưa là nước phải được đun sôi bằng than hay củi. Đun độ chừng một tiếng đồng hồ cho đến khi nào nước trong hồ bốc khói mới thôi, và mỗi tối sau khi cả chùa dùng cơm xong là mọi người lần lượt thay nhau vào Ofuro để tắm. Đầu tiên là lấy nước trong hồ ra hòa với nước lạnh cho âm ấm, đoạn xối lên mình cho sạch lớp bụi dơ và vào hồ ngâm. Sau đó bước ra khỏi hồ nước và chà xà phòng vào người, lấy khăn lông lau người cho kỹ, tiếp theo vào ngâm lần cuối và lau sạch, mặc áo quần vào để chuẩn bị đi ngủ.

Một năm 365 ngày, người Nhật hầu như ngày nào cũng phải đi tắm trước khi đi ngủ. Vì chùa nào ở Nhật cũng có đất đai rộng, nên trong chùa đều có đầy đủ phương tiện công cộng như thế. Nếu là tư gia thì họ chỉ có xây cầu tiêu chứ không có nhà tắm, vì lẽ đất đai ở Nhật rất hiếm, cho nên trong mỗi khu phố họ thường hay xây những Ofuro công cộng (Phong cung) lớn để cho cả làng có thể vào đó tắm chung được. Nam tắm chung với nam và nữ tắm chung với nữ. Những người Việt Nam hay ngoại quốc chưa đến Nhật Bản ở lâu hay chỉ ở khách sạn thì không thể hiểu được phong tục này. Do vậy ở xa, chưa biết mà phán đoán một vấn đề gì thì không nên. Đây chỉ là đời sống cộng đồng và phong tục của người Nhật là như vậy. Khi chúng ta vào đây sống rồi thì phải theo tục lệ ấy, cho nên tục ngữ Nhật cũng nói rằng: "Go ni ireba, go ni shitagae", có nghĩa là: "Khi vào làng thì phải theo (phong tục) của làng ấy". Tục ngữ tiếng Anh cũng có nói rằng: "When you are in Rome, you have to do as Romans do", nghĩa là: "Khi anh vào thành La Mã, anh phải làm như người La Mã." Người Hoa nói: "Nhập gia tùy tục, nhập giang tùy khúc", còn người Việt nói "Ở bầu thì tròn, ở ống thì dài", đều cũng nằm trong ý nghĩa này. Đó là "Khi đến nơi nào thì phải tùy theo phong tục nơi đó." Nếu khúc sông cong quẹo mà chúng ta muốn đi thẳng cũng không được, phải tùy thuận theo dòng đời trôi chảy là vậy. Đôi khi phong tục của xứ này cho rằng tốt, nhưng xứ khác lại cho là xấu, hoặc ngược lại. Do đó chúng ta phải hiểu rằng: việc tốt xấu trong cuộc đời này chỉ có tính cách tương đối thôi, không có gì tuyệt đối cả.

Gần một năm ở chùa trôi qua và cuối năm 1973, Yamada rủ tôi và Yoda đi về thăm nhà cậu ta cho biết và đi trượt tuyết, vì Nigata là một tỉnh nằm về phía tây Nhật Bản, có nhiều tuyết rơi vào mùa đông. Mùa này chúng tôi đã thi xong học kỳ thứ 2 của năm thứ nhất, nên tôi xin phép Thầy Trụ trì Chùa Honryuji để đi cùng các bạn học, tham quan Nigata một chuyến trong 2 tuần lễ và Thầy ấy đã gật đầu.

Nigata là một tỉnh miền núi, người dân nơi đây đa phần sống bằng nghề nông, ít thấy hãng xưởng được thành lập tại xứ này. Có lẽ do vấn đề giao thông cách trở chăng? Nigata viết chữ Hán là Tân Tích (新潟) và đọc ra âm có nghĩa là thành phố (huyện) nước mặn mới. Tỉnh này nằm sát biển và có núi cao nên tuyết rơi dày đặc vào mùa đông.

Khi đến nhà thăm, thấy một bà cụ già, mẹ của Yamada và cô em gái đang học trung học đệ nhị cấp. Mỗi ngày chúng tôi gồm Yoda, Yamada và tôi được bà cụ và cô em gái của Yamada cho ăn cơm một ngày 3 bữa gồm sáng, trưa, tối. Xế chiều còn có "tea times" nữa, thật là phước báu vô cùng. Sau khi dùng sáng và dùng trưa xong, ba chúng tôi đi trượt tuyết. Đây là lần đầu tiên và cũng là lần cuối cùng, vì từ đó đến giờ tôi chưa bao giờ trượt tuyết lần thứ 2 nữa. Bởi lẽ lần đầu không có kinh nghiệm, khi bị ngã thay vì ngã ra phía sau, tôi lại chồm về phía trước, nên hai mắt cá chân bị đè vào 2 gọng trượt tuyết, khiến cho chân đau buốt vô cùng.

Sau mấy ngày ở nhà tịnh dưỡng, trước khi về lại Tokyo để chuẩn bị cho học kỳ thứ nhất của năm thứ 2 ở Đại Học Teikyo, chúng tôi được Yamada dẫn đi thăm một vài cảnh chùa ở nơi thôn dã này. Đến đây để nhớ về Việt Nam trong muôn thuở, vì khi xa quê rồi, mới biết tình quê hương là gì. Cũng lũy tre làng, bờ giậu hoa dâm bụt, những ruộng lúa, liếp cải, giàn bầu v.v... tuy nó không biết nói với người đối diện hay than vãn khi nắng hạ mưa dầm, nhưng tự nơi sâu thẳm của sự vật, chúng đã toát lên một tình tự dân tộc, một nguồn cảm hứng, một năng lượng vô biên để nuôi sống con người trên quả đất của chúng ta.

Ngôi chùa ở làng quê Nigata lợp tranh, vách đất và được xây dựng bằng cột kèo vốn là những gỗ quý từ xưa còn lại. Vị Thầy Trụ Trì còn trẻ, hình như là bạn của Yamada khi còn ấu thơ, và ở đây theo phái Thiền Tào Động. Chúng tôi trao đổi với nhau rất nhiều thể tài khác nhau bằng Nhật ngữ, vì thời gian đó tôi đã khá rành tiếng Nhật trong giao tiếp và hầu như không cần phải thông dịch hay hỏi đi hỏi lại nhiều lần, bởi mình hay người đối diện nữa.

Học ngoại ngữ có nhiều cái hay lắm. Vì khi đối diện với một người nói ngôn ngữ khác, mình có thể giao tế trực tiếp với họ và sẽ hiểu về tình cảm, độ nhạy bén, sự tư duy của người đối diện một cách dễ dàng. Khi học ngoại ngữ ban đầu phải học nghe, học nói, học viết, học đọc. Rồi ngày tháng qua đi chính ta sẽ nói cho người đối diện nghe trước và khi họ nói hay hỏi mình thì mình còn ngẩn ngơ, vì chưa hiểu hết ý. Đến khi nào mà người nói và người nghe cả khi cười, lẫn khi buồn, vui đều hiểu nhau, thì lúc ấy mới gọi là giỏi ngoại ngữ.

Tiếng Nhật là một ngôn ngữ đa âm kết hợp nhiều mẫu âm và tử âm, nên khi nói chuyện không cần phải nhấn mạnh hay lên giọng như tiếng Anh, tiếng Pháp, mà chỉ cần viết sao nói vậy là đúng. Ngôn ngữ này tương đối khá phức tạp đối với người Âu, Mỹ, Úc, Phi, nhưng đối với Á Châu, nhất là người Hoa, người Việt, người Đại Hàn thì không khó mấy. Bởi lẽ trong một câu nói của tiếng Nhật đã có 50% là kết hợp với chữ Hán.

Chỉ cần học thuộc những âm đơn và âm kép là có thể lắp chữ vào để nói được rồi. Ví dụ như danh từ xã hội, gia đình, học hiệu, đại học, lịch sử khi đọc theo âm tiếng Nhật thì chữ đầu của chữ xã phát âm là sha và chữ hội đọc là kai. Nhưng nếu 2 chữ đứng riêng ra để làm động từ thì đọc khác. Ví dụ như động từ "au" có nghĩa là gặp nhau. Nửa chữ đầu viết bằng chữ Hán và nửa chữ sau viết bằng tiếng Hiragana. Đó là động từ chưa chia. Nếu động từ chia ở thể hiện tại thì gọi là aimasu. Chỉ một điều hơi ngược là ở nơi tiếng Nhật, người ta phải nghe cho hết câu rồi mới biết là người đối diện muốn nói gì. Có thể câu ấy ở thể khẳng định, mà cũng có thể ở thể phủ định và chính động từ ở cuối câu tiếng Nhật sẽ quyết định cho việc của quá khứ, hiện tại hay vị lai.

Ví dụ chữ gia đình nếu đứng riêng lẻ thì chữ gia không còn đọc là chatin mà đọc chữ gia là ie hay uchi theo âm của Hiragana. Chữ Đại Học nếu đứng chung thì đọc là daigakku; nhưng nếu đứng riêng thì đọc là okii; chữ đại này đã trở thành tính từ, có nghĩa là lớn và chữ học trở thành động từ nếu ghép với chữ miễn; có nghĩa là cố gắng học hành.

Tiếng Nhật dành cho người ngoại quốc, lúc mới làm quen thầy cô giáo thường hay viết chữ Romaji (La Mã tự); nhưng nếu không có chữ Kanji (Hán tự) hay Hiragana (Bình giả danh) đi kèm thì người nghe và đọc dễ lầm. Ví dụ như Hashi là chiếc cầu mà Hashi cũng là đôi đũa; nếu chỉ viết chữ theo cách của người phương Tây thì sẽ không phân biệt được ý nghĩa; mặc dầu cách phát âm đều giống nhau. Hoặc chữ hana là lỗ mũi, mà hana cũng có nghĩa là cành hoa. Nếu không viết ra chữ Hán để phát âm theo người Nhật thì không tài nào hiểu đúng được. Do vậy người Nhật hầu như rất ít dùng chữ Romaji để giao dịch, mà chỉ để cho người ngoại quốc học làm quen với tiếng Nhật lúc ban đầu mà thôi.

Chữ Katakana là một loại chữ đặc biệt của tiếng Nhật dùng để đọc được tên người ngoại quốc hay các địa danh, hoặc những danh từ thông dụng đã bị Anh hóa. Ví dụ như Tổng Thống Nixon, Coca Cola, Times v.v... Trên đây là 4 loại chữ mà người ngoại quốc muốn rành tiếng Nhật phải trải qua một thời gian dài 5 hay 10 năm mới có thể tự tin mình nói tiếng Nhật giỏi.

Còn người Nhật thì sao? Kể từ năm 1868, khi Thiên Hoàng Meiji (Minh Trị) duy tân sửa đổi về học thuật, kỹ nghệ, ngoại giao, giáo dục v.v... nhà vua đã ra điều kiện cho tất cả những thần dân của mình phải học xong tiểu học. Tiếng Nhật gọi là Gimukyoiku (Nghĩa vụ giáo dục). Nhờ tinh thần duy tân cải cách của Minh Trị Thiên Hoàng mà nước Nhật mới tiến bộ như ngày hôm nay.

Đến năm 1972, khi tôi sang Nhật du học thì trình độ học vấn của người Nhật rất cao; nghĩa là hầu như không có ai mù chữ và mọi người đều tốt nghiệp trung học đệ nhị cấp. Còn bây giờ ở đầu thế kỷ 21 thì hầu như mọi người dân Nhật đều tốt nghiệp Đại Học.

Tôi không nắm rõ số thống kê của Liên Hiệp Quốc nhiều về việc này, nhưng tôi tin rằng Nhật Bản là một trong những nước trên thế giới không có nạn mù chữ nhiều. Nhờ vậy mà dân tộc họ tiến bộ rất nhanh và đều, nhất là tinh thần ý thức trách nhiệm cá nhân đối với tổ chức, cũng như quốc gia và xã hội. Ai đến Nhật cũng khen nhiều chê ít, là nhờ ở những điểm đặc biệt này làm căn bản cho sự phát triển của quốc gia họ.

Năm 2020 và cả năm 2021, dịch bệnh Covid 19 lan tràn khắp nơi trên thế giới, người nhiễm bệnh quá nhiều, người chết cũng không ít. Cách đây 200 năm lịch sử vào thời điểm năm 1820, Vua Gia Long và ngay cả Đại Thi Hào Nguyễn Du cũng đã mất trong năm này. Thuở ấy cũng do dịch từ Ấn Độ lây sang Việt Nam và năm nay thì nguồn gốc dường như xuất phát từ Trung Quốc.

Cả năm 2020 và 2021, chỉ riêng nước Đức có đến gần 100.000 người chết vì dịch bệnh Covid 19 và gần 2 triệu người nhiễm bệnh. Do vậy ngày 18.04.2021 vừa qua Tổng Thống Đức Steinmeier đã lấy ngày này làm lễ tưởng niệm những người quá cố không may vì đã gặp phải dịch bệnh này.

Trong thời gian suốt gần 2 năm này, Tăng Ni chúng chùa Viên Giác tại Hannover Đức Quốc vẫn An Cư Kiết Hạ trong mỗi mùa hè và trì tụng những bộ kinh quan trọng Đại Thừa như Đại Bát Nhã Ba La Mật Đa do Hòa Thượng Thích Trí Nghiêm dịch sang Việt ngữ. Ngoài thời gian tu niệm ra mỗi người có công việc riêng cho mình. Riêng tôi thì đọc Đại Tạng Kinh và nhiều sách văn học khác nhau.

Ngoài ra tôi dùng thời gian rảnh rỗi để xem 55 tập phim về cuộc đời của Đức Phật, do những diễn viên người Ấn Độ đóng. Phải nói rằng xưa nay chưa có một bộ phim nào hay và gồm nhiều tập như vậy và mỗi tập dài cả tiếng đồng hồ, nhưng khi xem không hề chán nản. Đây là sự thành công của những người nghệ sĩ khi đóng phim và kịch bản do tác giả viết quá hay và quá thành công. Thật là xuất sắc.

Trong thời dịch bệnh này có một người Phật tử biết rằng trước đây tôi đã ở Nhật, nên đã gởi cho một phim nhan đề là Oshin. Từ đó tôi đã bắt đầu xem mỗi ngày thường là một hay hai tập. Mỗi tập chiếu độ 15 phút và có tất cả 297 tập như thế. Sau khi xem vài tập đầu tôi đã chuyển tiếp cho nhiều người xem và ai cũng khen hay, chưa có người nào chê dở cả. Bây giờ vào Wikipedia xem mới biết là phim này đã được đài truyền hình Nhật Bản NHK (Nippon Hosokyoku) trình chiếu từ ngày 4 tháng 4 năm 1983 đến ngày 31 tháng 3 năm 1984 thì xong 297 tập này, nghĩa là gần đúng một năm.

Tác giả kịch bản phim là Sugako Hashida (Kiều Điền Thọ Hạ Tử). Bà sinh ngày 25 tháng 5 năm 1925, là một nhà viết kịch người Nhật. Đầu tiên thì phim này không được trình chiếu tại Nhật. Bởi lẽ nội dung của phim có thể làm bất lợi cho chế độ của thời Minh Trị; nhưng sau đó thì được một quan chức phê chuẩn cho trình chiếu trên đài truyền hình NHK, tên là bà Mikio Kawaguchi (Xuyên khẩu cán phu) và sau đây là nội dung của câu chuyện được trích ra từ Wikipedia bằng tiếng Việt.

## Oshin

Oshin là một bộ phim truyền hình nhiều tập của Nhật Bản. Bộ phim kể về cuộc đời của Tanokura Shin, sinh vào cuối thời kỳ Meiji (Minh Trị) cho đến đầu thập niên 1980. Shin được gọi là "Oshin" để thể hiện sự tôn kính. Tại Việt

Nam, phim được TVM Corp. mua bản quyền và phát sóng trên kênh HTV3.

**Khái quát:** Tổng cộng phim có 297 tập, mỗi tập dài 15 phút với tỷ lệ khán giả 52,6% và cao điểm là 62,9% tại Nhật Bản xem. Cho đến nay, phim này đã được chiếu ở 59 quốc gia với phụ đề tiếng Anh, tiếng Ả Rập. Năm 1984, đoạn nói về cuộc đời Oshin thời trẻ đã được Sanrio làm thành phim Anime.

Năm 1984, phim được chiếu tại Việt Nam và đã tạo nên một cơn sốt (xem một góc nhìn giao lưu văn hóa Việt-Hàn). Từ đó oshin trở thành từ tiếng Việt có nghĩa là "Người giúp việc trong gia đình".

**Cốt truyện phim:** Bộ phim được bắt đầu thời hiện tại (năm 1983), thay vì tham dự buổi lễ khai trương cửa hàng thứ 17 của gia đình mình, bà Tanokura Shin (Oshin) lại quyết định thực hiện một chuyến du lịch bằng tàu hỏa mà không cho gia đình mình biết. Mọi người trong gia đình bà rất lo lắng, tìm kiếm bà khắp nơi nhưng vô ích. Chỉ có Kei – cháu nội của bà Shin chợt nhớ ra câu chuyện về con búp bê Koseshi mà bà đã từng kể cho anh nghe. Dựa vào những tình tiết của câu chuyện và linh cảm của mình, Kei đã tìm ra được chỗ ở của bà Shin. Tại nơi bà cháu gặp nhau, hai người đã cùng ôn lại những kỷ niệm trong suốt cuộc đời bà và cũng là những giai đoạn thăng trầm nhất của đất nước Nhật Bản trong thế kỷ 20.

Năm 1907, Oshin khi đó mới 7 tuổi đã bị cha mẹ mình cho đi ở - giữ trẻ cho một nhà ở khá xa để gia đình bớt khó khăn. Mặc dù bị nhà chủ đánh đập, hành hạ cả về thể chất lẫn tinh thần, nhưng Oshin vẫn ráng sức chịu đựng, tất cả em đều nghĩ về gia đình mình, mong muốn cha mẹ và các em đỡ khổ. Thế nhưng đến một ngày em bị nhà chủ vu cho là ăn cắp tiền của họ, thì Oshin không chịu đựng được nữa, em trốn về với mẹ. Giữa đường, em gặp phải một trận bão tuyết lớn và bị lạnh cóng đến suýt chết. Em được một người đàn ông cứu sống, chính ông cũng là một người đang bị truy đuổi, phải bỏ trốn, nên hai người đồng cảnh ngộ đã ở lại cùng nhau chờ cho đến khi tuyết tan.

Đến khi về được nhà thì Oshin một lần nữa lại bị cho đi ở. Lần này đến vùng Kaga-Ya ở Sakaya cũng với nghề trông trẻ. Ở đây em kết bạn với người con gái của nhà chủ và sống ở Kaga-Ya cho đến khi em 16 tuổi. Thế nhưng, đến khi được trở về nhà, cha của Oshin lại muốn cô ra ngoài đi làm. Lần này làm việc cho một quán bar. Biết rằng, quán bar chỉ là vỏ bọc cho một động mại dâm, Oshin đã bỏ lên Tokyo theo chị gái mình làm nghề làm đầu tóc.

Trong khi ổn định với công việc làm đầu tóc, Oshin gặp và kết hôn với chồng mình sau này. Năm 1923, một trận động đất lớn ở Tokyo đã phá hủy toàn bộ nhà và cửa hàng của hai vợ chồng Oshin. Mặc dầu sống sót sau thảm họa, nhưng do trắng tay, nên hai người quay về ở bên nhà chồng. Do cuộc sống hôn nhân của hai người không được mẹ chồng chấp nhận, nên khi về sống với nhà chồng, Oshin phải chịu rất nhiều gian nan, khổ cực. Cô thậm chí đã bị gãy tay và mất đứa con sắp chào đời vì phải làm việc đồng áng nặng nhọc dài ngày. Cuối cùng Oshin quyết định rời bỏ nhà chồng để xây dựng lại cuộc đời mình. Cô mang theo đứa con mới sinh, nhưng không để cho chồng biết. Cô nhận ra rằng với cánh tay bị gãy của mình, cô không thể theo nghề làm tóc được nữa. Cô tìm những nghề khác như: làm chủ một quán ăn nhỏ, làm bánh, hay bán cá... Sự nghiệp của cô dần trở nên phát đạt và với sự giúp đỡ của chồng, cô đã gầy dựng được một cửa hàng bán hải sản, tuy nhỏ nhưng rất đông khách.

Cuộc đời Oshin tiếp tục trải qua nhiều thăng trầm, một mình gây dựng sự nghiệp, nuôi dạy con cái trưởng thành, làm ăn phát đạt cho đến khi câu chuyện kết thúc vào năm 1983.

**Phía sau màn ảnh:** Câu chuyện của Oshin xây dựng trên tiểu sử thật của một phụ nữ Nhật Bản. Dựa theo hình ảnh người mẹ của Kazuo Wada, một nhà kinh doanh Nhật. Bà là người đã sáng lập ra tập đoàn Yaohan, lãnh đạo một loạt các siêu thị tại Nhật Bản. Cấu trúc câu chuyện xoay quanh những bức thư nặc danh được thu thập bởi Sugako Hashida (Kiều Điền Thọ Hạ Tử), bà sinh ngày 10 tháng 5 năm 1925, là một nhà viết kịch người Nhật. Hashida từng nói: "Câu chuyện được kể về quá khứ của một người phụ nữ trước khi chết". Hashida cũng nói: "Tôi cảm giác được sự thống khổ của sự phục vụ như một người học việc tại một nhà chứa, mà bà ta đã trải qua và nó đã là một nghĩa vụ của một thế hệ phụ nữ như là niềm vinh dự". Tuy nhiên, khung cảnh câu chuyện trong bộ phim đã quá thô ráp và đen tối, làm cho các đài truyền hình của Nhật không chịu trình chiếu bộ phim. Kể cả bộ phận NHK tại Nhật cũng phản đối bộ phim. Hashida cũng đã nói: "Chúng ta không thể gây bất lợi cho chế độ thời Meiji", nhưng sau đó bộ phim đã được trình chiếu dưới sự phê chuẩn của một quan chức tên là Mikio Kawaguchi (Xuyên Khẩu Cán Phu).

**Sự yêu thích danh từ Oshin:** Oshin, một người phụ nữ huyền thoại, cô đã thể hiện như là một biểu tượng của sự kiên nhẫn và không bao giờ chịu khuất phục của một người phụ nữ, kể cả trong những tình huống khó khăn nhất. Oshin đã được yêu mến, không chỉ riêng những người Nhật Bản, mà còn ở mọi người trên nhiều nước khắp thế giới. Tại Nhật Bản, nhiều trường hợp được nói tới như là Oshin khi liên quan đến tính kiên nhẫn. Ví dụ như Võ sĩ môn đấu vật Sumo là Takano Sato được gọi là Oshin Yokozuna như là một sự thể hiện lòng dũng cảm vượt qua khó khăn của bệnh tiểu đường để đạt được trình độ cao trong môn đô vật Sumo.

Những hoạt động khác cũng liên quan đến Oshin trong

năm 1980 như từ “Oshin Diet” khi người dân tại Nhật Bản cố gắng vượt qua nền kinh tế bong bóng và ăn uống khổ cực với củ cải và gạo. Sau đó một con tàu nổi tiếng xuôi dòng sông Mogami đã được đặt tên là “Oshin Line”.

Oshin đã được phổ biến trong xã hội, khi các đài truyền hình Châu Á trình chiếu bộ phim. Cho đến bây giờ, Ayako Kobayashi (Tiểu Lâm Lăng Tử), một diễn viên vai Oshin từ lúc 6 đến 10 tuổi vẫn được chào đón nồng nhiệt khi cô đến các nước mà bộ phim đã được trình chiếu. Tại Việt Nam, sau khi đài truyền hình Việt Nam trình chiếu bộ phim vào năm 1994, từ Ô-sin đã trở thành một danh từ dùng cho người giúp việc trong nhà. Từ Oshin cũng được thể hiện vắn tắt trong cuốn tiểu thuyết Persepolis của Marjane Strapi người Iran.

**Các vai:** Oshin là nhân vật chính.

- Tanimura Shin, là tên lúc thiếu nữ, sinh ra trong một gia đình nông dân nghèo khó ở tỉnh Yamagata. Shin xinh xắn, chăm chỉ và tử tế. Vai này do Kobayashi Ayako diễn giai đoạn Shin còn bé và do Tanaka Yùko diễn giai đoạn Shin là thiếu nữ và phấn đấu để trở thành thợ làm tóc giỏi.

- Tanokura Shin là tên lúc cô có gia đình, rồi trở thành một nhà kinh doanh thành đạt trong lĩnh vực siêu thị. Vai này do Tanaka Yùko diễn giai đoạn Shin còn trẻ và chồng Shin chưa mất, phải vượt qua nhiều khó khăn do tình hình kinh tế của đất nước và chiến tranh.

- Giai đoạn tiếp theo là do Otowa Nobuko diễn, thể hiện một nhân vật vừa tốt bụng, vừa đầy nghị lực và quyết đoán tiến vào một lĩnh vực kinh doanh mới mẻ. (hết trích).

Dĩ nhiên là trong 297 tập chỉ có một ít việc quan trọng mà Wikipedia tiếng Việt đã lược thuật lại. Ví dụ như chuyện người yêu cũ của bà Oshin, tên là Yashida cũng là một nhân tố rất quan trọng khi bà thành công cũng như khi thất bại. Hình ảnh ông Yashida là người tình của người bạn gái, con nhà phú hộ ở Sayaka; nhưng Yashida hình như đã không yêu người này, mà chỉ thầm yêu trộm nhớ Oshin và ở bất cứ hoàn cảnh nào Oshin vẫn nghĩ đến Yashida. Mặc dù không thổ lộ ra ở những cử chỉ yêu đương, có lẽ Oshin dành loại tình cảm đặc biệt ấy cho người bạn gái của mình thể hiện, và ở giai đoạn đầu Oshin bỏ nhà đi không nêu lý do để cho mọi người trong gia đình ngờ vực là không muốn người con trai của mình mua lại cửa hàng nơi con của Yashida làm chủ. Bởi lẽ, làm như thế chẳng khác nào dành khách hàng của người ân mà mình đã thọ nhận lâu nay. Những tình cảm sâu kín ấy giữa Oshin và Yashida, con cái của họ cả hai bên đều không biết. Và giờ phút lâm nguy của cuộc đời do con trai bà Oshin gây ra, cũng đã được ông Yashida cứu tinh bằng cách mua lại nhiều siêu thị bị vỡ nợ của con bà, trong đó có siêu thị thứ 17 là quan trọng hơn cả. Nhờ vậy con trai bà Oshin mới có khả năng đền bù lỗ lã cho những siêu thị khác, và kể từ đó tình bạn thâm giao giữa bà Oshin cùng Yashida có những ngày thật là ý nghĩa khi tuổi đã về già.

***

Tôi xem phim này không thấy chán và hình ảnh của Nhật Bản đã hiện về trong tôi qua ký ức của gần 50 năm về trước, khi lần đầu tiên tôi đặt chân đến đất nước này. Hồi đó (1972, 1973) nước Nhật đã tiến bộ khá nhiều rồi, nhưng khi nhớ lại Ofuro ở Chùa Honryuji, nơi mà tôi đã ở và nhờ cậy cho đến năm 1977, cũng như lần đi Nigata với Yamada và Yoda đã khiến cho bộ óc của tôi, cũng muốn viết lại một ít kỷ niệm thân thương của những ngày xa xưa ấy, để cảm ân Nhật Bản, cảm ân những tấm lòng tốt của ông bà Trụ trì chùa Honryuji và những bạn bè gần xa, người Nhật cũng như người Việt thuở ấy. Nếu không có họ giúp đỡ. Nếu không có cơm gạo, nước uống của Nhật Bản nuôi tôi trong những ngày còn là sinh viên tăng thuở ấy thì tôi đã không có ngày hôm nay. Xin tạ ân tất cả và tạ ân nước Nhật trong muôn ngàn lần.

Năm 1983 phim Oshin này được trình chiếu tại Nhật Bản cho đến đầu năm 1984 mới xong. Trong thời gian này tôi đang ở Đức và cuộc sống đã bắt đầu an ổn nơi đây. Thuở ấy tôi cũng chưa nghe ai nhắc đến bộ phim này. Đến năm 1994 thì Việt Nam đã cho lồng tiếng xong và nhiều người Việt Nam đã xem; nhưng tôi thì mãi đến năm 2020, 2021 mới được xem phim này bằng ngôn ngữ mẹ đẻ của mình. Như vậy cũng quá may mắn để có cơ hội tìm về dĩ vãng một thời son trẻ đã du học tại Nhật.

Thời gian trú ngụ tại Chùa Honryuji ở Hachioji, mỗi ngày Chủ nhật của những năm 1973, 1974 tôi phải lo phục vụ trà nước cho những đám tiệc người Nhật được tổ chức tại chùa, và mỗi tháng vào tối ngày 8 dương lịch, cả Thầy Trụ trì cũng như Tăng chúng đều lên Chánh điện để tụng Kinh Pháp Hoa, phẩm thứ 2, đọc theo tiếng Nhật là Hobembon (Phương tiện phẩm), đôi khi tụng phẩm thứ 16, Như Lai Thọ Lượng phẩm (Nyorai Juryobon). Người Nhật ít tụng phẩm thứ 25 về Quán Thế Âm Bồ Tát - Phổ Môn phẩm như người Việt Nam mình. Nhờ vậy mà tiếng Nhật của tôi khá hẳn ra và Thầy Trụ trì bắt đầu phân chia cho tôi mỗi năm đi đến nhà Phật tử là những đàn-na, tín đồ của chùa này để tụng kinh trong các mùa Tết, Ohigan mùa xuân, lễ Vu Lan và Ohigan mùa thu. Nhờ vậy mà tôi có tiền để đóng học phí mỗi năm, khỏi phải đi làm phu khuân vác tại Takadanobaba như một số quý thầy cũng như những sinh viên Việt Nam khác đã làm.

Khi đến nhà Phật tử thì chỉ cần gõ cửa trực tiếp, chứ không cần báo trước. Vì đa phần đàn-na, tín đồ của mỗi chùa đều biết rằng mỗi năm từ ngày 23 đến 30 tháng

12 dương lịch, trong vòng một tuần lễ đó sẽ có chư Tăng thuộc tông phái của mình, đến nhà mình để tụng kinh cầu nguyện cho Tiên Tổ cũng như cho gia đình. Từ ngày 21 đến ngày 28 tháng 3 và từ ngày 21 đến ngày 28 tháng 9 mỗi năm có hai lần lễ Ohigan (lễ bỉ ngạn); lễ này cũng giống như lễ Thanh Minh ở Việt Nam hay Trung Quốc và từ ngày 7 đến 14 tháng 7 chư Tăng đến nhà Phật tử để tụng kinh nhân dịp đại lễ Vu Lan.

Ở Nhật Bản tất cả đều dùng theo dương lịch kể từ khi Minh Trị duy tân từ năm 1868; ít có nơi nào ngày nay còn tính theo âm lịch, ngay cả những tỉnh xa Tokyo như Nigata hay Yamaguchi, Sendai v.v...

Phật giáo Nhật Bản cử hành lễ Phật Đản nhằm ngày mùng 8 tháng 4 khi hoa Anh Đào nở rộ, và Rằm tháng Bảy-Vu Lan mỗi năm, nhưng tất cả cũng đều tính theo lịch của Tây phương; nhưng có điều là họ ít dùng năm của Tây phương như năm 2020, 2021, mà họ dùng niên đại của vị Thiên Hoàng đang trị vì. Ví dụ như năm 2020 là năm Reiwa (Lệnh Hòa) thứ 2; năm 2021 là năm Reiwa thứ 3. Nếu tính lùi lại các niên đại về trước thì Heisei (Bình Thành) năm thứ nhất vào năm 1989 và Heisei năm thứ 30 khi Thiên Hoàng băng hà vào năm 2019. Thiên Hoàng Showa (Chiêu Hòa) năm thứ nhất, nhằm năm 1926 và năm thứ 63 là năm 1989 (1926+63). Đây là một vị vua, trị vì lâu nhất nhì trong lịch sử các Thiên Hoàng tại Nhật Bản. Thân phụ của ông là Vua Taisho (Đại Chánh), năm thứ nhất của Thiên Hoàng Đại Chánh nhằm năm 1912, nghĩa là năm ông lên chấp chánh thay thế phụ thân của mình là Thiên Hoàng Meiji (Minh Trị), và năm 1926 nhằm Taisho năm thứ 14 thì Thiên Hoàng này không còn tại vị nữa, mà nhường ngôi cho con mình là Showa lên làm vua, kể từ năm 1926. Còn ngày và tháng thì tính theo Tây lịch.

Đại Chánh Tân Tu Đại Tạng Kinh được hình thành dưới triều đại hai Thiên Hoàng Đại Chánh và Chiêu Hòa, nên Đại Tạng Kinh này gọi là Đại Chánh. Đó là từ năm Đại Chánh thứ 11 (1922) đến năm Chiêu Hòa thứ 9 (1934) thì hoàn thành. Trong 13 năm ấy là những năm thanh bình sau Đệ nhất thế chiến (1914 – 1918) và trước Đệ nhị thế chiến (1939 – 1945). Do vậy đây là thời điểm quan trọng để hình thành Đại Chánh Tân Tu Đại Tạng Kinh (Taisho Shinshu Daizokyo) tại Nhật Bản vào đầu thế kỷ 20 (xem chương sau sẽ đi vào chi tiết cũng như nội dung của Đại Tạng Kinh).

Ở Nhật Bản không hình thành Giáo hội, mà mỗi Tông phái đều có Tổng Bổn Sơn, Bổn Sơn rồi đến các tự viện. Họ đa phần sinh hoạt rất chặt chẽ. Số tín đồ của từng chùa, từng khu, từng quận, từng tỉnh và cho đến cả nước, đều có hệ thống quản lý rất rõ ràng minh bạch. Ví dụ như Nhật Liên Tông thì có Đại học Risso (Lập Chánh), Chơn Ngôn Tông thì có Đại học Kozasan, Tào Động Tông có Đại học Kowazawa, Lâm Tế Tông thì có Đại học Hanazono v.v... Dưới các đại học lại có các trường trung học, tiểu học và vườn trẻ do Phật giáo điều hành. Hệ thống giáo dục này cũng giống như hệ thống giáo dục của miền Nam Việt Nam dành cho Phật giáo từ năm 1954 đến 1975.

Mỗi ngôi chùa đều có khuôn viên rất lớn và đa phần chùa nào cũng có nghĩa địa. Trong nghĩa địa ấy họ xây một ngôi mộ cho gia đình, dưới đó để được rất nhiều hũ tro. Thông thường khi một người tín đồ mất thì gia đình sẽ báo cho Tông phái của chùa mà họ hay đi lễ bái, cũng như có mộ chôn cất tại chùa này. Vị Trụ trì và Tăng chúng sẽ đến làm lễ Otsuya (đêm trước ngày đi thiêu - tiếng Nhật gọi là Thông dạ), và ngày hôm sau chư Tăng cũng như gia đình ra lò thiêu làm lễ. Độ chừng một tiếng đồng hồ sau là gia đình sẽ tự tay mỗi người lấy đũa gắp phần cốt sau khi thiêu còn lại cho vào bình, đậy nắp lại và tang chủ mang về chùa.

Lò thiêu ở Nhật lớn lắm, vì dân đông; có thể thiêu từ 20 đến 30 xác cùng một lúc. Họ xây nhà thiêu theo lối hình tròn và chừng vài thước là có một ngăn để quan tài. Sau khi mang cốt về chùa, họ làm lễ an linh và để trên bàn thờ vong độ 49 ngày thì mang ra an táng ngoài huyệt mộ của gia đình. Ngày đi thiêu cũng là ngày bà con thân thuộc tập trung đông đủ tại nhà thiêu cũng như ở chùa, sau đó họ kéo nhau ra nhà hàng để dùng tiệc tẩy trần, có nghĩa là xả bỏ cái xấu đi.

Nhờ chế độ đàn-na và tín đồ này mà các Tông phái Phật giáo Nhật Bản kiểm soát số tín đồ rất chặt chẽ và gần gũi giữa chùa với vị Trụ trì cũng như giữa tín đồ với tín đồ trong Tông phái đó. Từ đó mỗi năm 4 kỳ lễ như đã trình bày trên, chư Tăng của chùa đó cứ đi thẳng đến nhà Phật tử thuộc Tông đó cai quản để tụng kinh, vốn là chuyện bình thường lâu đời ở Nhật Bản rồi. Trong khi đó Việt Nam mình ở gần Nhật mà không biết về việc này, ngay cả giới Tăng sĩ Nhật đã được phép lập gia đình từ thế kỷ 13 (thời Ngài Shinran - Thân Loan), nhưng Phật tử hay chư Tăng Việt Nam mình vẫn gọi họ là phái Tân Tăng. Thật ra đã 800 năm trôi qua rồi, đâu có gì mới nữa, mà Đạo Phật ở Nhật đã bị thế tục hóa từ lâu rồi.

Nếu đến tụng kinh cho nhà của đàn-na và tín đồ trong những ngày lễ trên mà gia chủ không có ở nhà thì mình đi nhà khác và lần sau trở lại trong vòng một tuần lễ có pháp sự như vậy. Thông thường sau khi tụng xong một phẩm kinh độ 15 hay 20 phút, tín chủ cúng dường chừng 500 đến 1.000 yen, thuở ấy tương đương với 5 hay 10 USD. Một ngày đi được 20 đến 30 căn hộ như vậy để tụng kinh thì số tiền sẽ không nhỏ. Thông thường một vị tăng được phân công đi chừng 100 căn hộ như vậy và cũng tùy theo chùa ấy có bao nhiêu tăng đang tu học và có bao nhiêu tín đồ, thì vị Sư Trụ trì sẽ khoanh vùng và chia đều ra để đạp xe đạp đi đến từng nhà cho tiện.

Thuở ấy tôi mặc chiếc áo kimono màu đen và khi tới nhà gia chủ rồi thì đắp thêm y màu tía để tụng kinh. Bên trong chiếc kimono mặc thêm một áo tràng màu trắng và nịt thắt lưng bằng một vòng đai nơi bụng để giữ kỹ áo bên trong. Bên dưới mang một đôi tất trắng có xẻ giữa ngón chân cái và ngón chân thứ 2 để dễ xỏ vào dép Nhật. Khi đi tụng đám, chỉ cần thêm một quyển kinh chữ Nhật và một cái mõ nữa là đủ. Bắt đầu tụng câu: Namyo Horenge Kyo (Nam Mô Diệu Pháp Liên Hoa Kinh) Hobembon (Phương tiện phẩm), rồi cứ thế vừa tụng kinh vừa gõ mõ, giống như tiếng Hoa và tiếng Việt của mình. Cuối cùng đọc bài kệ hồi hướng cũng như đọc tên gia chủ. Đi đến từng nhà như vậy cũng có cái hay là mình biết được gia cảnh và điều kiện sinh sống của họ. Có nơi đãi trà, bánh, rồi cúng dường; có nơi phải vội, vì trời mưa hay gia chủ cần làm gì đó. Nghĩa là mình phải tùy duyên thôi.

Đây cũng là một sự nhắc nhở để tín đồ nhớ đến những ngày lễ mà đi chùa. Khi đến chùa, họ thường ghé văn phòng để chào hỏi hay gặp phu nhân của Trụ trì đặt tiền cúng dường để viết Otoba (Tháp Bà). Tháp là một miếng cây, trên đỉnh khắc như các tháp chồng lên nhau và ở giữa phần trên, quý thầy học tăng sau khi đi cúng về lại ngồi vào bàn viết những chữ lớn bằng Hán văn là: Nam Mô Diệu Pháp Liên Hoa Kinh và bên dưới để tên người viết vào; hai bên viết ngày sanh ngày tử và cuối cùng viết tên của gia chủ. Otoba này cũng giống như việc viết sớ giấy trong các chùa tại Việt Nam mỗi khi có pháp sự cầu an hay cầu siêu vậy.

Nhiều khi ngồi nói chuyện với tín đồ người Nhật sau khi tụng một thời kinh xong, họ hỏi tôi rằng:

- Thầy từ đâu đến?

- Xa lắm bà ơi! Đi máy bay đến 7 hay 8 tiếng đồng hồ cơ!

- Nước Nhật có một tí tẹo, làm gì mà phải tốn nhiều thời gian như vậy?

- Thế bà đoán thử là tôi đến từ nước nào?

- Vậy Thầy không phải là người Nhật Bản, nhưng đang ở tại Honryuji?

- Vâng! Đúng vậy. Tôi là người Việt Nam.

- Ồ! Betonamu! Toii desu ne! (Việt Nam! Xa quá nhỉ!) nhưng tại sao anh em cùng một nhà với nhau mà đánh nhau mấy chục năm chưa xong vậy?

- Chính trị, như bà biết đó! Ai cũng muốn phần thắng về mình mà, dầu cho đó là Quốc gia hay Cộng sản.

- Thầy đến từ Sài Gòn?

- Từ Đà Nẵng.

- Ồ! Đà Nẵng gần Hội An phải không? Nơi đó có Chùa Cầu do người Nhật xây từ thế kỷ 17.

- Bà cũng biết rành về lịch sử, đất nước và con người Việt Nam đã liên hệ với Nhật từ thuở xa xưa rồi đó.

- Nhưng tại sao là huynh đệ mà lại đi chém giết với nhau như thế?

- Tôi nghĩ là mỗi chủ nghĩa đều có cái lý do riêng của họ để tồn tại và chiến đấu, nhưng riêng tôi thì rất ghét chiến tranh. Bởi vì chiến tranh chỉ làm giàu cho người chế ra bom đạn, chứ người cả hai bên trong cuộc chiến đều bị chết, chiến tranh có ý nghĩa gì đâu?

- Đúng là vậy! Và cũng may là Nhật Bản đã thoát ra

khỏi chiến tranh, và nhờ bại trận năm 1945 mà Nhật Bản mới được như ngày hôm nay. Nếu không thì....

Bà bỏ dở câu chuyện và tôi xin cáo từ để đi đến nhà khác. Đọc tụng kinh tiếng Nhật, mà người Nhật lầm rằng tôi người nhà quê từ Shikokku (Tứ quốc) hay Kyushu (Cửu Châu) đến thì rõ là mừng. Vì tiếng Nhật của mình đã có thể tự tin lắm rồi.

Nhờ đi cúng mỗi năm 4 kỳ như vậy mà tôi có tiền để đóng học phí cho trường, và năm 1974, tôi có ý định về thăm quê một chuyến. Bởi lẽ chiến tranh thì không biết bao giờ kết thúc, mà xem truyền hình Nhật hằng ngày, thấy bom đạn nổ khắp nơi trên quê mẹ Việt Nam nên cũng rất đau lòng.

Lúc ấy ông Nguyễn Văn Thiệu làm Tổng Thống. Ông Hoàng Đức Nhã mới du học từ Mỹ về, nên đề ra chính sách trợ giúp cho sinh viên Việt Nam du học ở ngoại quốc, về thăm quê bằng nhiều hình thức khuyến khích khác nhau như: Chỗ nào có Air Việt Nam bay đến và đi thì các Sinh viên sẽ được giảm 50% giá vé, khi về nước bất cứ đi đâu tham quan trong thời gian nghỉ hè, cũng được giảm 50% vé máy bay quốc nội. Đó là chưa kể việc chính quyền trải thảm đỏ để đón chào những thành phần sinh viên du học về thăm quê. Dĩ nhiên trong đó họ cũng có ngụ ý là sau khi du học xong phải về nước phục vụ. Nhưng từ đó đến nay sau 50 năm ở ngoại quốc, tôi ít thấy ai học xong rồi lại trở về nơi quê hương mình cả. Trong đó có rất nhiều lý do: có thể do lương bổng, sự tự do và cách sống ở Việt Nam khác xa với ngoại quốc.

Đó là thời điểm của Việt Nam Cộng Hòa trước năm 1975, chứ còn bây giờ ở thời điểm năm 2020, 2021 này, khi đi ra khỏi được nước mẹ của mình, chẳng ai muốn quay về nữa. Vì ở ngoại quốc sống với chế độ tự do dân chủ quen rồi, muốn phát ngôn gì thì cứ thoải mái; còn về nước, đi đâu và làm gì cũng bị theo dõi, so bì v.v... Đó là chưa nói đến lương bổng. Do vậy đa phần sinh viên không về.

Riêng với tôi, phải thành thật cảm ơn miền Nam Việt Nam. Vì nếu không có nền Đệ Nhị Cộng Hòa Việt Nam, thì tôi đã không được đi du học với Passport của Chính phủ tự do này cấp và cũng nhờ sổ thông hành này mà ngày 30 tháng 4 năm 1975, tất cả sinh viên Việt Nam đang cư ngụ tại Nhật đều đến Sứ quán Việt Nam ở Yoyogi, để đóng dấu gia hạn thêm 10 năm nữa. Nghĩa là Passport của Việt Nam Cộng Hòa có giá trị cho đến 30.4.1985, mặc dù miền Nam đã bị thất thủ vào tay người Cộng Sản miền Bắc. Và chính nhờ việc gia hạn này mà năm 1977 tôi mới được Sứ Quán Đức ở Nhật cho Visa vào Đức du lịch 3 tháng. Nếu không có cái này thì không có cái kia. Đúng là pháp nhân duyên "trùng trùng duyên khởi, trùng trùng biến hiện" như trong Kinh Hoa Nghiêm Đức Phật đã dạy như vậy.

Xin cảm ơn miền Nam Việt Nam cũng như tôi đã cảm ơn cơm gạo của Nhật Bản, nuôi lớn tôi thành người. Và bây giờ lại cũng phải cảm ơn xứ Đức này nữa, nên tôi đã viết một tác phẩm bằng tiếng Việt và tiếng Đức để cảm tạ Chính phủ Đức cũng như nhân dân xứ này đã cưu mang tôi nói riêng và gần 200.000 người Việt Nam hiện đang sinh sống tại xứ sở tự do phát triển này.

Về Sài Gòn, cùng đi với tôi thuở đó có hai tăng sinh đang sống chung ở chùa Honryuji là Nakatomi và Matsunaga cùng với hai ông bà Takao. Họ chỉ thăm Việt Nam trong vòng 1 tuần lễ, còn tôi ở đó 1 tháng, đã thăm Huế, Quảng Nam, Đà Lạt, Cần Thơ v.v... Nơi nào cũng còn ghi lại nhiều kỷ niệm trong tiềm thức tôi. Mặc dầu ngày ấy đã xa rồi. Về đây để gặp Thông, gặp Trâm và những người bạn cũ, đặc biệt là lên Lưu Học Xá Huyền Trang để thăm Hòa Thượng Thích Bảo Lạc, cũng như Hòa Thượng Thích Như

Tín và những vị Tăng đang tu học tại đó. Thầy Bảo Lạc thấy và nghe tôi nói tiếng Nhật quá lưu loát với những người Nhật đi cùng, mặc dầu mới sang Nhật từ đầu năm 1972 mà được như vậy, nên Thầy ấy cũng có ý muốn đi du học Nhật Bản. Đây cũng là cái nhân, cái duyên để khi tôi về lại Nhật làm giấy tờ hồ sơ cho Thầy ấy và nhờ Thầy Trụ trì Chùa Shinshoin ở Hachioji làm người bảo đảm về tài chánh cũng như việc học hành.

Thuở ấy ở Việt Nam chỉ có một Đại học Phật giáo. Đó là Đại Học Vạn Hạnh, còn Thiên Chúa giáo có những ba trường. Đó là Giáo Hoàng Học Viện ở Đà Lạt, Đại Học Minh Đức ở Sài Gòn và Đại Học Thiên Chúa ở Huế. Bên chính quyền thì có nhiều Đại học hơn, nhưng Đà Nẵng thuở ấy vẫn chưa mở nổi một Đại học, còn những tỉnh khác như Quảng Ngãi, Bình Định thì cũng phải ra Huế hay vào Sài Gòn mới có thể thi vào Đại học được. Chẳng bù với ngày nay vào thời điểm năm 2020, 2021 này cả thế giới có đến trên dưới 5.000 trường Đại học. Riêng nước Đức có hơn 400 trường Đại học và Nhật Bản có đến 700 trường Đại học lớn nhỏ để lo cho trên 100 triệu dân của họ. Tại Đức có nhiều Đại học Thiên Chúa và Tin Lành. Tại Nhật có gần 30 Đại học Phật giáo, mỗi Tông phái có từ 1 đến 3 Đại học và việc học tập cũng như nghiên cứu của chư Tăng Ni tiện lợi vô cùng. Nếu sắp thứ hạng thì chỉ có Hoa Kỳ, Anh Quốc, Singapore và Thụy Sĩ là những nước có nhiều Đại học danh tiếng sắp theo thứ tự từ 1 đến 10; còn đa phần phải sắp theo môn học, cách dạy, thành quả của sự giáo dục v.v... nên có rất nhiều sự khác biệt về phẩm cũng như về lượng.

Nhân việc xem phim Oshin trong thời gian Covid-19 mà tôi lại có cơ hội để hồi tưởng lại những ngày ở Nhật Bản cách đây 50 năm về trước. Trên thực tế thì tôi cũng đã có viết những tác phẩm như sau để tạ ơn những nơi tôi đã ở, đã đi và đã đến rồi. Đó là: Nhật Bản trong lòng tôi, Nước Úc trong tâm tôi, Nước Mỹ bao lần đi và bao lần đến, Phật giáo Việt Nam tại Âu Châu, Cảm tạ xứ Đức. Thiết nghĩ đọc những tác phẩm này, quý độc giả sẽ rõ tâm tư và tình cảm của tôi đối với những xứ sở này.

Tôi phải viết lại thật nhiều vì biết rằng một ngày nào đó khi mình không thể viết được nữa, khi mắt đã kém, ý tưởng không còn nhớ kỹ như xưa, lưng đau, đầu óc chậm chạp v.v... Do vậy đây là cơ hội để tôi thổ lộ tâm tư của mình bằng giấy trắng mực đen vậy.

Cuối năm 1974, nhân lần nghỉ Đông năm ấy, tôi đã lấy xe lửa chạy chậm cho rẻ tiền, đi từ Hachioji lên Tokyo rồi nằm suốt đêm trên tàu hỏa để đến Hagi thăm chùa của Matsunaga và đi Shikokku thăm Chùa Pháp Hoa của Nakatomi. Mỗi nơi đi và đến như thế tôi đã ghi lại thật rõ trong những bài tường thuật của mình để sau này có ai tìm đến thì dễ dàng hơn. Đi Kyoto để thăm Thầy Trí Đức, đi Osaka để thăm Phan Đức Lợi, đi Kagoshima để thăm Tôn Thất Hoàng, đi Saitama để thăm Nguyễn Tiến Quang, đi Fukushima hay Sendai để thăm Hồ Thy Kiều, đi Hokkaido để thăm những suối nước nóng và dân tộc thiểu số Ainu tại đó. Nhờ xem phim Oshin mà tôi đã liên tưởng lại những nơi này và tôi sẽ lần lượt kể lại từng chuyến đi như phía dưới sẽ đề cập đến.

*"Nước Nhật có 5 đảo chính từ bắc xuống nam gồm Hokkaido (Bắc Hải Đạo), Honshyu (Bổn Châu), Sikokku (Tứ Quốc), Kuyshyu (Cửu Châu) và Okinawa; nhưng trên thực tế nước Nhật có đến 6.852 đảo khác nữa, bao bọc chung quanh 5 đảo lớn này. Diện tích tổng cộng của nước Nhật độ 377.972,75 km2 và dân số vào năm 2019 được biết là 127.094.745 người. Riêng thành phố Tokyo có đến 20 triệu người cư ngụ. Nước Nhật theo chế độ Quân chủ lập hiến và kết hợp với dân chủ đại nghị."* (trích Wikipedia tiếng Việt).

Đảo Hokkaido tuyết phủ quanh năm, bởi lẽ đảo này phía bắc giáp ranh với Nga và nơi đây cũng là nơi du lịch rất lý tưởng, bởi vì nó có rất nhiều suối nước nóng và có nhiều món ăn hay cây trái ngon như: khoai lang, bí rợ, lúa, táo v.v... Ở đây họ sống bằng nghề chăn nuôi và trồng trọt, kỹ nghệ ở đảo này không được phát triển nhiều như đảo chính Honshyu. Đặc biệt tại đảo Hokkaido có người thiểu số, gọi là Ainu, họ dùng ngôn ngữ riêng của họ và vẫn nói tiếng Nhật. Số người này còn rất ít tại miền Bắc Nhật Bản và hầu như không thấy họ xuất hiện ở Trung hay Nam Nhật Bản. Họ sống như dân du mục Mông Cổ. Đầu đội mũ lông thú săn bắn được và phục sức rất khác với người Nhật. Họ có nền văn minh, văn hóa riêng. Khách du lịch đến Hokkaido thường đi tham quan những ngôi nhà truyền thống của họ. Mái lợp rạ và dày. Sườn nhà làm bằng gỗ, cửa ngõ đóng kín để chống lạnh. Họ cũng làm nghề gốm sứ và đồ thủ công nghệ để bán cho khách du lịch đến tham quan. Tuy họ sống trên đất nước Nhật Bản, nhưng hình như họ không quan tâm gì nhiều về sự phát triển khoa học, kỹ thuật bên ngoài chỗ cư trú của họ.

Trước năm 1975 những sinh viên Việt Nam sang Nhật Bản du học có rất ít người chọn Đại học Sapporo. Vì lẽ ở thủ phủ của đảo Hokkaido này rất lạnh về mùa đông, mà đa phần chọn những Đại học từ Sendai đến Kagoshima, là những miền ấm áp, thích nghi với người Việt hơn.

Sendai viết chữ Hán là Tiên Đài (仙台), có nghĩa là chỗ của Tiên. Ngày xưa có lẽ tiên nữ hiện hữu nơi đây, nên người địa phương đặt tên cho địa danh này như vậy. Vùng đất này là địa đầu giới tuyến của đảo Honshyu. Có khí hậu giống như Âu châu, nghĩa là một năm có 4 mùa rõ rệt: mùa đông có tuyết phủ cao ngất đến một hay hai mét chiều dày, mùa xuân hoa anh đào nở rộ, mùa hè khí hậu ấm áp dễ chịu và mùa thu thì lá vàng bay phất phới đó đây. Hình ảnh vào thu ở Sendai rất đẹp và lãng mạn.

Trong phim Oshin có chiếu trận động đất lịch sử tại Nhật xảy ra vào năm 1923, nhưng so với trận động đất và sóng thần (Tsunami) vào ngày 11 tháng 3 năm 2011 phải nói là quá sức kinh hoàng. Có tất cả 15.893 người chết, 6.152 người bị thương, 2.572 người mất tích tại 18 tỉnh của Nhật Bản, và có hơn 125.000 công trình nhà ở bị hư hại hoặc bị phá hủy hoàn toàn. Từ Sendai trải dài xuống Fukushima và Chiba gần Tokyo, nơi nào cũng chỉ là tang thương và đổ nát.

Khi còn ở Nhật, tôi đã xuống Fukushima để thăm chùa, nơi cô Hồ Thy Kiều làm con nuôi người Nhật ở đó; và đến năm 2011, tôi đến Fukushima để cứu trợ cho người Nhật, do Giáo Hội Phật giáo Việt Nam Thống Nhất Liên Châu chủ xướng. Quý Thầy đến từ Úc, Hoa Kỳ, Canada, Âu Châu, Việt Nam, và tôi đã đến Nhật lúc ấy với tư cách là Trưởng phái đoàn. Vì ở Nhật, tôi rành về địa lý cũng như ngôn ngữ hơn quý Thầy khác, nên dễ liên lạc với người địa phương hơn. Tuy nhiên, tại Nhật phái đoàn chúng tôi đã được Thầy Triệt Học và Anh Đỗ Thông Minh giúp đỡ rất tận tình, nên công việc cứu trợ, chẩn tế cô hồn, thăm viếng mồ mả, chùa viện, người tỵ nạn v.v... được thực hiện một cách rất chu đáo. Trên xe Shinkansen từ Fukushima đến phi trường Narita, tôi đã thổn thức rất nhiều về nỗi khổ đau của người Nhật phải chịu đựng như vậy.

Mặc dầu ở Nhật Bản việc động đất xảy ra hằng ngày, nhưng lần năm 2011 thì quá thảm khốc. Nếu độ rung của chấn động chừng 1 đến 5 Richter thì ít nguy hiểm, nhưng nếu động đất từ trên 5 độ đến 9 độ Richter thì không thể thiếu sự chết chóc và sóng thần. Sóng thần cao nhất đo được 40 mét chiều cao. Có lẽ đây là sóng thần trong lịch sử Nhật Bản. Còn sóng thần theo lời Phật dạy khi quả đất này đến thời kỳ hoại diệt thì nước có thể dâng cao lên hết cõi Dục giới, nghĩa là tất cả các loài chúng sanh trong cõi này như: trời, người, a-tu-la, địa ngục, ngạ quỷ, súc sanh, Nam Thiệm-bộ châu, Bắc Cu-lô châu, Đông Thắng thần châu, Tây Ngưu hóa châu; Tứ Thiên Vương, cõi Dạ Ma, Đâu-suất, Đao Lợi, Hóa Lạc, Tha Hóa Tự Tại Thiên, nghĩa là trong 15 cõi ấy đều nằm trong cõi Dục, không có nơi nào là không có nước. Chỉ có cõi Sắc và Vô sắc là không bị cuốn trôi, vì 2 cõi này phước báu nhiều hơn cõi Dục.

Ở Tokyo tôi có hai người Nhật rất quan trọng mà ngay cả cho đến bây giờ tôi vẫn không quên ơn họ, nên vẫn liên lạc thường xuyên. Đó là ông Akiyama, người đứng ra bảo lãnh tài chánh cho tôi, trước khi đi đến xứ Nhật này. Trước đây ông là một ký giả của báo Asahi trụ sở tại Sài Gòn và Jakarta. Khi về lại Nhật thì ông làm Giáo sư Đại Học. Nay đã nghỉ hưu và ở độ tuổi gần 90 rồi, nhưng cả hai ông bà đều còn khỏe mạnh. Bất cứ một sinh viên nào khi đến Nhật du học cũng đều cần phải có những người Nhật đứng ra bảo lãnh như vậy. Nếu không thì khó bề đến Nhật được.

Người thứ hai là Giáo sư Takeda Hideo. Ông luyện tiếng Nhật cho tôi vào năm thứ 3 và năm thứ 4 của Phân khoa Giáo dục tại Đại Học Teikyo ở Hachiogi thuở nào. Nếu không có vị giáo sư này hướng dẫn thì tôi đã không có được mấy quyển truyện cổ của Nguyễn Đổng Chi được dịch sang Nhật ngữ và xuất bản cho người Nhật đọc, để biết thêm về phong tục, tập quán và tôn giáo của người Việt Nam mình. Năm nay (2021) Thầy đã ở tuổi 86 nhưng vẫn còn khỏe mạnh và đặc biệt mới đây vào ngày 10.4.2021 Thầy đã gởi tặng tôi tập thơ mang đề tựa là: "Khởi đi từ Palestine".

Tập thơ này dày 222 trang, được xuất bản tại Nhật vào ngày 3 tháng 12 năm 2020. Từ trang 160 đến trang 179 Thầy Takeda đã dùng 4 khổ thơ hiện đại để viết về tôi và những lần gặp gỡ Thầy ở Đại học, ở nhà Thầy cũng như ở Hannover rất là cảm động. Nay mai tôi sẽ dịch những vần thơ mới này ra Việt ngữ, để ghi lại chút tình Thầy trò Nhật-Việt đã trải qua 50 năm nhưng vẫn không phai nhạt. Trên đời này có rất nhiều loại tình cảm, nhưng tình Thầy trò giữ được lâu như vậy cũng là một điều rất hiếm quý, mà lâu nay ai ai cũng đánh giá cao về loại tình cảm này.

Ngày xưa ấy, ở vùng Tokyo và Saitamaken có rất nhiều sinh viên Việt Nam, nên chúng tôi vẫn thường gặp gỡ nhau thường xuyên, như Nguyễn Chánh Khê, Nguyễn Văn Dũng, Nguyễn Tiến Quang, Nguyễn Văn Hải, Nguyễn Quang Dục v.v... Nhưng đa phần ai cũng lo học hành, làm việc và thi cử nên bận rộn suốt năm, họa hoằn lắm mới có vài ngày rảnh rỗi thăm viếng và lên Sứ quán Việt Nam Cộng Hòa hay tụ tập ở Chùa Joenji tại Shinjuku để làm lễ Phật Đản hay Vu Lan, thì mới có cơ hội hàn huyên tâm sự mà thôi.

Từ năm 1974 đến năm 1977 tôi lại có nhiều cơ hội để đi Osaka thăm Phan Đức Lợi, đi Kyoto để thăm chùa viện, Đại học Hanazono và Hòa Thượng Thích Trí Đức v.v...

Hòa Thượng Omori Sogen làm Học trưởng Đại học Hanazono tại Kyoto đã có lần làm người bảo chứng cho tôi tu học tại Nhật, do cố Hòa Thượng Thích Minh Tâm lo giấy tờ giùm. Đây là Đại học thuộc Tông Lâm Tế, nhưng Ngài đa phần ở tại Tokyo. Khi nào cần giấy tờ gì thì tôi lên Shibuya, nơi Ngài cư ngụ và dạy Thiền để thưa thỉnh. Đúng là ân nghĩa nghìn trùng, chẳng biết sao diễn tả cho hết được.

Nếu nhìn lại quá khứ, tôi đã thọ ân của quá nhiều người. Trong đó có gia đình, cha mẹ, anh chị em rồi đến chùa viện, tư nhân Phật tử v.v... và sau đây là thời gian trong 73 năm mà tôi đã cư ngụ:

- Từ năm 1949 đến năm 1964, trong 15 năm ấy ở với cha mẹ tại Mỹ Hạc, Xuyên Mỹ, Duy Xuyên, Quảng Nam để đi học.

- Từ năm 1964 đến năm 1966 xuất gia tu học tại Tổ Đình Phước Lâm, Hội An, Quảng Nam dưới thời cố Hòa Thượng Thích Như Vạn Trụ trì.

- Từ năm 1966 đến năm 1969 về lại Viên Giác Hội An, ở với cố Hòa Thượng Bổn Sư Thích Long Trí để đi học trường Trung học Diên Hồng, Trường Bồ Đề và trường Trần Quý Cáp. Vào những mùa An cư kiết hạ thì tu tập ba tháng tại chùa Tỉnh Hội, Hội An, khi còn cố Hòa Thượng Thích Trí Minh Trụ trì và Hòa Thượng Thích Như Huệ làm giảng sư. Nhiều năm tôi an cư tại Tổ đình Long Tuyền do Hòa Thượng Thích Chơn Phát Trụ Trì.

- Từ năm 1969 đến đầu năm 1972 tôi vào Sài Gòn tá túc tại chùa Hưng Long do Hòa Thượng Thích Pháp Ý Trụ trì, đi học Trung học Đệ nhị cấp tại trường Cộng Hòa và trường Văn Học.

- Đầu năm 1972 sang Nhật Bản du học, trong mấy tháng đầu trú ngụ tạm trong phòng trọ với Hòa Thượng Thích Chơn Thành, gần Đại Học Risso tại Shinagawa để đi học tiếng Nhật, sau độ chừng 1 tháng dọn ra ở riêng khác phòng, nhưng cùng nhà. Lúc ấy tiền bạc sắp cạn, nên dọn về ở chung với Tôn Thất Hoàng và Diệp Vân Sơn tại Meguro. Trong thời gian này có một Việt Kiều sống lâu năm tại Nhật tên là Nguyễn Thị Định, vốn đang làm chủ một nhà hàng Việt Nam ở Okubo; nơi đó có cư xá quốc tế cho sinh viên mới đến Nhật du học ở. Bà thấy quý Thầy ở ngoài cực khổ quá cho nên sang một cửa tiệm ở vùng Ikebukuro để bán nước đá; tiệm nằm gần nhà tắm công cộng; mỗi khi họ tắm rửa xong ra tiệm này nghỉ xả hơi và dùng nước ngọt. Tôi và Hòa Thượng Nguyên Đạt về đây ở được 4 tháng thì tiệm không có khách, vì chúng tôi không biết cách buôn bán cũng như chiều khách hàng. Cuối cùng thì trả lại tiệm cho bà Định, nhưng dầu sao đi nữa thì đây cũng là những hình ảnh đẹp của một bà Việt Kiều lấy chồng Nhật, đã giúp đỡ cho quý Thầy đỡ lo tiền nhà được mấy tháng lúc bấy giờ.

- Từ tháng 3 năm 1973 đến tháng 7 năm 1977 tôi cậy nhờ Chùa Honryugi tại Hachiogi do cố Hòa Thượng Thích Minh Tâm giới thiệu và đi học tại Đại học Teikyo cũng như Đại học Risso.

- Ngày 22 tháng 4 năm 1977 tôi sang Đức, lúc đầu ở tạm trong Cư xá sinh viên với Bác sĩ Thị Minh Văn Công Trâm, sau đó dọn về đường Holtenau ở thành phố Kiel, để đi học tiếng Đức tại trường Volkhochschule và Đại học Kiel. Đến tháng 2 năm 1978 tôi có giấy nhập học tại Đại học Hannover nên đã về Hannover từ dạo ấy. Mấy ngày đầu ở nhờ nhà anh Lâm Đăng Châu và sau đó thuê được phòng ở đường Kestnerstr, nên tôi đã dọn về đây ở từ tháng 5 năm 1978 đến tháng 12 năm 1980, để đi học tại Đại học Hannover.

- Từ năm 1981 đến 1991 được sự giúp đỡ tài chánh của Bộ Nội Vụ Cộng Hòa Liên Bang Tây Đức, tôi chính thức dọn về số 35A đường Eichelkampstr. Và từ đầu năm 1984 chúng tôi đã mua được lô đất 4.000m2 đối diện ở đường Karlsruherstr. số 6. Năm 1986 đặt viên đá đầu tiên; năm 1989 khởi công xây cất chính thức; đến năm 1991 thì hoàn thành giai đoạn một và làm lễ khánh thành; đến năm 1993 làm lễ hoàn nguyện. Năm 1991 chúng tôi trả lại căn nhà thuê của ông Steinmann ở đường Eichelkampstr, và chính thức dọn qua ở chùa mới tại đường Karlsruherstr. số 6 từ năm 1991, đến nay (2021) cũng đã trên 30 năm rồi. Trong thời gian này chúng tôi có tạo mãi thêm một cơ sở thứ hai ở Ravensburg vào năm 2007, lấy tên là Tu Viện Viên Đức, thỉnh thoảng tôi hay về đây để nghỉ ngơi, đọc sách cũng như đọc Đại Tạng Kinh.

Như vậy, trong 73 năm sống với cuộc đời này, tôi ở Chùa Viên Giác tại đường Karlsruherstr.6 Hannover là lâu nhất, trên dưới 30 năm và chưa biết là còn sống được bao lâu nữa, nhưng có lẽ cho đến cuối đời này, tôi sẽ chẳng thay đổi chỗ ở nữa để được yên thân lúc tuổi về già. Chỗ lâu thứ hai trong cuộc đời kéo dài trong vòng 15 năm là nơi được sinh ra tại Mỹ Hạc, Xuyên Mỹ, Duy Xuyên, Quảng Nam. Và chỗ ở lâu thứ ba trong vòng 10 năm là ở đường Eichelkampstr.35A Hannover.

Tôi viết lại cặn kẽ như vậy để sau này nếu có ai đó đi tìm dấu vết Chim Di của đàn Chim Việt thì có nơi chốn để tìm về một cách dễ dàng hơn. Người xưa thường nói: "Ruộng dâu biến thành bãi bể", do vậy 10, 20 hay 50 năm sau nữa, cái tồn tại của ngày hôm nay, đến hôm sau đã thay đổi rồi. Do vậy viết và nói ở đây là chỉ cho hiện tại; còn đời sau ra sao, ai mà biết được?

Tôi đến Hagi để thăm Chùa Pháp Hoa của Matsunaga, nơi đây cảnh trí thiên nhiên thật đẹp và tôi đã có dịp du ngoạn quanh thành phố cổ này bằng xe ngựa. Cảnh ở đây vào thu không khác gì rừng Gatineau ở Ottawa của Canada. Cảnh vật đẹp tuyệt vời, không bút mực nào tả xiết. Ở đây người dân chuyên về nghề làm đồ gốm sứ, có lẽ vùng này đất sét tốt và dẻo hơn những nơi khác, nên đồ gốm ở đây rất nổi tiếng.

Sau khi thăm Matsunaga thì tôi lên tàu lửa đi đến cuối trạm của Hiroshima và từ đó lên tàu thủy đi thăm đảo Sikokku. Đảo này là đảo lớn thứ 4 nằm gần cuối bên cạnh đảo Honshyu (Bổn Châu). Ở đây có 4 tỉnh hợp lại, gồm Ehime, Kagawa, Kochi và Tokushiwa, nên chữ Tứ Quốc được hình thành từ đó.

Điều đặc biệt ở đảo này là có nhiều cảnh chùa để cho khách hành hương có thể đi lễ bái. Người Phật tử Nhật hay đi 36 cảnh chùa trên đảo này, giống như Phật tử Việt Nam chúng ta đi hành hương thập tự vậy. Nhưng ở đây họ đi bộ và hay gõ trống để niệm Namumyo Horenge Kyo

(Nam Mô Diệu Pháp Liên Hoa Kinh), nếu người Phật tử ấy theo Nhật Liên Tông. Cũng có những đoàn tuần du đi niệm Phật A Di Đà (Namu Amida Butsu). Tôi đến đây để thăm chùa của Nakatomi, người tăng sĩ đã một thời ở chung với tôi tại Chùa Honryuji ở Hachioji để học Cao học tại Đại Học Risso (Lập Chánh).

Từ đây tôi lên tàu thủy trở về đất liền và lên xe Shinkansen, chạy nhanh nhất nhì trên thế giới thuở ấy, độ 300km/giờ. Nhưng bây giờ thì khác nhiều lắm rồi, từ Tokyo đi Kyoto ngang qua Shizuoka, Okazaki rồi Kyoto với 457 km đường dài chỉ cần một tiếng đồng hồ mà thôi. Ngày xưa đi bằng xe lửa hay xe hơi cũng mất đến 6 hay 7 tiếng đồng hồ. Tuy xa lộ ở Nhật Bản có nhiều, nhưng đường hẹp và xe không ít, nên tuy trên xa lộ mà xe cộ chạy rất chậm so với Âu Châu cũng như Đức Quốc.

Kyushu là đảo quốc lớn thứ 3 của Nhật. Muốn đến đảo này phải đi xe lửa qua một đường hầm nằm sâu dưới mặt biển và không cần phải đổi tàu. Ngày xưa giữa hai đảo Honshu và Kyushu phải di chuyển bằng tàu thủy. Đây cũng là nơi mà Kanrin Osho (Giám Chân Hòa Thượng), người Trung Quốc từ thế kỷ thứ 7 đời Nhà Đường đã đi thuyền cập bến vào đây và Luật tạng bắt đầu có mặt chính thức tại Nhật Bản từ dạo ấy.

Lúc đi xuống Kagoshima để thăm Tôn Thất Hoàng học tại Đại Học ở đây, tôi đi xe lửa từ Fukuoka đến Kumamoto rồi Kagoshima. Khí hậu ở đây ấm áp giống như khí hậu của Việt Nam. Ở đây lại có núi lửa và nhiều suối nước nóng, nên du khách đến đây tham quan rất đông. Đặc biệt ở vùng Kagoshima có một loại củ cải rất lớn, gọi là Kagoshima Daikon. Có lẽ nhờ núi lửa đã ngưng hoạt động lâu đời, nên đất ở đây màu mỡ, do đó mới thu hoạch được những hoa màu, rau trái đặc biệt như thế.

Những ngày ở lại với Tôn Thất Hoàng, ban ngày chúng tôi đi thăm thú đó đây, trưa vào quán cơm dành cho sinh viên đại học dùng và tối lại thì tự nấu ăn ở nhà. Đời sống sinh viên ở đâu cũng vậy. Như thế mà vui. Những kỷ niệm một thời ở học đường từ tiểu học lên trung học và đại học là những thời gian của tuổi thơ, thanh niên rất là tuyệt vời.

Khi người ta lớn lên rồi, ra làm việc Đời việc Đạo, muốn tìm lại những hình ảnh xa xưa của hoa phượng nở vào hè, tiếng ve sầu inh ỏi báo hiệu giờ nghỉ học đã đến. Hoặc những câu chuyện bên lề ở sân trường trung học hay đại học, về sau này sẽ không bao giờ trở lại với những người tuổi đã trên 70 nữa. Nếu có chăng, chỉ là những kỷ niệm hiện về, chợt đến chợt đi mà thôi. Đúng là một thời vang bóng, nhưng cũng nhờ những lúc rảnh rỗi có nhiều thời gian như vậy, chúng tôi đã học hỏi được rất nhiều từ người địa phương, cũng như những bạn bè cùng trang lứa tăng cũng như tục.

Thời gian trôi qua rồi sẽ không bao giờ trở lại cả và chính ở những phút giây quý hiếm ấy, chúng ta nên ghi nhớ kỹ vào lòng, để rồi có một ngày nào đó chúng ta sẽ nhớ lại những hình ảnh năm xưa đã hằn sâu vào tâm thức, và bây giờ chính là lúc hồi tưởng lại những trang nhật ký của tuổi thơ, như bà Oshin đã ghi lại những kỷ niệm suốt cả một cuộc đời mình qua cuộn phim có tất cả 297 tập, mà đài truyền hình NHK của Nhật Bản đã chiếu cho công chúng xem từ năm 1983 đến năm 1984 và tại Việt Nam kể từ năm 1994 đã được công chiếu bằng tiếng Việt.

So ra tôi có cơ hội đi khắp nước Nhật, đi nhiều hơn cả bà Oshin và với tôi những năm tháng ở Nhật học hành và tu niệm, tuy vất vả so với đời sống của một thanh niên tăng sĩ Việt Nam, nhưng là thời gian ý nghĩa vô cùng.

Từ Kagoshima lần này tôi lên xe lửa đi về hướng đông

ngang qua Miyazaki, Aso, Oita, Beppu và trở lại Đảo chánh để trở về Tokyo lo chuyện học hành tu niệm. Sở dĩ tôi đi nhiều như vậy, vì có mục đích để phải đi và phải đến. Nếu không đi thì không thể biết được những phong cảnh tại các địa phương mà viết được. Cũng giống như việc đọc sách vậy. Nếu người nào không chịu đọc sách thì không có gì trong đầu óc cả, làm sao có thể viết lên những con chữ trên giấy trắng, mực đen. Cho nên ai muốn viết nhiều thì phải đọc nhiều và ai muốn biết nhiều thì phải đi nhiều. Đó là một sự bắt buộc vậy.

Đường vào Đại Tạng xa thật xa và rộng thật rộng, như Đường Không Biên Giới, mà một thuở nào tôi đã ghi lại nhiều chuyến hành trình trong cuộc đời tăng sĩ của mình để gởi đến các độc giả khắp nơi, dù không đi đến, nhưng cũng có thể hình dung ra được nơi mình chuẩn bị trải nghiệm qua. Thiền Sư Nhất Hạnh, người nổi tiếng ở phương Tây cũng như phương Đông hay nói đúng hơn là khắp nơi trên thế giới về Thiền học và Phật học. Năm 1975 khi miền Nam thất thủ vào tay người cộng sản đến từ phương Bắc, chính Thầy và cô Cao Ngọc Phượng lúc bấy giờ và nay là Sư Bà Chân Không ở Làng Mai, đã giúp đỡ cho những sinh viên tăng ni của chúng tôi đang du học tại Nhật, qua sự hỗ trợ của một tổ chức Tin Lành ở Stuttgart, với một nguồn tài chánh mỗi năm độ 1.200 USD, cho đến ngày 22 tháng 4 năm 1977 khi tôi sang Đức tỵ nạn thì không còn tiếp tục nhận nữa. Và ân nghĩa nghìn trùng ấy tôi đã có dịp cảm ân Thầy cùng Sư Bà Chân Không nhân lần viếng thăm Viện Phật Học Ứng Dụng Âu Châu, nơi Thầy Chân Pháp Ấn và Sư Cô Song Nghiêm đang trông coi cách đây mấy năm về trước.

Đi cùng tôi lúc ấy có Thầy Pháp Trú, Thầy Hạnh Thức cùng một số Phật tử, và Thiền Sư Nhất Hạnh đã nói bằng tiếng Anh rằng:

"Đây là Thầy Như Điển, người đầu tiên mang Phật giáo Việt Nam vào xứ Đức này và ngôi chùa Viên Giác là ngôi chùa Tổ của tất cả chùa Việt Nam hiện có mặt tại Đức, ngay cả Chùa Sùng Nghiêm đang có mặt tại Viện Phật Học Ứng Dụng này của chúng ta cũng vậy."

Năm ấy Thiền Sư Nhất Hạnh đã yếu nhiều rồi. Nếu tôi nhớ không lầm là vào khóa tu mùa thu của năm 2017.

Sau khi về lại Chùa Viên Giác tôi được một người Phật tử gởi tặng cho tôi tác phẩm thứ 150 của Thiền Sư Nhất Hạnh, và vị ấy nói có thể đây là tác phẩm cuối cùng, nhan đề là Tri Kỷ của Bụt. Tôi đã đọc say sưa quyển sách này trong mấy ngày đã xong gần 600 trang sách và viết một bài điểm sách về quyển này để gởi đến quý độc giả khắp nơi và nay bài ấy vẫn còn trên nhiều trang mạng.

Thầy Nhất Hạnh nói rằng: *"There is no way to peace, peace is the way."* Có nghĩa là: "Không có con đường nào dẫn đến hòa bình, hòa bình chính là con đường."

*"There is no way to happiness. Happiness is the way."* Nghĩa là: Không có con đường nào dẫn đến hạnh phúc, hạnh phúc chính là con đường.

*"There is no way to Nirvana, Nirvana is the way."* Nghĩa là: Không có con đường nào dẫn đến Niết Bàn, mà Niết Bàn chính là con đường.

Đây là chủ trương của Thiền. Bây giờ và ở đây. Tư tưởng này rất quan trọng đối với những Thiền Sư. Vì họ nghĩ rằng: Tịnh Độ là đây, đây là Tịnh Độ. Thầy Nhất Hạnh đã chứng minh việc này trong quyển "Tri kỷ của Bụt" như sau: Ví dụ một người muốn đi xe TGV (xe lửa chạy nhanh của Pháp) từ Bordeaux đến Paris. Tuy người ấy chưa đến Paris, nhưng đã ngồi trên xe TGV ấy, khi xe khởi động, sẽ mang người ấy đến Paris. Việc này Thầy ấy cũng có lý khi nghĩ rằng: Đang đi có nghĩa là sẽ đến, nhưng cũng có người giữa đường lại xuống xe vì một lý do nào đó thì làm sao mà đến được? Tuy nhiên từ tư tưởng này tôi có thể chứng minh cho hành trình của người tu Tịnh Độ cũng giống như vậy. Ví dụ như chúng ta đang niệm Phật, có nghĩa là chúng ta đang gởi một tín hiệu để mong được vãng sanh về thế giới Tây Phương Cực Lạc. Tuy Đức Phật A Di Đà đang giáo hóa tại đó, nhưng chưa rõ được là ta đang ở Đông Phương hay Bắc Phương, hoặc Nam Phương, nhưng những gì chúng ta nhớ nghĩ niệm đến danh hiệu của Ngài, tư tưởng này vẫn nằm đó chờ đợi, giống như chúng ta gởi một email vào một laptop của người bạn ở xa; người bạn ấy nếu không mở máy laptop thì sẽ không đọc được tin nhắn của ta, nhưng không có nghĩa là tin nhắn ấy mất. Ở đây câu Phật hiệu và lời nguyện vãng sanh về thế giới Tây phương của Đức Từ Phụ A Di Đà cũng vậy. Bây giờ chúng ta có thể nói rằng: Trong câu Phật hiệu ấy có sự hiện hữu của Đức Phật A Di Đà và Đức Phật A Di Đà đang hiện hữu trong mỗi niệm của chúng ta.

Từ đây tôi muốn quý vị theo dõi tiếp về "Đường vào Đại Tạng", sao mà xa thăm thẳm vậy? Đọc hết cả chương mấy chục trang mà chưa thấy Đại Tạng gì cả. Đúng vậy! Từng bước, từng bước. Nếu không có cái khởi đầu thì sẽ không có cái cuối cùng, như người Đức vẫn thường nói là: *"Ohne Anfang; Ohne Ende"* hay *"Ende gut, alles Gut"* là vậy. Cái gì ở cuối cùng tốt thì tất cả cái ấy đều tốt. Ví như Ngài Huyền Trang ở thế kỷ 7 đời nhà Đường có tâm niệm muốn đi chiêm bái Ấn Độ, đâu phải trong một ngày, một tháng hay một năm mà được. Ngài phải vất vả đi về trong 17 năm trời đằng đẳng, mới mang được mấy trăm pho kinh chữ Phạn về và dịch ra chữ Hán. Nhờ vậy mà ngày nay Phật giáo Đại Thừa mới có được một Tam Tạng Thánh Giáo rất đồ sộ như vậy.

Vào cuối năm 1973, Chư tôn Hòa Thượng trong Hội Đồng Tăng Thống của Giáo Hội Phật giáo Việt Nam Thống Nhất đã họp nhiều buổi họp quan trọng tại Viện Đại học Vạn Hạnh ở Sài Gòn để phân công phân nhiệm cho vị nào chịu trách nhiệm phần nào. Nhờ vậy mà đến năm 1975 và về sau này chúng ta tạm có được một phần Kinh Luật Luận đã được dịch ra Việt ngữ. Tuy chưa đầy đủ hết ở mọi lãnh vực, nhưng từ đây về sau những vị thầy còn lại sẽ từ từ tiếp nối con đường cao cả ấy của Tổ đức ngày xưa. (Xem thêm tài liệu phụ đính ở cuối sách về "Hội nghị toàn thể Hội Đồng phiên dịch Tam Tạng.") Từ đó chúng ta sẽ có được một niệm tri ân chân thành đối với những Ngài đã đi trước và những vị kế tiếp sau này.

Cuối năm 1973 tôi đang học năm thứ nhất tại Đại Học Teikyo, Nhật Bản, Phân khoa Giáo dục học và bây giờ sau gần 50 năm (2021) tôi mới có cơ duyên để đọc được biên bản họp quý hiếm này.

Nếu chúng ta luôn nghĩ đến Đại Tạng thì Đại Tạng sẽ ở trong ta và trong ta bao giờ cũng luôn hiện hữu của Kinh, Luật và Luận là những lời Phật dạy cũng như chư Tổ Sư đã dày công dịch giải, chú thích từ ngôn ngữ này sang ngôn ngữ khác để chúng ta có cơ hội đọc tụng và thọ trì. Đây chính là phước báu của những người đến sau, đến muộn. Như vậy cũng chưa lỡ chuyến đò của một kiếp nhân sinh.

Từ đây trở đi tôi sẽ cố gắng đưa quý vị đến gần hơn nữa với Đại Tạng Kinh của Đại Thừa bằng nhiều con đường khác nhau, để chúng ta có được một sự hiểu biết khi nghiên cứu, đọc tụng hay luận giải về kho báu vô giá của Phật giáo và đa phần được ca tụng là kho tàng giáo pháp của Đức Như Lai.

# CHƯƠNG II
# NHỮNG BỘ ĐẠI TẠNG KINH

Suốt hơn 2.500 năm Phật giáo đã có mặt trên thế giới này. Xuất phát từ Ấn Độ, sau đó đầu tiên được truyền sang Tích Lan rồi các xứ khác ở phương nam. Một con đường khác của Đại Thừa và Kim Cang Thừa được truyền lên hướng bắc của Ấn Độ như Kasmir, Afghanistan, Pakistan rồi Mông Cổ, Tây Tạng, Bhutan. Việc truyền thừa Phật giáo từ Ấn Độ sang Trung Hoa và Việt Nam có nhiều cứ điểm khác nhau. Ví dụ như các vị Sư Ấn Độ sang thẳng Trung Hoa truyền giáo như Ngài Ma Đằng, Ngài Trúc Pháp Lan. Hoặc từ Trung Hoa sang thẳng Ấn Độ để tu học và thâu thập Kinh điển bằng tiếng Sanskrit rồi đem về Trung Quốc dịch sang Hán văn như Ngài Nghĩa Tịnh, Ngài Huyền Trang v.v... Rồi từ đất Hán, Phật giáo đã truyền sang Đại Hàn, Nhật Bản và một phần của Việt Nam.

Riêng Phật giáo của Giao Châu theo các sử gia như Thiền Sư Thích Nhất Hạnh hay Giáo Sư Trí Siêu Lê Mạnh Thát thì được du nhập từ Ấn Độ còn trước cả Trung Hoa nữa. Đó là căn cứ vào "Lục Độ Tập Kinh" mà Ngài Khương Tăng Hội là người sinh ra tại đất Giao Châu và thọ giới Tỳ-kheo năm 220 và chính Ngài đã mang Đạo Phật vào đất Nghiệp để giới thiệu cho Ngô Tôn Quyền. Trong khi đó Phật giáo Trung Quốc ở miền Bắc thuở ấy vẫn còn sơ khai lắm.

Đọc lịch sử để chúng ta biết rõ về cội nguồn và biết chắc chắn về sự truyền thừa của Phật giáo; do vậy sách vở rất cần thiết, cho nên một thư viện để chứa sách của một chùa, một Tăng viện, một trường học, một đại học v.v... rất là cần thiết. Do vậy, ngay từ ban đầu, khi còn đi học trung học, tuy tôi không mấy thích đọc sách vở, nhưng cũng đã sưu tầm và góp nhặt những bài thơ, bài văn hay để học thuộc lòng. Từ đó rất có cảm tình với văn hóa của Phật giáo cũng như văn hóa của dân tộc. Bởi lẽ chùa viện ngày xưa ở Việt Nam tương đối nghèo, nên để có một thư viện, nhằm chứa những sách quý, ít ai nghĩ đến. Điều này chỉ dành cho những chùa khá giả và những ai quan tâm về văn hóa Phật giáo và văn hóa nước nhà mà thôi.

Tôi xa quê từ năm 1972, mới đó mà cũng sắp đến 50 năm rồi. Thuở ấy tôi nghĩ rằng mình ra đi và có ngày sẽ trở lại để phụng sự cho Giáo hội và đất nước, chứ ở ngoại quốc làm gì mà cho đến 50 năm như vậy, chỉ một lần về lại thăm quê duy nhất vào năm 1974. Phật nói về pháp nhân duyên rõ ràng là chẳng sai một mảy may nào cả. Cái này sanh nên cái kia sanh, cái kia sanh nên cái khác sanh. Cái này diệt nên cái khác diệt. Cứ thế và cứ thế để tồn tại, hủy diệt, thay đổi, biến hóa v.v... không có một việc gì trong thế gian này đứng yên tại chỗ hết. Ngay cả quả đất vẫn đang xoay mà chúng ta hay nghĩ rằng quả đất đang đứng yên. Một cá nhân ở trong vũ trụ này thật ra quá nhỏ bé, nó chẳng là gì cả so với các vì sao lấp lánh trên bầu trời kia. Vì đó là sự hiện hữu, sự biến thiên của những thế giới khác đang sinh hoạt ở chung quanh ta, nhưng ta nào có biết. Do vậy, mong muốn là một việc, nhưng cũng phải hội đủ duyên nữa. Nếu nhân là thế, duyên là thế, thì quả phải kết thành là như vậy, chứ không thể nào khác được.

Từ Việt Nam sang Nhật Bản năm 1972 tôi chỉ mang theo mấy quyển tự điển như Hán Việt của Thiều Chửu, tự điển Pháp văn, Anh văn và đặc biệt là quyển Kinh Nhựt Tụng Tiểu Bản của cố Hòa Thượng Thích Thiện Hoa soạn và do Nhà xuất bản Hương Đạo in năm 1965. Một quyển Kinh Di Đà, Hồng Danh bằng chữ Hán do cố Hòa Thượng Thích Tâm Thanh tặng. Những bảo vật này tôi vẫn còn giữ cho đến ngày nay.

Rồi từ Nhật sang Đức năm 1977, tôi cũng chỉ mang theo một va-ly áo quần cùng một ít sách vở. Bởi lẽ lúc ấy cứ nghĩ đi sang Đức chừng 3 tháng rồi trở về, nên chẳng chuẩn bị gì nhiều. Thế mà tôi đã ở đây cũng gần 45 năm rồi (2021 - 1977). Thế mới biết nhân duyên là gì, khó ai có thể tự mình sắp đặt trước được.

Mùa Phật Đản năm 1978, Niệm Phật Đường Viên Giác được thành lập đầu tiên tại đường Kestnerstr, Hannover. Đây là một phòng thuê, không hơn không kém, nhưng cũng đủ chỗ cho 10 đến 20 người tụ tập để làm lễ Phật, dùng cơm chung và nghe những câu chuyện về Phật Pháp.

Sau đó độ một năm, Phật tử tỵ nạn Việt Nam đến Đức khá đông, không chỉ còn dành riêng cho những sinh viên du học từ miền Nam Việt Nam như trước nữa, nên nơi chốn lại càng chật hẹp hơn, tôi và Ban Hộ trì Tam Bảo quyết định thuê thêm phòng đối diện để làm Niệm Phật Đường và mọi sinh hoạt khác đều tổ chức ở phòng ốc cũ. Hầu như tất cả mọi sinh hoạt đều ở dưới đất, vì không có đủ chỗ để sắp ghế ngồi cho nhiều người.

Từ đó tôi bắt đầu sưu tập sách vở để làm tài liệu nghiên cứu, giảng dạy Phật Pháp cứ hai tuần một lần vào ngày Chủ nhật. Sinh hoạt nơi đây đến cuối năm 1980 thì chúng tôi chuẩn bị dời qua nơi mới. Đó là một hãng xưởng cũ tại đường Eichelkampstr, do ông Steinmann cho thuê, và trong 10 năm (1981-1990), tất cả tiền thuê hãng làm chùa và điện, gas, nước đều do Bộ Nội Vụ Cộng Hòa Liên Bang

Đức tài trợ. Nhờ đó chúng tôi có một ít tiền dư để mua sách từ Hoa Kỳ gởi sang và nhiều khi Chính phủ Đức cũng đã tài trợ một phần trong lãnh vực văn hóa này nữa.

Rồi từ năm 1991 đến nay, khi dời qua đường Karlsruherstr. Chúng tôi tổ chức thành một Thư viện có ký hiệu như Đại học Vạn Hạnh thuở nào. Việc này do Phật tử Nguyên Đạo Văn Công Tuấn thực hiện. Thị Chơn Ngô Ngọc Diệp lo Trung Tâm Văn Hóa và tờ báo Viên Giác. Phần anh Tusito và chị Diệu Hoa, thì giúp tôi dịch thuật ra tiếng Đức những sách vở tôi viết hằng năm, với tiền trợ cấp của chính quyền Liên Bang Đức để xuất bản.

Thuở ban đầu nào cũng vậy, chẳng ai bắt đầu bằng một sự nghiệp lớn, mà phải từ từ từng chặng đường, từng bước đi dò dẫm mới trở thành những công trình, những đóng góp thực sự về sau này. Ngôi Chùa Viên Giác do tôi sáng lập từ dạo ấy đến năm 2003, trải qua 25 năm (2003–1978) cũng không phải ngoại lệ. Nhân đây tôi xin có lời niệm ân tất cả quý ân nhân, từ chính quyền và nhân dân Đức, đến những người Phật tử Việt Nam thuần thành với Đạo, đã lo cho Phật Pháp và đóng góp phần mình vào sự phát triển của ngôi nhà chung này.

Mái chùa từ quê hương ra đến hải ngoại, vẫn đóng một vai trò rất quan trọng trong đời sống tâm linh của mọi người, trong mọi hoàn cảnh khi vui lúc buồn, như quan, hôn, tang, tế... Quan chính là kỷ niệm niềm vui khi được dự lễ đội mũ. Nghĩa là người học trò, sinh viên khi thi đậu có lễ đội mũ cũng ăn mừng tại chùa. Việc kết hôn, trở thành đôi bạn trăm năm cũng được làm lễ dưới chân Đức Phật cùng sự chứng giám của chư Tăng, Ni và cha mẹ hai bên cũng như họ hàng quen biết. Rồi mất mát, chết chóc là những nỗi buồn, niềm lo toan trong cuộc sống, ngôi chùa vẫn là chứng nhân của lịch sử, mở rộng đôi cánh của từ bi và trí tuệ để cùng tụ hội với nhau dưới mái chùa, để cùng nhau chia ngọt, sẻ bùi. Đến những ngày giỗ, ngày kỵ, ngày tổ chức chúc thọ của ông bà cha mẹ v.v... tất cả cũng đều được cử hành tại chùa. Do vậy chùa viện thường đóng một vai trò quan trọng trong đời sống tâm linh của người Phật tử Việt Nam dầu ở trong hay ngoài nước.

Hiện tại trong thư viện của Tổ đình Viên Giác tại Hannover có 4 bộ Đại Tạng kinh như sau:

Bộ thứ nhất là bộ Nam Truyền Đại Tạng Kinh do cố Hòa Thượng Thích Minh Châu, Viện trưởng Viện Đại học Vạn Hạnh dịch thẳng từ tiếng Pali sang Việt ngữ. Được xuất bản nhiều lần ở Việt Nam lúc chưa hoàn thành một Đại Tạng Nam Truyền. Ví dụ như khi Hòa Thượng dịch xong bộ Trường Bộ Kinh 1 tập thì cho xuất bản và thuở ấy có cho in cả chữ Pali đối chiếu với Việt ngữ nữa. Rồi Trung Bộ Kinh gồm 2 tập, Tương Ưng Bộ Kinh gồm 2 tập và Tăng Chi Bộ Kinh cũng gồm 2 tập. Như vậy cả 7 tập đầu này đều do chính Hòa Thượng Thích Minh Châu trực dịch từ tiếng Pali sang Việt ngữ.

Sau này với nhiệm vụ của một Viện trưởng Viện đại học quá nặng nhọc, nên Giáo sư Trần Phương Lan, Pháp danh Nguyên Tâm, người rành rẽ tiếng Anh đã tiếp tục dịch 6 tập của Tiểu Bộ Kinh từ tiếng Anh sang Việt ngữ, và Đại Tạng này do hội Maha Bodhi Society ở Anh ấn hành.

Sau khi Hòa Thượng Thích Minh Châu viên tịch thì quý Phật tử kêu gọi ấn tống tất cả 13 tập này, để gởi đến những chùa hữu duyên muốn thỉnh về để nghiên cứu.

Ba Tạng Kinh, Luật, Luận Nam Truyền của Chùa Viên Giác do Phật tử Như Lộc Biện Thị Mai ở Hamburg cúng dường. Đây cũng là Đại Tạng (Tripitaka) đầu tiên của Phật giáo Nam Truyền và ngôn ngữ Pali được chính thức kết tập thành chữ kể từ năm 85 trước Tây lịch. Dĩ nhiên sau khi Phật nhập diệt trên dưới 500 năm như vậy, mặc dầu những lời khẩu truyền từ vị Tổ này đến vị Tổ khác không sai biệt nhiều, bởi lẽ quý Ngài đều là những Thánh Tăng đã chứng quả A La Hán, nên chẳng có gì để chúng ta nghi ngờ về trí tuệ của các Ngài, khi thuật lại những lời kinh hay giới luật của Phật chế do Thầy mình truyền lại. Nhưng ở đây tinh thần bộ phái ngay cả trong Tăng đoàn Nam Tông không phải là không có. Vị thích về Luật tạng thì cho rằng giới luật quan trọng hơn. Vị thích xiển dương về Kinh tạng thì cho rằng Kinh điển quan trọng hơn, và vị thích về Luận nghị thì cho rằng các luận thuyết quan trọng hơn. Do vậy với sự truyền thừa này, độ tin tưởng của chúng ta nhiều hơn là những Tạng về sau này được hình thành, nhưng cũng chưa hẳn đã là 100% lời Phật dạy.

Từ đó chúng ta thấy được, mặc dầu Thái Lan, Tích Lan, Miến Điện họ vẫn đọc tụng tiếng Pali giống nhau, nhưng Tam tạng Pali này vẫn được dịch ra tiếng địa phương cũng như thêm vào phần Luận tạng để người đời sau biết thêm về những thành quả Phật sự của mỗi nước trong việc tu học cũng như hành trì.

Tại Việt Nam, Phật giáo Nguyên Thủy chính thức có mặt do hai thành phần chính. Đó là Phật giáo Nam Tông Khờ Me, do người Phù Nam còn sót lại trên miền đất Thủy Chân Lạp của miền Nam như Trà Vinh và các tỉnh phụ cận. Một nhánh Phật giáo Nam Tông chính thức khác du nhập từ Cam Bốt vào miền Nam Việt Nam năm 1939, do Phái đoàn truyền giáo của Hòa Thượng Hộ Tông.

Những vị trong phái đoàn này gồm có: Hòa Thượng Thiện Luật, Hòa Thượng Huệ Nghiêm và Hòa Thượng Hộ Tông. Như vậy đứng về phương diện lịch sử, Phật giáo Nam Tông tại Việt Nam từ khi truyền vào cho đến nay (2021) chưa được 100 năm.

Khoảng 10 năm trở lại đây, một số quý Phật tử hữu tâm, đã phát nguyện đọc hết 13 tập Đại Tạng kinh Nam Truyền này vào máy và gởi tặng đến các chùa cũng như những Phật tử muốn thỉnh về để nghe. Vì để đọc hết Tam Tạng kinh này cần phải có nhiều thời gian và tai mắt còn nghe hay nhìn thấy mặt chữ rõ ràng. Bây giờ đọc vào băng hay đĩa hoặc MP3 thì tiện lợi vô cùng, nhất là đối với những người lớn tuổi, không bị chi phối mấy, nghĩa là lúc nào muốn nghe thì bật máy lên nghe, lúc nào không muốn nghe nữa thì tắt máy và cũng không cần phải dùng kính để đọc kinh và ngay cả lúc lớn tuổi có thể nằm để nghe cũng rất tiện lợi.

Riêng tôi cũng được nhiều phước báu là có quý Phật tử gởi tặng cho cuộn băng này và tôi đã nghe suốt trong 3 tháng cả ngày lẫn đêm thì xong, độ trên dưới 25.000 trang kinh. Có nhiều bài kinh hay, tôi dừng lại để học thuộc lòng, trong đó có bài kinh Nhứt Dạ hiền giả là tôi tâm đắc nhất. Đó là:

*Quá khứ không truy tìm,*
*Tương lai không ước vọng.*
*Quá khứ đã đoạn tận,*
*Tương lai thì chưa đến,*
*Chỉ có pháp hiện tại,*
*Tuệ giác chính là đây.*
*Không động, không rung chuyển*
*Biết vậy nên tu tập,*
*Hôm nay nhiệt tâm làm,*
*Ai biết chết ngày mai?*
*Không ai điều đình được,*
*Với đại quân thần chết.*
*Trú như vậy nhiệt tâm,*
*Đêm ngày không mệt mỏi,*
*Xứng gọi Nhứt Dạ hiền,*
*Bậc yên tịnh trầm lặng.*

*Trung Bộ Kinh – Hòa Thượng Thích Minh Châu*
*dịch từ tiếng Pali sang Việt ngữ.*

Bộ Đại Tạng Kinh thứ hai mà thư viện của Tổ đình Viên Giác tại Hannover hiện có là bộ Đại Tạng Kinh bằng chữ Hán, bìa màu nâu sậm, được phát hành tại Trung Hoa Dân Quốc (Đài Loan) vào tháng 6 năm thứ 62, tức nhằm năm 1973 Tây lịch (1911 + 62). Người chịu trách nhiệm việc xuất bản là Đại Tạng Kinh khan hành hội; người phát hành là Lưu Tư Kiều; nơi phát hành cùng in ấn do Tân Văn Song xuất bản (phục vụ hữu hạn) công ty, nơi phát hành tại số 96 thuộc Đường Song Viên, thành phố Đài Bắc. Tổng số 85 cuốn, cộng thêm 9 cuốn khắc lên bản gỗ thành 94 cuốn tất cả.

Năm 1973 cũng là năm quý Ngài trong Giáo Hội Phật giáo Việt Nam Thống Nhất đã ngồi lại với nhau phân công phân nhiệm để dịch Kinh, Luật và Luận trong Đại Tạng Kinh. Và bộ Đại Tạng Kinh mà tôi có được là do nhân duyên như sau:

Đúng ra từ khi còn ở Nhật Bản từ năm 1972 đến 1977 tôi vẫn thường hay liên lạc với cố Hòa Thượng Thích Đức Niệm và cố Hòa Thượng Thích Tịnh Hạnh, là những vị đang du học và làm luận án Tiến sĩ tại đó. Cố Hòa Thượng Thích Đức Niệm sau khi xong học trình Tiến sĩ thì Ngài được cố Hòa Thượng Thích Thiên Ân, Viện trưởng Viện Đại học Đông Phương và Chùa Việt Nam tại Los Angeles, California, Hoa Kỳ, bảo lãnh sang tỵ nạn và định cư luôn tại đó.

Sau một thời gian ở Chùa Việt Nam tại Los Angeles, Hòa Thượng Thích Đức Niệm đã ra vùng North Hill cũng thuộc vùng Los Angeles, để kiến tạo một Phật Học Viện Quốc Tế nhằm đào tạo Tăng tài và xuất bản những kinh sách mà trước đây trong nước đã ấn hành. Đặc biệt tại Phật Học Viện này, vào năm 1983 cố Hòa Thượng Thích Đức Niệm đã khai mở một Đại Giới Đàn lấy tên là Thiện Hòa, có 5 vị Đại Đức được tấn phong lên ngôi vị Thượng

Tọa. Đó là: Thượng Tọa Thích Minh Tâm (Pháp), Thượng Tọa Thích Bảo Lạc (Úc), Thượng Tọa Thích Nguyên Đạt, Thượng Tọa Thích Thiện Trì và Thượng Tọa Thích Tín Nghĩa (Hoa Kỳ). Trong 5 vị ấy bây giờ chỉ còn lại 3 vị ở ngôi vị Hòa Thượng gồm 1 ở Úc, 2 ở Hoa Kỳ; còn 2 vị khác đã về với Phật Tổ từ nhiều năm nay, ngay cả vị kiến tạo Đại Giới Đàn này cũng không còn tại thế nữa. Thời gian trôi qua, mọi vật sẽ trôi vào dĩ vãng và lãng quên, nhưng những chứng tích của lịch sử qua sự phế hưng của nhiều triều đại khác nhau thì vẫn còn đó.

Đến năm 1977 khi sang Âu Châu, có dịp viếng thăm chùa Khánh Anh tại Bagneux, nơi cố Hòa Thượng Thích Minh Tâm khai sáng và Trụ trì, tôi đã nhìn thấy bộ Đại Tạng kinh này, hỏi ra lai lịch thì biết được rằng do Hòa Thượng Thích Đức Niệm ở Đài Loan đã thỉnh giùm cho Hòa Thượng Thích Minh Tâm. Hai Hòa Thượng là anh em cô cậu ruột: người họ Lê và người họ Hồ đã làm vang danh lịch sử Phật giáo Việt Nam một thời tại hải ngoại; nhất là giai đoạn đầu tiên, khi Phật giáo Việt Nam mới bắt đầu du nhập vào Âu Mỹ.

Từ đó tôi cũng muốn làm sao thỉnh được một bộ Đại Tạng này. Thuở ấy thỉnh 94 tập, kể cả tiền chuyên chở tổng cộng chừng 2.000 USD, nhưng thỉnh liền về Đức thì không có chỗ để, đến khi dời về đường Eichelkampstr, Hannover, chúng tôi đã được Bộ Nội Vụ Cộng Hòa Liên Bang Tây Đức giúp cho tài chánh để thỉnh bộ Đại Tạng này về Đức. Khi thỉnh về xong, Thầy trò cũng chỉ để chiêm ngưỡng; chứ chưa dám đọc vào nội dung, vì thấy bộ Đại Tạng này quá đồ sộ. Đây là nhân duyên của bộ Đại Tạng chữ Hán có mặt tại thư viện Chùa Viên Giác Hannover.

Bộ Đại Tạng thứ ba đang có mặt tại thư viện của Tổ Đình Viên Giác ở Hannover, Đức Quốc là bộ Càn Long Đại Tạng bằng chữ Hán, khắc chạm theo lối xưa. Đọc theo lối phát âm Trung Hoa là Chien-Lung Tripitaka. Bởi lẽ bộ Đại Tạng này được hình thành dưới Triều Vua Càn Long tại Trung Quốc.

Ông sinh vào ngày 25 tháng 9 năm 1711 và đến ngày 7 tháng 12 năm 1799 thì băng hà, thọ 88 tuổi. Ông lên ngôi Hoàng Đế vào ngày 11 tháng 10 năm 1736 lúc 25 tuổi và đến ngày 1 tháng 9 năm 1795 thì thoái vị. Ông trị vì ngôi vua đến 60 năm. Đây là vị Hoàng Đế có tuổi thọ cao nhất trong lịch sử Trung Quốc (theo Wikipedia tiếng Việt).

Bộ Đại Tạng kinh này gồm có 168 tập và gồm 1669 bản kinh khắc trên gỗ và in chữ lớn dễ đọc. Bộ này do "Phật Đà giáo dục cơ kim hội" in để tặng. Hội này do đệ tử của Pháp sư Tịnh Không thành lập tại Đài Loan và Pháp sư làm Chứng minh Đạo sư, vì Pháp Sư Tịnh Không thường ở tại Úc và Singapore nhiều hơn Đài Loan. Nơi in ấn do công ty "Biên tập bộ Bảo ấn Phật kinh lưu thông xứ" đảm trách và nơi xuất bản là "Truyền Chánh hữu hạn công ty". Địa chỉ tại số 102 ngõ số 1 đường Hớn Thành, phố Tân Trang, huyện Đài Bắc. Đại Tạng in xong vào ngày Nguyên Đán năm 1999. Tất cả 168 tập này được in ấn cẩn thận, đóng gói kỹ lưỡng, gởi tặng trực tiếp đến các chùa người Việt và chùa người Hoa đang có mặt trên thế giới. Đây là một công đức không nhỏ mà trong các bộ kinh lớn như Bát Nhã, Pháp Hoa, Bảo Tích, Niết Bàn đều có đề cập đến công đức của người trì kinh hay biên chép, đọc tụng lời Phật dạy, nhằm làm cho giáo pháp của Đức Phật luôn được tiếp nối trên thế gian này, là những việc làm đáng tán thán ngợi khen.

Ngày xưa Đức Phật dạy chư Thánh đệ tử bằng lời nói truyền miệng từ người này qua người khác, từ thời này qua thời khác. Bởi vì thuở bấy giờ văn tự chưa chính thức hình thành. Mãi sau khi Đức Phật nhập diệt trên dưới 500 năm, kinh văn mới được viết trên những lá bối và từ từ khi chữ viết đã có rồi, người ta cho khắc chữ của kinh lên những phiến đá. Ví dụ như "Phân kinh thạch đài" mà Thái tử Lương Chiêu Minh, con Vua Lương Võ Đế đã cho khắc chữ vào đá ở thế kỷ thứ 7 để đời sau người ta vẫn thường hay nhắc nhớ đến.

Rồi từ đó việc chép tay cứ mãi lưu truyền, và người đời sau lại nghĩ ra cách làm sao chỉ viết một lần mà in ra được nhiều bản kinh, cho nên mới rập chữ viết lên gỗ và cho thợ khắc những bản gỗ ấy trong nhiều năm tháng mới xong một Đại Tạng kinh như vậy. Bộ Đại Tạng kinh khắc trên mộc bản còn tồn tại trọn vẹn cho đến ngày nay tiêu biểu là những bản khắc gỗ tại Chùa Haeinsa (Hải Ấn Tự) ở Nam Hàn. Bộ chạm khắc Đại Tạng này trên 81.258 tấm gỗ và được lưu giữ từ năm 1398 đến nay, nghĩa là đã hơn 600 năm rồi, nhưng bộ Đại Tạng kinh này vẫn còn tồn tại.

Tại Nam Hàn, những chùa được xây dựng trên các dãy núi cao như Chùa Bulguksa hay Phật Quốc tự (佛國寺; chữ Hàn: 불국사), hay Chùa Tongdosa hay Thông Độ Tự (通度寺; chữ Hàn: 통도사), Chùa Haeinsa hay Hải Ấn tự (海印寺, chữ Hàn: 해인사) v.v... đều được Unesco công nhận là di sản văn hóa thế giới.

Bản thân chúng tôi đã nhiều lần được đảnh lễ Phật, tham quan và đặc biệt là chiêm ngưỡng cũng như đảnh lễ Đại Tạng kinh bằng gỗ này, được trang trọng giữ gìn tại chùa Hải Ấn. Nhìn chung quanh tường chẳng có một lò sưởi nào cả, mà những mộc bản này được bảo vệ rất tốt, hầu như không bị mối ăn hay gỗ bị nứt nẻ v.v... quả thật là một điều bất khả tư nghì, ít ai có thể suy nghĩ và so lường được là làm thế nào để bảo quản giữ gìn những mộc bản này, còn tồn tại với thời gian lâu như vậy mà chẳng bị hề hấn gì cả.

Khi khoa học kỹ thuật càng ngày càng tiến bộ hơn, người ta đã nghĩ đến việc chế tạo những con chữ Hán ấy lên trên những miếng thép nhỏ, mỏng, nhẹ để khi in một quyển sách hay một quyển kinh, người thợ in chỉ cần lắp chữ vào từng ô và dàn thành trang để in thành sách. Tất cả đều thao tác bằng tay và máy chạy chỉ là phần phụ.

Sau này khi đến bộ Đại Chánh Tân Tu Đại Tạng Kinh, thì phần in ấn đã tiến bộ khá nhiều rồi, người ta không tốn công sắp từng chữ như bộ Đại Tạng kinh xuất bản năm 1973 hay bộ Càn Long Đại Tạng nữa, mà ngay cả chữ Hán cũng như tiếng Nhật hay tiếng Đại Hàn đã được đưa vào máy chữ. Thư ký chỉ cần gõ vào bàn phím là những con chữ sẽ hiện ra và dàn trang thành sách, đem chụp phim, làm bản kẽm, và từ đó chế tạo thành nhiều thành phẩm tùy theo số lượng muốn in nhiều hay ít.

Nếu so với gần 2.000 năm trước thì bây giờ nghề ấn loát đã phát triển quá sức tưởng tượng của con người rồi, và dĩ nhiên khi khoa học kỹ thuật càng ngày càng tiến bộ, thì mọi khâu in ấn ngày càng nhanh chóng và nhẹ nhàng hơn.

Ví dụ như in báo Viên Giác vào thời điểm năm 1979 đến nay 2021, trải qua 42 năm như vậy có rất nhiều thay đổi như sau.

Ban đầu chúng tôi đánh máy chữ không phải loại tự động, không có dấu. Tất cả đều sử dụng theo động tác của hai bàn tay, hay nói đúng hơn là 10 ngón tay. Đôi khi chỉ sử dụng có hai ngón trỏ, vì lẽ đa phần người giúp việc chùa đều thuộc loại nghiệp dư, chưa qua khóa học đánh máy chữ in lần nào.

Nhớ lại trước năm 1975 tại miền Nam Việt Nam đã có máy đánh chữ bằng tiếng Việt, được chế tạo tại Hamburg, Tây Đức. Do vậy khi mới đến Đức vào năm 1977 tôi cũng có ý tìm loại máy chữ này để mua và khỏi phải viết tay, lại phải tốn công đánh máy nữa. Nhưng sau thời gian 1978, 1979 tại nước Đức đã có máy đánh chữ bằng điện, sử dụng rất tiện lợi. Tuy không có dấu; nhưng có nhiều kiểu chữ khác nhau, nếu chúng ta muốn thay đổi mẫu mã của chữ, chỉ cần thay vòng cầu tròn sắt có đúc chữ cái a, b, c trên đó, ngay lập tức chúng ta sẽ có một mẫu chữ như ý. Nếu muốn có chữ lớn hơn thì nhấn nút thành chữ in.

Tuy nhiên những loại chữ lớn như ngoài bìa báo Viên Giác thì phải mua ngoài tiệm bán bút chỉ văn phòng mới có, sau đó đem về cà chữ lên giấy và dán vào trang mình muốn trình bày. Các dấu sắc, huyền, hỏi, nặng, ngã cũng phải kẻ dấu bằng tay; giống như những bài báo đã được đánh ra từng trang vậy.

Ngày ấy cách đây hơn 40 năm về trước, nếu lỡ đánh sai một chữ thì phải dùng một loại giấy thấm màu trắng cho ngay vào chỗ chữ sai, đánh chồng lên đó mẫu chữ đúng thì sẽ có một chữ tương đối hoàn hảo đã sửa xong. Tuy là đẹp hơn sửa bằng tay, nhưng vết sửa lại vẫn còn đó.

Làm báo Viên Giác tuy không phải sắp chữ như những nhà in thuở xưa, nhưng nhiêu khê cũng không phải là ít. Sau khi kiểm soát lại lần cuối lỗi chính tả đã đánh dấu trên tờ bản chính, đoạn mang đi chụp phim, và từ tờ phim đó chụp chung với bản kẽm. Khi nào chữ hiện lên trên bản kẽm, mới bắt đầu cho máy chạy và quay từng 10, 100, 1000 hay nhiều ngàn tờ nữa. Kế đến lấy bản kẽm ra và bôi mỡ lên để sau này cần sử dụng lại thì chỉ cần rửa sạch loại mỡ bôi lên trên bản kẽm bằng một loại thuốc đặc biệt, là chúng ta có thể bắt đầu in thêm số lượng mình cần, cũng như cho mực in ít nhiều theo số lượng tờ mà mình muốn in thêm.

Giai đoạn kế tiếp là sắp tay thành quyển báo, rồi đóng đinh hay dán keo vào gáy báo, sách nếu quyển ấy dày hơn bình thường. Công đoạn cuối cùng là đem cắt xén 3 mặt, cho vào bao thư, sau khi dán tem, dán địa chỉ người nhận, mang ra bưu điện để gởi đi. Như thế là xong một số báo.

Cách đây chừng 30 năm về trước thì đã có máy chữ tiếng Việt ở dạng Unicode hay nhiều dạng khác nữa, được các kỹ sư Việt Nam chế tạo ra, nên việc xuất bản báo chí, sách vở tiện lợi, nhanh chóng vô cùng. Dĩ nhiên là cũng phải đánh máy, nhưng Computer hay Laptop bây giờ có thể sửa giùm chữ sai cho mình, ngay cả viết sai lỗi chính tả, bất cứ ngôn ngữ nào. Từ đó chỉ cần đem in, là chúng ta sẽ có một thành phẩm như ý.

Ngày xưa còn phải in ra 500 hay 1.000 cuốn, khiến không có đủ kho để lưu trữ. Bây giờ thì đơn giản tiện lợi hơn rất nhiều, nghĩa là sau khi đã layout một quyển kinh, sách hay báo xong, chỉ cần đưa lên Amazon và lưu trữ sách báo tại đó, giống như một thư viện lớn, sau đó có thể in bất cứ lúc nào và in bao nhiêu cuốn cũng được, số lượng sẽ được đáp ứng theo nhu cầu người đặt.

Do vậy một quyển sách, một quyển tự điển và ngay như một bộ Đại Tạng Kinh, bây giờ người ta chỉ cần một đĩa cứng (hard disk) hay một thẻ nhớ (memory card) là có thể dung chứa hết Tam Tạng Kinh điển, để mang theo đi đến bất cứ nơi nào trên thế giới này cũng được.

Bây giờ người ta ít học thuộc lòng như xưa nữa, những gì không biết, chỉ cần mở máy ra, hỏi thắc mắc ấy với hệ thống Google, chỉ cần vài giây sau là có đáp án rất chính xác. Ví dụ như một người học về nền Đệ nhất Cộng Hòa của Pháp mà quên ngày tháng năm, thì Google sẽ giúp ta biết được rằng: Cuộc cách mạng của Pháp do Napoléon chủ trương đúng vào ngày 14 tháng 7 năm 1789. Cứ như vậy chúng ta có thể tìm bất cứ từ gì không biết hay lịch sử của nước nào không nhớ, không rõ thì chúng ta sẽ có đáp ứng ngay.

Không biết trong tương lai khi khoa học tiến bộ nhiều hơn bây giờ, lúc ấy con người sẽ ra sao? Thì câu trả lời chưa có gì chắc chắn, nhưng điều chắc chắn xảy ra trong tương lai là con người sẽ lệ thuộc vào máy móc quá nhiều và ta sẽ không còn là ta nữa. Hãy nhìn các loại robot trong hiện tại thì đủ rõ.

Tôi vốn sinh ra từ chốn ruộng đồng, lũy tre, bờ ruộng, mới chỉ 73 năm thôi, khi nhìn lại cuộc sống trong quá khứ phải giật mình nhiều lần, thầm nghĩ: "Nhờ đâu mà mình có được bước đi ngàn dặm ấy, nếu không phải nhờ vào sự trợ duyên của khoa học, kỹ thuật?"

Bộ Đại Tạng Kinh thứ tư mà thư viện Tổ đình Viên Giác tại Hannover có được là bộ Đại Chánh Tân Tu Đại Tạng Kinh (Taishō Shinshū Daizōkyō). Tại sao gọi là Đại Chánh? Đây là tên của một vị Thiên Hoàng Nhật Bản, trị vì nước Nhật từ năm 1912 đến 1926. Bắt đầu Đại Chánh năm thứ 11, tức từ năm 1922 đến Thiên Hoàng Chiêu Hòa năm thứ 9, nhằm năm 1934 thì bộ Đại Tạng Kinh này được hoàn thành. Trong vòng trên dưới 13 năm ấy (1922-1934) chúng ta ngày nay đã có một bộ Đại Tạng Kinh được giới học giả Phật giáo quan tâm nhiều nhất và được dịch ra rất nhiều ngôn ngữ khác nhau, để người học Phật có cơ sở tham khảo, học hỏi.

Từ ngày được xuất bản lần đầu, trong nhiều năm in ấn khác nhau tại Nhật cũng như Đài Loan và mãi cho đến năm 1990, bộ Đại Tạng Kinh này mới hoàn tất 100 tập tất cả. Từ tập 1 đến tập thứ 54 là những Kinh, Luật, Luận như: Trường A Hàm, Trung A Hàm, Tạp A Hàm, Tăng Nhất A Hàm, Bộ Bản Sanh, Bộ Bát Nhã, Bảo Tích, Niết Bàn, Pháp Hoa v.v... rồi luật, sớ giải, luận v.v... Từ tập 55 đến tập thứ 85 là những sớ giải Kinh điển của Trung Quốc và Nhật Bản. Từ tập 86 đến tập 100 gồm mục lục, họa đồ hình Phật, Bồ Tát v.v...

Theo lời dẫn trong phần Duyên Khởi của Mục Lục thì được biết rằng, để kỷ niệm 30 năm hoằng pháp của Pháp Sư Tịnh Không ở ngoại quốc, nên Tài Đoàn Pháp Nhân, Phật Đà Giáo Dục Cơ Kim Hội muốn in 300 bộ (mỗi bộ 100 quyển) để ấn tống và lời Duyên Khởi này được viết năm 1989. Đến phần Lời Tựa tái bản thì được viết vào tháng 12 năm Dân Quốc năm thứ 63; tức năm 1974 (1911 + 63) đã được chuẩn bị rồi và mãi đến năm 1990 mới hoàn tất.

Người đề xướng việc ấn loát này là Pháp Sư Tịnh Không. In ấn Đại Chánh Đại Tạng Kinh để tặng đến các nơi là: Tài Đoàn Pháp Nhân, Phật Đà Giáo Dục Cơ Kim Hội, xuất bản bộ. Nơi in ấn Đại Tạng Kinh này ở từng lầu thứ 11, số 55/1, đường Hàng Châu nam, thành phố Taipei. Tel. 02 3914 188 – 3914 689. Fax: 02 39134 15. Cơ quan được thừa nhận việc in ấn này là: Thế Hoa ấn loát xí nghiệp hữu hạn công ty. Nơi làm ra bản in: Hoa Thái Thải sắc chế bản hữu hạn công ty. Nơi hoàn chỉnh: Hoa Hinh chế bản sở. Phía trên cùng in bánh xe Pháp Luân, hai bên để 4 chữ: Pháp Luân Thường Chuyển và cuối trang này có những chữ in đậm như sau: (Tặng tống, phi mãi phẩm).

Công đức thật là vô lượng của những người Phật tử Đài Loan và Hồng Kông đã đóng góp vào để 300 chùa viện trên thế giới được làm chủ bộ Đại Chánh Tân Tu Đại Tạng Kinh 100 quyển này.

Thuở ấy sau năm 1990 thì Hòa Thượng Thích Đức Niệm không còn ở Đài Loan nữa, chỉ còn lại Hòa Thượng Thích Chánh Lạc và Hòa Thượng Thích Tịnh Hạnh vẫn cư ngụ tại đó. Trong đầu thập niên 90 của thế kỷ trước, mỗi lần tôi sang thăm Đài Loan thường hay ghé Linh Sơn giảng đường ở Đài Bắc, nơi cố Hòa Thượng Thích Tịnh Hạnh Trụ trì và được biết Phật Đà Giáo Dục Cơ Kim Hội đang ấn tống bộ Đại Tạng kinh này, nên tôi đã nhờ Hòa

Thượng thỉnh giùm và dĩ nhiên là kể cả tiền gởi nữa, Hội này cũng đài thọ luôn.

Nếu chúng ta tự thỉnh một bộ Đại Tạng Kinh như vậy vào thời điểm ấy chắc cũng không dưới 5.000 USD. Trước đó tôi cũng có nhiều lần nhờ Hòa Thượng Tịnh Hạnh thỉnh giùm Đại Hồng Chung và trống Bát Nhã, vì trước năm 1986 ở Việt Nam chưa có giao thương với các nước phương Tây, nên đa số những pháp khí, pháp cụ thiền môn thường hay được đặt tại Đài Bắc, giá cả phải chăng hơn ở Nhật. Còn pháp khí của Đại Hàn không hợp mắt lắm với Phật giáo Việt Nam, ngoại trừ tiếng kêu của chiếc mõ thật là ấm áp khi đánh để tụng kinh.

Riêng Hòa Thượng Thích Chánh Lạc chúng tôi không có duyên, nên kể từ khi Ngài ở Đài Loan cho đến khi Ngài sang định cư tại Hoa Kỳ và mãi cho đến nay tôi cũng không liên hệ nhiều như cố Hòa Thượng Thích Đức Niệm và Cố Hòa Thượng Thích Tịnh Hạnh.

Bộ Đại Tạng Kinh này gồm 100 quyển, rất là đồ sộ, chúng tôi cho an trí vào thư viện và để đó tôn thờ cho đến năm 2003 mới chính thức mở kinh văn ra để đọc (xin xem phần chi tiết ở Chương 3).

Bây giờ tôi xin tạm dịch 6 điểm trọng yếu của Pháp Sư Tịnh Không, đã đề bút ở trang đầu của quyển Mục Lục này, và ngay như chữ Đại Tạng Kinh cũng do Pháp Sư Tịnh Không chấp bút, nét bút rất cứng cáp và mạnh mẽ.

- Phật giáo (lời dạy của Phật) là Đức Phật đối với chín pháp giới chúng sanh, làm cho đến được viên mãn thiện lương, là mục đích của sự giáo dục.

- Đức Thích Ca trong 49 năm thuyết pháp của tất cả các Kinh điển, nội dung đều là nói rõ về chơn tướng của vũ trụ nhơn sinh. Nhơn sinh ấy tựu trung là tự kỷ và vũ trụ ấy chính là hoàn cảnh của sự sinh hoạt của chúng ta.

- Rõ biết thì gọi là Phật và Bồ Tát; còn chẳng rõ biết thì gọi là phàm phu.

- Tu hành có nghĩa là chúng ta cùng với vũ trụ nhân sinh thấy rõ biết được pháp, nhớ đến pháp, nói pháp, làm như pháp; thế là tu đúng.

- Cương lĩnh tu hành của Phật dạy là giác ngộ thanh tịnh chơn chánh. Giác ấy tức là không mê, chánh ấy là chẳng tà, tịnh đó là không nhiễm, đều ứng vào tam học giới, định, huệ, để mong cầu đạt đến mục tiêu này.

- Sự tu học căn bản là làm cho 3 loại phước, tiếp người nương vào lục hòa, xử thế tu Lục độ, tôn kính hạnh Phổ Hiền, quy tâm Tịnh Độ, thì việc giáo hóa của Phật mới có thể thành tựu được.

Phần sau của Mục Lục này từ trang số 1 cho đến trang 171, nhà xuất bản cho xếp thứ tự kinh văn không theo số như chữ Hán ở phía trước từ bản kinh số 1 đến kinh thứ 2920, mà là sắp thứ tự theo âm vận Nhật Bản như: a, i, ư, ê, ô; ka, ki, ku, ke, ko; sa, shi, su, se, so; ta, ti, tsu, te, to; na, ni, nu, ne, no; ha, hi, hu, he, ho; ma, mi, mu, me, mo; ya, yu, yo; ra, ri, ru, re, ro và wa. Nếu là người Nhật thì tra theo kiểu này nhanh hơn. Riêng người Việt chúng ta, nếu quý vị muốn tra Kinh điển trong 2.920 kinh ấy theo thứ tự a, b, c thì nên xem cách chia cũng giống như chữ Nhật; nhưng theo 24 chữ cái của Việt Nam giống như anh Nguyên Minh Nguyễn Minh Tiến đã cho dịch ra tiếng Việt và đăng tải trên trang nhà: rongmotamhon.net rất là tiện lợi khi chúng ta muốn tìm một loại kinh văn nào, khi chúng ta đã biết đề tên của kinh.

Kinh, Luật, Luận của Phật giáo là một rừng trầm hương, cả lá, hoa, rễ, gốc đều thơm phức; nếu chúng ta không vào đó để tận hưởng những hương thơm của giới đức, của giới định tuệ này thì uổng lắm quý vị ơi!

Cả một đời của người xuất gia mà không bước được vào rừng trí tuệ này thì quả là uổng phí vô cùng. Bây giờ có đủ loại ngôn ngữ để cho chúng ta tham cứu, học hỏi, không nên biện bạch vì lý do này hay lý do khác mà không tiếp cận để thời giờ lo cho những việc bao đồng của một kiếp nhân sinh thì quá uổng phí quý vị ơi! Hãy tinh tấn dũng mãnh lên để lặn hụp vào biển pháp trí tuệ này.

Do vậy Đức Phật mới dạy rằng: Ai hiểu được pháp, người ấy sẽ hiểu được Phật và ai hiểu được Phật, người ấy sẽ hiểu được pháp. Sau khi Đức Phật nhập diệt, Ngài đã chẳng để lại cho người xuất gia hay tại gia những lâu đài, cung điện nào nguy nga đồ sộ, mà Ngài đã chỉ để lại Pháp và chỉ truyền thừa Pháp. Nếu chúng ta biết nương theo Pháp để tu, có nghĩa là chúng ta tuân thủ theo lời giáo huấn của Ngài giống như 6 điểm mà Pháp Sư Tịnh Không đã nêu ra bên trên. Nếu chúng ta làm ngược lại lời Phật dạy, có nghĩa là chúng ta không phụng hành sự dạy dỗ của Ngài trong suốt 45 năm (hoặc 49 năm theo Đại Thừa) ấy.

Điều cần nhất của mỗi người trong chúng ta hiện tại là hãy can đảm ngồi lại hằng giờ, hằng ngày, hằng tháng, hằng năm để đọc và suy gẫm. Chỗ nào đọc chưa thông, chưa rõ thì đọc lại lần thứ hai, lần thứ ba trở đi chúng ta sẽ thấu nghĩa lý của lời Phật dạy. Hãy đừng nản chí khi đọc một câu văn hay câu kệ, nghĩa lý chưa thông đã vội gấp kinh sách lại. Làm như thế chỉ chính mình là bị thiệt thòi thôi, còn kinh sách vốn chỉ là những con chữ bày biện ra trước mặt của chúng ta, hình thức có lớn có nhỏ khác nhau, nhưng nội dung thì vẫn vậy.

Mục đích chính của những lời dạy này là giúp cho chúng ta làm sao có thể thoát ra khỏi cảnh sinh tử luân hồi, xa rời biển mê, trở về bờ giác. Đó là lời dạy của Đức Phật vậy.

Để hình dung ra hình thức cũng như nội dung của Đại

Chánh Tân Tu Đại Tạng Kinh như thế nào, bắt buộc tôi phải vào Google truy tìm để tốn ít thời gian hơn. Vì lẽ đã có người đi trước tìm hiểu rồi, mình có thể an tâm sao chép lại và ghi chú xuất xứ rõ ràng. Đó là lương tâm của người cầm bút, không thể chép nguyên câu văn và ý tứ của người khác và đề tên mình vào đó, là một sự ăn cắp văn rất đáng trách và không xứng đáng với đạo đức của người cầm bút.

Đối với những vị không biết chữ Hán thì phải nói là một sự mất mát đáng tiếc. Bởi lẽ nếu chữ Hán rành rẽ khi đọc vào sẽ hiểu ngay, nếu chỉ đọc chữ Hán Việt thì chưa chắc gì đã hiểu liền, phải cần có thời gian tra tự điển nữa. Tuy nhiên những tài liệu trích dẫn sau đây chưa chắc đã hoàn toàn đúng 100%, cho nên ở đây chúng tôi chỉ gọi là tham khảo mà thôi, còn đúng sai việc này cần thời gian và năm tháng để thẩm định lại.

Dưới đây là phần tham cứu tổng quát của 85 tập kể từ Kinh văn số 1 đến Kinh văn thứ 2920 được chia ra như sau:

**KINH TẠNG**

Bộ A Hàm (0001-0151)

Bộ Bản Duyên (0152-0219)

Bộ Bát Nhã (0220-0261)

Bộ Pháp Hoa (0262-0277)

Bộ Hoa Nghiêm (0278-0309)

Bộ Bảo Tích (0310-0373)

Bộ Niết Bàn (0374-0396)

Bộ Đại Tập (0397-0424)

Bộ Kinh Giáo (0425-0847)

Bộ Mật Giáo (0848-1420)

**LUẬT TẠNG**

Bộ Luật (1421-1504)

**LUẬN TẠNG**

Bộ Thích Kinh Luận (1505-1535)

Bộ Tỳ Đàm (1536-1563)

Bộ Trung Quán (1564-1578)

Bộ Du Già (1579-1627)

Bộ Luận Tập (1628-1692)

Bộ Kinh Sớ (1693-1803)

Bộ Luật Sớ (1804-1850)

**TẠP TẠNG**

Bộ Chư Tông (1851-2025)

Bộ Sử Truyện (2026-2120)

Bộ Sự Vựng (2121-2136)

Bộ Ngoại Giáo (2137-2144)

Bộ Mục Lục (2145-2184)

Bộ Cổ Dật (2732-2864)

Bộ Nghi Tợ (2865-2920)

Chúng tôi cũng đã tra cứu thêm phần nội dung của Đại Chánh Tân Tu Đại Tạng Kinh (Taisho Shinshyu Daizokyo) trên mạng thì thấy trang nhà của Ni Giới Khất Sĩ thuộc Giáo Hội Liên Hoa do Sư Cô Tuệ Liên "Giới thiệu sơ lược về Đại Chánh Tân Tu Đại Tạng Kinh" từ ngày 12 tháng 3 năm 2017, có trên 7.302 người vào tham cứu và sau đây chúng tôi cũng xin đăng lại phần nghiên cứu này của Sư Cô để mọi người khi đọc đến Đại Tạng Đại Chánh có một cái nhìn tổng quát hơn.

# Giới thiệu sơ lược về Đại Chánh Tân Tu Đại Tạng Kinh

## CẤU TRÚC ĐẠI CHÁNH TÂN TU ĐẠI TẠNG KINH

Đại Chánh Tân Tu Đại Tạng Kinh, gọi tắt là Đại Chánh Tạng, là bộ Đại Tạng Kinh hiện nay được giới học thuật nghiên cứu hoan nghênh ưa thích nhất.

Đại Chánh Tạng được bắt đầu biên tập trong thời gian niên hiệu Đại Chánh (1912-1926) (Nhật Bổn) năm thứ 11 cho đến niên hiệu Chiêu Hòa năm thứ 9 (1922 đến 1934) vì thế còn có tên là Đại Nhật Bổn Đại Chánh Tân Tu Đại Tạng Kinh, do vị học giả Cao Nam Thuận Thứ Lang (Takakusu Junjiroo, 1866-1945), Độ Biên Hải Húc (Watanabe Kaikyoku, 1872-1933) chủ biên, Thiếu Dã Huyền Diệu (1883-1939) chủ nhiệm biên tập hiệu đính, cùng với sự đóng góp tích cực của rất nhiều nhà học giả Phật giáo.

Bộ Đại Tạng Kinh này từ khi ra đời cho đến nay đã hơn 80 năm, đã trở thành một loại thông hành nhất trong giới học thuật Phật giáo. Sự ảnh hưởng của nó rất lớn, tỷ suất sử dụng rất cao, có thể nói những bộ Đại Tạng Kinh đời trước đều không thể sánh bằng.

Nhưng mà, đối với sự ưu khuyết điểm vẫn còn có nhiều cách nhìn khác nhau, đánh giá bộ Đại Tạng Kinh này như thế nào vẫn là vấn đề giới học thuật vô cùng quan tâm chú ý.

### 1) Duyên khởi và tôn chỉ biên tập

#### 1.1 Duyên khởi

Thời cận đại, một số học giả Phật giáo Nhật Bổn như Nam Điều Văn Hùng (1849-1927), Cao Nam Thuận Thứ Lang (1866-1945), Độ Biên Hải Húc (1872-1933), Hoạch

Nguyên Vân Lai (1869-1937) lần lượt du học các nước Tây phương như Anh, Đức. Dưới sự chỉ đạo của các vị học giả Tây phương, các vị này nghiên cứu học tập Phạm văn, Pali, Tạng văn, đồng thời triển khai việc chỉnh lý và nghiên cứu văn hiến Hán văn Phật giáo.

Nam Điều Văn Hùng ở Đại học Oxford nước Anh theo học với Mạch Khắc Tư Mâu Lặc (麥克斯繆勒, Friedrich Max Muller, 1823-1900) học tập Phạm văn và nghiên cứu nguyên điển Phạm văn cùng các Kinh điển Hán văn của Phật giáo. Luận văn tiến sĩ của ông là "Nhật Bổn Chân Tông Nam Điều Văn Hùng dịch bổ Đại Minh Tam Tạng Thánh Giáo mục lục", là một tác phẩm có tánh đại biểu.

Cao Nam Thuận Thứ Lang theo học với Tiến sĩ Mục Lặc (穆勒, Muller) ở trường Đại học Oxford, nghiên cứu Phạm văn và so sánh tôn giáo học, trong thời gian du học đã dịch những Kinh sách Hán văn như "Quán Vô Lượng Thọ Kinh", "Nam Hải Ký Quy Nội Pháp truyện" thành tiếng Anh. Sau khi về nước, đã từng đảm nhiệm giảng sư, giáo sư trường Đại học Đông Kinh, Hiệu trưởng trường Đại học Đông Dương, bồi dưỡng một số học giả Phật giáo nổi tiếng như Thiếu Dã Huyền Diệu, Mộc Tôn Thái Hiền....

Độ Biên Hải Húc, Hoạch Nguyên Vân Lai... du học nước Đức, sau khi trở về nước giảng dạy Phật học tại các trường tôn giáo. Dưới sự cổ động thúc đẩy của nhóm học giả Phật giáo này, cùng với sự ảnh hưởng tư tưởng học thuật Tây phương do họ đem về, đầu thế kỷ 20, sự nghiên cứu Phật giáo ở Nhật Bổn, đặc biệt là sự chỉnh lý và nghiên cứu văn hiến Phật giáo xuất hiện một thời kỳ phồn vinh chưa bao giờ có.

Sự biên tập, hiệu đính bộ Đại Chánh Tạng được triển khai trong hoàn cảnh lịch sử như thế. Nhật Bổn thời đó tuy bảo tồn rất nhiều "bảo tạng" Đại Tạng Kinh, nhưng phần nhiều được tôn thờ ở trên những lầu gác cao trong những ngôi chùa danh tiếng, là đối tượng sùng bái lễ lạy của tín đồ. Những bảo tạng này tuy cũng có thể nhìn thấy chiêm ngưỡng, nhưng vì số lượng nó quá lớn, muốn lợi dụng nó để triển khai việc nghiên cứu thật không phải là việc dễ dàng; mà thời Minh Trị (1865-1919) thường thấy là bộ "Súc khắc tạng" "Vạn tự tạng" do người Nhật Bổn biên soạn, ấn hành, nhưng ấn bản này vô cùng khó kiếm, ngàn vàng không dễ mua được, mà phương pháp biên soạn cũ kỹ, khó mà thỏa mãn nhu cầu nghiên cứu của giới học thuật hiện đại. Vì tình huống hiện thực như thế, khiến cho giới học giả Phật giáo sanh ra nguyện vọng tha thiết là biên tập, ấn hành một bộ Đại Tạng Kinh mới, đầy đủ. Vì thế, Cao Nam Thuận Thứ Lang, Độ Biên Hải Húc là những người khai sáng, hướng dẫn học trò tổ chức thành "Đại Chánh Nhất Thiết Kinh San Hành Hội" vào tháng 7, tháng 8 niên hiệu Đại Chánh thứ 11 (năm 1922) bắt đầu triển khai công tác biên soạn Đại Chánh Tân Tu Đại Tạng Kinh.

### 1.2 Tôn chỉ biên tập

Về tôn chỉ biên tập của Đại Chánh Tạng, Ban Biên Tập đã đưa ra 5 tiêu chí trong lời "San hành thú chí".

**a) Nghiêm mật bác thiệp hiệu đính:** tức là hiệu đính một cách chặt chẽ, rộng rãi, sưu tập tất cả những bản viết tay cổ xưa từ Lục Triều vừa phát hiện, bao gồm các bản Kinh viết tay được bảo tồn ở các nước Anh, Pháp, Đức, và bản viết tay Thiên Bình Cổ tả kinh ở Chánh Thương viện và các bản viết tay trong các tự viện ở Nhật Bổn, tiến hành đối chiếu hiệu đính một cách chặt chẽ tỉ mỉ để sửa chữa những sự sai sót, lầm lẫn trong các bản Kinh.

**b) Biên soạn thanh tân châu mật:** tức trên cơ sở nghiên cứu học thuật hiện đại, bỏ đi sự phân loại và phương pháp sắp xếp không khoa học của các bộ Đại Tạng Kinh đời trước, sắp xếp lại mục lục, khiến cho hệ thống tổ chức bộ Đại Tạng Kinh tân biên này càng thêm rõ ràng trong sáng, đồng thời tăng gia thêm những quyển kinh sách thất truyền, quý hiếm vừa mới phát hiện, khiến cho nội dung bộ Đại Tạng Kinh nay như gấm thêm hoa.

**c) Phạm Hán đối chiếu:** tức phàm là Phạm ngữ, Pali cùng với các nguyên bổn, đều phải đối chiếu cho chính xác rõ ràng, bất luận là tên kinh, tên phẩm, hoặc tên người, tên địa phương trong Kinh điển, v.v... đều phụ chú nguyên ngữ, để làm rõ nguồn gốc của từ ngữ, tiện việc nghiên cứu duyệt đọc.

**d) Chế định sách dẫn** (hướng dẫn tra cứu) nội dung của Kinh điển cùng với bản đối chiếu các bộ Đại Tạng Kinh và phụ lục thêm mục lục các bản viết tay cùng với bản Phạm văn hiện tồn, để dễ dàng nghiên cứu.

**e) Tiện lợi:** Bộ Đại Tạng Kinh mới này tiện lợi đem đi, giá cả thấp, giúp ích cho sự lưu truyền rộng rãi Thánh điển.

Có thể nói Ban Biên Tập của bộ Đại Chánh Tạng đã theo những tiêu chuẩn này triển khai công tác biên soạn của họ. Khoảng từ tháng tư Đại Chánh năm thứ 12 bắt đầu duyệt kinh, hiệu đính Kinh điển ở Duyệt Kinh đình chùa Ma Tân Thượng, tháng 4 năm sau xuất bản tập thứ nhất A Hàm bộ, cho đến tháng 11 Chiêu Hòa năm thứ 9 hoàn thành "Chiêu Hòa Pháp Bảo tổng mục lục" tập thứ ba mới ngừng. Công tác biên tập Đại Chánh Tạng đã trải qua 13 năm, cuối cùng đã thực hiện nguyện vọng và mục tiêu mong muốn đạt đến của Ban Biên Tập.

### 1.3 Đặc điểm

Đại Tạng Kinh có những đặc điểm quan trọng sau:

- Về phương diện sắp xếp bộ quyển: Sáng tạo phương pháp phân loại, sắp xếp thứ tự trước sau y cứ theo lịch sử phát triển Kinh điển. Phương pháp phân loại mới này rất phù hợp quan điểm của các nhà học giả thời nay đối với lịch sử phát triển Kinh điển.

- Về phương diện khảo đính: Y cứ bản "Cao Ly tạng", tham khảo và so sánh các bản Đại Tạng Kinh Nhật Bổn, các bản Đại Tạng Kinh Trung Quốc (các bản khắc đời Tống, Minh, Nguyên), cùng với các bản kinh được sưu tập cất giữ trong Thư viện Đại Học và liệt kê bản khảo đính ở dưới mỗi trang sách.

- Ngoài việc nghiêm mật khảo đính còn đối chiếu với bản Pali, Phạn ngữ. Dòng khảo đính dưới mỗi trang còn chú thêm các danh từ Pali, Phạn ngữ. Ngoài ra còn có dấu chấm câu, đây cũng là một trong những đặc sắc của Đại Chánh Tân Tu Đại Tạng Kinh không giống với các bản khác.

Đại Chánh Tạng do vì thu thập Kinh điển đầy đủ, khảo đính rõ ràng cẩn thận, cách sắp xếp bộ quyển cũng phù hợp với yêu cầu của giới học thuật, vì thế trở thành bộ Đại Tạng Kinh thông dụng nhất của các nhà học giả nghiên cứu Phật giáo. Các tác phẩm học thuật dẫn dụng Kinh điển Phật giáo, đều dùng Đại Chánh Tạng làm y cứ, và ghi rõ số quyển, số trang. Do đó có thể thấy được tính chất quan trọng của bộ Đại Tạng Kinh này.

**2) Sự phân loại đặc sắc và nội dung phong phú**

Toàn bộ Đại Tạng chia làm 3 phần. Chánh tạng 55 tập, Tục tạng 30 tập, Biệt quyển 15 tập (đồ họa 12 tập, tổng mục lục 3 tập), tổng cộng 100 tập. Thu thập Kinh Luật Luận và các trước tác soạn thuật của Trung Quốc, Nhật Bổn nhiều hơn các loại Đại Tạng Kinh từ trước đến nay, gồm có 3.493 bộ, 13.520 quyển.

Toàn tạng có tất cả 100 tập, thu thập tất cả Kinh điển Hán văn Phật giáo, bao gồm đồ tượng (tranh, hình ảnh), tổng mục lục, tổng cộng gồm có 3.493 bộ, 13.520 quyển, trong đó thu thập Đại Tạng Kinh Phật giáo Hán văn lịch đại Trung Quốc gồm có 55 tập (từ tập 1 đến tập 55), đó là phần chánh tạng của Đại Chánh Tạng; Phật giáo Nhật Bổn trước thuật 29 tập (tập 56 đến tập 84), những bản Kinh viết tay Đôn Hoàng và những Kinh điển cổ xưa đã thất truyền (cổ dật) mới phát hiện gồm một tập (gọi là Cổ Dật Bộ, Nghi Tợ Bộ, tập 85) đó là phần tục tạng của Đại Chánh Tạng; phần đồ tượng có 12 tập, "Chiêu Hòa Pháp Bảo tổng mục lục" 3 tập. Đại Chánh Tạng thật là một bộ Đại Tạng Kinh Hán văn hoàn toàn mới, bất luận là sự sắp đặt mục lục, thu thập nội dung, hiệu đính cho đến sắp xếp sách dẫn đều có nhiều thành tựu sáng tạo.

**2.1 Sự phân loại và sắp xếp thứ tự của Đại Chánh Tạng**

Chánh tạng 55 tập, chia làm 2 phần: Phần Kinh điển phiên dịch gồm có 32 tập (từ tập 1 đến tập 32) chia thành 16 bộ:

1. A Hàm bộ
2. Bổn Duyên bộ
3. Bát Nhã bộ
4. Pháp Hoa bộ
5. Hoa Nghiêm bộ
6. Bảo Tích bộ
7. Niết Bàn bộ
8. Đại Tập bộ
9. Kinh Tập bộ

10. Mật Giáo bộ

11. Luật bộ

12. Thích Kinh Luận bộ

13. Tỳ Đàm bộ

14. Trung Quán bộ

15. Du Già bộ

16. Luận Tập bộ

Phần trước tác soạn thuật của các bậc Cao Tăng cổ đức Trung Quốc còn gọi là Tạp tạng, gồm 23 tập (từ tập 33 đến tập 55) chia thành 8 bộ:

1. Kinh Sớ bộ

2. Luật Sớ bộ

3. Luận Sớ bộ

4. Chư Tông bộ

5. Sử Truyện bộ

6. Sự Vựng bộ

7. Ngoại Giáo bộ

8. Mục Lục bộ

Cộng 2276 bộ, 9042 quyển.

Chánh tạng nếu phân chia theo Kinh Luật Luận thì A Hàm bộ, Bổn Duyên bộ, Bát Nhã bộ, Pháp Hoa bộ, Hoa Nghiêm bộ, Bảo Tích bộ, Niết Bàn bộ, Đại Tập bộ, Tập Kinh bộ, Mật Giáo bộ thuộc về Kinh tạng. Luật bộ như Sa-di-tắc bộ, Ma-ha-tăng-kỳ bộ, Đàm-vô-đức bộ, Tát-bà-đa bộ, Giải thuyết giới kinh (Ca-diếp-di bộ), Bồ-tát giới v.v... thuộc Luật tạng. Thích kinh luận bộ, Tỳ đàm bộ, Trung quán bộ, Du già bộ, Luận tập bộ thuộc Luận tạng. Kinh sớ bộ, Luật sớ bộ, Luận sớ bộ, Chư tông bộ, Sử truyện bộ, Sự Vựng bộ, Ngoại giáo bộ và Mục Lục bộ thuộc Tạp tạng.

Tục tạng gồm 30 tập (từ tập 56 đến tập 85), chia thành 7 bộ:

1. Tục Kinh sớ bộ
2. Tục luật sớ bộ
3. Tục luận sớ bộ
4. Tục chư tông bộ
5. Tất-đàm bộ
6. Cổ dật bộ
7. Nghi tợ bộ

Trong đó ngoài 2 bộ Cổ dật bộ, Nghi tợ bộ thu thập Kinh điển Đôn Hoàng ra, các phần còn lại đều là các trước tác của Nhật Bổn.

Đồ tượng bộ gồm 12 tập, thu thập các loại hình tượng Phật nổi tiếng lưu truyền qua các triều đại ở Nhật Bổn, và tượng Kim Cang, tượng Minh Vương Mật tông, cùng với các loại họa đồ Mạn-đà-la. Tổng cộng có 367 bộ, 1.345 quyển.

Ở trên tổng cộng tất cả là 31 bộ.

Tổng mục lục 3 tập thu thập mục lục các bản Đại Tạng Kinh các triều đại Trung Quốc và mục lục Tạng kinh các bản khác, bản viết tay ở các tự viện Nhật Bổn, cùng với tổng mục lục, bản chỉ dẫn Đại Chánh Tạng, mục lục người dịch, v.v... tất cả 77 loại.

Cách phân chia của Đại Chánh Tạng, đã làm thay đổi truyền thống lịch sử sắp xếp phân loại Đại Tạng Kinh Hán văn Phật giáo, cách sắp xếp này không chia thành Kinh điển Đại Thừa, Kinh điển Nguyên Thủy, mà theo sự ra đời và lưu truyền thời gian trước sau mà sắp xếp thứ tự, sắp A Hàm bộ đứng đầu, thứ đến là Bổn Duyên bộ, nội dung chủ yếu là những câu chuyện bổn sanh, bổn sự của Đức Phật; sau đó là Kinh Luật Luận và các trước tác của Phật giáo Trung Quốc, các trước tác của Phật giáo Nhật Bổn, Đại Chánh Tạng theo thứ tự đó mà hội tập các loại Kinh điển Phật giáo.

Cách phân loại này trong tất cả mục lục Đại Tạng Kinh và mục lục Kinh điển Phật giáo lịch đại không thấy bất cứ y cứ nào để tham chiếu, đây là cách phân loại hoàn toàn mới, sáng tạo độc đáo của Đại Chánh Tạng.

### 2.2 Nội dung sưu tập

Đại Chánh Tạng về mặt nội dung sưu tập Kinh điển Phật giáo đối với các bộ Đại Tạng Kinh trước cũng có sự đột phá. Đại Chánh Tạng không những về trình độ tương đương thâu tóm tất cả nội dung Kinh điển mà các bộ Đại Tạng Kinh trước đã thu thập, còn thu thập một cách rộng rãi những quyển Kinh đã thất truyền từ đời Đường, Tống trở về đây, là các tác phẩm quan trọng của chư Tổ Tịnh Độ Tông, Luật tông, Hoa Nghiêm tông, Pháp Tướng tông, Thiên Thai tông, Tam Luận tông... lần lượt được phát hiện tại các nước Triều Tiên, Nhật Bổn; còn thu thập các địa phương khác. Thống kê sơ lược, các bộ Kinh điển được phiên dịch và các trước thuật Phật giáo Trung Quốc mà các bộ Đại Tạng Kinh trước đời Thanh không có ghi chép, mà được sưu tập trong bộ Đại Chánh Tạng (không bao hàm các bộ Kinh chép tay Đôn Hoàng) khoảng hơn 400 loại, trong đó các Kinh điển phiên dịch khoảng 215 loại (bao hàm biệt bổn) trước thuật Phật giáo Trung Quốc khoảng 220 loại (bao hàm biệt bổn). Đặc biệt là các trước thuật Trung Quốc đã từng phát sanh ảnh hưởng quan trọng trong lịch sử Phật giáo Trung Quốc. Tác giả của những tác phẩm này phần đông là những bậc nhất đại Tôn Sư khai sáng tông phái thành Tổ. Trong đó có 22 loại trước thuật của Ngài Kiết Tạng là người khai sáng Tam Luận tông: Đại Phẩm Du Ý, Pháp Hoa Huyền luận, Pháp Hoa Nghĩa sớ, Nhân Vương Bát Nhã Kinh sớ, Thắng Man Bảo Khố, Trung Quán Luận sớ, Thập Nhị Môn Luận sớ, Bách Luận sớ, Tam Luận Huyền Nghĩa, Đại Thừa Huyền luận, Nhị Đế Nghĩa...

Ngài Khuy Cơ, đệ tử của Ngài Huyền Trang, người khai sáng Pháp Tướng tông Trung Quốc, có 8 loại: Đại Bát Nhã Ba La Mật Đa Kinh Bát Nhã Lý Thú Phân Thuật Tán, Kim Cang Bát Nhã Kinh Tán Thuật, A Di Đà Kinh Sớ, Thuyết Vô Cấu Xưng Kinh Sớ, Kim Cang Bát Nhã Luận Hội Thích, Duy Thức Nhị Thập Luận Thuật Ký, Biên Trung Biên Luận Thuật Ký, Tây Phương Yếu Quyết Thích Nghi Thông Quy.

Tam Tổ Pháp Tạng, người khai sáng Tông Hoa Nghiêm Trung Quốc, có 14 loại: Hoa Nghiêm Kinh Thám Huyền Ký, Hoa Nghiêm Kinh Văn Nghĩa Cương Mục, Đại Thừa Khởi Tín Luận Nghĩa Ký, Hoa Nghiêm Sách Lâm, Hoa Nghiêm Kinh Vấn Đáp, Hoa Nghiêm Kinh Nghĩa Hải Bách Môn, Hoa Nghiêm Kinh Quan Mạch Nghĩa Ký, Hoa Nghiêm Phát Bồ Đề Chương...

Ngài Đạo Tuyên, người khai sáng Nam Sơn Luật tông có rất nhiều trước tác luật học, mà không được đưa vào trong các bộ Đại Tạng Kinh xưa mà được thu thập vào bộ Đại Chánh Tạng tám loại: Quan Trung Sáng Lập Giới Đàn Đồ Kinh, Tịnh Tâm Giới Quán Pháp, Thích Môn Chương Phục Nghi, Lượng Xứ Khinh Trọng Nghi, Thích Môn Quy Kính Nghi, Giáo Giới Tân Học Tỳ Kheo Hành Hộ Luật Nghi, Luật Tướng Cảm Thông Truyện, Trung Thiên Trúc Xá Vệ Quốc Kỳ Hoàn Tự Đồ Kinh.

Các trước tác của Tổ Sư Tịnh Độ Tông Trung Quốc có một số không được đưa vào các bộ Đại Tạng Kinh đời trước mà được đưa vào bộ Đại Chánh Tạng như: Lược Luận An Lạc Tịnh Độ Nghĩa của Ngài Đàm Loan đời Bắc Ngụy, An Lạc Tập của Ngài Đạo Xuyết đời Đường, Quán Niệm A Di Đà Phật Tướng Hải Tam Muội Công Đức Pháp Môn, Chuyển Kinh Hành Đạo Nguyện Vãng Sanh Tịnh Độ Pháp Sự Tán, Y Quán Kinh Đẳng Minh Bát Châu Tam Muội Hành Đạo Vãng Sanh Tán, Vãng Sanh Lễ Tán Kệ của Ngài Thiện Đạo đời Đường...

Trên đây là những trước tác của các vị Tổ Sư các tông phái Phật giáo Trung Quốc, là những văn hiến quan trọng để nghiên cứu Phật giáo Trung Quốc, các tác phẩm này vì được đưa vào bộ Đại Chánh Tạng mà lưu truyền cho người đời sau, ý nghĩa của việc này thật vô cùng sâu sắc. Đồng thời trong các Kinh điển còn lại ở Đôn Hoàng đã bảo tồn một số Kinh điển quan trọng của Thiền tông trong thời kỳ đầu, những văn hiến Thiền tông này được đưa vào Đại Chánh Tạng, khi bộ Đại Chánh Tạng ra đời, đã làm dấy lên phong trào nghiên cứu Thiền tông của giới học giả Phật giáo 2 nước Trung Hoa - Nhật Bổn, khiến cho sự nghiên cứu Thiền tông trở thành một vấn đề nghiên cứu nóng bỏng của Phật giáo Trung Quốc từ cận đại đến đương đại. Đại Chánh Tạng đã đưa vào một số Kinh sách quan trọng của Thiền tông được tìm thấy ở Đôn Hoàng, chủ yếu gồm có: Nam Tông Đốn Giáo Tối Thượng Thừa Ma Ha Bát Nhã Ba La Mật Kinh Lục Tổ Huệ Năng Đại Sư Ư Thiệu Châu Đại Phạm Tự Thí Pháp Đàn Kinh, Lịch Đại Pháp Bảo Ký, Quán Tâm Luận, Đại Thừa Vô Sanh Phương Tiện Môn, Đại Thừa Bắc Tông Luận, Lăng Già Sư Tư Ký, Truyền Pháp Bảo Ký, Nam Thiên Trúc Quốc Bồ Đề Đạt Ma Thiền Sư Quán Môn.

Ngoài ra trong các trước tác của Phật giáo Trung Quốc, Đại Chánh Tạng còn thu thập hơn 30 loại thuộc Sử Truyện bộ, các loại này cũng không được đưa vào các bộ Đại Tạng Kinh đời trước: Đại Đường Cố Tam Tạng Huyền Trang Pháp Sư Hành Trạng, Hoằng Tán Pháp Hoa Truyện, Pháp Hoa Truyện Ký, Thiên Thai Cửu Tổ Truyện, Vãng Sanh Tịnh Độ Truyện, Hoa Nghiêm Kinh Truyện Ký, Lạc Dương Già Lam Ký...

### 2.3 Hiệu đính Đại Chánh Tạng

Bộ phận chủ thể chánh tạng của Đại Chánh Tạng lấy bộ Đại Tạng kinh Cao Ly làm gốc, những Kinh sách mà Tạng Cao Ly không đưa vào thì lấy các bộ Đại Tạng Kinh khác do Nhật Bổn thu thập làm gốc, tỷ suất sử dụng tương đối cao là bộ Đại Tạng Kinh đời Minh tức Gia Hưng Tạng và Tục Tạng, tức bộ Đại Nhật Bổn Tục Tạng Kinh, ngoài ra còn dùng các bộ Đại Tạng Kinh khác của trường tôn giáo và các tự viện Nhật Bổn thu thập bảo tồn làm gốc, thường dùng là bổn của Đại học tôn giáo, bổn của Đại học Đại Cốc, bổn của Đại học Long Cốc, bổn Báo Ân Tạng Chùa Tăng Thượng, bổn Đông Đại Tự, bổn Dược Sư Tự...

Các bộ Đại Tạng Kinh cơ bản mà bộ Đại Chánh Tạng hiệu đính là ba loại Tống, Nguyên, Minh. Tống tức là bổn Tư Phúc Tạng được khắc ở đời Tống; Nguyên tức là bổn Phổ Ninh Tạng được khắc ở thời Nguyên; Minh tức là bổn Gia Hưng Tạng được in ở đời Minh. Ngoài ra, Đại Chánh Tạng còn sưu tập những bổn được in ấn và viết tay có giá trị hiệu đính được thu tàng ở các miền trên đất nước Nhật Bổn làm bổn gốc hiệu đính. Ngoài các bổn đã nói ở trên còn có Chánh Thương Viện Thánh Ngữ Tạng (Thiên Bình Tả Kinh), Cung Nội Tỉnh Đồ Thư Liêu bổn (bổn của đời Tống), Đại Đức Tự bổn, Vạn Đức Tự bổn, Thạch Sơn Tự bổn, Đề Hồ Tự bổn, Nhân Hòa Tự Tạng bổn, Chung Thông Bắc Chiếc Thị Tạng bổn, Cửu Nguyên Văn Khố bổn, Sâm Điền Thanh Thái Lang Thị Tạng, Đông Kinh Đế Thất Bác Vật Quán bổn, Tây Phúc Tự bổn, Kim Cang Tạng, Cao Dã Bản bổn, Đôn Hoàng bổn, ... cùng với các bản gốc Pali, Phạm văn, Đại Chánh Tạng sử dụng phương pháp hiệu đính là lấy bản gốc và bản hiệu đính từng chữ đối chiếu so sánh, chỉ khảo đính chỗ khác nhau mà không phán đoán, dùng hình thức chú chân để phụ lục phía dưới mỗi trang Kinh.

Trước bộ Đại Chánh Tạng, các bộ Đại Tạng Kinh đời trước trong quá trình biên tập sửa chữa đều có trình tự khảo đính, nhưng không lưu lại kết quả hiệu đính.

Đại Chánh Tạng lần đầu tiên lấy tư tưởng học thuật hiện đại làm chỉ đạo, áp dụng phương pháp căn bản hiện đại khảo đính học, trên cơ sở thu thập tất cả các bộ Đại Tạng Kinh xưa nay, đối chiếu cùng một loại Kinh mà nhiều văn bản, lưu lại kết quả hiệu đính, đó là sự cống hiến rất lớn của Đại Chánh Tạng, cung cấp tài liệu trân quý để nghiên cứu Phật giáo.

### 2.4 Mục lục và sách dẫn

Sự biên soạn tinh tế của Đại Chánh Tạng còn biểu hiện ở mục lục và sách dẫn, đó là Chiêu Hòa Pháp Bảo tổng mục lục, một phần của Đại Chánh Tạng.

Chiêu Hòa Pháp Bảo tổng mục lục gồm có 3 tập.

Tập thứ nhất ghi chép mục lục Đại Chánh Tân Tu Đại Tạng Kinh tổng mục lục, Đại Chánh Tân Tu Đại Tạng Kinh Nhất Lãm, Đại Chánh Tân Tu Đại Tạng Kinh Kham Đồng mục lục, Đại Chánh Tân Tu Đại Tạng Kinh Trước Dịch mục lục (phụ lục Ấn Độ chư luận sư trước tác mục lục) Đại Chánh Tân Tu Đại Tạng Kinh sách dẫn mục lục, và mục lục 15 bộ Đại Tạng Kinh do các tự viện và thư viện Nhật Bổn thâu tàng như: Cung Nội Tỉnh Đồ Thư Liêu Nhất Thiết mục lục, Đông Tự Kinh Tạng Nhất Thiết Kinh mục lục, Nam Thiền Tự Kinh Tạng Nhất Thiết Kinh mục lục, Chánh Thương Viện Ngự Vật Thánh Ngữ Tạng Nhất

Thiết Kinh mục lục... trong đó đáng được xem trọng là mục lục của Tư Phúc Tạng, mục lục của Tích Sa Tạng, mục lục của Đôn Hoàng Bổn Cổ Dật Kinh Luận Chương Sớ và Cổ Tả Kinh ...

Tập thứ 2: Thu thập 18 loại mục lục, bao gồm Cao Ly Tạng Mục Lục, Chí Nguyên Lục, Cổ Ninh Tạng mục lục, Minh Bắc Tạng mục lục, Long Tạng mục lục, Minh Nam Tạng mục lục, Tạng Bản Kinh Trực Hoa Nhất mục lục (Gia Hưng Tạng mục lục), Thiên Hải Tạng (do Nhật Bổn biên soạn), Súc Khắc Đại Tạng Kinh, Hoàng Bích Tạng, Vạn Tự Tạng, Đại Nhật Bổn Tục Tạng Kinh, bộ Đại Chánh Đại Tạng Kinh Cương Mục Chỉ Yếu Lục...

Tập thứ 3: Thu thập 39 bộ mục lục sách dẫn, trong đó có 5 loại mục lục sách dẫn Tục Tạng Đại Chánh Tạng là Tục Đại Chánh Tân Tu Đại Tạng Kinh Tổng mục lục, Đại Chánh Tân Tu Đại Tạng Kinh Toàn Lãm, Tục Đại Chánh Tân Tu Đại Tạng Kinh Kham Đồng mục lục...; và các mục lục do các tự viện lớn ở Nhật Bổn thâu tàng như Đại Nhật Bổn Phật giáo Toàn Thư Tổng mục lục, Hồ Châu Tư Khê Viên Giác Thiền Viện Tân Điêu Đại Tạng Kinh mục lục, Phúc Châu Đồng Thiền Đại Tạng Kinh mục lục (Sùng Ninh Tạng mục lục), Thiền Lâm Tự Nhập Tạng mục lục,... cùng với Duyệt Tạng Tri Tân, Đại Tạng Nhất Lãm Tập, Đại Tạng Chiết Bổn Khảo, Ngự Chế Đại Tạng Kinh Tự Bạt Tập.

Nhìn chung nội dung ba tập Chiêu Hòa Pháp Bảo tổng mục lục, có thể nói đây chính là thành quả rộng lớn trong quá trình biên soạn hiệu đính Đại Chánh Tạng. Nó là thành quả kết tinh tâm huyết hơn mười năm của Ban Biên Tập hiệu đính. Tất cả thành tựu quan trọng của bộ Đại Chánh Tạng đều thể hiện tập trung ở trong 3 tập mục lục này. Trong đó, quan trọng nhất là "Kham Đồng mục lục". Bộ mục lục này y theo thứ tự sưu tập Kinh điển của Đại Chánh Tạng, trước lục tên của mỗi loại Kinh điển, quyển số, dịch âm của Nhật văn, Phạm văn, Pali văn, Tạng văn, tên riêng hoặc là tên gọi tắt của Kinh, tên người dịch, người trước tác, và niên đại người dịch, người trước tác, hàm hiệu, bản gốc, bản hiệu đính, tên phẩm, hoặc nội dung cương mục, các bản dịch khác, các bản chú sớ trong các bản Đại Tạng Kinh. Từ quyển "Kham Đồng mục lục", chúng ta có thể nhìn thấy sự dụng công rất lớn của Ban Biên Tập khi thu thập, chỉnh lý và nghiên cứu Phật điển, cũng phản ảnh toàn quá trình biên tập của Đại Chánh Tạng. Kham Đồng mục lục là một loại sách công cụ dùng để tra cứu Phật điển Hán văn có trình độ học thuật rất cao, cũng là bộ ký lục lịch sử bất hủ biên tập hiệu đính Đại Chánh Tạng. Nội dung khác của tổng mục lục ở đây chúng ta không giới thiệu nhiều, nhưng có thể nói rằng, mỗi loại mục lục sách dẫn này đều là tài liệu quý báu để nghiên cứu Phật giáo.

### 2.5 Mười hai tập đồ tượng (hình ảnh, tranh)

Với số lượng 12 tập, Đại Chánh Tạng đã sưu tập các loại đồ tượng Phật giáo gồm có 367 bộ 1.345 quyển. Những đồ tượng này đều là những tác phẩm thâu tàn trân quý của các tự viện lớn ở Nhật Bổn, nội dung không những bao gồm tượng Phật, tượng Bồ Tát, tượng Thiên Vương, các loại họa đồ Mạn Đà La, còn bao gồm dụng cụ của Tăng sĩ, đạo cụ nghi quỹ, thủ ấn, hương dược và các hình tượng Tổ Sư... như hình Phật A Di Đà và Dược Sư 8 vị đại Bồ Tát, ngũ phương Chư Tôn, Di Lặc Bồ Tát, Bát Đại Minh Vương, Tứ Thiên Vương, Nhị thập bát bộ và Thập nhị thần tướng, hình các đàn tràng, khiết ấn (hay kiết ấn?), nghi quỹ, ấn đồ, Đại Đường Cà Sa, Tam Bảo vật cụ, Tam Quốc Tổ Sư, Lục Tổ, Cao Tổ, hương dược, chân Phật. Trong lịch sử biên tập Đại Tạng Kinh Phật giáo việc đem đồ tượng Phật giáo đưa vào Đại Tạng Kinh đây là lần đầu tiên. Đây lại là một cống hiến mang tính đột phá của Đại Chánh Tạng. Những tập đồ tượng này không những là kho tàng tài liệu quý báu để nghiên cứu mỹ thuật Phật giáo, mà còn đối với việc nghiên cứu lịch sử Phật giáo, nhất là nghiên cứu nghi quỹ Phật giáo có giá trị rất quý.

**2.6 Xếp in và chấm câu**

Để thực hiện tôn chỉ của Ban Biên Tập là "làm cho Thánh điển được lưu truyền rộng rãi", bộ Đại Chánh Tạng này đã sử dụng phương pháp dùng bản chì chữ nhỏ, khiến cho dung lượng của mỗi quyển sách tăng thêm rất lớn; đồng thời Ban Biên Tập cũng bỏ ra rất nhiều công phu để chấm câu Kinh văn. Đây là một phương diện đặc sắc quan trọng của Đại Chánh Tạng. Cũng vì như thế, tuy Đại Chánh Tạng chỉ có 100 tập nhưng nội dung vô cùng phong phú. Ý nghĩa chấm câu trong Kinh không thể xem thường, đã cung cấp sự tiện lợi cho đại đa số người duyệt đọc Kinh sách, cũng chính vì thế khiến cho Đại Chánh Tạng trở thành một bộ Đại Tạng Kinh có tỷ suất sử dụng cao nhất.

Tóm lại, Đại Chánh Tạng là một bộ Đại Tạng Kinh có sự biên soạn tinh tế, nội dung phong phú, là thành quả trọng đại nhất của giới học thuật nghiên cứu Phật giáo Nhật Bổn thời cận đại, có địa vị cao trong lịch sử biên soạn Đại Tạng Kinh.

**3) Khuyết điểm của Đại Chánh Tạng**

Các bản Đại Tạng Kinh xưa kia đều có khuyết điểm hoặc thiếu sót, Đại Chánh Tạng cũng không phải là một bộ Đại Tạng Kinh thập toàn thập mỹ. Đó là do nhiều nguyên nhân tạo thành.

Một là hơn 2000 năm đã dần dần hình thành số lượng Kinh điển Phật giáo Hán văn rộng lớn, nội dung vô cùng phức tạp. Như điển tịch Tam Tạng Hán dịch, phán đoán thời đại ra đời và thuộc tánh, đã từng khiến cho các nhà mục lục học Phật giáo nhiều đời bỏ hết tâm trí vào, và cũng vì thế đã nảy sanh rất nhiều quan điểm khác nhau, hình thành những lý luận phán giáo khác nhau. Cũng vì thế xuất hiện sự phân loại và sắp xếp Kinh điển Phật giáo không giống nhau.

Hai là mỗi bộ Đại Tạng Kinh được biên tập vào một thời đại riêng biệt nào đó, do vì bối cảnh lịch sử khách quan, khiến cho nội dung thu thập của mỗi bộ Đại Tạng Kinh đều phản ảnh đặc sắc của thời đại, biểu hiện tánh cục hạn tương đối.

Ba là các bộ Đại Tạng Kinh Hán văn Phật giáo được biên tập ở nhiều quốc gia và địa phương khác nhau, sự sai biệt của quốc gia và địa phương cũng ảnh hưởng một trình độ nào đó về chất lượng biên tập.

Bộ Đại Chánh Tạng được biên tập ở niên đại 20 đến niên đại 30 của thế kỷ 20 ở Nhật Bổn, dù giới Phật giáo Nhật Bổn đã vận dụng hết tất cả nỗ lực lớn nhất của họ, điều động giới Phật giáo Nhật Bổn, dường như toàn bộ năng lượng (nghe nói nhân viên tham dự việc này 450.000 người, kinh phí 2.800.000 đồng tiền Nhật). Do các nguyên nhân ở trên, khiến cho bộ Đại Chánh Tạng không thể hoàn mỹ. Sự thành tựu của Đại Chánh Tạng không ai có thể phủ nhận nhưng sự thiếu sót của nó cũng không thể nào che đậy.

### 3.1 Sự bỏ sót các trước tác Phật giáo Trung Quốc

Sự bỏ sót đối với các trước tác Phật giáo Trung Quốc là một khuyết điểm rõ ràng. Như học giả Đài Loan Lam Cát Phú đã nói trong tác phẩm "Phật giáo Sử Khoa Học" của mình: "Trong 100 tập, chỉ thu thập trước tác Trung Quốc (không gồm các Kinh điển phiên dịch) khoảng 24 tập, mà thu thập tác phẩm Nhật Bổn khoảng 42 tập (từ tập 56 đến tập 84 là 29 tập), với 12 tập đồ tượng cùng với tác phẩm Nhật Bổn trong Chiêu Hòa Pháp Bảo tổng mục lục). Tuy người Nhật Bổn có ý tuyên dương văn hóa Phật giáo nước họ, chúng ta có thể lý giải. Nhưng nhìn từ sự thật khách quan, số lượng tác phẩm Trung Quốc chỉ có hơn một nửa tác phẩm Nhật Bổn. Dù thế nào đi nữa, đương nhiên đó không phải là phương hướng biên tập cân bằng".

Đương nhiên tạo thành tình huống như thế ắt sẽ có nguyên nhân về những phương diện khác, như có rất nhiều bổn Đại Tạng Kinh Hán văn quan trọng mà khi biên tập Đại Chánh Tạng, Ban Biên Tập không cách nào có được, như Phòng Sơn Thạch Kinh, Triệu Thành Kim Tạng, Tích Sa Tạng, và Long Tạng đời Thanh, vì thế rất nhiều tác phẩm Phật giáo Trung Quốc có đưa vào trong những bộ Đại Tạng Kinh này nhưng lại không thể đưa vào bộ Đại Chánh Tạng.

Đại Chánh Tạng thu thập tác phẩm Phật giáo Trung Quốc (từ tập 33 đến tập 55, không bao gồm tập 85 và các mục lục trước tác của Tăng sĩ Trung Quốc trong Chiêu Hòa Pháp Bảo tổng mục lục) gồm có 512 loại mà Đại Chánh Tạng không đưa các tác phẩm Phật giáo Trung Quốc vào hơn 150 loại, số lượng gần một phần 3 tác phẩm Trung Quốc đưa ra vào trong Đại Chánh Tạng, trong đó có những tác phẩm có giá trị như sau:

Nhất Thiết Kinh Âm Nghĩa (Ngài Huyền Ứng - đời Đường soạn), Thiên Ánh Quang Đăng Luật, Tứ Phần Luật, Hàm Chú giới Bổn Sớ, Truyền Đăng Bảo Ấn Tập, Cổ Tôn Túc Ngữ Lục, Đại Minh Tam Tạng Pháp Số, Đại Phương Quảng Phật Hoa Nghiêm Kinh, Đại Phương Quảng Viên Giác Kinh Đại Sớ, Ngũ Đăng Hội Nguyên...

Mà phần Tục Tạng của các bộ Đại Tạng Kinh các đời chủ yếu là chỉ tục tạng của Gia Hưng Tạng, đã thu thập tác phẩm Trung Quốc mà Đại Chánh Tạng không thu thập hơn 400 loại, những tác phẩm này phần đông là chương sớ và ngữ lục của Thiền tông, nhưng không ít tác phẩm nổi tiếng như Thiền Lâm Tăng Bảo Truyện, Hàn Sơn Thi, Giáo Ngoại Biệt Truyền, Hộ Pháp Lục, Chánh Pháp Nhãn Tạng, Lâm Giang Lục, Thạch Môn Văn Tự Thiền, La Hồ Dã Lục, Chỉ Nguyệt Lục, Trúc Song Tùy Bút...

Đại Chánh Tạng tại sao không thu thập, các bộ sách trước tác này? Các bộ sách này không quan trọng sao? Không phải như vậy, trong đó nhất định có nguyên nhân mà ông Lam Cát Phú đã nói, và cũng như phần này đã nói là tánh cục hạn thời đại và tánh sai biệt của đất nước tạo thành. Điểm này có thể nói là khuyết điểm chủ yếu của Đại Chánh Tạng.

### 3.2 Sự phân loại không hợp lý

Như trên đã nói, Đại Chánh Tạng đã khai sáng một hệ thống phân loại toàn mới, tức là đem những Kinh điển Hán văn chia ra làm 31 bộ. Phương pháp phân loại này đã phá bỏ phương pháp phân loại truyền thống. Nhưng sự phân loại của Đại Chánh Tạng không phải hoàn toàn hợp lý, vẫn có những chỗ cần phải bàn bạc lại. Như ông Châu Thúc Ca là nhà học giả Phật giáo nổi tiếng ở Trung Quốc, trong tác phẩm của mình "Bàn về phương pháp phân loại Kinh điển Đại Thừa trong Hán văn Đại Tạng Kinh" đã nói: "Kinh và Luận có sai khác, kinh Đại Thừa và Tiểu Thừa có phân biệt, không thể lẫn lộn, nhưng Bổn Duyên bộ trong Đại Chánh Tạng đã làm lẫn lộn Kinh và Luận, Kinh điển Đại Thừa và Kinh điển Tiểu Thừa. Bộ này cần phải chỉnh lý chia lại cho rõ ràng. Trong Kinh Tập Bộ thì Kinh điển Đại Thừa và Kinh điển Tiểu Thừa cũng lẫn lộn với nhau".

Trong Kinh Tập Bộ sưu tập 433 loại Kinh điển, nội

dung vô cùng phức tạp, có một số Kinh điển Đại Thừa đã có ảnh hưởng sâu rộng đối với tư tưởng Phật giáo Trung Quốc như Kinh Duy Ma, Kinh Giải Thâm Mật, Kinh Kim Quang Minh, Kinh Vu Lan Bồn; lại có các Kinh điển của Tịnh Độ như Phật Thuyết Quán Di Lặc Bồ Tát Thượng Sanh Đâu Suất Thiên Kinh; lại có những kinh thuộc về Thiền Số như Phật Thuyết Đại An Ban Thủ Yết Kinh, lại có những kinh nói về tư tưởng Như Lai Tạng như Đại Phương Đẳng Như Lai Tạng Kinh, cùng với những Kinh điển mà xưa nay các bộ Đại Tạng Kinh khác xếp vào kinh Tiểu Thừa như Chánh Pháp Niệm Xứ Kinh, Tứ Thập Nhị Chương Kinh. Trong số Kinh điển nhiều như vậy lẫn lộn kinh Đại Thừa và kinh Tiểu Thừa, không có một giới định rõ ràng, chính xác, đây cũng là một khuyết điểm của Đại Chánh Tạng.

### 3.3 Hiệu đính và chấm câu

Một trong những tôn chỉ của Đại Chánh Tạng là nghiêm mật bác thiệp hiệu đính. Đại Chánh Tạng về phương diện hiệu đính đích xác đã bỏ ra rất nhiều công phu, dùng 3 bộ Đại Tạng Kinh Tống, Nguyên, Minh làm bản hiệu đính căn bản, và sưu tập một số bản in, bản viết tay, Phạm văn, Pali văn để làm bản tham khảo hiệu đính. Nhưng mà các bản Pali, Phạm văn số lượng có hạn, khởi tác dụng cho việc hiệu đính không phải rõ ràng lắm. Vấn đề ở đây là rất nhiều bộ Đại Tạng Kinh Hán văn mà Đại Chánh Tạng có điều kiện lợi dụng, nhưng không lợi dụng như Phúc Châu Sùng Ninh Tạng được bảo tồn ở Nhật Bổn, Vĩnh Lạc Nam Tạng, Vĩnh Lạc Bắc Tạng đời Minh được bảo tồn tương đối nhiều, Long Tạng đời Thanh, Triệu Thành Kim Tạng, Phòng Sơn Thạch Kinh. Nhiều bộ Đại Tạng Kinh quan trọng không thành bổn gốc hiệu đính của Đại Chánh Tạng khiến cho thành quả của hiệu đính giảm đi phần đặc sắc.

Căn cứ danh sách nhân viên biên tập được phụ lục ở mỗi quyển Đại Chánh Tạng, người tham gia biên tập hiệu đính tuy có các nhà học giả Phật giáo nổi tiếng, nhưng đại đa số là thầy giáo và học sinh trong các trường Phật giáo ở Nhật Bổn. Do vì họ không giỏi Hán ngữ và tri thức Phật giáo còn khiếm khuyết, khiến cho việc chấm câu Kinh văn không đúng và sự sai sót khi xếp in rất nhiều.

Tóm lại Đại Chánh Tạng đã có rất nhiều thành tựu khiến cho giới học thuật thán phục, nhưng do vì sự cục hạn của thời đại và sự khác biệt của đất nước khiến cho sự sai sót, khuyết điểm không thể tránh khỏi". *(hết trích)*

***

Ngoài ra trên mạng điện tử tôi cũng tìm ra thêm được một số trang nhà khác có đề cập đến việc truy tìm chi tiết Đại Chánh Tân Tu Đại Tạng Kinh; trong đó phải nói đến trang nhà: chuaadida.com của Hòa Thượng Thích Nguyên Trực. Hòa Thượng đã cất công gom lại gần như đầy đủ tất cả thứ tự Kinh văn số 1 đến Kinh văn thứ 2909. Điều đặc biệt là Hòa Thượng đã cho ghi thêm rõ ràng dịch giả là ai, để sau này người đọc có thể so sánh với những dịch giả khác nữa. Những bản kinh chưa được dịch thì Hòa Thượng để trống và cho nhảy số thứ tự. Ví dụ như Kinh văn số T0698; T0699; T0700 và tiếp theo là T0705 rồi T0706 v.v... Điều này có nghĩa là những Kinh văn mang số T0701 - T0704 chưa có người dịch. Trong trường hợp này quý vị cũng có thể tra cứu bên Linh Sơn Pháp Bảo Đại Tạng Kinh để giải quyết nhu cầu cần tham khảo gấp trước.

Dĩ nhiên từ đây về sau sẽ còn nhiều bản dịch ra Việt văn nữa, do vậy chúng ta cũng khoan vội phán đoán là bản nào đúng, bản nào sai cả. Điều này Phật tử Nguyên Minh Nguyễn Minh Tiến, chủ trương trang nhà rongmotamhon đã cho đăng cả bản chữ Hán và nhiều bản dịch của nhiều vị khác nhau để so sánh. Dĩ nhiên bản nào dịch hoàn chỉnh nhất sẽ được người đọc đánh giá và chấp nhận.

Thật ra với tôi, viết văn dễ hơn dịch văn từ tiếng này sang tiếng khác. Đôi khi ý của tác giả là vậy, nhưng người dịch không hiểu hết ý, hoặc ngôn ngữ bị giới hạn, thì chúng ta sẽ dịch sai cũng là chuyện bình thường. Cho nên người xưa nói rằng: "Tam sao thất bổn" là vậy. Cứ sao chép ra ba lần khác nhau, sẽ không còn bản gốc nữa. Người dịch bao giờ cũng phải trân trọng và chú ý từ ý tới lời, cách dùng, văn phạm v.v... nhưng không làm sao có thể lột tả hết được ý chính của tác giả, ngoại trừ chính tác giả ấy tự mình dịch và giải thích ra ngôn ngữ địa phương, thì độ chính xác sẽ nhiều hơn là người khác dịch tác phẩm của mình. Ở đây văn, chữ, cách cấu tạo câu văn v.v... của mỗi ngôn ngữ đều khác nhau, nhất là chữ Hán, chữ gọn mà nghĩa nhiều, lại còn điển tích nữa. Do đó người dịch phải hết sức cẩn thận, mới có thể tránh được những sơ sót đáng tiếc khi dịch kinh, luật, luận hay sớ giải của chư vị Tổ Sư.

Xưa nay tôi đọc rất nhiều sách, kinh, kể cả sách viết hay dịch, đa phần tác giả hay dịch giả luôn khiêm nhường về việc làm tích cực của mình và cuối lời nói đầu thường hay viết những câu khiêm hạ để mong những bậc cao minh chỉ giáo, nếu có điều gì sai sót. Đây là nét đẹp của người cầm bút vậy.

Bây giờ tôi sẽ lần lượt giới thiệu thật kỹ về bộ Đại Tạng thứ năm, mà Thư viện Tổ Đình Viên Giác đang có và tôi đang đọc. Đó là bộ "Linh Sơn Pháp Bảo Đại Tạng Kinh". Bộ này được in ấn tại Đài Loan, do cố Hòa Thượng Thích Tịnh Hạnh chủ trương và Kinh văn hoàn toàn bằng Việt ngữ.

Bộ Đại Tạng Kinh này được in làm 3 lần và lần đầu tiên do Hòa Thượng Thích Tuệ Sỹ viết "Phàm Lệ" trong mùa An Cư Kiết Hạ năm 2543 (1999) tại Quảng Hương Già Lam, nhưng phần lời nói đầu của Hòa Thượng Thích Tịnh Hạnh viết thì nhằm ngày 16.12.1998 và Phật lịch 2644, nhằm năm 2000 (Canh Thìn) bắt đầu cho in. Từ đó đến nay, nhất là trước khi Hòa Thượng Thích Tịnh Hạnh viên tịch vào năm 2015, thì đã cho xuất bản 500 bộ và in từ quyển 1 A Hàm cho đến quyển thứ 187 thuộc Sử Truyện bộ thứ 9, và đã dịch Kinh văn số 2066-2976. Từ Kinh văn số 2077 đến cuối quyển 202 của Linh Sơn Pháp Bảo Đại Tạng Kinh là Kinh văn số 2131 gồm 15 quyển, sẽ được xuất bản tiếp tục vào năm 2022.

Ví dụ quyển 1 A Hàm dày 1.008 trang và cứ một trang Kinh văn chữ Hán bên Đại Chánh Tạng khi dịch ra tiếng Việt phải thành hơn 4 hay 5 trang tiếng Việt. Bởi lẽ bên Đại Chánh Tạng chia làm 3 cột A, B, C hay Thượng, Trung, Hạ và chữ nhỏ li ti, nên mới dịch hoàn thành 54 quyển chữ Hán mà đã có đến 202 tập chữ Việt rồi. Đó là chưa kể bộ Mật Tông từ số 18-21 (gồm 4 quyển) Hòa Thượng không cho dịch ra Việt ngữ. Nếu bộ này dịch ra Việt ngữ chắc phải thêm 16 đến 18 tập nữa.

Tổng cộng số Kinh văn của 85 tập là 2.920 Kinh văn tất cả. Như vậy Linh Sơn Pháp Bảo Đại Tạng Kinh nếu trừ đi 4 quyển của bộ Mật Tông bên trên ra thì còn tất cả những Kinh văn chưa dịch ra Việt ngữ là: 789 Kinh văn nữa (2920-2131=789). Tuy nhiên như phần trên tôi đã có đề cập đến, là những Kinh văn ở phần sau này của Đại Chánh Tân Tu Đại Tạng Kinh đa phần giới thiệu về Phật giáo Nhật Bản, Trung Quốc và Triều Tiên. Do vậy Hòa Thượng Thích Tịnh Hạnh đã không cho dịch ra Việt ngữ, và tôi cũng đã đề nghị là kể từ tập 204 trở đi (sau tập Mục Lục 203), nên cho đăng tải tất cả những gì thuộc về Phật giáo Việt Nam, mà chư Tổ Sư truyền thừa từ xưa đến cận hiện đại về những biên khảo dịch thuật, truyện ký v.v... tạo thành một Tạp Tạng của Phật giáo Việt Nam. Ví dụ như những bản kinh hay dịch và chú giải của Ngài Pháp Chuyên Luật Truyền, Ngài Toàn Nhật Quang Đài, Ngài Khánh Anh, Hòa Thượng Thiện Hoa, Hòa Thượng Thanh Từ, Hòa Thượng Thiền Tâm, Hòa Thượng Nhất Hạnh, Hòa Thượng Huyền Vi, Hòa Thượng Đỗng Minh, Hòa Thượng Hành Trụ, Hòa Thượng Thiện Hòa, Bác Sĩ Tâm Minh Lê Đình Thám, Thiều Chửu, Đoàn Trung Còn, Hòa Thượng Tuệ Sỹ, Hòa Thượng Quảng Độ, Hòa Thượng Trí Quang, Giáo Sư Trí Siêu Lê Mạnh Thát. Ni Trưởng Như Thanh, Ni Trưởng Diệu Không, Ni Trưởng Trí Hải v.v... Ngoài ra những luận án Tiến sĩ, luận văn Thạc sỹ của chư Tăng Ni hay Cư sĩ có liên quan về Phật giáo Việt Nam hay Phật giáo thế giới bằng nhiều ngôn ngữ khác nhau, cũng nên cho dịch ra Việt ngữ và kết tập vào Tạp Tạng này, để chúng ta có một Đại Tạng Kinh Việt Nam thuần túy như Trung Hoa, Đại Hàn và Nhật Bản đã làm. Có như vậy đời sau những thế hệ tiếp nối, sẽ không bỡ ngỡ với việc sưu tầm nghiên cứu của mình về nguồn gốc của Phật giáo Việt Nam.

Từ tập số 1 đến tập thứ 17 của Đại Chánh Tân Tu Đại Tạng Kinh được dịch ra Việt ngữ, và Linh Sơn Pháp Bảo Đại Tạng Kinh đóng thành 69 tập, mỗi tập dày độ 600 đến 1.000 trang. Đóng bìa cứng mạ vàng, có dây chặn ở giữa sách, rất tiện lợi khi đọc đến đâu chỉ cần làm dấu bởi dây chặn sách, không cần gấp ở góc sách làm mất đi vẻ đẹp của sách, nếu có người sau đọc đến họ sẽ không vui, vì lẽ người đọc trước đã không quý kinh sách. Lối thiết kế bìa trước và bìa sau do họa sĩ Nguyễn Đồng và họa sĩ Nguyễn Thị Hợp trình bày. Bên trên gáy sách trang trí hình Bảo cái; ở giữa là tên kinh và xếp số thứ tự kinh văn cũng như số thứ tự của từng bộ một. Bên dưới cùng là dấu hiệu bánh xe Pháp Luân nằm trên hoa sen nhiều cánh đang độ mãn khai. Rất ấn tượng và đầy đủ ý nghĩa, khi người đọc kinh sách mong được lãnh hội ý chỉ từ những kinh văn chứa đựng ở bên trong.

Từ tập thứ 18 đến tập thứ 21; gồm 4 tập bằng chữ Hán thuộc Bộ Mật Giáo, cố Hòa Thượng Thích Tịnh Hạnh đã không cho dịch ra Việt ngữ. Bởi Ngài quan niệm rằng có nhiều loại ấn, chú không chính thức của Phật dạy, ma thuật, không chánh giáo. Tuy nhiên ngày nay nếu quý vị nào muốn đọc 4 Bộ này cũng có thể lên Google để tra tìm, do Huyền Thanh và Cố Hòa Thượng Thích Viên Đức đã dịch hầu hết ra Việt ngữ để tham cứu, cũng là điều nên làm.

Từ tập 22 đến tập 54 chữ Hán, Linh Sơn Pháp Bảo đã tạo thành 133 tập. Như vậy tổng cộng có 202 tập tiếng Việt, đó là chưa kể tập 203 là tập Mục Lục. Tuy nhiên từ tập thứ 188 đến tập 202 gồm 15 tập, là những tập cuối chưa được in ấn; dự định năm 2022 sẽ hoàn tất phần cuối này của Linh Sơn Pháp Bảo Đại Tạng Kinh.

Tôi đã bắt đầu đọc Bộ A Hàm 1 gồm có 977 trang và 306.658 chữ, từ mùa thu năm 2013 tại Tu Viện Viên Đức. Bộ Bản Duyên thứ VIII dày 932 trang gồm 276.515 chữ. Từ Bộ A Hàm thứ 1 đến Bộ A Hàm thứ 9 gồm có: Trường A Hàm, Trung A Hàm, Tạp A Hàm và Tăng Nhất A Hàm. Tất cả là 8.596 trang và có 2.603.189 chữ. Từ tập 10 cho đến tập thứ 17 gồm Bộ Bản Duyên (hay Bản Sanh) gồm 8 quyển. Tổng cộng 7.867 trang và có 2.499.621 chữ. Đây là phần kinh căn bản giữa Nam Truyền và Bắc Truyền gần giống nhau. Bên Nam Truyền có: Trường Bộ Kinh, Trung Bộ Kinh, Tương Ưng Bộ Kinh, Tăng Chi Bộ Kinh và Tiểu Bộ Kinh. Nếu cộng tất cả 17 tập đầu này của Linh Sơn Pháp Bảo Đại Tạng Kinh thì chúng ta có 16.463 trang và 5.103.828 chữ.

Thông thường có ngày tôi đọc 200 trang hoặc 100 trang, tùy theo thời gian cho phép. Nếu chia số trang tổng cộng của phần này, với số trang trung bình đọc mỗi ngày là 150 trang trong khoảng thời gian từ 6 đến 8 tiếng đồng hồ, thì 17 tập ấy tôi phải đọc trong vòng 1.097 ngày, nhưng trên thực tế thì tôi không đọc liên tục trong 1.097 ngày ấy, mà phải đọc trong nhiều năm và nhiều tháng mới được như vậy.

Tôi đọc xong quyển thứ 17 bộ Bản Duyên thứ VIII tại Tổ Đình Viên Giác vào ngày 26/3/2020, và tiếp theo đó thì đọc những tập sau cùng về Sử Truyện Bộ cũng như Sự Vựng Bộ để sửa lỗi chính tả và đây cũng là cơ duyên để tôi đọc phần đầu và phần cuối của Linh Sơn Pháp Bảo Đại Tạng Kinh gồm 32 tập (17 + 15 = 32).

Sau đây là phần khái niệm về những Bộ Kinh, Luật, Luận đã được dịch ra tiếng Việt, kể cả số trang của mỗi tập và số chữ. Trong đây chưa có 4 tập chữ Hán về Mật Giáo từ quyển thứ 18 đến quyển thứ 21. Nếu xem bên Bộ Kinh tập thứ 18 đến Kinh văn số 847 thì chuyển qua tập thứ 18 và bắt đầu tập này là Bộ Mật Giáo bộ 1; với Kinh văn số 848; mãi cho đến hết tập thứ 21, Kinh văn thứ 1420 thì không dịch. Điều này có nghĩa là có tất cả 573 kinh (1420 – 847 kinh) chưa được dịch và chưa được xuất bản bên Linh Sơn Pháp Bảo Đại Tạng Kinh, ngoại trừ tập thứ 70 là Bộ Thủ Lăng Nghiêm 1 của Bác Sĩ Tâm Minh Lê Đình Thám dịch và chú giải, được đưa vào phần Mật Giáo.

Từ quyển thứ 22 của Đại Chánh Tân Tu Đại Tạng Kinh, thuộc Luật bộ 1 và bắt đầu từ Kinh văn thứ 1421 đến Kinh văn thứ 2131, là chấm dứt phần dịch ra tiếng Việt của Linh Sơn Pháp Bảo Đại Tạng Kinh.

Nếu hỏi rằng chúng tôi đã đọc thêm được bao nhiêu Bộ Kinh và Bộ Luật cũng như Luận trong Đại Tạng Kinh thì xin thưa rằng: Chính bản thân tôi và Đại chúng Chùa Viên Giác đã đọc tụng các Bộ Hoa Nghiêm, Bảo Tích, Bát Nhã rồi; còn Bộ Pháp Hoa và Bộ Niết Bàn thì chúng tôi đã lạy mỗi chữ mỗi lạy như thế gần 35 mùa An Cư Kiết Hạ từ năm 1984 đến năm 2019, mỗi năm 3 tháng như vậy.

Nếu làm một con số thống kê tạm thời của 202 tập trong Linh Sơn Pháp Bảo Đại Tạng Kinh, chúng ta sẽ thấy được có tất cả là 123.265 trang và 62.781.330 chữ (chỉ riêng phần Luận tạng). Đó là chưa kể quyển thứ 203 Mục Lục có 256 trang và 67.600 chữ nữa. Như vậy tính tổng thể của Kinh, Luật và Luận là 318.917 trang và 144.254.654 chữ.

**BẢNG THỐNG KÊ SỐ TRANG VÀ SỐ CHỮ TRONG ĐẠI TẠNG KINH**

| TẬP | BỘ KINH | SỐ RANG | SỐ CHỮ | |
|---|---|---|---|---|
| T001 | Bộ A HÀM 1 | 977 | 306.658 | |
| T002 | Bộ A HÀM 2 | 864 | 325.165 | |
| T003 | Bộ A HÀM 3 | 914 | 290.452 | |
| T004 | Bộ A HÀM 4 | 969 | 305.676 | |
| T005 | Bộ A HÀM 5 | 1.114 | 357.041 | |
| T006 | Bộ A HÀM 6 | 1.128 | 306.764 | |
| T007 | Bộ A HÀM 7 | 1.056 | 263.372 | |
| T008 | Bộ A HÀM 8 | 780 | 219.577 | |
| T009 | Bộ A HÀM 9 | 794 | 228.482 | |
| | TỔNG TRANG =>> | 8.596 | 2.603.187 | <<= TỔNG CHỮ |
| T010 | Bộ BẢN DUYÊN 1 | 988 | 364.946 | |
| T011 | Bộ BẢN DUYÊN 2 | 1.000 | 368.056 | |
| T012 | Bộ BẢN DUYÊN 3 | 974 | 335.126 | |
| T013 | Bộ BẢN DUYÊN 4 | 941 | 338.247 | |
| T014 | Bộ BẢN DUYÊN 5 | 974 | 218.913 | |
| T015 | Bộ BẢN DUYÊN 6 | 1.099 | 338.884 | |
| T016 | Bộ BẢN DUYÊN 7 | 959 | 258.934 | |

| | | | | |
|---|---|---|---|---|
| T017 | Bộ BẢN DUYÊN 8 | 932 | 276.515 | |
| | TỔNG TRANG =>> | 7.867 | 2.499.621 | <<= TỔNG CHỮ |
| T018 | Bộ BÁT NHÃ 1 | 1.085 | 408.955 | |
| T019 | Bộ BÁT NHÃ 2 | 976 | 412.917 | |
| T020 | Bộ BÁT NHÃ 3 | 934 | 397.722 | |
| T021 | Bộ BÁT NHÃ 4 | 930 | 402.504 | |
| T022 | Bộ BÁT NHÃ 5 | 952 | 410.125 | |
| T023 | Bộ BÁT NHÃ 6 | 977 | 401.295 | |
| T024 | Bộ BÁT NHÃ 7 | 1.024 | 427.268 | |
| T025 | Bộ BÁT NHÃ 8 | 969 | 417.393 | |
| T026 | Bộ BÁT NHÃ 9 | 977 | 392.351 | |
| T027 | Bộ BÁT NHÃ 10 | 969 | 407.242 | |
| T028 | Bộ BÁT NHÃ 11 | 1.028 | 416.554 | |
| T029 | Bộ BÁT NHÃ 12 | 1.005 | 397.313 | |
| T030 | Bộ BÁT NHÃ 13 | 874 | 291.866 | |
| T031 | Bộ BÁT NHÃ 14 | 927 | 318.779 | |
| T032 | Bộ BÁT NHÃ 15 | 859 | 280.473 | |
| T033 | Bộ BÁT NHÃ 16 | 922 | 296.882 | |
| | TỔNG TRANG =>> | 15.408 | 6.079.639 | <<= TỔNG CHỮ |
| T034 | Bộ PHÁP HOA 1 | 975 | 230.608 | |
| T035 | Bộ PHÁP HOA 2 | 870 | 241.153 | |
| | TỔNG TRANG =>> | 1.845 | 471.761 | <<= TỔNG CHỮ |
| T036 | Bộ HOA NGHIÊM 1 | 874 | 258.317 | |
| T037 | Bộ HOA NGHIÊM 2 | 865 | 286.561 | |
| T038 | Bộ HOA NGHIÊM 3 | 967 | 314.849 | |
| T039 | Bộ HOA NGHIÊM 4 | 1.020 | 346.967 | |
| T040 | Bộ HOA NGHIÊM 5 | 1.049 | 376.091 | |

| | | | | |
|---|---|---|---|---|
| T041 | Bộ HOA NGHIÊM 6 | 1.088 | 411.408 | |
| | TỔNG TRANG =>> | 5.863 | 1.994.193 | <<= TỔNG CHỮ |
| T042 | Bộ BẢO TÍCH 1 | 1.001 | 292.995 | |
| T043 | Bộ BẢO TÍCH 2 | 1.108 | 344.406 | |
| T044 | Bộ BẢO TÍCH 3 | 962 | 315.243 | |
| T045 | Bộ BẢO TÍCH 4 | 943 | 300.389 | |
| T046 | Bộ BẢO TÍCH 5 | 1.456 | 518.757 | |
| | TỔNG TRANG =>> | 5.470 | 1.771.790 | <<= TỔNG CHỮ |
| T047 | Bộ NIẾT BÀN 1 | 828 | 442.257 | |
| T048 | Bộ NIẾT BÀN 2 | 824 | 531.877 | |
| T049 | Bộ NIẾT BÀN 3 | 1.129 | 462.078 | |
| | TỔNG TRANG =>> | 2.781 | 1.436.212 | <<= TỔNG CHỮ |
| T050 | Bộ ĐẠI TẬP 1 | 938 | 322.144 | |
| T051 | Bộ ĐẠI TẬP 2 | 921 | 297.660 | |
| T052 | Bộ ĐẠI TẬP 3 | 930 | 339.817 | |
| T053 | Bộ ĐẠI TẬP 4 | 983 | 305.724 | |
| | TỔNG TRANG =>> | 3.772 | 1.265.345 | <<= TỔNG CHỮ |
| T054 | Bộ KINH TẬP 1 | 969 | 274.631 | |
| T055 | Bộ KINH TẬP 2 | 1.074 | 386.706 | |
| T056 | Bộ KINH TẬP 3 | 1.074 | 369.734 | |
| T057 | Bộ KINH TẬP 4 | 1.042 | 305.111 | |
| T058 | Bộ KINH TẬP 5 | 892 | 268.019 | |
| T059 | Bộ KINH TẬP 6 | 930 | 295.982 | |
| T060 | Bộ KINH TẬP 7 | 905 | 275.996 | |
| T061 | Bộ KINH TẬP 8 | 998 | 328.285 | |
| T062 | Bộ KINH TẬP 9 | 1.004 | 331.969 | |
| T063 | Bộ KINH TẬP 10 | 1.094 | 339.378 | |

| | | | | |
|---|---|---|---|---|
| T064 | Bộ KINH TẬP 11 | 900 | 254.301 | |
| T065 | Bộ KINH TẬP 12 | 953 | 268.307 | |
| T066 | Bộ KINH TẬP 13 | 1.027 | 383.883 | |
| T067 | Bộ KINH TẬP 14 | 932 | 254.845 | |
| T068 | Bộ KINH TẬP 15 | 949 | 311.237 | |
| T069 | Bộ KINH TẬP 16 | 926 | 301.653 | |
| | TỔNG TRANG =>> | 15.669 | 4.950.037 | <<= TỔNG CHỮ |
| T070 | Bộ THỦ LĂNG NGHIÊM 1 | 423 | 188.508 | |
| | TỔNG KINH TẠNG =>> | 16.092 | 5.138.545 | <<= TỔNG CHỮ KINH TẠNG |
| T071 | Bộ LUẬT 1 | 1.135 | 514.343 | |
| T072 | Bộ LUẬT 2 | 1.267 | 526.885 | |
| T073 | Bộ LUẬT 3 | 1.174 | 492.048 | |
| T074 | Bộ LUẬT 4 | 538 | 214.458 | |
| T075 | Bộ LUẬT 5 | 721 | 361.533 | |
| T076 | Bộ LUẬT 6 | 965 | 427.312 | |
| T077 | Bộ LUẬT 7 | 699 | 338.921 | |
| T078 | Bộ LUẬT 8 | 415 | 187.287 | |
| T079 | Bộ LUẬT 9 | 737 | 328.061 | |
| T080 | Bộ LUẬT 10 | 868 | 391.715 | |
| T081 | Bộ LUẬT 11 | 836 | 323.837 | |
| T082 | Bộ LUẬT 12 | 876 | 343.570 | |
| | TỔNG LUẬT TẠNG =>> | 10.231 | 4.449.970 | <<= TỔNG CHỮ LUẬT TẠNG |
| T083 | Bộ THÍCH KINH LUẬN 1 | 817 | 360.764 | |
| T084 | Bộ THÍCH KINH LUẬN 2 | 730 | 330.333 | |
| T085 | Bộ THÍCH KINH LUẬN 3 | 704 | 331.533 | |
| T086 | Bộ THÍCH KINH LUẬN 4 | 661 | 293.213 | |

| | | | | |
|---|---|---|---|---|
| T087 | Bộ THÍCH KINH LUẬN 5 | 878 | 367.718 | |
| T088 | Bộ THÍCH KINH LUẬN 6 | 526 | 229.518 | |
| | TỔNG TRANG =>> | 4.316 | 1.913.079 | <<= TỔNG CHỮ |
| T089 | Bộ A TỲ ĐÀM 1 | 959 | 442.429 | |
| T090 | Bộ A TỲ ĐÀM 2 | 1.630 | 692.556 | |
| T091 | Bộ A TỲ ĐÀM 3 | 915 | 461.976 | |
| T092 | Bộ A TỲ ĐÀM 4 | 896 | 442.180 | |
| T093 | Bộ A TỲ ĐÀM 5 | 904 | 425.962 | |
| T094 | Bộ A TỲ ĐÀM 6 | 887 | 412.214 | |
| T095 | Bộ A TỲ ĐÀM 7 | 1.061 | 474.989 | |
| T096 | Bộ A TỲ ĐÀM 8 | 818 | 354.690 | |
| T097 | Bộ A TỲ ĐÀM 9 | 1.124 | 461.024 | |
| T098 | Bộ A TỲ ĐÀM 10 | 744 | 296.380 | |
| T099 | Bộ A TỲ ĐÀM 11 | 1.174 | 502.884 | |
| T100 | Bộ A TỲ ĐÀM 12 | 1.008 | 452.248 | |
| T101 | Bộ A TỲ ĐÀM 13 | 934 | 429.635 | |
| T102 | Bộ A TỲ ĐÀM 14 | 729 | 322.856 | |
| | TỔNG TRANG =>> | 13.783 | 6.172.023 | <<= TỔNG CHỮ |
| T103 | Bộ TRUNG QUÁN 1 | 1.030 | 409.491 | |
| | TỔNG TRANG =>> | 1.030 | 409.491 | <<= TỔNG CHỮ |
| T104 | Bộ DU GIÀ 1 | 861 | 387.039 | |
| T105 | Bộ DU GIÀ 2 | 888 | 378.984 | |
| T106 | Bộ DU GIÀ 3 | 800 | 376.367 | |
| T107 | Bộ DU GIÀ 4 | 896 | 395.744 | |
| T108 | Bộ DU GIÀ 5 | 719 | 329.772 | |
| T109 | Bộ DU GIÀ 6 | 798 | 2.917.783 | |
| T110 | Bộ DU GIÀ t7 | 867 | 340.073 | |

| | | | | |
|---|---|---|---|---|
| | TỔNG TRANG =>> | 5.829 | 5.125.762 | <<= TỔNG CHỮ |
| T111 | Bộ LUẬN TẬP 1 | 815 | 337.796 | |
| T112 | Bộ LUẬN TẬP 2 | 827 | 368.379 | |
| T113 | Bộ LUẬN TẬP 3 | 802 | 301.507 | |
| T114 | Bộ LUẬN TẬP 4 | 537 | 173.979 | |
| | TỔNG TRANG =>> | 2.981 | 1.181.661 | <<= TỔNG CHỮ |
| T115 | Bộ KINH SỐ 1 | 849 | 397.488 | |
| T116 | Bộ KINH SỐ 2 | 867 | 405.716 | |
| T117 | Bộ KINH SỐ 3 | 623 | 317.833 | |
| T118 | Bộ KINH SỐ 4 | 880 | 486.433 | |
| T119 | Bộ KINH SỐ 5 | 811 | 405.498 | |
| T120 | Bộ KINH SỐ 6 | 825 | 393.298 | |
| T121 | Bộ KINH SỐ 7 | 818 | 367.297 | |
| T122 | Bộ KINH SỐ 8 | 1.036 | 521.049 | |
| T123 | Bộ KINH SỐ 9 | 840 | 434.147 | |
| T124 | Bộ KINH SỐ 10 | 907 | 455.094 | |
| T125 | Bộ KINH SỐ 11 | 946 | 460.980 | |
| T126 | Bộ KINH SỐ 12 | 1.021 | 473.652 | |
| T127 | Bộ KINH SỐ 13 | 1.146 | 517.287 | |
| T128 | Bộ KINH SỐ 14 | 880 | 395.521 | |
| T129 | Bộ KINH SỐ 15 | 440 | 199.518 | |
| T130 | Bộ KINH SỐ 16 | 941 | 469.414 | |
| T131 | Bộ KINH SỐ 17 | 910 | 375.459 | |
| T132 | Bộ KINH SỐ 18 | 745 | 327.025 | |
| T133 | Bộ KINH SỐ 19 | 745 | 327.025 | |
| T134 | Bộ KINH SỐ 20 | 840 | 375.225 | |
| T135 | Bộ KINH SỐ 21 | 944 | 445.905 | |

| | | | | |
|---|---|---|---|---|
| T136 | Bộ KINH SỐ 22 | 994 | 439.598 | |
| T137 | Bộ KINH SỐ 23 | 865 | 426.137 | |
| T138 | Bộ KINH SỐ 24 | 1.139 | 537.156 | |
| T139 | Bộ KINH SỐ 25 | 935 | 439.625 | |
| T140 | Bộ KINH SỐ 26 | 940 | 430.425 | |
| T141 | Bộ KINH SỐ 27 | 844 | 406.148 | |
| T142 | Bộ KINH SỐ 28 | 768 | 350.680 | |
| | TỔNG TRANG =>> | 24.499 | 11.580.633 | <<= TỔNG CHỮ |
| T143 | Bộ LUẬT SỐ 1 | 1.002 | 489.920 | |
| T144 | Bộ LUẬT SỐ 2 | 852 | 372.555 | |
| T145 | Bộ LUẬT SỐ 3 | 791 | 331.050 | |
| | TỔNG TRANG =>> | 2.645 | 1.193.525 | <<= TỔNG CHỮ |
| T146 | Bộ LUẬN SỐ 1 | 429 | 202.627 | |
| T147 | Bộ LUẬN SỐ 2 | 859 | 444.300 | |
| T148 | Bộ LUẬN SỐ 3 | 965 | 488.640 | |
| T149 | Bộ LUẬN SỐ 4 | 688 | 369.094 | |
| T150 | Bộ LUẬN SỐ 5 | 588 | 252.186 | |
| T151 | Bộ LUẬN SỐ 6 | 875 | 385.735 | |
| T152 | Bộ LUẬN SỐ 7 | 769 | 336.665 | |
| T153 | Bộ LUẬN SỐ 8 | 893 | 405.223 | |
| T154 | Bộ LUẬN SỐ 9 | 770 | 350.385 | |
| T155 | Bộ LUẬN SỐ 10 | 786 | 373.293 | |
| T156 | Bộ LUẬN SỐ 11 | 835 | 408.950 | |
| T157 | Bộ LUẬN SỐ 12 | 746 | 367.146 | |
| T158 | Bộ LUẬN SỐ 13 | 802 | 376.311 | |
| T159 | Bộ LUẬN SỐ 14 | 808 | 354.891 | |
| T160 | Bộ LUẬN SỐ 15 | 829 | 353.780 | |

| | | | | |
|---|---|---|---|---|
| | TỔNG TRANG =>> | 16.932 | 7.856.276 | <<= TỔNG CHỮ |
| T161 | Bộ CHƯ TÔNG 1 | 746 | 320.162 | |
| T162 | Bộ CHƯ TÔNG 2 | 740 | 306.256 | |
| T163 | Bộ CHƯ TÔNG 3 | 888 | 438.719 | |
| T164 | Bộ CHƯ TÔNG 4 | 906 | 402.537 | |
| T165 | Bộ CHƯ TÔNG 5 | 909 | 381.159 | |
| T166 | Bộ CHƯ TÔNG 6 | 787 | 303.816 | |
| T167 | Bộ CHƯ TÔNG 7 | 694 | 372.346 | |
| T168 | Bộ CHƯ TÔNG 8 | 704 | 356.236 | |
| T169 | Bộ CHƯ TÔNG 9 | 851 | 393.110 | |
| T170 | Bộ CHƯ TÔNG 10 | 842 | 366.957 | |
| T171 | Bộ CHƯ TÔNG 11 | 866 | 373.834 | |
| T172 | Bộ CHƯ TÔNG 12 | 918 | 378.783 | |
| T173 | Bộ CHƯ TÔNG 13 | 827 | 279.676 | |
| T174 | Bộ CHƯ TÔNG 14 | 1.082 | 484.709 | |
| T175 | Bộ CHƯ TÔNG 15 | 927 | 395.305 | |
| T176 | Bộ CHƯ TÔNG 16 | 827 | 342.219 | |
| T177 | Bộ CHƯ TÔNG 17 | 855 | 437.695 | |
| T178 | Bộ CHƯ TÔNG 18 | 1.155 | 540.698 | |
| | TỔNG TRANG =>> | 15.524 | 6.874.217 | <<= TỔNG CHỮ |
| T179 | Bộ SỬ TRUYỆN 1 | 889 | 359.500 | |
| T180 | Bộ SỬ TRUYỆN 2 | 840 | 381.744 | |
| T181 | Bộ SỬ TRUYỆN 3 | 1.089 | 473.021 | |
| T182 | Bộ SỬ TRUYỆN 4 | 893 | 394.111 | |
| T183 | Bộ SỬ TRUYỆN 5 | 949 | 379.873 | |
| T184 | Bộ SỬ TRUYỆN 6 | 752 | 349.154 | |
| T185 | Bộ SỬ TRUYỆN 7 | 990 | 497.403 | |

| | | | | |
|---|---|---|---|---|
| T186 | Bộ SỬ TRUYỆN 8 | 950 | 441.942 | |
| T187 | Bộ SỬ TRUYỆN 9 | 908 | 419.850 | |
| T188 | Bộ SỬ TRUYỆN 10 | 972 | 371.663 | |
| T189 | Bộ SỬ TRUYỆN 11 | 935 | 433.804 | |
| T190 | Bộ SỬ TRUYỆN 12 | 1.347 | 638.353 | |
| T191 | Bộ SỬ TRUYỆN 13 | 681 | 344.315 | |
| T192 | Bộ SỬ TRUYỆN 14 | 741 | 328.988 | |
| T193 | Bộ SỬ TRUYỆN 15 | 728 | 369.925 | |
| T194 | Bộ SỬ TRUYỆN 16 | 599 | 255.111 | |
| | TỔNG TRANG =>> | 14.263 | 6.438.757 | <<= TỔNG CHỮ |
| T195 | Bộ SỰ VỰNG 1 | 1.096 | 445.406 | |
| T196 | Bộ SỰ VỰNG 2 | 905 | 442.920 | |
| T197 | Bộ SỰ VỰNG 3 | 871 | 432.554 | |
| T198 | Bộ SỰ VỰNG 4 | 836 | 419.640 | |
| T199 | Bộ SỰ VỰNG 5 | 817 | 373.610 | |
| T200 | Bộ SỰ VỰNG 6 | 837 | 347.312 | |
| T201 | Bộ SỰ VỰNG 7 | 1.838 | 685.737 | |
| T202 | Bộ SỰ VỰNG 8 | 1.598 | 662.264 | |
| | TỔNG TRANG =>> | 21.463 | 9.585.936 | <<= TỔNG CHỮ |
| TỔNG TRANG LUẬN TẠNG =>> | | 123.265 | 62.781.330 | <<= TỔNG CHỮ LUẬN TẠNG |
| T203 | Tổng MỤC LỤC | 256 | 67.600 | |
| | TỔNG TRANG ĐTK =>> | 318.917 | 144.254.654 | <<= TỔNG CHỮ-ĐTK |

Trên đây đã giới thiệu tổng thể của 5 Bộ Đại Tạng Kinh mà thư viện của Tổ Đình Viên Giác tại Hannover, Đức Quốc đang có. Vấn đề còn lại của chúng ta là nên đọc, trì tụng, nghiên cứu, phiên dịch, chứng nghĩa v.v... như thế nào để việc tu học của mỗi người trong chúng ta được lợi lạc mà thôi. Dĩ nhiên là mỗi người trong chúng ta sẽ có một phương pháp khác nhau để đi vào Đại Tạng Kinh, nhưng cách hay nhất là không thể bơi lội một mình trong biển chữ và triết lý cao siêu ấy được. Chúng ta phải cần có những thiện hữu tri thức đi kèm để hướng dẫn, giúp đỡ cho chúng ta phương pháp làm sao thẩm thấu được lời dạy của Đức Phật và chư Tổ Sư truyền thừa một cách có hiệu quả nhất. Đó mới chính là mấu chốt của vấn đề. Vì mỗi một bài kinh, một lời dạy, một thí dụ, một phương pháp chữa trị cho thân bịnh và tâm bịnh khác nhau, chúng ta không thể rõ biết hết ý, hết lời; ngoại trừ Thánh Giả A Nan là bậc Thầy đa văn đệ nhất mới có thể lãnh hội lời dạy của Đức Phật một cách trọn vẹn được.

# CHƯƠNG III
# NHÂN DUYÊN ĐI VÀO ĐẠI TẠNG KINH

Ngày xưa, đa phần chùa ở Á Châu được xây dựng trên núi, nên vị Thầy đến đó dựng chùa gọi là Thầy Khai sơn, Trụ trì. Ngày nay mặc dầu đa phần chùa viện đều được xây dựng ở đồng bằng hay phố thị, nhưng vị Thầy đầu tiên xây dựng ngôi chùa ấy cũng gọi là Thầy Khai sơn. Vì việc này đã thuộc về truyền thống, nên xưa gọi sao thì bây giờ cũng y theo đó mà gọi. Dĩ nhiên nó không sai lệch ngữ nghĩa mấy, nhưng địa điểm xây dựng chùa ngày nay lại không giống như ngày xưa. Tuy vậy ta vẫn gọi là Khai sơn.

Tôi từ Nhật Bản đến Tây Đức vào ngày 22 tháng 4 năm 1977 với Visa du lịch, nhưng sau đó thì xin tỵ nạn vì lý do tôn giáo. Bởi lúc ấy Giáo hội Phật giáo Việt Nam Thống Nhất tại quê nhà bị đàn áp khốc liệt. Đầu năm 1978, sau khi học 1 năm tiếng Đức tại trường Volkshochschule và Đại học ngoại ngữ Kiel, tôi được giấy nhập học tại Đại học Hannover, Phân khoa Giáo dục học, nên tôi đã dời về đây và mùa Phật Đản tháng 5 năm 1978, Niệm Phật Đường Viên Giác tại Hannover được chính thức thành lập. Đây có thể nói là dấu ấn đầu tiên khi tôi đến và làm Phật sự tại xứ này và cũng có thể gọi là người khai sơn phá thạch của Phật giáo Việt Nam tại xứ Đức từ dạo ấy. Bởi lẽ tôi đến đây với mục đích chỉ xin đi du lịch 3 tháng, nhưng nhân duyên đưa đẩy và đã ở lại đây xin tỵ nạn từ năm 1977 đến nay (2021) cũng đã 44 năm rồi.

Thời gian nhanh thật. Trong khi vừa đi học, vừa làm Trụ trì, vừa làm việc xã hội, vừa xây chùa trong khoảng thời gian 25 năm kể từ năm 1978-2003, nên tôi quyết định nghỉ nhiệm vụ làm Chi Bộ Trưởng và Trụ trì sau 25 năm như thế, để trở về ngôi Phương Trượng. Mục đích duy nhất là có nhiều thời gian để tu học, dịch kinh, viết sách, niệm Phật, ngồi Thiền v.v... Cũng may là tôi thâu nhận đệ tử xuất gia sớm từ đầu thập niên 80, đến đầu năm 2000 đã bắt đầu có người có thể lo cho đại sự, nên tôi quyết định sẽ thực hiện theo ý định của mình kể từ năm 2003 trở đi, và điều đó đã trở thành hiện thực, và tôi đã trở thành Khai sơn Phương Trượng Tổ đình Viên Giác tại Hannover Đức Quốc từ năm 2003 đến nay.

Năm ấy tôi đã bước sang tuổi 54 và Đệ Nhất Trụ trì kế thế tôi là Thầy Hạnh Tấn làm Trụ trì Tổ đình Viên Giác từ năm 2003 đến năm 2008; Đệ Nhị Trụ trì là Thầy Hạnh Giới, Trụ trì từ năm 2008 đến năm 2017 và Đệ Tam Trụ trì là Thầy Hạnh Bổn từ năm 2017 đến nay.

Chương trình của tôi là sẽ tịnh tu nhập thất trong vòng 10 năm, kể từ năm 2003 đến năm 2012, mỗi năm gồm 3 tháng tất cả vào mùa đông của Âu Châu, trong đó có 1 tháng đi chiêm bái các Phật tích tại Ấn Độ và các nước Á Châu; còn lại 2 tháng thì đến Sydney Úc Châu để tịnh tu nhập thất trên núi đồi Đa Bảo vùng Campbelttown, nơi Hòa Thượng bào huynh Thích Bảo Lạc đã khai sơn phá thạch núi đồi này để ai muốn tịnh tu thì lên đó ở.

Chính đây là nhân duyên, cho nên vào tháng 10 năm 2003, Thầy trò chúng tôi gồm có 5 người đã đến Úc. Ngoài tôi ra còn có Thầy Đồng Văn, Thầy Hạnh Giới, Thầy Hạnh Tuệ và Thầy Tông Nghiêm. Quý Thầy giúp tôi phiên dịch, đánh máy, cùng huân tu mỗi ngày 2 lần sáng tối và cuối tuần thì quý Thầy ấy xuống núi để về chùa Pháp Bảo tham dự những lễ lạt vào ngày thứ Bảy và Chủ nhật; còn tôi vẫn ở trên núi cho đến xong phần tịnh tu nhập thất. Sau Tết dương lịch tôi về lại Đức, tham dự Tết âm lịch tại Đức.

Như vậy chuyến đi của mỗi năm trong vòng 10 năm ấy bắt đầu từ tháng 10 của năm trước và kết thúc vào tháng 1 hay tháng 2 của năm sau.

Chương trình của tôi ngày nào cũng như ngày nào, đại để như sau:

5:30 thức dậy làm vệ sinh cá nhân

5:45 lên chánh điện ngồi thiền và trì tụng Thần chú Thủ Lăng Nghiêm cùng quý Thầy khác

8:00 Điểm tâm

8:30 Đi dạo núi rừng chung quanh Thất Đa Bảo

9:00 – 11:00 giờ dịch kinh, viết sách

12:00 Ngọ trai

12:30 – 14:00 Nghỉ trưa

14:30 – 18:00 giờ dịch kinh, viết sách

18:30 Dùng tối

20:00 Trì tụng kinh Kim Cang

22:00 Chỉ tịnh.

Ngày nào cũng giống như ngày nào và chúng tôi sống tại đó rất là an ổn. Buổi sáng nghe tiếng chim kêu, gà rừng gáy, buổi trưa hè nắng cháy có khi lên đến 40°C, trong khi đó ở Âu Châu nhiệt độ dưới 0°C vào đông; nên tôi chọn thời điểm này để đến Úc là vậy và tôi bảo rằng: Trong 10 năm ấy, mỗi năm tôi có đến hai mùa hè. Đó là mùa hè của Âu Châu và mùa hè của Úc.

Buổi chiều gió thổi lay động những cây bạch dương và cây khuynh diệp, cây lá cọ xát vào nhau toát ra mùi hương thoang thoảng; cảm nhận được cái trong trắng của núi rừng như ở vào một thuở ban sơ nào đó. Đêm về nằm nghe tiếng côn trùng rên rỉ, tỉ tê giống như gọi hồn người về từ một cõi xa xăm nào đó; tôi lịm dần vào giấc ngủ lúc nào không hay biết.

Năm 2003, khi sang Úc tôi mang theo hai quyển Đại Chánh Tân Tu Đại Tạng Kinh, quyển thứ 51 thuộc Sử Truyện bộ và quyển thứ 32 thuộc Luận Tập Bộ. Tôi chọn quyển Đại Đường Tây Vực Ký để dịch thuộc thứ tự Kinh văn số 2087 của quyển thứ 51 từ trang 867 đến trang 948, gồm hai lời tựa quá khó và 12 quyển nội dung chuyến đi của Ngài Huyền Trang đến Ấn Độ tu học và cầu pháp. Trong bản Hán văn ghi là Ngài Huyền Trang đời Đường dịch, nhưng lần tái bản sắp tới tôi sửa lại là ghi chép. Chẳng lẽ Ngài ghi bằng tiếng Phạn? Vì lẽ lúc Ngài mới đi từ Trung Quốc qua Ấn Độ, thời gian ban đầu ấy chắc là Ngài không thể giỏi tiếng Ấn Độ được, nên phải ghi chép lại bằng Hán văn và sau này Ngài Khuy Cơ, đệ tử của Ngài Huyền Trang biên soạn lại thì có lý hơn.

Chúng tôi bắt đầu dịch quyển này từ ngày 24 tháng 10 năm 2003 và tới ngày 10 tháng 12 năm 2003 thì dịch xong. Dịch quyển này khó nhất là bài tựa thứ nhất Đại Đường Tây Vực Ký của Thư ký Tả Lang và bài tựa thứ hai của Thượng thư Tả Bộc Xạ Yên Quốc Công Trương Thuyết soạn. Còn bài tựa Đại Đường Tam Tạng Thánh Giáo của Vua Đường Thái Tông thì do cố Hòa Thượng Thích Trí Thủ và cố Hòa Thượng Thích Thiện Siêu dịch tại Sài Gòn vào ngày 7 tháng 5 năm 1960. Bài này thật ra nằm ở tập 52 thuộc Quảng Hoằng Minh Tập gồm 30 quyển do Ngài Đạo Tuyên thời nhà Đường soạn. Trong khi đó Linh Sơn Pháp Bảo Đại Tạng Kinh đưa vào tập thứ 192 thuộc Bộ Sử Truyện thứ 14, Kinh văn số 2103, Quảng Hoằng Minh Tập, quyển 22 từ trang 169-172.

Hai bài tựa ấy khi dịch, tôi đã phải dừng lại nhiều lần, vì không hiểu hết ý của hai tác giả ấy viết, nhất là về cách dùng chữ và điển tích, nên chúng tôi để lại dịch sau và Thầy Đồng Văn đảm trách việc này. Sau gần 20 năm đã được tái bản mấy lần tại Âu Châu, Hoa Kỳ và Úc Châu, nhưng vẫn chưa có cơ hội để giảo chánh kỹ lại. May đâu năm nay (2021) nhân việc đọc và sửa lại lỗi chính tả giùm cho Linh Sơn Pháp Bảo Đại Tạng Kinh thì tôi đã có cơ hội dò soát lại kỹ từng chữ, từng câu và thấy việc dịch của mình trước đây có chỗ thừa, chỗ thiếu và cũng không thấy được hai bài tựa này được dịch trong tập Sử Truyện thứ 12, trang 576 của Đại Đường Tây Vực Ký thuộc Linh Sơn Pháp Bảo Đại Tạng Kinh. Nay nhờ có anh Nguyên Minh Nguyễn Minh Tiến, người chăm sóc trang nhà rongmotamhon.net rất rành Hán văn, đã bỏ ra rất nhiều thời gian để dịch lại hai bài tựa này, có chú thích thêm những điển tích rất rõ ràng. Phần tên các nước và địa phương trong 12 quyển của Đại Đường Tây Vực Ký, cũng được viết thành lối chữ Alphabet cho dễ tra tìm về sau này và không phải chỉ dịch theo lối phiên âm từ Hán văn ra nữa. Sau khi tác phẩm này hoàn chỉnh sẽ do Hội Đồng Hoằng Pháp của Giáo Hội Phật giáo Việt Nam Thống Nhất, cho xuất bản và lưu hành qua hệ thống Amazon để quý độc giả ở khắp nơi trên thế giới có thể tìm đọc, nhằm bổ sung thêm cũng như sửa đổi lại những đoạn dịch không đúng nghĩa hay câu của những lần xuất bản trước. Trách nhiệm này thuộc về người dịch trước, chính là tôi, xin thành thật cảm tạ quý thiện hữu tri thức đã chỉ cho tôi những chỗ dịch sai, và nhất là anh Nguyên Minh Nguyễn Minh Tiến đã không ngại khó nhọc để chỉnh sửa lại dịch phẩm này.

Bởi lẽ đây là một tác phẩm có giá trị lịch sử nhất định đã được dịch ra nhiều ngôn ngữ khác nhau như: Nhật ngữ, Anh ngữ, Đức ngữ v.v... nên phần Việt ngữ phải cần tham khảo thêm những bản dịch này, thì tài liệu tiếng Việt sẽ phong phú hơn. Ngài Tam Tạng Pháp Sư Huyền Trang đã tốn đến 17 năm, gồm 2 năm đi 2 năm về và 13 năm lưu học tại Đại Học Nalanda ở Ấn Độ và Ngài cũng đã đi khắp xứ Ấn Độ, trải qua 110 nước, sau đó Ngài mang về lại kinh đô Tràng An 657 bộ kinh bằng tiếng Sanskrit để cùng 100 vị Cao Tăng học giả đương thời phiên dịch ra Hán văn suốt trong 19 năm, dưới quyền chủ tọa của Ngài.

Ngài Huyền Trang đã rời khỏi Trung Quốc năm Trinh Quán thứ 3 đời Nhà Đường, tức năm 628, lúc ấy Ngài đã 33 tuổi (sinh năm 595) và Ngài về lại Tràng An vào ngày 24 tháng Giêng năm 645 (nhằm năm Trinh Quán thứ 19 đời Nhà Đường). Đến ngày 5 tháng 2 năm 664 thì Ngài đã thị tịch tại Ngọc Hoa cung, hưởng thọ 69 tuổi. Kể từ đó Tam Tạng Thánh Giáo gồm Kinh, Luật và Luận mới được hệ thống hóa có quy củ rõ ràng.

Quyển Đại Đường Tây Vực Ký dịch ra Việt ngữ tại Đa Bảo Thất ở Úc đến ngày 10 tháng 12 năm 2003 thì xong. Tôi phải đọc lại bản chính để sửa chữa lại những chỗ mà Thầy Đồng Văn đánh máy sai. Sau đó tôi có nhờ Hòa Thượng Bảo Lạc xem lại, nhưng Ngài cũng chỉ xem văn dịch, chứ không đối chiếu lại nguyên bản chữ Hán. Do vậy bản dịch đầu tiên này có nhiều lỗi cần phải khắc phục lại cho lần tái bản quan trọng của năm 2021 này.

Thầy trò nghỉ mấy ngày và ngày 23 tháng 12 năm 2003 chúng tôi đã bắt đầu dịch Kinh văn đầu tiên 1628 trong tập 32 về Nhân Minh Chánh Lý Môn Luận bản (1 quyển) và dịch xong trong 1 ngày; nghĩa là ngày 24 tháng 12 năm 2003 đã xong 12 trang đánh máy. Bây giờ xem lại, cần phải biên tập sửa đổi lại nhiều chỗ chưa rõ nghĩa.

Đến ngày 24 tháng 12 năm 2003 chúng tôi tiếp tục dịch Kinh văn số 1629 về Nhân Minh Chánh Lý Môn Luận

(1 quyển); đến ngày 25 tháng 12 năm 2003 dịch xong 13 trang đánh máy A4; nhưng ý chính chưa lột tả hết được.

Ngày 20 tháng 7 năm 2004 (trong mùa An Cư Kiết Hạ tại chùa Viên Giác Hannover) tôi đã dịch Kinh văn số 1630 về Nhân Minh Nhập Chánh Lý Luận (1 quyển) và đến ngày nào dịch xong 5 trang A3 đánh máy này thì tôi không ghi chú lại; nhưng theo tôi nghĩ chỉ chừng trong một ngày. Bây giờ đọc lại vẫn thấy chưa ổn, vì ý dịch và văn từ còn khó hiểu.

Ngày 21 tháng 7 năm 2004 tôi đã dịch Kinh văn số 1631 về Hồi Tránh Luận. Dịch xong 31 trang này xong ngày nào không ghi, nhưng ngày 9 tháng 11 năm 2015 bản này đã được Thầy Hạnh Nhẫn hiệu đính lại.

Ngày 8 tháng 8 năm 2004 tôi dịch Luận về phương tiện của tâm, theo Kinh văn số 1632 và ngày 20 tháng 10 năm 2015 có hiệu đính lại, nhưng vẫn còn vài đoạn chưa rõ nghĩa. Trong 12 trang này không biết tôi dịch mấy ngày. Vì cuối bản dịch không ghi rõ.

Kinh văn số 1633 thuộc Luận Như Thật, Phẩm Phản Chất Nạn (1 quyển) dịch ra Việt ngữ được 17 trang đánh máy A4, nhưng lại dịch vào ngày 12.7.2004; nghĩa là dịch Kinh văn này trước Kinh văn số 1632. Ngày 25 tháng 11 năm 2005 đã được hiệu đính lại lần thứ nhất.

Kinh văn số 1634 được dịch vào ngày 17 tháng 12 năm 2003 tại Thất Đa Bảo và ngày 1 tháng 3 năm 2016 đã được hiệu đính lại lần thứ nhất. Luận vào Đại Thừa này được dịch ra 24 trang đánh máy A4 và cũng không ghi ngày nào dịch xong.

Kinh văn số 1635 nhan đề là: Đại Thừa Bảo Yếu Nghĩa Luận đã được dịch vào ngày 28 tháng 7 năm 2004 tại Chùa Viên Giác Hannover, nhân mùa An Cư Kiết Hạ tại đây.

Đến ngày 31.7.2004 thì dịch xong 29 trang đánh máy khổ A4 và Luận này có tất cả 4 quyển.

Đại Thừa Bảo Yếu Nghĩa Luận quyển 5 tôi bắt đầu dịch vào ngày 1.8.2004; đến ngày 23 tháng 8 năm 2004 thì dịch xong 6 quyển sau này ở dạng đánh máy A4 gồm 39 trang tất cả.

Ngày 12 tháng 12 năm 2004, nhân lần nhập thất thứ 2 tại Úc, tôi đã dịch xong Kinh văn số 1636 nhan đề là: Đại Thừa Tập Bồ Tát Học Luận. Bản dịch này đã được in thành sách nhiều lần ở Âu Châu và Hoa Kỳ với 404 trang A5.

Tập Đại Thừa Tướng Luận là Kinh văn số 1637 được dịch ra Việt ngữ vào ngày 28 tháng 12 năm 2003 nhân lần nhập thất thứ nhất tại Úc. Vào ngày 28.8.2016 Tỳ Kheo Thích Hạnh Nhẫn đã hiệu đính lần thứ nhất qua 9 trang đánh máy khổ A4 này.

Kinh văn số 1638: Tập Chư Pháp Bảo Tối Thượng Nghĩa Luận (2 quyển).

Kinh văn số 1639: Đề Bà Bồ Tát Phá Lăng Già kinh trung ngoại đạo Tiểu Thừa Tứ Tông Luận (1 quyển).

Kinh văn số 1640: Đề Bà Bồ Tát Thích Lăng Già kinh Trung Ngoại đạo Tiểu Thừa Niết Bàn luận (1 quyển)

Ba Kinh này đều được dịch vào cuối năm 2004 tại Thất Đa Bảo, Úc Đại Lợi.

Ngày 26 tháng 12 năm 2004 tôi đã dịch Kinh văn số 1641 nhan đề là Tùy Tướng Luận (1 quyển) gồm 22 trang đánh máy khổ A4 và ngày 27.4.2016 Thầy Hạnh Nhẫn đã hiệu đính Kinh văn này lần thứ nhất xong.

Kinh văn số 1642 được dịch sang tiếng Việt vào ngày 22.12.2004, nhân lần nhập Thất thứ nhì tại Tu Viện Đa

Bảo, Úc Đại Lợi. Kinh này có 6 trang A4 và Thầy Hạnh Nhẫn cũng đã hiệu đính xong vào ngày 18.10.2015. Luận này gọi là: Luận Kim Cang Châm (Asvaghosas Vajra – Suci).

Kinh Ni Kiền Tử hỏi về vô ngã là Kinh văn số 1643 được dịch sang Việt ngữ vào ngày 22.12.2004, nhân lần nhập thất thứ 2 tại Tu Viện Đa Bảo và ngày 15.10.2015 Thầy Hạnh Nhẫn đã hiệu đính lần thứ nhất xong.

Kinh văn số 1644 được dịch ra tiếng Việt nhan đề là: Phật Nói Luận A Tỳ Đàm về sự thế giới thành lập. Luận này có tất cả 25 phẩm và 10 quyển. Quyển này tôi không để ngày tháng năm dịch, nhưng cũng đã được xuất bản nhiều lần và vào ngày 2 tháng 2 năm 2016 cũng đã được Thầy Hạnh Nhẫn hiệu đính xong lần thứ nhất.

Kinh văn số 1645: Luận rõ ràng về chỗ biết, dịch xong ngày 20.7.2005 tại Đức.

Kinh văn số 1646 đã được Hòa Thượng Thích Trí Nghiêm dịch ra Việt ngữ nhan đề là Thành Thật Luận (gồm 16 quyển; hoặc 20 quyển, 24 quyển). Trong Đại Chánh Tân Tu Đại Tạng Kinh quyển thứ 32 thuộc Luận Tập bộ toàn bắt đầu từ trang 239 đến trang 373.

Kinh văn số 1647 nhan đề là: Luận về 4 Chân Lý. Hiện có 2 bản văn do tôi dịch ra Việt ngữ. Một bản không ghi ngày tháng dịch. Bản thứ 2 do cơ sở Sariputra ở Houston Texas ấn tống và khi đọc lại bản này thì thấy Kinh văn được dịch vào ngày 9.8.2006 nhằm ngày 16 tháng 7 năm Bính Tuất tại thư phòng Chùa Viên Giác Hannover, Đức Quốc.

Kinh văn số 1648 là Giải Thoát Đạo Luận. Luận này có 12 quyển và vào ngày 10 tháng 12 năm 2005 tôi đã dịch luận này tại Tu Viện Đa Bảo, Úc Đại Lợi nhân lần nhập thất lần thứ 3 tại đây. Luận có tất cả là 149 trang đánh máy khổ A4 và luận này dịch xong vào ngày 28.6.2006, tại thư phòng Chùa Viên Giác Hannover nhân ngày sinh nhật lần thứ 58 của tôi.

Kinh văn số 1649 nhan đề là: Luận về Tam Di Để Bộ. Nhân mùa An Cư Kiết Hạ năm Đinh Hợi (2007), Phật lịch 2551 tôi đã bắt đầu dịch luận này vào ngày 7.6.2007, nhằm ngày 24 tháng 4 năm Đinh Hợi. Luận có 28 trang đánh máy và dịch xong vào ngày 22.6.2007 tại thư phòng Chùa Viên Giác, Hannover.

Kinh văn số 1650 nhan đề là: Luận về Nhơn Duyên Bích Chi Phật. Tôi bắt đầu dịch Luận này vào ngày 22.6.2007 và dịch xong 23 trang đánh máy khổ A4 này vào ngày 12.7.2007 tại thư phòng Chùa Viên Giác, Hannover.

Kinh văn số 1651 nhan đề là: Luận về mười nhân duyên. Luận này tôi dịch vào ngày 20.12.2006, nhằm ngày mồng 1 tháng 11 năm Bính Tuất, Phật lịch 2550 tại Tu Viện Đa Bảo, Úc Đại Lợi nhân lần nhập thất thứ 4. Luận có 4 trang tất cả.

Kinh văn số 1652 (1653) là lời tựa về Luận Duyên Sanh. Tôi bắt đầu dịch luận này vào ngày 20.12.2006, nhân lần nhập thất thứ 4 tại Tu Viện Đa Bảo, Úc Đại Lợi. Luận này có 27 trang đánh máy khổ A4 và dịch xong ngày 28 tháng 12.2006. Trong này có 2 quyển gồm: Luận về Duyên Sanh và Luận về Đại Thừa Duyên Sanh.

Kinh văn số 1654 thuộc về: Luận tụng Nhân Duyên Tâm. Tôi dịch luận này vào ngày 28.12.2006 tại Tu Viện Đa Bảo, Úc Đại Lợi, nhân lần nhập thất thứ 4 tại đây. Luận có 4 trang đánh máy khổ A4.

Kinh văn số 1655 là Chỉ quán môn luận tụng. Luận này tôi dịch vào ngày 28.12.2006 tại Tu Viện Đa Bảo, Úc

Đại Lợi và có 9 trang đánh máy khổ A4. Thầy Hạnh Nhẫn đã hiệu đính lần thứ nhất vào ngày 10.4.2006.

Kinh văn số 1656 là Bảo Hành Vương Chánh Luận gồm 1 quyển. Có tất cả 51 trang đánh máy khổ A4 và tôi đã bắt đầu dịch luận này vào ngày 29.01.2007, nhân lần nhập thất thứ tư tại Tu Viện Đa Bảo, Úc Đại Lợi. Dịch xong vào ngày 31.01.2007.

Kinh văn số 1657 tôi dịch về Thủ Trượng Luận, gồm 1 quyển và có 5 trang đánh máy khổ A4. Tôi dịch luận này vào ngày 3.6.2008, nhằm ngày 30.4 năm Mậu Tý tại thư phòng Chùa Viên Giác trong mùa An Cư Kiết Hạ, Phật lịch 2552.

Kinh văn số 1658 là: Chư giáo quyết định danh nghĩa luận. Luận này có 3 trang đánh máy khổ A4. Tôi dịch luận này vào ngày 4.6.2008 tại thư phòng Tổ Đình Chùa Viên Giác, Hannover.

Kinh văn số 1659 là Phát Bồ Đề Tâm Kinh Luận. Luận này có 23 trang đánh máy khổ A4 và tôi dịch Luận này vào ngày 18 đến ngày 28.7.2003, Phật lịch 2547, nhân khóa Tu Học Phật Pháp Âu Châu kỳ thứ 15 được tổ chức tại Đan Mạch.

Kinh văn số 1660 là Bồ Tát Tư Lương Luận. Luận này được in thành sách để tôi hướng dẫn quý Đạo hữu Phật tử trong khóa Tu Học Phật Pháp Âu Châu. Luận này tôi không ghi ngày bắt đầu dịch và ngày dịch xong 56 trang khổ A4 này; nhưng ngày 6.6.2016 Thầy Hạnh Nhẫn đã hiệu đính xong lần thứ nhất và Phật tử Thanh Phi tại Úc đã sửa giùm lại lỗi chính tả trước khi in thành sách.

Kinh văn số 1661 là Bồ Đề Tâm Ly Tướng Luận. Luận này tôi dịch vào ngày 26.12.2003, nhân lần nhập thất lần thứ nhất tại Tu Viện Đa Bảo, Úc Đại Lợi. Luận có 6 trang đánh máy khổ giấy A4. Dịch xong luận này trong cùng ngày trên.

Kinh văn số 1662 là Kinh Bồ Đề Hạnh. Kinh này được dịch vào ngày 29.12.2003 nhân lần nhập thất lần thứ nhất tại Tu Viện Đa Bảo, Úc Đại Lợi. Kinh văn có 63 trang đánh máy khổ A4 và dịch xong vào ngày 15.6.2004, nhằm ngày 28.4 năm Giáp Thân tại thư phòng Chùa Viên Giác, Hannover.

Kinh văn số 1663 là Bồ Đề Tâm Quán Thích, được dịch vào ngày 26.12.2003 tại Tu Viện Đa Bảo, Úc Đại Lợi. Kinh văn chỉ có 3 trang đánh máy khổ A4.

Kinh văn số 1664 là Giải thích rộng Bồ Đề Tâm Luận. Luận này được dịch tại thư phòng chùa Viên Giác, Hannover vào ngày 15.6.2004 nhân lần An Cư Kiết Hạ năm Giáp Thân. Luận có 20 trang đánh máy khổ A4. Dịch xong luận này vào ngày 22.6.2004 tại thư phòng Chùa Viên Giác.

Kinh văn số 1665 là: Kim Cang Đảnh Du Già. Luận phát tâm vô thượng chánh đẳng chánh giác. Luận này được dịch vào ngày 23.6.2004 tại thư phòng Chùa Viên Giác trong mùa An Cư Kiết Hạ. Luận có tất cả 6 trang đánh máy khổ A4.

Kinh văn số 1666 là: Đại Thừa Khởi Tín Luận gồm 1 quyển và Kinh văn số 1667 (2 quyển), cũng nhan đề là Đại Thừa Khởi Tín Luận. Luận này đã được cố Thượng Tọa Thích Thiện Thông dịch rồi, nên tôi không cần phải dịch lại nữa.

Kinh văn số 1668 gọi là: Đề tựa của việc giải thích luận Ma Ha Diễn (Đại Thừa Khởi Tín). Luận này có 155 trang đánh máy khổ A4. Tôi bắt đầu dịch luận này vào ngày 10.6.2008 nhân mùa An Cư Kiết Hạ tại Chùa Viên Giác,

Hannover. Đến ngày 10.4.2009 thì tôi dịch xong tại Trúc Lâm Thiền Viện, Houston, Texas, Hoa Kỳ.

Kinh văn số 1669 là Đại Tông Địa Huyền Văn Bổn Luận. Luận này được dịch vào ngày 10.4.2009 tại Trúc Lâm Thiền Viện Houston, Texas. Gồm 70 trang đánh máy khổ A4 và đến ngày 30.4.2009 thì dịch xong tại Chùa Hải Đức, Tiểu bang Florida, Hoa Kỳ.

Kinh văn số 1670 A về Na Tiên Tỳ Kheo Kinh (2 quyển) và Kinh văn số 1670 B cũng gọi là Kinh Na Tiên Tỳ Kheo (3 quyển) đã có người dịch sang Việt ngữ rồi, nên tôi không dịch.

Kinh văn số 1671 là Phước Cái Chánh Hạnh Sở Tập Kinh. Kinh này được dịch tại thư phòng Chùa Viên Giác vào ngày 9.6.2009 nhân mùa An Cư Kiết Hạ Phật lịch 2553. Thầy Hạnh Nhẫn đã hiệu đính lần thứ nhất vào ngày 5.7.2016 và Phật tử Thanh Phi ở Úc cũng đã sửa lại giùm lỗi chính tả. Kinh này có tất cả 50 trang đánh máy khổ A4 và dịch xong vào ngày nào thì không ghi rõ.

Kinh văn số 1672 là: Bồ Tát Long Thọ vì Vua Thiền Đà Ca nói kệ pháp trọng yếu. Kinh văn có 10 trang đánh máy khổ A4, được dịch sang Việt ngữ vào ngày 27.7.2007 nhân khóa Tu Học Phật Pháp Âu Châu kỳ thứ 19 tại Göteborg, Thụy Điển và cũng được Thầy Hạnh Nhẫn hiệu đính vào ngày 27.10. 2015.

Kinh văn số 1673 là: Kệ quan yếu khuyên các vị vua phát tâm (gồm chung cho cả Kinh văn số 1672 và 1674). Kệ này được dịch sang Việt ngữ vào ngày 28.7.2007 tại Göteborg, Thụy Điển, nhân tham dự khóa Tu Học Phật Pháp Âu Châu kỳ thứ 19 tại đây. Kệ có 12 trang đánh máy khổ A4. Dịch xong vào ngày 30.7.2007 tại Göteborg, Thụy Điển.

Kinh văn số 1674 gồm cả những Kinh văn số 1672 và 1673. Kinh này gọi là: Long Thọ Bồ Tát khuyến tấn các vua. Kinh này có 12 trang và được dịch xong vào ngày 30.7.2007 tại Göteborg, Thụy Điển, nhân khóa Tu Học Phật Pháp Âu Châu kỳ thứ 19 được tổ chức tại đó. Đến ngày 1.8.2007 nhằm ngày 19.6. năm Đinh Hợi, nhân lễ vía Đức Quan Thế Âm Bồ Tát thì dịch xong.

Kinh văn số 1675 là: Kệ ca ngợi pháp giới. Kệ này có tất cả 9 trang đánh máy khổ A4 và được dịch vào ngày 9.8.2007 tại thư phòng Chùa Viên Giác, nhân mùa An Cư Kiết Hạ, Phật lịch 2551. Kệ này cũng đã được Thầy Hạnh Nhẫn hiệu đính lần đầu vào ngày 22.9.2016.

Kinh văn số 1676 là Kệ Phát Nguyện rộng lớn. Kệ này được dịch sang Việt ngữ vào ngày 10.8.2007 tại thư phòng Chùa Viên Giác, Hannover trong mùa An Cư Kiết Hạ Phật lịch 2551 và dịch xong trong ngày với 2 trang đánh máy khổ A4.

Kinh văn số 1677 là Tam Thân Phạm Tán. Kinh này được dịch vào ngày mồng một tháng bảy năm Đinh Hợi (2007), nhân mùa An Cư Kiết Hạ Phật lịch 2551 tại thư phòng Chùa Viên Giác Hannover. Kinh chỉ có một trang đánh máy khổ A4 nên chỉ dịch trong cùng ngày là hoàn thành.

Kinh văn số 1678 là Ca ngợi ba thân Phật. Kinh này được dịch sang Việt ngữ vào ngày mồng Một tháng Bảy năm Đinh Hợi (2007), nhân mùa An Cư Kiết Hạ Phật lịch 2551 và Thầy Hạnh Nhẫn đã hiệu đính lại lần đầu vào ngày 6.9.2016. Kinh chỉ có 1 trang đánh máy khổ A4; nên cũng đã dịch xong trong cùng ngày. Phật tử Thanh Phi cũng đã xem lại giùm lỗi chính tả.

Kinh văn số 1679: Kinh này tên là: Ca ngợi một trăm lẻ tám danh hiệu Phật. Kinh văn này được dịch sang Việt ngữ trong mùa An Cư Kiết Hạ tại Chùa Viên Giác Hannover Phật lịch 2551 (2007) và đã được Thầy Hạnh Nhẫn hiệu đính lần đầu vào ngày 15.2.2016.

Kinh văn số 1680 là Một trăm năm mươi bài kệ xưng tán Phật. Kệ này cũng được dịch sang Việt ngữ trong mùa An Cư Kiết Hạ năm 2007, Phật lịch 2551 tại thư phòng Chùa Viên Giác Hannover. Kệ này cũng đã được Thầy Hạnh Nhẫn góp phần hiệu đính xong lần thứ nhất vào ngày 5.8.2016. Kinh có 13 trang đánh máy khổ A4 và Phật tử Thanh Phi cũng đã giúp giùm sửa lỗi chính tả.

Kinh văn số 1681 là: Tán Thán Đức Kiết Tường của Phật. Kinh văn này được dịch vào ngày 16.8.2007 nhân mùa An Cư Kiết Hạ tại thư phòng Chùa Viên Giác Hannover, Phật lịch 2551. Kinh văn có 26 trang và được dịch xong vào ngày 21.8.2007 nhằm ngày mồng 9 tháng 7 năm Đinh Hợi.

Kinh văn số 1682 là: Kệ tán bảy vị Phật. Kệ này chỉ có 2 trang đánh máy khổ A4. Kệ này được dịch sang Việt ngữ vào ngày 22.8.2007 nhân mùa An Cư Kiết Hạ năm Đinh Hợi và cũng đã dịch xong trong ngày với 2 trang khổ A4 đanh máy.

Kinh văn số 1683 là Tán dương kiền trùy bằng tiếng Phạn. Kinh văn này được dịch sang Việt ngữ vào ngày 22.8.2007 tại thư phòng Chùa Viên Giác, Hannover nhân mùa An Cư Kiết Hạ năm Đinh Hợi. Kinh văn có 4 trang đánh máy khổ A4 và đã dịch xong vào ngày 24.8.2007.

Kinh văn số 1684 là: Tán dương bằng tiếng Phạn về 8 Linh Tháp lớn do vua Giới Nhật của Ấn Độ tạo ra. Kinh văn chỉ có 1 trang đánh máy khổ A4. Do vậy dịch ra Việt ngữ chỉ trong một ngày 24.8.2007, Phật lịch 2551 là xong, nhằm mùa An Cư Kiết Hạ năm Đinh Hợi.

Kinh văn số 1685 là: Phật nói Kinh Danh Hiệu Bát Đại Linh Tháp. Kinh văn này chỉ có 2 trang đánh máy khổ A4 và đã được dịch ra Việt ngữ tại thư phòng Chùa Viên Giác Hannover ngày 31.8.2007, dịch xong trong ngày.

Kinh văn số 1686 là: 108 bài kệ tụng về Hiền Thánh Tập. Kinh văn này có 10 trang đánh máy khổ A4, được dịch sang Việt ngữ tại thư phòng Chùa Viên Giác Hannover vào ngày 4.9.2007 và dịch xong trong cùng ngày.

Kinh văn số 1687 là: Năm mươi bài tụng Pháp thờ Thầy. Kinh văn này được dịch sang Việt ngữ vào ngày 19.9.2007 tại thư phòng Chùa Viên Giác. Kinh văn có 5 trang đanh máy khổ A4; nên đã dịch xong trong cùng ngày.

Kinh văn số 1688 là: Bài tựa kệ tụng của Kinh Mật Tích Lực Sĩ Đại Quyền Thần Vương. Kinh này có 16 trang đanh máy khổ A4, được dịch ra Việt văn tại thư phòng Chùa Viên Giác, Hannover vào ngày 19.9.2007 và không đề ngày nào đã dịch xong.

Kinh văn số 1689 là: Pháp thỉnh Tân Đầu Lô. Kinh văn này chỉ có 2 trang đánh máy khổ A4 và được dịch sang Việt ngữ tại thư phòng Chùa Viên Giác, Hannover ngày 3.10.2007. Kinh văn này đã dịch xong cùng ngày.

Kinh văn số 1690 là Kinh Tân Đầu Lô Đột La Xà vì Vua Ưu Đà Diên thuyết pháp. Kinh văn này có 9 trang đánh máy khổ A4 và được dịch ra Việt ngữ tại thư phòng Chùa Viên Giác vào ngày 3.10.2007. Dịch xong vào ngày 4.10.2007.

Kinh văn số 1691 là Kinh Tiên Nhân Ca Diếp nói phương thuốc cho người nữ. Kinh văn này có 2 trang đánh máy khổ A4 và được dịch ra Việt ngữ tại thư phòng Chùa Viên Giác, Hannover vào ngày 5.7.2007. Tỳ Kheo Thích Hạnh Nhẫn đã hiệu đính lần thứ nhất và ngày 31.3.2006.

Kinh văn số 1692 là Kinh Thắng Quân Hóa Thế bách luận Già Tha. Kinh văn có 9 trang đánh máy khổ A4, được dịch ra Việt ngữ tại thư phòng Chùa Viên Giác, Hannover vào ngày 8.10.2007. Dịch xong ngày 10.10.2007.

Phần sau cùng của Kinh văn số 1692 của tập 32 này tôi đã ghi lại như sau:

Tập thứ 32 này của Đại Chánh Tân Tu Đại Tạng Kinh thuộc Luận Tập Bộ, gồm 790 trang khổ A4 chữ Hán chia ra làm 3 cột. Nếu nhân lên thành 4 của khổ A5 khi dịch sang tiếng Việt thì tập 32 này cũng đã có gần 3.200 trang đánh máy.

Luận này chúng tôi bắt đầu dịch vào ngày 23 tháng 12 năm 2003 tại Tu Viện Đa Bảo, Úc Đại Lợi nhân lần nhập thất thứ nhất và dịch cho đến ngày 1.10.2007 thì xong toàn bộ tại thư phòng Chùa Viên Giác, Hannover, Đức Quốc. Chỉ trừ phần Thành Thật Luận kinh văn số 1646 đã có cố Hòa Thượng Thích Trí Nghiêm dịch từ trang 239 đến trang 374 và phần Đại Thừa Khởi Tín Luận kinh văn số 1666 do cố Thượng Tọa Thích Thiện Thông dịch sang tiếng Việt từ trang 575 đến trang 582. Ngoài ra tất cả những phần còn lại trong tập 32 này chúng tôi đã tự dịch sang Việt ngữ trong 5 mùa An Cư Kiết Hạ và nhập thất từ năm 2003 đến năm 2007 tại Úc, Đức, Hoa Kỳ, Thụy Điển và Anh Quốc.

Tập 32 này bắt đầu từ Kinh văn số 1628 và chấm dứt kinh văn 1692. Ngoài ra tôi cũng đã dịch nhiều Kinh văn khác ngoài tập 32 này. Sau đây là vài Kinh văn tiêu biểu.

Kinh văn số 299 là Kinh Đại Phương Quảng Tổng Trì Bảo Quang Minh thuộc Đại Chánh Tân Tu Đại Tạng Kinh quyển thứ 10. Kinh văn này được dịch vào ngày 14.8 năm 2001, nhằm ngày 25 tháng 6 năm Tây Tỵ. Dịch xong 102 trang A5 này vào ngày 2 tháng 9 năm 2001, nhân khóa Tu

Học Phật Pháp Âu Châu kỳ thứ 14 tổ chức tại Anh Quốc năm 2002, Kinh này đã được in ra 1.000 cuốn để phát cho quý Phật tử tham dự khóa tu.

Kinh văn số 270, 271 là Kinh Phật nói: Bồ Tát hành phương tiện cảnh giới thần thông biến hóa, được dịch sang Việt ngữ từ Đại Chánh Tân Tu Đại Tạng Kinh quyển thứ 9 thuộc Pháp Hoa bộ từ trang 300-316 gồm 3 quyển. Kinh được dịch vào ngày 7.3.2001, nhằm ngày 13 tháng 2 năm Tân Tỵ gồm 21 trang đánh máy khổ A5 và đến ngày nào dịch xong thì không ghi rõ (Quyển Thượng).

Quyển Trung có 26 trang được dịch tiếp tục và Quyển Hạ có 20 trang khổ A5 cũng đã được dịch sang tiếng Việt xong vào lúc 10 giờ sáng ngày 18.8.2001, nhằm ngày 27.4 nhuần năm Tây Tỵ Phật lịch 2545 tại thư phòng Chùa Viên Giác, Hannover, Đức Quốc.

Kinh văn số 380 của Đại Chánh Tân Tu Đại Tạng Kinh là Kinh Đại Bi. Bắt đầu dịch kinh này sang Việt ngữ từ ngày 14.10 năm Canh Thìn, nhằm ngày 9.11.2000 tại thư phòng Chùa Viên Giác, Hannover. Kinh này có 115 trang đánh máy khổ A5, có cả phần tiếng Đức do Thầy Hạnh Tấn dịch từ tiếng Việt sang. Vì lẽ thuở ấy Chùa Viên Giác tại Hannover được sự tài trợ về tài chánh của Bộ Nội Vụ Cộng Hòa Liên Bang Đức, nên những sách của tôi viết từ năm 1980 đến 2004 đều có dịch sang Đức ngữ. Thuở ấy có Anh Tuấn, Chị Cúc, Thầy Hạnh Tấn và Thầy Hạnh Giới là những người đã phụ trách giùm việc này, dịch từ Việt ngữ sang Đức ngữ. Đến ngày 12.12.2000, nhằm ngày 17.11 năm Canh Thìn, nhân lễ vía Đức Phật A Di Đà thì tôi đã dịch xong phần kinh văn này.

Kinh văn số 765 thuộc Đại Chánh Tân Tu Đại Tạng Kinh quyển thứ 17, nhan đề là Bổn Sự kinh. Kinh này được dịch từ ngày 22.7 đến ngày 31.7.2002 tại Wymondham,

Anh Quốc; và tại thư phòng Chùa Viên Giác, Hannover, Đức Quốc được tiếp tục dịch từ ngày 6 đến ngày 23.8.2002 thì xong trọn Kinh văn này. Kinh văn có 136 trang đánh máy khổ A4.

Kinh văn số 1612 là Đại Thừa Ngũ Uẩn Luận (1 quyển) thuộc Đại Chánh Tân Tu quyển thứ 31. Tôi đã dịch luận này sang Việt ngữ từ năm 1985 và dịch xong 33 trang đánh máy khổ A5 này vào ngày 23.8.1985, Phật lịch 2529.

Kinh văn số 1719 thuộc Đại Chánh Tân Tu Đại Tạng Kinh quyển thứ 34 là Diệu Pháp Liên Hoa Kinh Văn Cú. Kinh này có 20 quyển tất cả. Tôi đã bắt đầu dịch từ ngày 21.8.2009, nhằm ngày mồng 2 tháng 7 năm Kỷ Sửu, Phật lịch 2553 trong mùa An Cư Kiết Hạ tại Chùa Viên Giác Hannover. Kinh có tất cả 943 trang đánh máy khổ A5 và dịch xong kinh vào ngày nào không ghi rõ, nhưng chắc rằng phải tốn nhiều năm tháng, vì kinh dày gần 1.000 trang. Vào năm 2013, Phật lịch 2557 quý Phật tử đã góp tịnh tài để ấn tống 1.000 cuốn bìa cứng mạ vàng. Tuy nhiên đây là quyển kinh chú giải của Ngài Thiên Thai Trí Giả Đại Sư giảng kinh Pháp Hoa rất sâu sắc, phải cần hiệu đính lại nữa, mới mong hoàn hảo hơn.

Kinh văn số 1724 là Pháp Hoa Huyền Nghĩa Tán Quyết (1 quyển) thuộc Đại Chánh Tân Tu Đại Tạng Kinh quyển thứ 34. Kinh này tôi đã dịch sang Việt ngữ nhân chuyến hoằng pháp tại Âu Châu năm 2013 và dịch tại Chùa Khánh Anh, Pháp Quốc, từ cuối tháng 3 năm 2013 đến ngày 20 tháng 4 năm Quý Tỵ, nhằm ngày 29.5.2013 thì xong tất cả 62 trang đánh máy khổ A4.

Kinh văn số 1726 nhan đề là Quan Âm Huyền Nghĩa thuộc Đại Chánh Tân Tu Đại Tạng Kinh quyển thứ 34, đã được dịch ra Việt ngữ vào ngày 20.6.2013 tại thư phòng Chùa Viên Giác và đến ngày 30.7.2013 dịch xong tại

Turku, Phần Lan, nhân khóa Tu Học Phật Pháp Âu Châu kỳ thứ 25 được tổ chức từ ngày 25.7 đến 4.8.2013 và ngày 8.8.2013 Hòa Thượng Thích Minh Tâm đã viên tịch tại đây.

Như vậy tôi đã có duyên tiếp xúc và trực dịch các Kinh văn số 1612 của quyển thứ 31 thuộc Đại Chánh Tân Tu Đại Tạng Kinh (Taisho Shinshyu Daizokyo) vào ngày 23.8.1985 và Đại Thừa Ngũ Uẩn Luận là bản kinh đầu tiên của tôi đã dịch ra tiếng Việt từ Đại Tạng này. Từng bước, từng bước một tôi đã đi vào Đại Tạng Kinh Đại Thừa lúc nào chẳng hay biết. Bởi lẽ lúc ấy có khóa Tu Học Phật Pháp Âu Châu mỗi năm tổ chức 10 ngày tại một nước đã đăng cai tổ chức trong các nước ở Âu Châu. Hầu như tất cả Tăng Ni chúng tôi đều tham dự. Do vậy tôi quyết định dịch kinh này để làm tài liệu hướng dẫn cho chư Tăng Ni và quý Phật tử về luận Đại Thừa Ngũ Uẩn Luận này. Đồng thời cũng đã cho đăng trên các số báo Viên Giác lúc bấy giờ. Vả lại lúc ấy ở Chùa Viên Giác còn có nhà in và nhiều anh em làm công quả vẫn còn ở trong chùa lo việc in ấn, chỉ tốn tiền giấy mực thôi chứ tiền công không phải trả, và khi đó nếu tôi nhớ không lầm, chùa đã in ra 1.000 quyển A5 để phát cho chư Tăng Ni và Phật tử trong khóa Tu Học Phật Pháp Âu Châu kỳ thứ 2, tại Berkhof (gần Hannover) vào năm 1990, do tôi làm Trưởng Ban Tổ Chức.

Năm 1989 khóa Tu học Phật Pháp Âu Châu lần đầu tiên được tổ chức tại Hòa Lan, do Thượng Tọa Thích Minh Giác đứng ra tổ chức. Lúc ban đầu trong quý vị giảng sư đến với lớp học chỉ có Hòa Thượng Thích Minh Tâm, Hòa Thượng Thích Trí Minh, Hòa Thượng Thích Quảng Bình, Hòa Thượng Thích Nhất Chân, Hòa Thượng Thích Thiện Huệ và tôi. Thuở ấy đa phần còn là Đại Đức, chỉ có Hòa Thượng Thích Minh Tâm là Thượng Tọa. Vì Thầy đã được tấn phong lên hàng Giáo phẩm này vào năm 1983 tại Giới

Đàn Thiện Hòa tại Los Angeles, Hoa Kỳ, do cố Hòa Thượng Thích Đức Niệm đứng ra tổ chức Đại Giới Đàn này. Bây giờ ở thời điểm 2021 đa phần đều ở ngôi vị Hòa Thượng và có người cũng đã về với Phật Tổ rồi, nhưng hình ảnh của ngày xưa hơn 30 năm về trước vẫn còn đó.

Những năm đầu tổ chức chưa có kinh nghiệm, nhưng rất vui và số người tham dự cũng rất ít, độ chừng 50 người rồi dần dần lên 100 người; rồi trên 1.000 người, như khóa 14 năm 2002 do Thượng Tọa Thích Hạnh Bảo đứng ra tổ chức tại Ý. Từ đó đến nay đã tổ chức được 32 khóa như vậy. Năm 2020 vừa qua và cả năm 2021 này nữa, tuy Giáo Hội Phật giáo Việt Nam Thống Nhất Âu Châu không tổ chức họp mặt đông đủ chư Tăng Ni và quý Phật tử như những khóa trước, nhưng có thể gặp nhau trên Online để thăm hỏi, chào nhau. Hy vọng sang năm 2022 Giáo Hội Âu Châu cũng như các Giáo Hội khác, như Hoa Kỳ và Úc Châu cũng sẽ tiếp tục tổ chức được những khóa tu học như xưa, để chư Tăng Ni và Phật tử có cơ hội gặp gỡ nhau, nhằm sách tấn cho nhau trên bước đường tu học của mình.

Ví dụ như năm 1997 Chi bộ Giáo hội Phật giáo Việt Nam Thống Nhất ở Đức, đứng ra nhận lãnh trách nhiệm để tổ chức khóa Tu Học Phật Pháp Âu Châu kỳ thứ 9 từ ngày 31.7 đến ngày 9.8.1997, thì Chi Hội München lo trách nhiệm đưa đón, mướn nơi tổ chức tại Pfaffenhofen cho 600 Tăng Ni và Phật tử về tham dự khóa tu học; còn những Chi Hội khác ở miền Nam nước Đức phân chia công tác ra từng Ban để nhận lãnh như: Trai soạn, Vệ sinh, đưa đón, Y tế v.v... Nhờ vậy mà mọi việc sinh hoạt sau 10 ngày đã được an ổn, báo chí địa phương cũng ca ngợi hết lời. Quý Thầy thì lo soạn bài, soạn chương trình tu học cho Tăng Ni và các khóa 1, 2, 3 cũng như cho các em thanh thiếu niên cùng Gia đình Phật tử.

Về phần tôi, với những khóa Tu Học Phật Pháp Âu Châu như thế là một động lực để thâu thập tài liệu, dịch giải những kinh sách lâu nay ít đề cập đến; trong đó có Đại Tạng Kinh. Do vậy mà những bản dịch có sớm như:

- Kinh văn số 1612 về Đại Thừa Ngũ Uẩn Luận (dịch năm 1985)
- Kinh Đại Bi dịch xong năm 2001
- Phật thuyết Bồ Tát hành phương tiện cảnh giới thần thông biến hóa kinh (năm 2001).
- Kinh Đại Phương Quảng Tổng Trì (năm 2002).
- Phát Bồ Đề Tâm Kinh Luận (năm 2004).
- Đại Đường Tây Vực Ký (năm 2004).
- Đại Thừa Tập Bồ Tát Học Luận (năm 2005).
- Bồ Đề Tư Lương Luận (năm 2005).
- Phật nói Luận A Tỳ Đàm về việc thành lập thế giới (năm 2006).
- Luận về con đường giải thoát (năm 2006).
- Luận về Bốn Chân Lý (năm 2007).
- Diệu Pháp Liên Hoa Kinh Văn Cú (năm 2009).

Thông thường những bản Kinh ngắn được dịch từ chữ Hán sang chữ Việt của Đại Chánh Tân Tu Đại Tạng Kinh, tôi hay đem ra giảng cho các học viên Phật tử tham gia các khóa tu của Giáo Hội Âu Châu tổ chức; hoặc chính Chùa Viên Giác tại Hannover cũng có nhiều khóa tu trong năm, thì đây chính là những Kinh điển để giảng dạy. Chỗ nào còn khúc mắc thì tra cứu thêm cho rõ nghĩa để giảng. Dĩ nhiên là đây cũng chưa phải là những bản đã được hiệu đính kỹ càng, nhưng tôi vẫn cho lưu thông, in ấn và phát tặng cho những người hữu duyên. Với Đạo Phật tất cả đều tùy duyên và chính nhờ duyên ấy mà tôi đã cố gắng dịch kinh từ mùa nhập thất lần đầu năm 2003 tại Úc để đến cuối năm 2007 thì tôi đã dịch xong mấy ngàn trang kinh luận của tập thứ 32 thuộc Luận Tập Bộ trong Đại Chánh Tân Tu Đại Tạng Kinh. Đúng là nhân duyên. Nếu không có cái này thì sẽ không có cái kia. Cái này sanh thì cái kia cũng sanh; cái này diệt thì cái kia cũng diệt là vậy. Nhân duyên thì trùng trùng duyên khởi và trùng trùng biến hiện. Chúng ta sẽ không biết nó biến hóa, thay đổi như thế nào cả. Chỉ có điều duy nhất mà ta được biết là: Nhân nào quả nấy. Do vậy tôi hay nói rằng: Tất cả mọi việc trên thế gian này đều có đúng và có sai. Duy chỉ nhân quả, không đúng thì thôi, chứ chưa bao giờ sai cả. Nếu sống trên đời hay trong Đạo mà không tin nhân quả thì không còn gì để có thể nói đến hay luận bàn nữa.

Sẵn nói về nhân duyên, nên tôi cũng sẽ viết ra đây một vài nhân duyên của tôi đã đi xuất gia vào năm 1964, và nói về những người trong làng Mỹ Hạc thuộc xã Xuyên Mỹ, huyện Duy Xuyên, tỉnh Quảng Nam để quý vị tường tri. Nguyên là làng tôi rất nghèo vì chỉ có nông trang, ruộng vườn là chính. Nhiều làng hay phố thị thì phát tài, phát lộc, nhưng làng của tôi chỉ phát Đức và Phước. Vì lẽ trong làng có trên dưới 100 người xuất gia, mà kể từ năm 1956 đến nay, gần 70 năm như vậy, trong 100 người ấy cả nam lẫn nữ chỉ có 1 hay 2 người hoàn tục ra đời, không còn sống đời sống tịnh hạnh của một người Tăng sĩ nữa. Bởi lẽ gương của những người đi trước vẫn còn đó, khiến cho những người xuất gia theo sau lấy đó làm chỗ dựa tinh thần. Cho nên trong làng của tôi cho đến bây giờ có rất nhiều Hòa Thượng, Thượng Tọa, Đại Đức, Ni Trưởng, Ni Sư, Sư Cô v.v... Đây là phần mở đầu của tôi đã phát biểu trong đêm tưởng nhớ Ni Trưởng Thích Nữ Diệu Tâm, tại Hamburg vào tối ngày 16 tháng 6 năm 2021 vừa qua.

Ni Trưởng sinh năm 1939 (Kỷ Mão) tại Mỹ Hạc, xã Xuyên Mỹ, huyện Duy Xuyên, tỉnh Quảng Nam; đến năm 15 tuổi (1954) có ý định xuất gia tu học, nhưng chính thức thì năm 1956 Ni Trưởng mới được gia đình cho đi xuất gia với Sư Bà Thích Nữ Đàm Minh, Trụ trì Chùa Bảo Thắng tại Hội An lúc bấy giờ. Trong làng tôi Ni Trưởng là người đi xuất gia đầu tiên, và vào ngày mồng 8 tháng 2 năm 1957 thì bào huynh của tôi, Hòa Thượng Thích Bảo Lạc cũng đã ra Chùa Non Nước, nơi cố Hòa Thượng Thích Trí Hữu Trụ trì để xin xuất gia, đã để lại không biết bao nhiêu thương nhớ cho gia đình và bạn bè. Cũng trong năm 1957 này có một Ni Cô trẻ, tuổi độ chừng 17, 18 đã về thăm quê; trên đầu Ni Cô chít khăn màu lam và toàn thân mặc áo nhựt bình cũng toàn một màu lam thanh khiết ấy.

Năm đó tôi đã 8 tuổi rồi (sanh năm 1949) và từ đó trong đầu óc trẻ thơ cứ lãng vãng hình ảnh của những người tu sao mà thánh thiện quá! Sao mà thanh thản quá! Từ đó tôi lại được đi chùa với Mẹ trong những ngày 14, Rằm hay 30, mồng Một; rồi sinh hoạt Oanh vũ, Thiếu nam trong Gia đình Phật tử Hà Linh, để đến năm 1964 tôi cũng lại cắt đứt tình thương yêu của gia đình và đạp xe đạp xuống Chùa Viên Giác Hội An để xin Sư Phụ, Hòa Thượng Thích Long Trí cho xuất gia học đạo. Hình ảnh ấy đẹp làm sao! Nay đã gần 60 năm trôi qua trong cuộc sống của người tu và gần 50 năm sống ở ngoại quốc, khi nhắc về những hoài niệm của tuổi thơ, tôi không bao giờ quên đi những hình ảnh mộc mạc ban đầu ấy.

Đến năm 1984 thì Ni Trưởng Thích Nữ Diệu Tâm sang Đức để làm Phật sự, kiến tạo Chùa Bảo Quang tại Hamburg và nuôi dạy đệ tử xuất gia cũng như tại gia, được thành tựu và phát triển cho đến ngày nay. Ơn nghĩa ấy, đức độ kia đâu phải ai cũng làm được. Tiếc thay, Ni Trưởng đã chấm dứt việc có mặt trên trần thế này vào tối ngày 12 tháng 6 năm 2021, nhằm ngày mùng 3 tháng 5 năm Tân Sửu. Thế thọ 83 tuổi với 57 hạ lạp. Ni Trưởng khi còn sanh tiền có nhiều câu nói rất hay, nên nhân buổi lễ tưởng niệm Ni Trưởng Diệu Tâm vào đêm ngày 16.6.2021 tại chùa Bảo Quang, Hamburg, để sáng hôm sau, là lễ trà tỳ tại nghĩa trang Öjendorf, tôi đã thuật lại như sau:

Việc thứ nhất, Ni Trưởng thường hay nói rằng: Đừng bao giờ "cản duyên thiện sự" cả, có nghĩa là nếu có ai đó đi lạc quyên làm chùa, khắc tượng, đúc chuông, giúp người nghèo khó, cơ nhỡ v.v... nếu ta không có tâm giúp đỡ cúng dường hay hộ trì thì thôi, đừng nên cản ngăn họ. Vì họ đang làm việc tốt có ý nghĩa mà, tại sao ta lại cản trở việc này. Điều tốt nhất có thể làm là yên lặng, nếu ta không thích làm việc đó.

Việc thứ hai, Ni Trưởng đối với chư Tăng rất gần gũi, xem như chị em, nên nhiều lúc thân tình, Ni Trưởng hay nói rằng: "Quý Thầy cái gì cũng giỏi hết, nhưng đứng trước nữ sắc thì ít làm chủ được mình. Hãy cố gắng lên!" Bởi Ni Trưởng là người nữ xuất gia, suốt gần 83 năm vẫn sống trong sạch như một Đồng Nữ chưa nhuốm bụi trần, mặc dầu Ni Trưởng cũng phải sống chung với trần thế. Và bây giờ cả chư Ni cũng nên lấy đó làm hành trang trong cuộc sống của mình, đừng nản chí khi gặp phải khó khăn trong lúc tu học. Đây cũng là lời tôi nhắc lại trước lễ di quan vào ngày 17.6.2021 vừa qua.

Nhân lễ Trai Tăng vào sáng ngày 17.6.2021 tại trai đường bên cạnh chùa Bảo Quang tôi cũng đã đáp từ như sau: Bây giờ là lúc "Cái quan luận định" được rồi. Có nghĩa là nắp quan tài của Ni Trưởng đã đóng lại thì bao nhiêu chuyện cũ xưa, tốt xấu v.v... chúng ta đều có thể rõ biết và phán đoán. Quả thật việc này nó chẳng đơn giản chút nào với những người đang ở trong vòng sanh tử, nhưng đã có nhiều người từ chốn bùn nhơ nước đọng ấy, đã vượt lên cao hơn như những đóa sen thanh khiết nhiệm mầu, và từ đó tỏa ra những hương thơm tuyệt diệu để cống hiến cho đời. Ni Trưởng Thích Nữ Diệu Tâm là một mẫu người như vậy.

Nhắc lại kỷ niệm năm 1963, khi chính quyền Ngô Đình Diệm đàn áp Phật giáo, khiến cho quý Thầy, Cô và quý Phật tử phải bị vào tù ra khám, bị đánh đập liên miên, cũng chỉ vì nhà Ngô chủ trương không bình đẳng giữa các Tôn giáo với nhau, vì vậy quý Sư Bà mới nghĩ ra nhiều cách để giúp quý Thầy sớm thoát vòng lao lý, trong đó có cố Hòa Thượng Thích Như Huệ. Thuở ấy Hòa Thượng Như Huệ chạy vào Chùa Sư Nữ Bảo Quang ở Đà Nẵng và Sư Bà Đàm Minh cũng như quý Sư Cô cho Hòa Thượng Như Huệ mượn áo, mũ Ni Cô để mặc vào. Sau khi mặc áo Ni Cô rồi, Sư Bà Đàm Minh cho vẫy xe xích-lô đạp vào chùa Bảo Quang ở Đà Nẵng; nơi Sư Bà đang trụ trì và cho Sư Bà Diệu Tâm cùng Hòa Thượng Như Huệ lên ngồi chung một xe xích-lô này để trốn ra khỏi chùa. Thế là có một màn qua mặt mật vụ của ông Diệm thuở ấy, còn giỏi hơn điệp viên 007 nữa. Thật là chẳng thể ngờ ngày đó lại có những cao kiến đến như vậy.

Để nhắc lại một chuyện vui và tôi cũng đã kể lại trong đêm ấy là khi Ni Trưởng Thích Nữ Diệu Tâm sang Tiệp Khắc để giảng pháp cũng như lạc quyên xây chùa Bảo Quang khi mới thành lập ở Hamburg, sau hơn một tiếng đồng hồ nói pháp, Ni Trưởng quay sang các Phật tử ngồi đó hỏi rằng: Quý vị có hiểu tôi nói gì không? Mọi người cười chúm chím và trả lời rằng: "Vì Sư Bà nói tiếng Đức, nên chúng con không hiểu."

Đúng ra là Sư Bà nói giọng Quảng Nam mà người Bắc nghe lần đầu thì không thể nào hiểu hết, nên họ trả lời rằng Sư Bà nói tiếng Đức.

Đến sáng ngày hôm sau trước khi di quan, Ni Trưởng Thích Nữ Diệu Phước, Trụ trì Chùa Linh Thứu tại Berlin, cũng đã lên phát biểu một cách chân tình và niệm ân Ni Trưởng Thích Nữ Diệu Tâm. Nếu không nhờ Ni Trưởng Diệu Tâm, thì Ni Trưởng Thích Nữ Diệu Phước cũng không được xuất gia tu học với Sư Bà Đàm Minh, cách đây hơn 50 năm về trước.

Ni Sư Minh Hiếu vì quá xúc động, tay run run cầm micro bộc bạch những lời chân tình: Ni Sư sang Đức là để lo hầu hạ cho Sư Bà Diệu Tâm lúc về già, nhưng nguyện ấy chẳng thành, Ni Sư quay sang quý Sư Cô Tuệ Đàm Nghiêm và Ni Sư Tuệ Đàm Châu để cảm ơn họ đã thay thế mình, chăm sóc Ni Trưởng cho đến lúc viên tịch sau khi lâm bịnh mấy năm.

Tôi hỏi Ni Sư Tuệ Đàm Hương, đang Trụ trì Chùa Thảo Đường tại Moscow, Nga Sô là cô làm sao khiến cho Sư Bà phải bảo rằng: "Đâu cần tu ở đâu cho xa; chỉ cần tu với Tuệ Đàm Hương cũng đủ rồi?"

Trả lời câu hỏi cũng chính là cơ hội để Ni sư Tuệ Đàm Hương bộc bạch tấm lòng của mình khi đối xử với Ni sư Tuệ Đàm Châu, và chính từ câu chuyện này mà Ni sư Tuệ Đàm Hương mới thấy được sự chân thành của việc hướng thượng cũng như sự chân thành sám hối những lỗi lầm là gì.

Cuối cùng trước khi di quan, Nguyên Đạo Văn Công Tuấn, người em ruột của Ni Trưởng đã đại diện cho gia đình tâm sự trong nước mắt rằng: "Có lần Nguyên Đạo muốn bỏ học và khi lên thăm Ni Trưởng lúc còn ở Sài Gòn, Ni Trưởng chẳng nói gì, chỉ đập một chiếc ly, mảnh vỡ bay tung tóe khiến cho Nguyên Đạo không dám nghỉ học, trở lại tiếp tục con đường học vấn để trở thành Kỹ Sư ở Đức và nay đã về hưu; cũng như giúp cho Thị Minh Văn Công Trâm ăn học trở thành Bác Sỹ y khoa của Đức và nay cũng đã về hưu. Tất cả những cảm tình và hình ảnh ấy đã nói lên được tấm lòng của người chị ruột, thay thế cho Mẹ Cha để nuôi dưỡng các em của mình thành người hữu dụng trong xã hội. Đó chính là những nhân duyên nối kết với nhau như vậy."

# CHƯƠNG IV
# NHÂN DUYÊN VỚI LINH SƠN PHÁP BẢO ĐẠI TẠNG KINH

Tôi đã bắt đầu đọc Đại Tạng Kinh tiếng Việt này từ mùa thu năm 2013, tại Tu Viện Viên Đức thuộc vùng Ravensburg, miền Nam nước Đức, sau khi chấm dứt việc tịnh tu, nhập thất mỗi năm 3 tháng trong 10 năm (2003-2012), tại Á Châu và Sydney, Úc Đại Lợi. Đọc xong 17 tập này thì tiếp vào các kinh tụng như Đại Bát Nhã, Hoa Nghiêm, Đại Bảo Tích, Pháp Hoa, Niết Bàn v.v...

Tôi đã không đi vào phần này, vì lẽ đã có nhiều bộ kinh mà Đại chúng Chùa Viên Giác đang trì tụng, như bộ Đại Bát Nhã mà Hòa Thượng Thích Trí Nghiêm ở Nha Trang đã dịch ra 24 tập; mỗi đêm trong mỗi mùa An Cư Kiết Hạ chúng tôi chỉ tụng 20 trang. Do vậy thời gian chắc còn lâu nữa mới xong phần này. Riêng Hoa Nghiêm và Đại Bảo Tích 9 quyển thì tôi và Đại chúng chùa Viên Giác đã trì tụng xong. Còn bộ Pháp Hoa cũng như 2 quyển kinh Đại Bát Niết Bàn, chúng tôi lạy mỗi chữ một lạy trong nhiều năm, cho đến đầu năm 2019 khi chúng tôi 70 tuổi thì đã lạy hết những kinh văn này. Thời gian sau đó là nghỉ ngơi và chưa biết là nên đọc tập nào tiếp theo.

Bỗng dưng thế giới lại xôn xao về nạn Covid 19 xảy ra tại Vũ Hán vào đầu năm 2020 tại Trung Hoa. Thế mà mãi đến tháng 3 năm 2020 Âu Châu mới bắt đầu thông báo là có một nạn dịch nguy hiểm đang hoành hành đó đây trên khắp thế giới. Từ đó những chuyến đi xa của tôi bắt đầu hủy bỏ, có nơi phải trả vé máy bay lại. Vì dịch Covid 19 bùng phát dữ dội tại Ý rồi Pháp, Đức v.v... khiến cho mọi người hốt hoảng. Riêng tôi tự nghĩ rằng: Nếu mình không đi đâu xa được thì ở nhà đọc kinh đọc sách v.v... vì đó cũng là niềm vui của tôi.

Bỗng đâu có Phật tử Minh Đăng Trần Tế Thế liên lạc qua email, cho tôi biết rằng Anh ta đang đọc lại và rà soát những chữ cũng như nghĩa sai trong Linh Sơn Pháp Bảo Đại Tạng Kinh, Anh đang gặp khó khăn là không thể đoán được những chữ cần sửa lại nên phải làm sao. Tôi bảo rằng: Hãy gởi qua để Thầy xem thử. Đó là những ngày giữa tháng 3 năm 2020. Bắt đầu là bộ Sự Vựng 1; thứ tự Kinh văn theo Đại Chánh Tân Tu Đại Tạng kinh mang số 2121 và tập này có tất cả 1.962 trang chữ lớn.

Ban đầu tôi phải tự viết tay những việc như sau:

| Trang | dòng thứ | từ trên xuống | từ dưới lên | sai | đúng |
|---|---|---|---|---|---|
| 16 | 6 | x | | an | ăn |
| 17 | 15 | x | | ơ | ở |
| 29 | 29 | x | | lạ | lại |
| 30 | 4 | x | | mặt | mặc |
| 30 | 1 | | x | sẽ | xẻ |

Tôi cặm cụi đọc và sửa lỗi chính tả như vậy cho đến trang 363 thì Minh Đăng làm cho tôi một bảng mẫu đã đánh máy sẵn, chỉ cần điền chữ sai và chữ đúng cũng như số trang vào là được. Ví dụ như sau:

**Tập 195 Bộ Sự Vựng, Quyển 1**

| Trang | câu có chữ sai | chữ đúng | Ghi chú |
|---|---|---|---|
| 363 | viên ngọc rơi xuống biển | viết dính liền | |
| 363 | vượt bao khó khăn | viết liền câu | |
| 364 | tìm châu báo | báu | |
| 1961 | địa ngục này. hoặc | Hoặc | |

Đọc 1.962 trang chữ lớn của tập 195 này, tôi phải mất rất nhiều ngày. Nếu mỗi ngày tôi đọc từ 100 đến 200 trang chữ lớn thì cũng phải mất ít nhất là 20 ngày hay 10 ngày. Đó là chưa kể những ngày còn những chuyện khác phải làm nữa. Như vậy chỉ riêng tập 195 này của Linh Sơn Pháp Bảo Đại Tạng Kinh, tôi phải mất gần 1 tháng trời. Sửa lại tất cả 61 trang viết tay kể cả chữ sai và chữ đúng. Sau đó mới chuyển hết lại cho Minh Đăng để Minh Đăng sửa vào máy chính bên Pháp.

Đến tập thứ 196 thuộc về Pháp Uyển Châu Lâm, Kinh văn số 2122 quyển 1 đến 33, Bộ Sự Vựng, quyển 2. Tập này có tất cả 1.761 trang và tôi phải viết cả chữ sai lẫn chữ đúng vào 50 trang viết tay như thế. Đến tập này thì tôi có ghi chú rằng: đọc xong tập này vào ngày 23.4.2020.

Tập 197 có 1.730 trang chữ lớn. Từ quyển 34 đến quyển thứ 66. Kinh văn số 2122 thuộc Pháp Uyển Châu Lâm - Bộ Sự Vựng, quyển 3. Tôi viết tay, sửa lại 55 trang và bên dưới có đề thêm mấy chữ là: Đọc xong ngày 4.5.2020.

Tập 198 từ quyển thứ 67 – 100. Tập này có tất cả 1.472 trang chữ lớn. Tập này cũng còn nằm trong phần Pháp Uyển Châu Lâm - thuộc Bộ Sự Vựng, quyển thứ 4. Tôi đọc liên tục sau tập thứ 197 và đã sửa lại lỗi chính tả tất cả gồm 65 trang; đến ngày 16.5.2020 thì hoàn tất tập này.

Tập 199 thứ tự Kinh văn từ số 2123 – 2126 thuộc Chư Kinh Tập Yếu - Bộ Sự Vựng, quyển thứ 5. Có 1.447 trang chữ lớn. Có 36 trang được sửa lại lỗi chính tả và tôi đọc tập này đến ngày 27.5.2020 thì xong.

Tập 200 thuộc Kinh văn số 2127 – 2128. Tiêu đề là: Thích Thị Yếu Lãm - Bộ Sự Vựng, quyển thứ 6. Tập này dày 1.433 trang chữ lớn. Tập này có 67 trang sai đã sửa lại lỗi chính tả và tập này tôi đã đọc xong vào ngày 6.6.2020 nhằm ngày Rằm tháng Tư âm lịch năm Canh Tý.

Tập 201 thuộc Kinh văn số 2128 của phần Nhất Thiết Kinh Âm Nghĩa - Bộ Sự Vựng, quyển thứ 7. Tập này có 3.094 trang chữ lớn, tôi bắt đầu đọc tập này vào ngày 8.6.2020 đến ngày 3.7.2020, gồm có 234 trang phải chỉnh sửa lại trong 23 ngày đọc và làm việc liên tục mới hoàn thành được tập này. Tập này có thể nói là tập bị sai nhiều lỗi chính tả nhất, trong các tập đã được đọc qua.

Tập 202 là tập cuối của Linh Sơn Pháp Bảo Đại Tạng Kinh, bắt đầu từ Kinh văn số 2128 – 2131, và tôi đã bắt đầu đọc từ ngày 4.7.2020 qua 2.882 trang chữ lớn, để đến ngày 25.7.2020 nhằm ngày mùng 5 tháng 6 năm Canh Tý thì đọc xong. Có tất cả 88 trang cần phải sửa lại lỗi chính tả. Từ tập 195 đến tập 202 của Linh Sơn Pháp Bảo Đại Tạng Kinh đã được quý Thầy Cô ở Việt Nam dịch trực tiếp từ quyển thứ 53 và quyển thứ 54 của Đại Chánh Tân Tu Đại Tạng Kinh bản chữ Hán. Tổng cộng 2 quyển chữ Hán này là 2.260 trang (gồm 1.030 trang quyển 53 và 1.230 trang quyển 54; nhưng khi dịch ra 8 tập này (từ tập 195 đến tập 202) tổng cộng có 15.781 trang chữ Việt đánh máy loại chữ lớn. Tính trung bình 1 trang chữ Hán gồm 3 cột thượng, trung, hạ dịch sang tiếng Việt được 7 trang loại chữ lớn.

Kinh mang số 2131 là chấm dứt bên Linh Sơn Pháp Bảo Đại Tạng Kinh; nhưng quyển thứ 54 này phần chữ Hán còn đến Kinh số 2144 vẫn chưa được dịch sang Việt ngữ; nghĩa là 13 Kinh văn trong quyển này cho đến quyển thứ 85, thuộc Kinh văn số 2920 vẫn chưa được dịch sang Việt ngữ. Bởi lẽ những tập sau này viết về Phật giáo Nhật Bản, Trung Hoa và Triều Tiên; nên Hòa Thượng Thích Tịnh Hạnh đã cho dừng ở đó.

Tôi những tưởng là mình được nghỉ ngơi sau khi đọc xong 8 tập cuối (từ tập 195 đến tập 202); nhưng Phật tử Minh Đăng yêu cầu tôi cố gắng xem tiếp giùm từ tập 190 đến tập 194 nữa. Do vậy tôi lại bắt đầu đọc cũng như sửa lại những lỗi chính tả từ tập 190 trở đi.

Tập 190 này có tất cả là 2.419 trang chữ lớn. Dịch sang tiếng Việt từ Kinh văn số 2081 – 2101. Phần này thuộc Đại Chánh Tân Tu, quyển thứ 51 - Sử Truyện Bộ thứ 3 từ trang 783 trở đi (phần chữ Hán). Tập 190 này thuộc Sử Truyện Bộ thứ 12 và tôi đã đọc đến ngày 5.11.2020 thì xong với 175 trang cần phải sửa lại lỗi chính tả.

Đến ngày 9.11.2020 tôi bắt đầu đọc tập thứ 191. Tập này có tất cả là 1.274 trang, bắt đầu từ Kinh văn số 2102 – 2103 thuộc Sử Truyện Bộ thứ 13. Tập này có 22 trang lỗi chính tả cần phải được sửa lại và đến ngày 19.11.2020 thì tôi đã đọc xong tất cả tập này.

Ngày 23.11.2020 tôi bắt đầu đọc tập thứ 192 với 1.334 trang khổ chữ lớn. Tập 192 này thuộc Sử Truyện Bộ thứ 14, quyển 19 – 30. Đọc đến ngày 2.12.2020 thì xong và tập này chỉ sai có 12 trang cần phải sửa lại lỗi chính tả.

Tập 193 có tất cả 1.338 trang thuộc Kinh văn số 2110–2115 - Sử Truyện Bộ thứ 15, quyển 1 - 8. Tôi bắt đầu đọc tập này vào ngày 3.12.2020, đến ngày 15.12.2020 thì xong với 19 trang cần phải sửa lại lỗi chính tả.

Tập 194 bắt đầu từ Kinh văn số 2115-2120 là chấm dứt. Phần này thuộc Sử Truyện Bộ thứ 16, quyển 11 - 19. Tôi bắt đầu đọc 1.084 trang này vào ngày 16.12.2020 và đến ngày 23.12.2020 thì xong với 14 trang cần sửa lại chính tả.

Như vậy tôi đã đọc được tất cả 13 tập sau cùng của Linh Sơn Pháp Bảo Đại Tạng Kinh (từ tập 190 – 202). Tuy nhiên những lần xuất bản trước, khi còn Hòa Thượng Thích Tịnh Hạnh điều hành và mãi cho đến sau khi Ngài viên tịch (2015), thì đã in ra được 187 tập và có 500 bộ đã được xuất bản. Như vậy kể từ tập 188 đến tập 202 phải hiệu đính lại. Tuy mới được chỉnh sửa lỗi chính tả thôi; nhưng ít ra cũng còn ít sai hơn là không dò lại và mang đi in thì phải nói là rất bất cập. Phần đối chiếu thì tôi không có thời gian để vừa đọc bên chữ Hán và sửa lại bên chữ Việt. Dĩ nhiên còn rất nhiều nơi dịch sai, bất cập do nhiều lý do khác nhau. Ví dụ như điển tích không rành, ngôn ngữ không thông nên dịch sai ý câu văn của tác giả v.v... Việc này cần phải có một Hội đồng phiên dịch mới có thể lo chu toàn được.

Như chúng ta được thấy sự hình thành của Đại Chánh Tân Tu Đại Tạng Kinh ở Nhật Bản từ năm 1922 đến năm 1934 không phải là kết quả của một ngày, một tháng, một năm, mười năm, một trăm năm, mà cả gần 2.000 năm lịch sử dịch thuật mới được như vậy. Do vậy Đại Tạng Kinh của Việt Nam chúng ta hay Linh Sơn Pháp Bảo Đại Tạng Kinh cũng cần phải có thời gian dài lâu như thế mới có thể hoàn chỉnh được. Đồng thời việc ấy không phải chỉ có 1 người, 10 người, 100 người mà phải là hàng ngàn người trải qua thời gian lâu dài mới có thể thành tựu. Công việc này đòi hỏi sự bền bỉ của ý chí và tâm nguyện mới thực hiện được.

Sau khi đọc được 13 tập rồi thì Phật tử Minh Đăng có đề nghị với tôi là cố gắng đọc giùm thêm 2 tập nữa, từ tập 188 đến tập 189 để được trọn vẹn 15 tập sau cùng, và năm 2022 những tập này dự định sẽ được xuất bản để được trọn vẹn 202 tập tất cả. Tôi nể lời và nghĩ rằng: Chỉ còn có 2 tập nữa, nên hãy cố gắng lên. Thế là tôi bắt đầu đọc tập thứ 188, mà lẽ ra theo thứ tự; nên đọc từ tập này đến tập 202 thì thuận chiều hơn. Còn phần tôi thì khác, đọc tập 195 đến 202 trước. Kế đó đọc tập 190 đến tập 194 và sau cùng là 2 tập 188 và 189. Do vậy quý vị có thể thấy rằng ngày tháng đọc trước sau khác nhau; nhưng nếu sắp lại theo thứ tự của các tập từ 188 trở đi thì không có gì thay đổi cả.

Tập 188 tôi bắt đầu đọc vào ngày 28.12.2020 đến ngày 4.1.2021 thì xong 1.504 trang khổ chữ lớn với 30 trang lỗi chính tả sai, cần phải sửa lại. Tập này bắt đầu từ Kinh văn số 2076 - 2077 thuộc Bộ Sử Truyện thứ 10, quyển 11 - 30.

Tập 189 là tập cuối cùng của tôi đã đọc trong 15 tập bắt đầu từ ngày 5.1.2021 và đến ngày 19.1.2021 nhằm ngày mồng 8 tháng 12 năm Canh Tý; kỷ niệm lễ vía Đức Phật Thích Ca Thành Đạo thì đọc xong 1.734 trang. Tập này bắt đầu từ Kinh văn số 2077-2080 là chấm dứt. Đây thuộc Sử Truyện Bộ thứ 11, quyển 11-36, với 53 trang sai lỗi chính tả cần phải sửa lại.

Những tập 188 đến tập 194 (gồm 7 tập) được dịch từ tập thứ 51 (ở giữa) từ trang 196 đến trang 1.135 (gồm 939 trang) và tập thứ 52 của Đại Chánh Tân Tu Đại Tạng Kinh từ Kinh văn số 2105-2115 (gồm 750 trang chữ Hán). Đặc biệt là Kinh văn số 2116 đến Kinh văn số 2120 (gồm 5 Kinh văn) chưa được dịch ra Việt ngữ không hiểu lý do vì sao. Tổng cộng có 1.689 trang chữ Hán gồm 3 cột thượng, trung, hạ.

Tổng cộng của 7 tập này (188-194) phần tiếng Việt có 10.687 trang. Nếu cộng tất cả 15 tập (từ tập 188-202) có tất cả là 26.468 trang loại chữ lớn. Kể từ tháng 3 năm 2020 tôi bắt đầu đọc và mãi cho đến ngày 19.1.2021 mới xong. Có nghĩa là đọc ròng rã trong vòng gần 11 tháng như vậy. Nếu chia trung bình mỗi tháng tôi đọc từ 20 đến 25 ngày, thì mỗi ngày tôi phải đọc được khoảng 120 trang hơn, trong suốt 220 ngày. Nếu tôi đọc trong 275 ngày của 11 tháng ấy thì trung bình mỗi ngày tôi đã đọc được trên 97 trang kinh khổ chữ lớn. Ở tuổi 72, 73 rồi mà tôi còn được con mắt sáng, sức khỏe dẻo dai như vậy, không bịnh hoạn trong suốt một thời gian dài như thế, quả là một việc bất khả tư nghì. Tôi chỉ thầm niệm ân Tam Bảo chứ chẳng có gì hơn. Vì nếu không có lực của Tam Bảo gia hộ thì tôi đã không làm được việc này. Còn chuyện đúng sai, xin để lại đời sau phán đoán, khi nắp quan tài đã đậy lại rồi (cái quan luận sự).

Khi đọc đến đoạn nào trong các Kinh văn của 15 tập trên (từ 195-202) tôi đều ghi chép lại. Có khi dùng để viết bài. Ví dụ như bài viết về "Tổ Sư Khương Tăng Hội", bài "Cửa ngõ an vui ra khỏi ba cõi" đăng trong Đặc San Văn Hóa Phật giáo số 3 xuất bản năm 2021 chẳng hạn. Đó là những việc tiêu biểu mà tôi đã làm. Hôm nay tôi lần lượt viết lại hết những gì đã ghi chú khi đã đọc qua cả mấy chục ngàn trang kinh trong 15 tập cuối này của Linh Sơn Pháp Bảo Đại Tạng Kinh để quý vị liễu tri. Ví dụ như đoạn cuối của Kinh văn số 2131, quyển thứ 8, trang 2848 thuộc Bộ Sự Vựng được viết như sau:

*"Khi biên soạn đến đây thì đã 64 tuổi rồi, may mà mắt chưa mù, còn viết được chữ nhỏ. Dứt bút rất mừng. Bèn có tụng rằng:*

*Tiếng Phạn phân rành khó khắp cầu*
*Viết bài nêu yếu hội mọi người*
*Tổng trì (nắm vững) ba tạng như xem (chỉ trong) bàn tay*
*Rất mong Hậu Hiền viết tiếp cho".*

*"Tập phiên dịch danh nghĩa này là của Ngài Phổ Nhuận Đại Sư Pháp Vân, ở Chùa Cảnh Đức tại Cô Tô biên soạn ra. Sách này đến nước này (Trung Quốc) có năm tháng rõ ràng (có hơn một năm) cho nên thường thường khắc bản in ra mà truyền cho đời cũng rất ưa chuộng. Có bản đời Đường để kiểm điểm. Vì quá rộng nên bản có nhiều chỗ thoát giản (dịch thoát, giản đơn). Thế nên khảo đính mà bổ sung chỗ thiếu và lược. Lại Bàn Gia uy điểm, thì điểm ấy chẳng phải là một chuẩn thỉnh ở mọi nơi trường học có người viết chép, ắt biết có chỗ phải, cũng có chỗ sai. Rất mong những bậc sáng suốt nên thêm hoặc bớt cho. Liêu mạng công thọ mộc để rộng truyền vậy. Năm Khang Vĩnh*

*thứ 5, năm Mậu Thìn (1629?) thượng tuần tiết trọng đông (ngày thượng tuần tháng 11)".*

Đọc đoạn văn trên đây tôi rất cảm động. Vì lẽ ngày xưa không phải như bây giờ có đầy đủ tiện nghi. Ví dụ như muốn viết chữ Hán thì trước tiên phải mài mực, sau đó lấy bút lông chấm vào nghiên mực rồi lấy giấy súc ra viết chữ lên đó. Chắc chắn rằng ngày xưa giấy không tốt bằng bây giờ và mực thấm trên bút lông cũng chỉ có thể viết 5 đến 10 chữ là phải thấm lại mực khác vào đầu bút lông. Cũng có nhiều vị kính trọng Kinh Văn là lời dạy của Đức Phật và chư Tổ Sư truyền thừa; nên khi muốn viết Kinh thì họ chấm mực và viết xong mực lại ra bên ngoài hít thở, sau đó vào bên trong chấm lại mực khác để viết những dòng chữ tiếp theo. Đây là hình thức cung kính, tôn trọng lời người xưa để lại. Còn bây giờ lại khác hoàn toàn, làm cái gì cũng phải cho nhanh, cho gấp. Thế nhưng kết quả lại chẳng bằng người xưa.

Ngày xưa các vị Tổ ngồi cả ngày Thiền định để viết một hai chữ với nét bút thật là thiền vị; còn bây giờ một ngày viết được không biết bao nhiêu là trang giấy; nhưng phần nội dung thì chẳng có ý nghĩa gì sâu sắc. Ngày xưa đa phần là đi bộ; nhưng vững chắc vô cùng. Bây giờ hầu như đi đâu cũng đi máy bay, xe hơi, hay tàu lửa, tàu thủy; nhưng nguy hiểm, chết chóc nhiều hơn ngày xưa rất nhiều. Ngày xưa người ta ăn nói rất chất phác, thật thà. Còn bây giờ nói toàn là những lời hoa mỹ, nhưng nội dung thì chẳng có gì cả. Đúng là đời sống tinh thần giữa xưa và nay cách nhau một trời một vực là như vậy. Viết hay dịch xong một trang kinh, sau khi để bút xuống rất nhẹ nhàng; nhưng người xưa cũng rất khiêm cung. Bởi lẽ việc dịch từ ngôn ngữ này sang ngôn ngữ khác không phải là chuyện đơn giản, nên có chỗ đúng lẫn chỗ sai và cầu người khác giảo chánh lại cho mình.

Khi đọc dò lại lỗi chính tả cho Linh Sơn Pháp Bảo Đại Tạng Kinh, bộ Sự Vựng quyển thứ 8, từ trang 2847-2848 Kinh văn số 2131. Nếu tra bên chữ Hán của Đại Chánh Tân Tu Đại Tạng Kinh chúng ta sẽ thấy ở trang 1.185 của quyển thứ 54, phần giữa được dịch như sau:

*"Luận Bà Sa nói: Ở thế giới này tu đạo có hai. Một là khó làm ở trong đời ác năm trược, ở trong Vô Lượng đời Phật mà cầu A Bệ Bạt Trí (Bất thối chuyển) thật là khó được. Vô số khó này trần sa kiếp cũng chẳng thể nói hết. Hai là Đạo dễ làm, nghĩa là tin lời Phật dạy, niệm Phật tam muội, nguyện sanh Tịnh Độ, nương sức nguyện của Phật A Di Đà nhiếp trì, thì quyết định vãng sanh; nên gọi là Đạo dễ làm. Bảng nghĩa môn này hiện có Phật độ. Dẫu số hơn bụi đất, thì lý đồng cảnh tượng. Duỗi ra tuy có vạn hóa, nhưng cuốn lại thì một pháp cũng chẳng lập".*

Như thế đủ biết rằng ở đời ác năm trược này khó tu và khó chứng quả vị vô thượng Bồ Đề. Cái khó ấy theo Luận Tỳ Bà Sa nói thì nhiều như cát và hạt bụi nhỏ, nói làm sao hết được. Nếu người có thượng căn thượng trí thì may ra có thể đạt được giải thoát sanh tử chỉ trong một hai kiếp, nhưng số người này ít ỏi lắm. Chi bằng trong đời ác này hãy nhất tâm niệm Phật và nương vào nguyện lực của Đức Phật A Di Đà, thì chắc chắn việc vãng sanh về Tây Phương Tịnh Độ không còn gì nghi ngờ nữa. Nên đây là con đường dễ làm nhất mà chư Tổ đã dạy cho chúng ta như vậy.

Ở phần "Pháp Uyển Châu Lâm" có nhiều câu chuyện được trích ra rất hay, còn phần Sự Vựng hơi khô khan một chút. Tuy nhiên thỉnh thoảng vẫn có những câu chuyện tích rất sâu sắc về Pháp môn Tịnh Độ.

Ví dụ trong Linh Sơn Pháp Bảo Đại Tạng Kinh quyển thứ 189 thuộc Kinh văn số 2080 Bộ Sử, truyện thứ 11, phần: Truyền pháp chánh tông luận, quyển 1, trang 1710 có ghi lại phần trong Đại Trí Độ Luận như sau:

*Tôn Giả Long Thọ nói: "Trì giới là da, Thiền định là thịt, trí tuệ là cốt, vi diệu thiện tâm là tủy."*

Chỉ cần đọc, học và thực hành một lời dạy ngắn của Ngài Long Thọ, chúng ta cũng có thể lãnh hội được pháp rồi. Bởi vì giới, định, tuệ là tam vô lậu học, đối nghịch lại với tham, sân, si của chúng sanh mà chúng ta thường thấy gặp. Nhưng Ngài bảo rằng những người trì giới mới chỉ là việc ở ngoài da thôi. Ai thiền định miên mật thì người ấy đã vào trong thịt. Còn kẻ nào đạt được trí tuệ; đó mới chỉ là xương cốt. Chỉ khi nào được vi diệu thiện tâm. Ấy mới chính là tủy của mỗi người học đạo và hành đạo.

Ngày 17 tháng 7 năm 2000 tôi đọc đến tập thứ 202 của Linh Sơn Pháp Bảo Đại Tạng Kinh thuộc Kinh văn số 2128 phần Nhất Thiết Âm kinh nghĩa, quyển 99, trang 1646 Bộ Sự Vựng thứ 8 ở phần tựa ghi là: Trùng hiệu nhất thiết kinh âm nghĩa tựa. Nội dung ở Kinh văn này nói việc dịch kinh có đúng sai và nhiều lý do khác nhau như lúc khắc bản in kinh hoặc do giới hạn bởi ngôn ngữ của người dịch. Những bản kinh này có liên quan đến bản Đại Tạng của Cao Ly và Nhật Bản. Như vậy khi đọc kinh, luật hay luận được dịch ra bất cứ ngôn ngữ nào, chúng ta cũng phải nắm bắt nội dung của kinh văn hơn là hình thức. Vì người dịch và người nói, hai người khác nhau. Khi ý viết nên thành lời nó không giống hệt nhau; rồi từ dó "tam sao thất bổn", nghĩa là 3 lần sao đi sao lại sẽ mất đi bản chính. Cho nên Đức Phật hay dạy rằng: Nương vào Pháp để tu; chứ đừng nương vào người. Vì lẽ người thì có đúng có sai; còn pháp không đúng thì thôi, chứ không bao giờ sai cả. Việc này cũng giống như ngón tay chỉ mặt trăng vậy. Mặt trăng tượng trưng cho chơn lý. Khi ngón tay chỉ mặt trăng, có nghĩa là chúng ta nương vào phương tiện của ngón tay để thấy mặt trăng; chứ đừng lầm ngón tay là mặt trăng.

Ngài Thiền Sư Đức Tốn ở Huệ Lâm dạy rằng: *"Bồ Tát Văn Thù lấy vô trú làm gốc. Tổ Sư Tào Khê lấy vô niệm làm Tông. Tông của vô niệm là tông của muôn pháp. Gốc của vô trú là gốc của muôn pháp."* (Trích Linh Sơn Pháp Bảo Đại Tạng Kinh, tập thứ 189. Kinh văn số 2077 ở mục Tục Truyền Đăng Lục quyển 16, trang 317).

Quả là tuyệt vời! Đã là vô trú thì đâu có chỗ nào là gốc? Đã là vô niệm, không nghĩ thiện, không nghĩ ác thì đó chính là Tông chỉ của Thiền. Muôn pháp đều từ vô niệm mà sanh. Gốc của vô trú cũng là gốc của muôn pháp vậy.

Việc phiên dịch kinh Đại Bát Nhã được mô tả ở Kinh văn số 2119, tập thứ 194 của Linh Sơn Pháp Bảo Đại Tạng Kinh ở trang 846 thuộc Sử Truyện Bộ 16 có nói về biểu khải của Ngài Tam Tạng Pháp Sư Huyền Trang rằng: "Khởi đầu từ ngày mồng Một tháng Giêng niên hiệu Hiển Khánh thứ 5 (661), bắt đầu phiên dịch Kinh Đại Bát Nhã từ tiếng Sanskrit sang chữ Hán và đến ngày 23 tháng 10 năm Long Sóc thứ 3 (663), là hoàn tất gồm 600 quyển". Như vậy chỉ trong vòng gần 2 năm, Ngài Huyền Trang đã chủ trì việc phiên dịch này thành công như vậy. Riêng bộ này đã được Hòa Thượng Thích Trí Nghiêm bắt đầu dịch ra tiếng Việt từ năm 1972 và hình như 20 năm sau Ngài mới dịch xong Bộ Đại Bát Nhã 600 quyển này. Trong lời tựa của lần xuất bản thứ nhất Hòa Thượng bảo rằng gần nơi thất của Ngài dịch kinh ở chùa Long Sơn tại Nha Trang có một cây mít và chính ngày ấy 6 bông mít đã đậu thành quả. Tiếng Anh gọi quả mít là jackfruit; trong khi đó tiếng Sanskrit gọi là quả paramita, đồng âm với Ba La Mật Đa cũng có nghĩa là đáo bỉ ngạn hay Bát Nhã.

Ngày xưa khi Ngài Huyền Trang chủ trì việc phiên dịch này ở Ngọc Hoa cung, có cả hàng trăm người giỏi Hán-Phạn hay Phạn-Hán theo cùng để đối chiếu dịch và được Vua Đường Thái Tông ủng hộ hết mình, từ vật chất đến tinh thần, các Ngài chỉ chuyên chú vào việc dịch thuật nên mới được như vậy.

Còn Việt Nam chúng ta vào thời ấy, tuy rằng đến năm 1973 Giáo hội Phật giáo Việt Nam Thống nhất đã chủ trương cho phiên dịch Đại Tạng Đại Chánh từ chữ Hán sang tiếng Việt (xem thêm phần Hội Nghị toàn thể Hội Đồng phiên dịch ở phần phụ lục phía sau). Từ cuối năm 1973 đến tháng 4 năm 1975 các Ngài chưa dịch được bao nhiêu kinh, luật, thì ngày 30.4.1975 biến cố đã ập đến với dân tộc Việt. Thuở ấy khốn khổ vô cùng; cơm không đủ ăn, áo không đủ mặc. Tư tưởng thì bị theo dõi kiểm soát ở mọi nơi, mọi chỗ nên vị nào nhập thất để tu thì có thể làm việc nghiên tầm dịch thuật, như cố Hòa Thượng Thích Trí Nghiêm. Nhờ vậy mà ngày nay chúng ta mới có đầy đủ 600 quyển Kinh Đại Bát Nhã này để đọc tụng và hành trì. Ban đầu thì Hòa Thượng Thích Đỗng Minh có chủ trương in ấn những kinh sách mà Hòa Thượng Thích Trí Nghiêm dịch sang Việt ngữ, nhưng trong nước cách đây chừng 10 hay 20 năm về trước không có phương tiện, nên ở Hoa Kỳ đã thành lập một ban hỗ trợ tài chánh, để in ấn những kinh sách đã được dịch ra Việt ngữ. Ban đầu bộ Đại Bát Nhã này đã được Hòa Thượng Thích Thiện Siêu hiệu đính lại phần Việt ngữ, in ra 12 tập khổ lớn, trông rất trang trọng, và sau này ở Việt Nam khi kinh tế khá hơn, các nhà in đã bắt đầu in kinh sách của Phật giáo, ngay cả bộ Đại Tạng của Linh Sơn cũng đã được in chui, không có sự đồng ý bên Pháp và Đài Loan. Bởi lẽ từ tập 188 đến tập 202 chưa hoàn chỉnh. Tuy vậy đó cũng chỉ là sự cố gắng ở phương diện thương mại; chứ chưa phải ở lãnh vực nghiên cứu và học thuật.

Ở Nhật thời Thiên Hoàng Đại Chánh và Chiêu Hòa từ năm 1922 đến năm 1934, trong 13 năm đó Đại Chánh Tân Tu Đại Tạng Kinh đã được hình thành và được triều đình hai vị Thiên Hoàng này bảo trợ. Trong khi đó Việt Nam chúng ta dân chúng còn nghèo quá làm sao kêu gọi đóng góp; còn chính quyền hiện tại không phải là một chính quyền có chính sách thân thiện với tôn giáo. Do vậy chờ đợi việc chính quyền giúp đỡ in ấn Đại Tạng Kinh là chuyện không tưởng. Đứng từ điểm này, cố Hòa Thượng Thích Tịnh Hạnh đã có lý khi chỉ một mình Ngài ở Đài Loan từ năm 1994 đã về nước tìm người phiên dịch và đi khắp nơi trên thế giới, vận động tài chánh để in bộ Linh Sơn Pháp Bảo Đại Tạng Kinh. Cho đến năm 2015 khi Ngài viên tịch thì cũng chỉ mới in được 187 tập, còn 15 tập nữa kể từ tập thứ 188 đến tập 202 sẽ xuất bản trong năm 2022, để hoàn thành tâm nguyện của Hòa Thượng Tịnh Hạnh.

Tuy rằng bộ Đại Tạng dịch ra Việt ngữ này cũng chưa phải hoàn hảo lắm, nhưng nó cũng là một sự khởi đầu để cho những công trình sau có thể tiếp tục phần vụ của mình, miễn sao Phật giáo Việt Nam có được một Đại Tạng Kinh hoàn chỉnh như của Trung Hoa, Tây Tạng, Mông Cổ, Triều Tiên và Nhật Bản là quý hóa lắm rồi.

Năm 2019 là năm tôi đúng 70 tuổi Tây (71 tuổi ta), nhân sự kiện trọng đại này quý Thầy đệ tử xuất gia và các đệ tử tại gia chủ trương trì tụng bộ Kinh Đại Bát Nhã 24 tập gồm 600 quyển do cố Hòa Thượng Thích Trí Nghiêm dịch, nhưng vì thời gian tụng 100 người trong vòng 10 ngày (từ ngày 17 đến ngày 26 tháng 6 năm 2019) thì không thể xong 24 tập được. Cho nên Thầy Hạnh Tấn sau đó chia riêng ra từng nhóm nhiều vị để tụng nhiều tập khác nhau cho xong 24 tập; chứ không tụng chung như mấy ngày đầu nữa. Kể ra như vậy cũng là một việc làm đáng tán dương khi nghĩ đến Thầy mình, khi Thầy mình còn đang có mặt trên trần thế này.

Vào giữa năm 2019 đến năm nay 2021, trong mỗi mùa An Cư Kiết Hạ, Thầy trò chúng tôi mỗi tối thay vì lạy kinh mỗi chữ một lạy như mấy mươi năm trước đây, thì chúng tôi bắt đầu trì kinh Đại Bát Nhã 600 cuốn này. Mỗi đêm Thầy trò chúng tôi chỉ tụng 20 trang, sau đó niệm Phật, ngồi thiền độ 15 đến 20 phút, đoạn xả thiền. Và bây giờ là cuối tháng 6 năm 2021, gần ngày sinh nhật của tôi (28.6), Đại chúng đã tụng được 6 tập rồi, còn 18 tập nữa, mỗi tập dày từ 500 trang trở lên, chắc còn phải trì tụng trong nhiều mùa An Cư Kiết Hạ như thế mới mong xong được.

Ngày 23.4.2020 tôi đọc tập thứ 196 bộ Sự Vựng, quyển 2 thuộc Linh Sơn Pháp Bảo Đại Tạng Kinh. Kinh văn số 2122 về Pháp Uyển Châu Lâm, quyển 29, trang 1410 đến trang 1472 phần Thánh Tích, có nói về việc Ngài Huyền Trang đi thỉnh kinh ở Ấn Độ. Ngoài ra còn bộ Đại Đường Tây Vực Ký ở tập 51 thuộc Đại Chánh Tân Tu Đại Tạng Kinh, Kinh văn số 2087 thuộc Sử Truyện bộ 12 từ trang 867 và Linh Sơn Pháp Bảo Đại Tạng Kinh ở tập 190.

Sau khi Ngài Huyền Trang về lại Trung Quốc vào năm 645, đã được Vua Đường Thái Tông thỉnh Ngài ở Ngọc Hoa cung để chủ trì việc dịch các Kinh điển, trong đó có Kinh Đại Bát Nhã này và Bát Nhã có 8 bộ tất cả như trong tập thứ 194 của Linh Sơn Pháp Bảo Đại Tạng Kinh, thuộc Luận Chiết nghi 1 về phá hữu quy không, nên gọi Bát Nhã là Không tông. Đây thuộc Sử Truyện bộ thứ 16 và Kinh văn số 2118. Tám bộ Bát Nhã là:

1) Đại phẩm Bát Nhã
2) Trung phẩm Bát Nhã
3) Phóng quang Bát Nhã
4) Quang Tán Bát Nhã
5) Đạo hạnh Bát Nhã
6) Kim Cương Bát Nhã
7) Thắng Thiên Vương Bát Nhã
8) Văn Thù Bát Nhã

Ở quyển 194 này cũng có dịch phần biểu văn của Ngài Huyền Trang xin vào núi Tung, để nhập thất vào những ngày cuối đời và Ngài không về lại cung như vua đã thỉnh. Đây thuộc Kinh văn số 2119, trang 837.

Kinh văn số 2088 về Thích Ca Phương Chí ở Đại Chánh Tân Tu Đại Tạng Kinh thuộc quyển hạ và Linh Sơn Pháp Bảo Đại Tạng Kinh tập 190 thuộc bộ Sử Truyện 2, trang 1255 loại chữ lớn có đề cập đến Ngài Khương Tăng Hội và Ngô Tôn Quyền (xem thêm bài về Tổ Sư Khương Tăng Hội ở phần phụ lục phía sau). Theo sử sách cho biết (Thiền Sư Nhất Hạnh và Giáo Sư Trí Siêu Lê Mạnh Thát), thì cha của Ngài Khương Tăng Hội là người nước Khương Cư, đến Giao Châu lấy vợ người Việt Nam và sinh ra Ngài Khương Tăng Hội. Cho đến bây giờ đa phần các sử sách đều chưa ghi rõ năm sinh của Ngài Khương Tăng Hội, nhưng được biết rằng vào năm 247 nhằm Xích Ô năm thứ 10, Ngài Khương Tăng Hội sau 21 ngày dùng thần thông hóa hiện ra Xá lợi, khiến cho Ngô Tôn Quyền phải kính nể, đã hỏi Hám Trạch về sự linh ứng này thì Hám Trạch trả lời rằng: Nếu đem sự sâu xa của 2 nhà Khổng Tử và Lão Tử để sánh với sự sâu xa của Phật Pháp thì là rất xa vậy. Tại sao?

"Lão Tử thiết lập giáo, phép tắc tại trời chế định, chẳng dám trái với trời; còn chư Phật thiết lập giáo, phép trời phụng hành, không dám trái với Phật. Lấy đó để nói thì thật không thể đối sánh rõ ràng vậy."

Tôn Quyền vui mừng, chọn Hám Trạch làm Thái tử thái phó.

Từ Đại Tạng Kinh đã chép lại với những sự tích như vậy, còn tin hay không là do mỗi người chúng ta tự khảo sát lấy. Tuy nhiên cho đến nay các sử gia Phật giáo đều chủ trương rằng: Nên tôn xưng Ngài Khương Tăng Hội là Sơ Tổ của Phật giáo Việt Nam.

Theo nội dung của "Lục Độ Tập Kinh" trong Đại Chánh Tân Tu Đại Tạng Kinh có nói về việc này, và theo sự nghiên cứu về luật tạng của Thượng Tọa Thích Tâm Nhãn, thì giới đàn Tỳ kheo được truyền cho Ngài Khương Tăng Hội là giới đàn đầu tiên ở Giao Châu và giới đàn này xảy ra trước những giới đàn Tỳ Kheo ở miền nam Trung Quốc. Bởi vậy nhiều sử gia cho rằng khi Ngài Khương Tăng Hội đến kinh đô Kiến Nghiệp, lúc ấy miền này do Ngô Tôn Quyền cai trị, Phật giáo vẫn chưa có mặt và hầu như chưa được thịnh hành như miền Bắc của xứ Trung Hoa. Do vậy có nhiều người cho rằng: Đạo Phật Việt Nam được truyền vào Trung Quốc, chứ không phải đạo Phật được truyền từ Trung Quốc vào Việt Nam.

Sự trả lời của Hám Trạch cho Ngô Tôn Quyền nghe về sự khác biệt giữa Khổng, Lão và Phật. Rõ ràng là ngay từ những ngày đầu của lịch sử dân tộc Trung Hoa, họ đã lấy Khổng và Lão làm nền tảng tâm linh để phát triển quốc gia này, nhưng so với Phật thì Lão và Khổng vẫn còn giậm châm tại chỗ nơi đời sống ngũ trược ác thế này, nên mới không dám trái mệnh trời. Còn trời, theo Phật giáo vẫn còn trong vòng luân hồi sanh tử và ngược lại trời lại phụng hành lời Phật dạy. Ví dụ như những vị Trời ở cõi Tứ Thiên Vương, bao giờ cũng có ý nguyện đi bảo hộ Phật và giáo pháp của Ngài. Kể từ đó Ngô Tôn Quyền cho xây dựng chùa chiền to lớn ở đất Kiến Nghiệp, để cho dân chúng lễ bái nguyện cầu.

Lâu nay chúng ta hay nghe nói lúc Thái tử Tất Đạt Đa được sinh ra tại vườn Lâm Tỳ Ni thì hoa Vô Ưu nở rộ, chim chóc ca hót đón mừng sự ra đời của Thái tử. Từ trên không có con rồng 9 đầu phun 2 dòng nước ấm và lạnh để tắm gội cho Thái tử và sau đó Thái tử bước đi 7 bước, dưới mỗi bước chân đều mọc lên một đóa sen. 7 bước này lâu nay có nhiều Pháp Sư giải thích khác nhau, nhưng theo Linh Sơn

Pháp Bảo Đại Tạng Kinh, tập 194, trang 594 ở phần Kinh văn số 2118 về Luận Chiết Nghi thì 7 bước ấy là: Bảy đức tài, gồm: Tín, Tấn, Giới, Tàm quý, Văn xả, Định và Huệ.

Tín chính là niềm tin. Niềm tin ấy như trong kinh Pháp Hoa nói là mẹ sinh ra mọi công đức vậy. Tấn là sự siêng năng tu học. Giới chính là những sự ngăn che, không cho chúng ta rơi vào tội lỗi. Tàm quý là việc biết xấu hổ và thẹn lòng, khi chúng ta đã tạo ra tội lỗi. Văn xả là nghe và bỏ, có nghĩa là nếu những điều gì chúng ta nghe, nhưng nếu không đúng chánh pháp thì hãy bỏ đi. Định ấy là thiền định, chính nhờ sự định tĩnh chúng ta sẽ sinh ra được trí tuệ và chính nhờ trí tuệ ấy con người đi đúng hướng để đến mục đích giải thoát sanh tử luân hồi.

Một bậc Thánh đã xuất hiện nơi trời Tây (so với Trung Quốc). Đó là xứ Ấn Độ, nên Khổng Tử mới nói rằng: "Người ở phương Tây có bậc Thánh, không trị mà chẳng loạn, không nói mà tự tin, không hóa mà tự lành. Mênh mông thay! Dân không thể gọi tên vậy."

Một bậc "vạn thế sư biểu" như Khổng Tử mà còn thốt lên những lời ca ngợi Đức Thích Ca Mâu Ni Phật tuyệt vời như vậy thì chẳng có vĩ nhân nào hơn Đức Phật được cả.

Trong khi đó thì Tăng Tử nói rằng: "Người ưa chuộng thiện, phước tuy chưa đến, mà cái họa đã xa vậy. Còn người thích làm ác, chuyện hung hăng tuy chưa đến, mà cái họa rất gần vậy."

Rõ ràng những bậc Thánh nhân xuất hiện trong đời này, từng lời nói, từng cử chỉ của họ đã giúp cho đời sống tâm linh của con người cải thiện không ít. Đức Phật cũng đã từng dạy rằng: Tuy vào rừng trầm không bẻ cành hay lá, nhưng ra khỏi rừng trầm rồi, trên áo vẫn còn thơm mùi trầm. Đó là những hiền nhân quân tử. Còn kẻ ác cũng giống như người đi chợ cá. Tuy chưa hay không mua cá, nhưng khi ra khỏi chợ cá rồi thì mùi cá tanh hôi vẫn còn bám chặt nơi quần áo của chúng ta.

Lâu nay tôi cũng thường hay nghe nói đến Tam Hoàng, Tam Vương và Ngũ Đế ở thời cổ đại của Trung Hoa, nay nhân việc đọc Đại Tạng Kinh mới hiểu rõ được như sau. Đó là: Mạnh Tôn, Quý Tôn và Thúc Tôn. Có nơi cũng gọi là: Phục Hy, Thần Nông và Hiên Viên. Khi mới vào học Trung Học, trong giờ lịch sử chúng tôi vẫn được học là: Cháu ba đời của Thần Nông là Đế Minh; Đế Minh kết duyên với nàng tiên sinh ra Lộc Tục; Lộc Tục đến sinh sống ở Hồ Động Đình, sau đó sinh ra Lạc Long Quân; Lạc Long Quân lấy bà Âu Cơ sinh ra 100 cái trứng, nở thành 100 người con, 50 người theo cha lên núi và 50 người theo mẹ xuống biển. Đây cũng là Tổ Tiên của người Việt Nam, vốn là giống rồng và tiên hội tụ lại. Đây là huyền sử, vì sử này chẳng có ghi lại ngày tháng nào những vị này xuất hiện cả, nhưng chúng ta cứ tin là đã có một ông gọi là Thần Nông như vậy. Còn ai sinh ra ông Thần Nông thì thiên hạ vẫn còn đang đi tìm nguồn gốc xa xưa ấy.

Tam Vương ở đây là chỉ cho Nhà Hạ, Nhà Thương và Nhà Chu. Các vị vua này trị vì bên Trung Quốc. Cách mấy ngàn năm trước khi Đức Chúa bên Trung Đông ra đời.

Còn năm Đế ấy là: Thiếu Hạo, Hiên Viên, Cao Tân, Đường Nghiêu và Ngu Thuấn. Nghiêu và Thuấn là hai triều đại rất thái bình thịnh trị bên Trung Hoa, nên hai bài kệ hô chung buổi tối và sáng các chùa trong khi gióng đại hồng chung thường nguyện bằng tiếng Việt như sau:

*"Nguyện cầu Phật nhựt tăng huy*
*Pháp luân thường chuyển gió hòa dân an,*
*Tứ sinh ba cõi nhờ ân,*
*Luân hồi sáu đạo lụy thân đã nhiều.*
*Nguyện cầu báo chướng đều tiêu,*

*Mười loài chín cõi an, siêu vẹn toàn.*
*Trần gian duyên nghiệp lầm than,*
*Nguyện tiêu tất cả tội mang nhiều loài.*
*Bão lụt đói khát nạn tai,*
*Nam hòa Đông thuận như thời Thuấn Nghiêu.*
*Nghiệp phiền khổ chướng tiêu diêu,*
*Trận vong binh tướng nguyện siêu liên hồng.*
*Nhân hòa địa lợi đều thông,*
*Chim bay thú chạy bẫy vòng chớ vương.*
*Cô thân lãng tử tha hương,*
*Mau về quê mẹ trọn thương nghĩa tình.*
*Nguyện cầu chư Phật độ sinh,*
*Vô biên thế giới đất trời gần xa.*
*Viễn cận Tăng tín đàn-na,*
*Thiền môn an tịnh lợi tha đạo vàng.*
*Long thần thổ địa hân hoan,*
*Hộ Tăng hộ Pháp đạo tràng hưng long.*
*Mẹ, cha, sư, hữu tồn vong,*
*Mất còn lợi lạc vẫn trong chơn thường.*
*Đường về bến giác quê hương,*
*Đồng đăng bỉ ngạn Tây phương Di Đà".*

*(Trích Nghi thức thỉnh Đại hồng chung – Chùa Bảo Vương Melbourne, Úc Châu – Hòa Thượng Huyền Tôn dịch từ chữ Hán sang thơ lục bát tiếng Việt).*

Ngày còn nhỏ khi chúng tôi mới vào chùa (1964) chỉ hô chung theo chữ Hán; trong đó có câu: *"Nam mẫu đông giao, câu triêm Nghiêu Thuấn chi nhựt"* chẳng hiểu là gì cả. Nay được Hòa Thượng Thích Huyền Tôn cho dịch hoàn toàn ra tiếng Việt, nên chúng ta biết rằng: Phía nam thì mưa hòa; phía đông thì gió thuận như thời của Vua Nghiêu và Vua Thuấn trị nước. Quả là những bậc quân chủ hiền tài, nên đất nước mới được thái bình thịnh trị như vậy.

Đại Chánh Tân Tu Đại Tạng Kinh, với Kinh văn số 2122 phần Pháp Uyển Châu Lâm quyển thứ 48, tương đương với Linh Sơn Pháp Bảo Đại Tạng Kinh, quyển thứ 197 ở trang 749 phần Sự Vựng 3, có đề cập đến việc Ngài Thích Đạo An coi sóc chùa Đại Trung Hưng ở chốn kinh sư, đã viết ra 9 điều răn cho người xuất gia rất là hay. Nội dung không khác với quyển Quy Sơn Cảnh Sách của Ngài Linh Hựu khuyên người xuất gia là mấy. Đọc những đoạn văn như vậy cảm thấy thấm thía vô cùng. Vì lẽ không thể viết hết vào sách này được. Quý vị nào muốn đọc, chỉ cần tra cứu theo Kinh văn số mấy mà tôi đã nêu ra, thì có thể tìm ra ngọn ngành của mọi câu chuyện. Khi tôi dò Kinh văn cảm thấy chỗ nào hay, mang nhiều ý nghĩa đặc biệt thì tôi ghi chú vào một miếng giấy nhỏ và từ đó trích ra viết vào sách này để giới thiệu với quý vị. Nếu quý vị tìm được những Kinh văn mà tôi đã đọc và giới thiệu như trên thì sẽ cảm nhận được những gì mà chư Tổ ngày xưa đã truyền đạt lại. Ví dụ như thông tin sau đây:

Tập 51 của Đại Chánh Tân Tu Đại Tạng Kinh thuộc bộ Sử Truyện thứ 13, thứ tự Kinh văn số 2102 thuộc Hoằng Minh Tập quyển thứ 5, thì Linh Sơn Pháp Bảo Đại Tạng Kinh nhằm tập 191 từ trang 174 đến trang 186, có 5 thiên luận về Sa Môn Bất Kính Vương Giả của Pháp Sư Huệ Viễn. Đó là 5 việc Ngài đã nêu ra như: 1) Tại gia, 2) Xuất gia, 3) Cầu tông chẳng thuận hóa, 4) Thể cực chẳng gồm ứng và 5) Hình tận mà thần chẳng diệt. Nội dung của luận này rất hay. Quý vị có thể mở tập chữ Hán thứ 51 tìm Kinh văn số 2102 hay Linh Sơn Pháp Bảo Đại Tạng Kinh tập 191, sẽ đọc được lý luận sắc bén của Ngài Huệ Viễn và kể từ đó về sau Sa Môn không phải lễ lạy khi vua đến chùa nữa.

Chứng Đạo Ca của Đại Sư Huyền Giác ở Vĩnh Gia được dịch sang phần Việt ngữ trong Linh Sơn Pháp Bảo Đại Tạng Kinh, quyển thứ 188; thứ tự Kinh văn số 2076 thuộc bộ Sử Truyện 10, mục Cảnh Đức truyền đăng lục, quyển thứ 30 trang 990 có đăng nhiều câu chuyện và nhiều pháp ngữ rất hay. Ví dụ như sau đây là một câu tiêu biểu. "Khi mê thì người chạy theo pháp. Khi ngộ thì pháp do (nơi) người." Đây là ngữ lục của Hòa Thượng Tuệ Hải ở Đại Châu - Việt Châu, Trung Quốc. Rõ ràng là như vậy, kẻ tìm pháp cũng giống như kẻ chăn trâu. Nếu chưa hàng phục được tâm của mình, thì con trâu trong tâm ấy vẫn còn hung hăng lắm. Chỉ khi nào mình làm chủ được mình thì giữa trâu và mình không có khoảng ngăn cách nào cả. Pháp không nằm bên ngoài. Nếu ta có chạy đi tìm kiếm khắp đông, tây, nam, bắc, thì cũng không bằng tìm lại nơi chính mình. Khi nào mình thấy được mình, chính là thấy được tánh giác rồi vậy. Để từ đó ta có thể thỏng tay vào chợ và vạn pháp sẽ sinh ra từ đó.

Linh Sơn Bảo Pháp Đại Tạng Kinh quyển 190, Kinh văn số 2089 thuộc bộ Sử Truyện 12, phần Du Phương ký sao trang 1365 tường thuật lại như sau:

Vào ngày 13.12 năm Khai Nguyên thứ 18 (730) thời Tiền Đường. Ngài Tăng Chánh Bồ Đề Tiên Na cùng những đồng bạn của Lâm Ấp là Sa môn Phật Triết, Sa môn Tăng Duệ người Trung Hoa theo thuyền đi đường biển để đến Trung Quốc.

Kinh văn này nếu đọc hết thì có nội dung như sau: Ngài Phật Triết người nước Lâm Ấp. Vậy nước Lâm Ấp nằm ở đâu mà ngày nay chúng ta không thấy trên bản đồ? Nước này liên hệ với Chiêm Thành và lập quốc từ năm 192. Theo học giả Đào Duy Anh thì "Kinh đô Lâm Ấp nằm ở địa phận Quảng Nam bây giờ" và sau khi Huyền Trân Công chúa thời Nhà Trần, con gái Vua Trần Nhân Tông được gả cho Chế Mân vào cuối thế kỷ thứ 12 đầu thế kỷ thứ 13 (1206), thì Lâm Ấp đã không còn nữa. Vì hai Châu Ô và Châu Rí, Chế Mân đã lấy đó làm sính lễ cưới Huyền Trân và từ đó địa phương này không thấy nhắc đến nữa. Từ năm 730 đã có Ngài Bồ Đề Tiên Na người Ấn Độ đến Lâm Ấp và Ngài Phật Triết nhận làm Thầy. Dĩ nhiên là tình Thầy trò không phải được nối kết chỉ tại Lâm Ấp, mà trước đó Ngài Phật Triết đã sang Ấn Độ để học Phật. Đường đi như thế nào thì nay vẫn chưa rõ. Có thể Ngài đi bằng đường biển từ cửa biển Hội An qua Thái Lan rồi qua Bombay chẳng hạn, chứ thời đó mà đi qua những cánh rừng của Thủy Chân Lạp, rồi Lục Chân Lạp và để đến cho được Ấn Độ không phải đơn giản, vì nước độc và thú dữ thời bấy giờ xuất hiện không ít.

Sau khi ở Ấn Độ, Ngài Phật Triết đã nói chuyện với Thầy mình bằng ngôn ngữ địa phương. Có thể bằng tiếng Sanskrit và sau đó hai Thầy trò trở về lại Lâm Ấp. Tại Lâm Ấp, Ngài Bồ Đề Tiên Na người Ấn Độ học tiếng Lâm Ấp để nói chuyện với người địa phương, rồi học tán tụng trong các chùa viện tại đây cũng như học những điệu múa dân gian khi lễ hội Vu Lan về hay Tết đến v.v... để sau đó cả hai Thầy trò đi thuyền sang Trung Hoa với những người đi buôn và lần này còn kết hợp thêm Ngài Tăng Duệ người Trung Quốc nữa. Họ đã đến Quảng Châu thuộc tỉnh Quảng Đông và họ ở đó từ năm 730 đến năm 751, thì Thánh Vũ Thiên Hoàng của Nhật Bản cho người sang Trung Hoa, thỉnh Thầy trò hai Ngài sang Nara để làm lễ chú nguyện khai nhãn cúng dường tượng Tỳ Lô Giá Na Phật, được đúc bằng đồng từ năm 751 và nay vẫn còn được tôn thờ tại chùa Đông Đại tự ở Nara. Thánh Vũ Thiên Hoàng đối xử với các Ngài như là bậc Thầy và được phong là Tăng Chánh.

Sau khi làm lễ khai nhãn cúng dường tượng Tỳ Lô Giá Na Phật xong, quý Ngài còn được Thiên Hoàng và Hoàng gia thỉnh ở lại để dạy tán tụng cho chư Tăng Nhật Bản, cũng như dạy những điệu múa dân gian của Lâm Ấp cho dân chúng. Do vậy, mãi cho đến ngày nay ở thế kỷ 21 này, mỗi năm Phật giáo Nhật Bản đều có lễ hội tán tụng lễ nhạc Phật giáo Lâm Ấp tại Hoàng cung của Nhật Bản. Đây là những điều mà người Việt chúng ta ngày nay ở trong cũng như ngoài nước nên trân quý.

Cũng trong tập 190, Kinh văn số 2089 trang 1370 (loại chữ lớn) phần thứ 7 có đề cập đến truyện của Hòa Thượng Đông Chinh thời Tiền Đường rất hay. Đó là Ngài Giám Chân Hòa Thượng, đọc theo âm tiếng Nhật là Kanrin Osho. Vào năm Khai Nguyên thứ 21 (733) thời Tiền Đường, Ngài đã rời Trung Hoa sang Nhật Bản để truyền luật tông theo chí nguyện của Ngài, cũng như do sự thỉnh cầu của chư Tăng Nhật Bản, như Vinh Duệ và Phổ Chiêu thuở bấy giờ đã sang Trung Quốc du học và cung thỉnh Ngài về quê hương của họ để dạy luật. Ngài cùng đệ tử của mình ra đi từ Quảng Châu rồi Thượng Hải và đã nhiều lần như vậy, nhưng không thành do sóng to gió lớn hoặc giả quan lại triều đình nhà Tiền Đường lúc bấy giờ muốn ngăn cản Ngài; nhưng sau hơn 6 lần tìm đủ mọi cách, thì Ngài cùng đoàn tùy tùng đã cập bến ở đảo Kushyu (Cửu Châu), Nhật Bản vào năm Thiên Bảo thứ 1 (742). Đó là năm Nhâm Ngọ, năm Thiên Bình thứ 14 ở Nhật Bản (có nơi nói năm 753).

Năm 1972 khi vừa đến Nhật đã có nhiều Thầy rủ tôi đi xem phim này rồi, nhưng thuở ấy vì tiếng Nhật chưa rành, nên khi xem đa phần chỉ nhìn thấy hình ảnh thôi nhưng rất động tâm, khi thấy một bậc Thầy có ý chí cang cường như vậy. Nào chống cự với Hải tặc, với sóng to gió lớn, với triều đình can ngăn không cho Ngài rời khỏi Trung Quốc, nhưng cuối cùng với ý chí mãnh liệt sắt đá, Ngài đã thắng và đã đến được Nhật Bản. Nhờ sau này xem phim bằng tiếng Việt, nên hiểu rõ ngọn ngành hơn.

Trong những chuyến hành hương đến Nhật Bản vào những năm trước, chúng tôi thường đến thăm các chùa của các Tông phái tại Kyoto và đặc biệt, hầu như không có lần nào là không đến thăm Nara, nơi có Chùa Đông Đại Tự (Todaiji) và Chùa Đường Chiêu Đề. Chùa này do Ngài Giám Chân Hòa Thượng người Trung Hoa cho xây dựng trên đất Nhật vào năm 759. Thời gian này Ngài đã 71 tuổi và đến năm 75 tuổi (764) thì Ngài thị tịch cũng ở chùa này. Đây là ngôi chùa truyền thừa Luật tông tại Nhật Bản đầu tiên từ Trung Quốc được truyền sang và sau hơn 1.257 năm (2021-764) ngôi chùa này chỉ còn đóng vai trò lịch sử của tông phái này, chứ ở Nhật Bản, Luật tông không còn truyền thừa liên tục nữa. Bởi lẽ chư Tăng Nhật Bản ngày nay chỉ còn giữ Bồ Tát giới thôi, còn giới Tỳ kheo họ không tiếp tục nữa, vì đa phần chư Tăng Nhật Bản đã lập gia đình từ thế kỷ 13, kể từ thời Ngài Thân Loan Thánh Nhơn (Shinran Shonin) chủ xướng việc lập gia đình cho chính Ngài, thì Phật giáo Nhật Bản đã bị thế tục hóa từ lâu rồi. Có thể chư Ni Nhật Bản còn gìn giữ giới Tỳ kheo Ni, còn bên Tăng thì hầu như hoàn toàn không còn nữa.

Theo tiểu sử của Hòa thượng Giám Chân thì Ngài sinh năm 688 tại Dương Châu (nay thuộc Giang Tô, Trung Quốc). Năm Ngài 14 tuổi (702) Ngài xuất gia tu học, chuyên về Luật tạng; đến năm 26 tuổi (713) Ngài đã tìm cách sang Nhật và mãi đến năm 732 Ngài mới bắt đầu xuống thuyền, sau 5 lần thất bại và lần thứ 6 trong 11 năm liên tục như thế, Ngài đã thành công và Ngài đã đến Nhật Bản vào năm 742. Lúc ấy Ngài đã 54 tuổi (742-688). Ngài được Thiên Hoàng Hiếu Liêm, Thánh Võ Thái Thượng Hoàng và Hoàng Thái Hậu rất kính trọng, và những vị này là những người được dân chúng tôn sùng nhất, đã quy y với Ngài Kanrin Osho (Giám Chân Hòa Thượng). Kế đó hơn 400 người của hoàng tộc cũng lần lượt xin thọ giới và về sau này, các cao Tăng Nhật Bản cũng đã đến xin thọ giới ngày càng nhiều.

Trong tập 189 của Linh Sơn Pháp Bảo Đại Tạng Kinh, phần Kinh văn số 2077, Truyền Pháp Chánh Tông Ký quyển 2 có kể ra nhiều câu chuyện thật đặc biệt; trong đó có chuyện của Ngài Khế Tung ở trang 1273 cũng như câu chuyện thứ 11 ở quyển 3; câu chuyện thứ 9 ở quyển 4 có 5 vị tất cả. Quyển 5 có đề cập đến 3 vị; quyển 6 có 5 vị. Tất cả là chư Tăng người Trung Hoa và những mẩu chuyện về Truyền Pháp Chánh Tông Ký này, kéo dài cho đến trang 1473 mới chấm dứt.

Lâu nay chúng ta vẫn thường nghĩ rằng bài thơ sau đây là của Ngài Minh Châu Hương Hải Thiền Sư người Việt Nam được truyền lại như sau:

*Nhạn quá trường không*
*Ảnh trầm hàn thủy*
*Nhạn vô di tích chi ý*
*Thủy vô lưu ảnh chi tâm*

Dịch sát nghĩa như sau:

*Nhạn bay trên không trung*
*Ảnh chìm* trong *nước* lạnh
*Nhạn không có ý để lại dấu vết*
*Nước cũng không có tâm lưu giữ ảnh (của nhạn) lại.*

Tuy nhiên ở tập 188 của Linh Sơn Pháp Bảo Đại Tạng Kinh thì bài thơ này là của Ngài Thiền Sư Nghĩa Hoài ở Thiên Y người Trung Quốc chứ không phải của Ngài Minh Châu Hương Hải Thiền Sư người Việt Nam như lâu nay chúng ta vẫn thường hay hiểu. Bài thơ này thuộc Kinh văn số 2077 - bộ Sử Truyện 10, Tục Truyền đăng lục quyển 6, trang 1277. Bài thơ này được dịch ra Việt ngữ như sau:

*Nhạn bay ngang sông*
*Ảnh không lắng nước*
*Nhạn không có ý lưu vết*
*Sông không tâm niệm giữ hình.*

Dịch sang Việt ngữ như vậy cũng hay. Nhờ vậy mà chúng ta biết thêm một điều mà lâu nay chúng ta vẫn thường đọc tụng, bây giờ có gốc gác để truy tìm.

Ở tập thứ 196 của Linh Sơn Pháp Bảo Đại Tạng Kinh thuộc Kinh văn số 2122 – Pháp Uyển Châu Lâm, trang 495 bộ Sự Vựng 2 có giải thích về việc Thái Tử Tất Đạt Đa có 3 người vợ. Phu nhân của Bồ Tát thuộc họ Cù Đàm. Nhạc phụ là Thủy Quang; nhạc mẫu là Nguyệt Nữ. Tên là Cù Di.

Phu nhân thứ nhất là Da Du Đà La, đa phần chúng ta đều biết. Bà là mẹ của La Hầu La.

Phu nhân thứ hai là La Vân; tên Na Duy Đàn. Cha là Di Thí. Bà này chúng ta ít thấy đề cập nơi sách sử.

Phu nhân thứ ba là Lộc Dã. Phụ thân của bà là Trưởng giả họ Thích (Kinh Ngũ Mộng).

Trong Đại Tạng Kinh phần Pháp Uyển Châu Lâm đã ghi như vậy; còn việc đúng sai như thế nào, cứ theo lịch sử mà tra cứu để tìm ra sự thật vậy.

Vào ngày 25 tháng 11 năm 2020 tôi đã đọc tập 192 của Linh Sơn Pháp Bảo Đại Tạng Kinh, trang 146 thuộc bộ Sử Truyện thứ 14. Kinh văn số 2103, Quảng Hoằng Minh Tập quyển 24 đến phần "Thư can ngăn Pháp Sư Nhân Sơn Thâm bỏ đạo" của Trần Từ Lăng mà cảm động vô ngần. Thư được viết như sau:

"Trộm nghe người xuất gia nhà rộng như hư không, ở trong lòng thế tục dụ như ở lao ngục.

"Chẳng như có văn đã rõ, tự thế gian cũng thấy. Chợt nghe Pháp Sư úp ghe thuyền kia đến ngược việc của người tu sĩ, đây là cái giỏi dưới mắt chứ chẳng phải kế hay lâu dài. Vì sao mà biết? Vì từ khổ vào vui chưa biết cái vui trong vui. Từ vui vào khổ mới biết cái khổ trong khổ. Đệ tử lâu nay cho Pháp Sư dẫu không là người xưa cũ, mà từ khi biết nhau đến nay cũng lại chẳng sợ, phàm thuốc hay thì không ngọt, lời ngay can ngăn quyết trái lỗ tai, nhờ thấy kia vắng vẻ do đây bất nhẫn không nói.

"Vả lại trong ba mươi năm tạo nghiệp đâu lớn, vì sao trong một sớm lại bỏ công đã thành, ai thật là đáng tiếc, kính vượt tâm cao, chưa hiểu ý sâu, e chẳng phải kế sách nhà binh, muốn nhóm Lưu hầu, hình loại rồng nằm xa cầu họ cát đá vàng, binh pháp đâu thể gặp lại, ba đều là tranh lau, không do hai lần gặp gỡ. Phong tước năm đẳng chỉ thấy chứ không gặp, trong lầu ngoài cửa khó đỏ dễ trắng. Kèn lá ống phụng chẳng được đều nghe, vũ nữ, kỹ nữ không nhọc quen lờn, tìm đó giống như lông trâu, được giống như sừng trâu, ngoài ra chỗ nào nhìn trộm lỗ?

"Nay nếu Pháp Sư thoái chuyển chưa hẳn có một điều xứng tâm, giao mất mười món đại lợi hiện tiền. Vì sao? Vì Phật pháp không phân biệt dòng nhỏ, người vào thì tôn trọng, quy y thì quý kính, trên không hầu Thiên Tử, dưới không nhượng chư hầu, riêng dạo chơi thế gian vô vi tự tại. Đây là điều lợi thứ nhất.

"Thân không làm lụng nhọc nhằn, miệng ăn cơm ngon, tâm chẳng lo việc vợ con, thân mặc áo thô sơ, sáng không lo tiền bạc, chiều không thể ngàn dặm, cúi ngước dạo chơi đâu không vui. Đây là điều lợi thứ hai.

"Thân không trách nhiệm nặng, ở quyết là cõi mới vách trắng cửa đỏ, lý nhiên rất kính. Tối cầm sáng sắc là tự vui đùa, sáng sớm bút chiều lại thì luận tình luận đủ. Đây là điều lợi thứ ba.

"Dù cho gai sinh ở đường vua đi cầu hóa thành cống dài, hẻm nhỏ cửa bé nhờ đâu mà thay đổi, tấc lụa không vận tải, quan kho đấu gạo, không tiến kho công thương, ty bội thương, đâu cần tìm cầu, đây là điều lợi thứ tư.

"Trước cửa quấy rối ta lại an giấc ngủ, trong hẻm vân vân không vẻ kinh sợ, nhà thôi điêu khắc lớn nhỏ, cửa dừng đinh cứng mềm, vào ra tùy tâm, qua lại tự tại. Đây là điều lợi thứ năm.

"Tăng xuất gia không đúng vẫn hơn kẻ ở thế tục, dù cho tâm còn nghĩ giết chóc, tay không lỗi đoạn mạng, trong sâu kín thông tình quyết hơn đèn sáng rỡ, cầu tục như thế phiền cấu muôn lần còn hơn người tại gia, nếu vào sông ái thì chìm mãi chẳng đường ra. Đây là điều lợi thứ sáu.

"Nghe tiếng chuông mà chí kính, tìm hương thơm để sinh tâm, sáng thấy tôn nghi chiều khác trục báu, điều lành khoảnh khắc theo đây mà sinh, công nhỏ như giọt nước mà lần đầy chum lớn, chưa biết nhân duyên quả báo thiện ác rõ ràng, nói theo đây thì lợi kia khó bày. Dù cho hiểu tướng người tại gia vẫn có việc trần ai, dầu khiến xa gởi búng móng tay xa gần cúi đầu, hình bỏ tâm giữ thân dời ý qua, người có rảnh được như thế. Người nghèo khổ thường không nhân, gần ở trước mắt không nói có thể thấy. Đây là điều lợi thứ bảy.

"Trong núi dưới cây cho nên tự khó hẹn, gối trên đã, dòng nước súc miệng thật ít có, loại như thế không thể nghĩ bàn, người như thế khó gặp, nhất tâm người ít gặp, Pháp sư chưa thể không học, giao tập nhân thông minh thù thắng, một sớm thối tâm đối lý xa mù. Đây là điều lợi thứ tám.

"Dệt chỉ thành màn thấy nhân quá khứ, truyền quyển lưu ly nghiệm quả đời sau. Biết nhân biết quả không cho là lỗi, biết phước biết quả báo do đâu gây tội? Trên không ghe và mái chèo sẽ thấy cái buồm bị chìm đắm, dưới mất phao nổi thì có cái họa chìm thân. Đây là điều lợi thứ chín.

"Rộng giúp chúng sanh làm thầy trời người, nước, đất bằng, hư không, đều là chỗ tôn quý, nói quyết là Xà-lê,

Hòa thượng. Thư liền gửi đến cung kính đảnh lễ, xa gần ca hát, sang hèn kính ngưỡng. Nay Pháp sư quyết thoái chuyển lập thành đáng nghiệm, vừa cởi ca sa, gặp người liền xưng "ông tôi" mới hiểu họ tên trịch vai thì cũng đáng gọi, bằng người cho nên tự không bàn, thấp kém cũng sợ không nhường, lời mỏng xưng mình, giường chõng tre khác theo đến. Nhỏ được tự ở, được vua phong, nếu không quì gối nghiêm này tự hiểu không nhân, cúi ngước nương đón chưa rảnh hợp độ, chuyên chú như thế do đâu mà cho. Đây là điều lợi thứ mười.

"Lược nói mười việc không mất cơ này, trong kia đạo sâu đâu cho nói đủ. Ngược độ người nhân từ, tâm ở cảnh ma bị ma mê hoặc, ý nương đường tà đổi tánh, dù cho mày như liễu nhỏ, đâu đáng quan hệ tấm lòng, gò má như trái hồng đâu thể lâu dài, đồng chăn chia gối vẫn có buồn tin dài, khi ngồi nằm quên, không khỏi oán thù, lạc sông thần nữ còn lại không lầm đông a. Trên đời bọn ca kỹ đâu quan hệ gì đến việc vua, phàm tâm là mặt. Nếu nói về quyến luyến thì chung khí chung lòng, một lần lỗi triền miên thì luôn đêm nhàm thức dậy. Pháp sư chưa thông phản chiếu đâu ngộ bán hoa, chưa chứng tha tâm thông thì đâu biết ý kia. Than ôi! Cây quế đem làm đuốc lớn để đốt, đáng tiếc hạt minh châu mà để trong bùn.

"Đệ tử ngày nay bàn ngang quyết được Pháp sư mỉm cười. Trên đời người tại gia đâu nói xấu đâu hạn cuộc, vả lại một người thối đạo mà không an nguy, nói theo đây thì thật khó hiểu. Thí như ngói đá đầy đường người không kinh sợ, mảnh vàng ròng muôn phàm dứt bước, chánh nói công Pháp sư vào đạo đã đủ, pháp nhiễm tục chưa nhiều khác gì vàng mà đổi đồng đỏ, bạc mà đổi lấy chì thiếc, đáng thương, đáng tiếc, vẫn đáng buồn, lượng có thể nhẫn khó nhẫn, mới biết kia rất mong bỏ việc đời dứt trần lao, chánh niệm tương ưng, hạnh chí cả hai hoàn toàn, thêm rõ lo lự liền có thể suy nghĩ, hối ở trước không nhọc lo hận về sau. Nếu đệ tử tính xa thì mười mấy năm, ở giữa sẽ biết so lường, gần thì ba năm, năm năm, trong xướng trống thế nào, muôn hận nạn buồn đâu biết xa đến. Tự lầm tự lẫn bỏ hẳn mất một đời, bèn biết dây đàn đứt có thể nối, tính cách khó giữ. Hoặc như trong lửa sinh hoa có thể gọi là ít có, người mê biết ngược bỏ đạo không xa, mau chóng suy xét, gấp lên đường chánh. Pháp sư chẳng phải vô trí, nên bị người ngu làm mê, giống như A Nan bị ma quấy nhiễu, còn phải nhờ năng lực Tam Bảo chế bày sự hung dữ kia, dựng tràng Bát Nhã thiên na tự vâng lệnh. Ý chỉ lời này đáng nên cởi bỏ sự quê mùa, nếu không hội lòng cao, may mắn dừng quái sâu."

Khi đọc đến tập 197 của Linh Sơn Pháp Bảo Đại Tạng Kinh để sửa lỗi chính tả, tôi đã phát hiện ra nhiều chỗ hay và rất cảm động. Tôi vì tuổi đã lớn, nên Phật tử Minh Đăng đã tăng độ chữ lớn gấp đôi bình thường cho dễ đọc. Do vậy đôi khi số trang tôi ghi sai biệt với số trang của kinh được ấn hành, thì đó cũng là lẽ tự nhiên. Mong quý vị hoan hỷ cho. Ví dụ tôi ghi Kinh văn số 2122 – Pháp Uyển Châu Lâm quyển 48 - Bộ Sự Vựng 3, trang 749 (loại chữ lớn); thì ở bản in chính sẽ là trang 376, không phải trang 749. Do vậy quý vị khi tìm; nên tìm Kinh văn số mấy trước cũng như ở quyển thứ mấy thì sẽ tìm ra ngay.

Khi đọc đến Kinh văn này ở phần "Nhân Duyên Cảm Ứng" tôi rất xúc động, mà xúc động nhất phải nói đến 9 điểm của Ngài Thích Đạo An đã nói về tâm tư của người xuất gia, thật là ý vị và ở tận đáy lòng, tôi cảm kích vô cùng. Do vậy xin được trích đăng lại đây để người đời sau khi đọc được những bản văn, hay lời khuyên chí thành của những bậc Tổ Đức như thế này, thì có thể làm cho ý chí càng vững mạnh hơn nữa để gìn giữ ý chí của người xuất gia là: *"Phát túc siêu phương, tâm hình dị tục, thiệu long thánh chủng, chấn nhiếp ma quân, thượng báo tứ ân, hạ tế tam hữu. Nhược bất như thử, lạm xí tăng luân"*; nghĩa là: *"Người xuất gia cất bước vượt lên phương trời cao rộng; tâm hình khác tục; làm hưng long hạt giống Thánh, nhiếp phục ma quân, trên đền bốn ơn, dưới cứu ba cõi. Nếu chẳng như vậy là lạm mang hình tướng xuất gia."* (Trích Quy Sơn cảnh sách văn)

Dĩ nhiên khi đi vào Đại Tạng Kinh Bắc Truyền cũng giống như đi vào biển cả bao la diệu vợi, không bờ bến; người lữ hành cô độc chèo một chiếc thuyền con bé tẻo teo thì khó định dạng được phương hướng. Tuy nhiên mặt trời mặt trăng tượng trưng cho ngày và đêm cũng như sao Bắc Đẩu là cái đích để con người có thể định hướng cho lối đi của mình. Điều quan trọng là mình hướng đến đâu và muốn đi về đâu. Đó mới là vấn đề chính của hành giả khi tu học Phật pháp vậy.

## NHÂN DUYÊN CẢM ỨNG

"Sơ lược dẫn ra bốn chuyện:

1. Sa môn Thích Chi Độn, thời Tấn;

2. Sa môn Thích Vong Danh, thời Chu;

3. Sa môn Thích Đạo An, thời Chu;

4. Sa môn Thích Tăng Phạm, thời Tề.

**1.**

Thời nhà Tấn ở núi Ốc Châu vùng Diệm có Chi Độn tự là Đạo Lâm, vốn là người họ Quan vùng Trần Lưu, có nơi nói là người vùng Lâm Lự, Hà Đông, tuổi thơ có thần thái thông minh xuất chúng. Tấn Vương Hi Chi trông thấy Chi Độn có tài năng văn chương tuyệt vời hiếm gặp, liền cởi áo mũ cân đai lưu luyến không muốn rời, nhiều lần mời đến ở tại chùa Linh Gia, ý giữ lại gần bên nhau. Nhưng lại tìm đến núi Diệm, ở một ngọn núi nhỏ tại Ốc Châu dựng chùa hành đạo, Tăng chúng hơn trăm người thường theo học. Lúc ấy có người lười nhác, Chi Độn bèn viết bài minh đặt bên phải chỗ ngồi, để khuyên nhủ rằng:

"Hãy chịu khó chăm chỉ, đến đạo không cần mẫn, sao trở thành nấn ná, chìm mất nét thần kỳ! Ba cõi mênh mông mịt mù, dừng lại lâu dài tăm tối, ngoại cảnh tiếp cận buồn phiền, nội tâm rong ruổi sâu xa. Chết vì khát khao kính trọng, lui lại xa rời quên mệt, con người sống chỉ một đời, nhỏ nhoi như hạt sương rơi. Thân ta chẳng phải là ta, nói rằng do ai tạo ra, người thông hiểu nhớ ân đức, biết yên lành ắt nguy nan, tất cả trống rỗng rõ ràng, hồ thiền trong veo thấu đáy, giữ chặt cấm giới sáng ngời, nói rõ quy phạm sâu xa, tâm bình yên trong thần đạo, chí ngang bằng với vô vi, ba Tế sáng ngời lặng lẽ, sau Tì sửa trĩ dung thông, năm Ấm trống rỗng có gì, bốn chi rõ ràng giả dối, không ngón tay ví ngón tay, đoạn tuyệt mà chẳng rời xa, Diệu Giác đã bày rõ ràng, lại khó biết được sâu xa, khéo léo tùy ý bình thường, cùng với mọi vật đổi thay, vượt qua từ đây về trước, đừng suy nghĩ đừng bàn luận!

**2.**

Thời nhà Chu ở vùng Vị Tân có Sa môn Vong Danh, tự mình khuyên nhủ rằng:

"Dùng sức mạnh xoay chuyển Trời đất kéo lại thời gian, trong vòng một ngày đã sớm tàn tạ, kiên cố như ngọn Thái Sơn hùng vĩ, bỗng chốc làm sao trở thành tro bụi? Chắc chắn biết rằng tướng thế gian vô thường phù sanh hư ngụy, ví như sương buổi sáng dừng lại được bao lâu? Bậc đại trượng phu sống nên làm cho ma quân phải khuất phục chết nên làm thức ăn nuôi hổ đói, nếu như không phải vậy thì sống uổng phí nào ích lợi gì? Không bằng tu thiền định đủ để nuôi thiền định chí nguyện, đọc tụng Kinh điển đủ để tự làm cho vui vẻ, phú quý danh dự chỉ uổng công người mà thôi. Thế là cởi bỏ áo mũ cạo bỏ râu tóc, mặc ca-sa chống tích trượng nghe giảng giải bàn luận nghĩa lý nhiệm mầu, đất nước loạn lạc chưa yên không có nơi nào an thân được, tự chán ngán hình hài có lắm điều trói buộc, nghĩ đến cùng nguồn gốc khổ đau chẳng làm sao biết được bến bờ. Trong kinh Đại Thừa nói: "Như thuyết tu hành, mới gọi là Thánh, không chỉ là lời nói của miệng."

Tiểu Thừa có kệ nói:

*Luôn luôn thực hành nói là đúng*
*Không thực hành nói dựa vào đâu?*
*Nếu nói mà không thể thực hành,*
*Thì không gọi là người có trí.*

Vì lẽ đó Nhan Hồi hiếu học chịu khó sửa đổi sai lầm trước đây, Quý Lộ chưa tự sợ hãi nghe đến lời nói mai sau, công lao trí tuệ hỗn loạn làm nhọc tinh thần tổn thương tính mạng, vì đạo ngày càng giảm sút đâu cần biết nhiều, thế cần phải hình hài như cây khô, suy nghĩ như tro nguội, làm cho tai họa dây dưa này phải thuần phục để mong cầu rỗng rang vắng lặng, mới làm bài khuyên răn Tuyệt Học, cũng gọi là Tức Tâm Nghĩ Phu Chu Miếu, bài minh ấy rằng:

"Trong Pháp giới có người là vật báu Như ý, miệng họ mãi im lặng mà lòng họ khắc sâu rằng: Người nhiếp tâm của cổ xưa vậy. Khuyên nhủ thay! Không nghĩ nhiều không biết nhiều, biết nhiều thì nhiều tai họa, không bằng dừng ý nghĩ, nghĩ nhiều thì tâm rối loạn, tâm rối loạn thì sanh phiền muộn, chí phân tán thì chướng ngại đạo. Chớ bảo rằng đâu tổn hại, khổ đau ấy thật dài lâu, dừng nói là đâu sợ hãi, tai họa ấy thật ầm ỉ. Nước chảy không ngừng bốn biển sẽ tràn đầy, bụi nhỏ không lau, năm núi sẽ tạo thành. Phòng giữ ngọn ở gốc, tuy nhỏ mà không xem thường, đóng bảy Khiếu như thế, bít sáu Tình như vậy, đừng nhìn trộm đối với Sắc, chớ lắng nghe đối với Thanh, nghe thấy Thanh là điếc, trông thấy Sắc là đui. Một lời văn một nghệ thuật là con ve nhỏ giữa hư không, một kỹ năng một tài cán, là ngọn đèn lẻ dưới mặt Trời. Người anh hiền tài nghệ, đều là hạng ngu dại vụng về, vứt bỏ sự thuần phác, chìm đắm trong vẻ đẹp dâm ô, ngựa thức dễ chạy khỉ tâm khó kìm, tinh thần đã hao tổn vất vả, thì hình hài ắt phải thương tổn, nẻo tà hoàn toàn mê hoặc thì đường tu vĩnh viễn nhầy nhụa. Người anh hiền tài năng, đều nói là hạng hồ đồ dốt nát, bày kém cỏi mà muốn khéo léo, đức hạnh không nhiều, danh xưng nặng mà công hạnh nhẹ, cao thì mau sụp, viết vẽ bừa bãi trên sách vở, tác dụng lại không bình thường, trong lòng thì tự khoe khoang, ngoài mặt làm cho căm ghét. Có lúc bàn luận nơi miệng, có lúc viết chép bằng tay, muốn người khác phải khen ngợi, cũng là cái hố xấu xa, mà phàm phu nói là tốt đẹp, bậc Thánh cho là điều dữ, thưởng thức vui vẻ chốc lát mà buồn lo đau thương muôn kiếp, sợ bóng hình sợ dấu tích mà càng đi càng dữ, ngồi lặng dưới bóng cây che mát thì dấu tích không còn mà bóng hình cũng mất, chán ngán sinh lo sợ lão cứ suy nghĩ là tạo ra, tâm tưởng nếu diệt đi thì sanh tử vĩnh viễn không còn, chẳng tử chẳng sanh không có tướng không có danh, một nẻo đường rỗng rang vắng lặng thì muôn vật bình đẳng như nhau, có gì hơn có gì kém, có gì nặng có gì nhẹ, có gì sang có gì hèn, có gì nhục có gì vinh? Trời quang mây tạnh mặt trời tỏa sáng, tâm tàm quý thanh tịnh hiện bày, làm cho ngọn thái sơn ấy yên ổn cõi Kim Thành kia vững chắc, kính tặng các bậc hiền triết đạo lý trung trinh lợi ích này!"

**3.**

Thời nhà Chu có Sa môn Thích Đạo An có Chùa Đại Trung Hưng chốn kinh sư, người họ Diêu ở vùng thành cổ Bằng Dực, hiểu biết nghĩa lý huyền vi sớm dựa theo pháp môn, thần khí cao vời trong sáng, tiết tháo chính trực xa xăm, mới làm chín chương Di Giới để khuyên bảo học trò. Lời văn ấy nói:

"Chân thành xin lỗi các vị đệ tử! Người xuất gia vì đạo rất sâu nặng rất khó khăn, không thể tự tùy tiện, không thể tự coi thường. Vốn nói là sâu nặng, ấy là gánh vác đạo đức mang nặng nhân nghĩa, phụng trì tịnh giới đến chết mới thôi. Vốn nói là khó khăn, ấy là đoạn tuyệt thế tục cắt bỏ thân ái, thay đổi tính tình không giống với mọi người, làm việc mà người ta không thể làm được, cắt bỏ điều mà người ta không thể cắt bỏ được, nhẫn nhục chịu khổ tổn hại thân mạng. Nói là khó khăn, ấy gọi là Đạo nhân; Đạo nhân ấy là người dẫn dắt vậy. Việc làm nhất định phải được thực hiện, lời nói nhất định phải thích hợp với cách thức, khoác y phục xuất gia luôn luôn làm đúng pháp tắc, không tham không tranh không gièm pha không che giấu, học vấn cao xa chí ở tại lặng im sâu kín, đây là danh xưng dựa vào địa vị tam Tôn xuất Hiền nhập Thánh. Gột sạch tinh thần cho nên hàng vua chúa không mong đợi sự đền đáp của họ, cha mẹ không mong đợi sức lực của họ, người khắp thiên hạ không ai không quay về nương tựa, xa vợ xa con giảm bớt sự nuôi sống cung phụng cơm áo, cong lưng làm tất cả mọi việc không từ gian khổ chông gai. Tiếc rằng vì chí hạnh thanh khiết thông với thần minh, sợ hãi không có được gì đáng khác lạ đáng quý trọng, cho nên tự mình không xác định được làm cho đạo pháp phải suy tàn! Người mới học chưa nhận thức được pháp tắc, bỏ tà theo chánh mong cầu chân thật, mà lấy sự ranh mãnh nhỏ nhoi làm trí, lấy sự ngưỡng mộ nhỏ nhoi làm đầy đủ, ăn no suốt ngày không hề dụng tâm tự mình lui sụt nhìn lại thật cũng đáng xót xa! Suy nghĩ người xuất gia bây giờ, hoặc có năm tháng, mà sự nghiệp trải qua chưa thông văn từ không dứt khoát, uổng phí một đời không có gì đáng nói. Sự tình chưa thông văn từ không dứt khoát. Sự tình như vậy không thể suy nghĩ sâu sắc, hạn định vô thường không sớm thì muộn, quả báo đau khổ của ba nẻo không mạnh không yếu. Nghĩa Thầy trò sâu nặng cho nên đem ra trình bày rõ ràng, lưu truyền cho hữu tình đáng làm lời khuyên suốt cuộc đời của bản thân mình!

"Thứ nhất: Người đã xuất gia vĩnh viễn xa cách cha mẹ sanh ra, cạo bỏ râu tóc hủy hoại hình dáng mặc pháp phục vào thân. Ngày từ biệt cha mẹ người thân thì mọi người đều ứa lệ đau thương, cắt ái trong đạo lý hướng cao vút Trời xanh, nên theo chí nguyện này mà tu học hiểu thông Kinh điển đạo pháp; tại vì sao vô tâm cố tình giữ lại sắc Thanh, nhởn nhơ suốt ngày Kinh điển sự nghiệp không thành, đức hạnh ngày càng giảm sút mà việc làm xấu xa thì thừa ra, Thầy bạn hổ thẹn phàm tục khinh chê, xuất gia như vậy chỉ tự bôi nhọ tên họ của mình, cho nên nay dạy bảo khích lệ hãy tự mình nên chuyên cần tinh tiến!

"Thứ hai: Người đã xuất gia chí nguyện xa rời thế tục từ biệt quân vương, nên tự khuyên răn động viên mình theo chí hướng như tận mây xanh, tài sắc không quan tâm đến khác nhau so với thế tục, vàng ngọc không quý chỉ có đạo là châu báu, kiềm thúc bản thân giữ gìn tiết tháo cam chịu khổ sở vui với nghèo hèn, đức hạnh tăng thêm tự độ mình lại có năng lực độ cho người khác, tại vì sao thay đổi tiết tháo chạy theo thói phong trần sai lạc, ngồi chưa nóng chỗ đã chạy đi từ nơi này đến nơi khác, vội vàng như tội đồ lao dịch bị quan binh truy bắt, Kinh điển đạo lý không thông giới đức không trọn vẹn, bạn bè giễu cợt đồng học lánh xa, xuất gia như vậy chỉ uổng phí tuổi Trời, nay cố tình chỉ bày khuyến khích tất cả nên tự thương lấy mình.

"Thứ ba: Người đã xuất gia thì vĩnh viễn lìa xa họ hàng quyến thuộc, không có người thân thiết không có kẻ xa lạ, thanh tịnh không còn ham muốn, tốt lành thì không vui mừng, hung dữ thì không muốn buồn rầu, ung dung vượt ra ngoài rõ ràng lìa xa thế tục, chí nguyện giữ huyền diệu theo chân lý còn mãi sự chất phác, có thể độ mình mà cứu giúp nhiều người khắp nơi được nhờ phước thiện; tại vì sao vô tâm mà vẫn tiếp xúc với trước nhiễm, tranh giành tốt xấu tính toán chi ly một cách tệ hại, cùng với thế tục tranh danh đoạt lợi khác gì tôi tớ trong nhà, Kinh điển đạo lý không hiểu rõ đức hạnh không đầy đủ, xuất gia như vậy chỉ tự hủy hoại làm nhục mình, nay vì thế mà chỉ bày nêu rõ hãy tự tắm gội gột rửa chính mình!

"Thứ tư: Người đã xuất gia thì gọi là Đạo nhân, cha mẹ không người cung kính quân vương không có bề tôi, khắp nơi đều tôn trọng hầu hạ như thần linh, cúi rập đầu kính chào không kể gì giàu sang hay nghèo hèn, tôn trọng sự tu tập trong sáng tự lợi mình lợi người, giảm bớt một hạt gạo mang nặng ân tình để chu cấp tại vì sao khinh mạng lười nhác không thể nào báo ân, ỷ lại mà phóng túng thân ý một cách vô ích, không có giới hạnh mà ăn của bố thí thì chết rồi đi vào địa ngục, sắt nóng làm thức ăn nước đồng rót vào họng, sự đau khổ như vậy trong kinh Pháp Cú đã trình bày. Nay vì thế mà chỉ bày kiềm chế nên tự sửa chữa lại bản thân mình!

"Thứ năm: Người đã xuất gia thì gọi là Tức Tâm, không đắm theo những tạp nhiễm xấu xa chỉ có đạo là kính trọng, chí hướng trong sáng như ngọc như băng tuyết, nên tu tập kinh Pháp giới luật để giúp cho tinh thần, chúng sanh được giúp đỡ cứu độ cho người thân của mình; tại vì sao vô tâm chìm nổi thuận theo thế tục, buông thả bốn đại phóng túng năm căn, đạo đức thì cạn cợt mà chuyện thế tục càng sâu dày; xuất gia như vậy cùng với thế gian nào khác gì đâu? Nay vì thế mà khuyên nhủ kiềm thúc mong tự làm thông suốt tinh thần cho mình!

"Thứ sáu: Người đã xuất gia thì rời bỏ thân hình thế

tục, nên cốt phải dốc hết tình ý phù hợp với Niết bàn; tại vì sao ồn ào náo loạn không ở nơi vắng lặng, Kinh điển đạo lý hao tổn mà chuyện thế tục có thừa, nơi trong sáng sạch sẽ không đi mà lại tiến vào nơi bùn lầy dơ bẩn, mạng sống mong manh chỉ trong chốc lát, đau khổ chốn địa ngục khó có thể viết hết được. Nay vì thế mà khuyên nhủ khích lệ nên kính trọng mô phạm chuẩn mực!

"Thứ bảy: Người đã xuất gia thì không thể tự rộng lượng với mình, hình hài tuy thô lậu quê mùa mà việc làm thật đáng nhìn, y phục tuy không quý mà đứng ngồi phải đoan trang, ăn uống tuy đạm bạc mà lời nói ra đáng được làm cho no lòng, mùa hạ thì nén chịu nóng bức mùa đông thì nén chịu đựng giá lạnh, luôn luôn tự mình giữ gìn tiết tháo không uống trộm dòng nước, không tụ tập với người phẩm hạnh xấu xa, chân không duỗi thẳng về phía trước, ở mãi trong phòng riêng như đứng trước bậc chí tôn, học tuy không nhiều mà có thể sánh với bậc Thượng Hiền, xuất gia như vậy đủ để đền đáp công ân của cha mẹ, họ hàng bà con bạn bè tri thức đều được nhờ ân. Nay vì thế mà khuyên nhủ mọi người nên tự sách tấn mình!

"Thứ tám: Người đã xuất gia thì tánh có tối tăm và sáng suốt, học không bao nhiêu mà quan trọng là ở sự chuyên cần thực hành, người căn bậc Thượng thì ngồi thiền, người căn bậc Trung thì tụng kinh, người căn bậc Hạ thì có thể luôn luôn bảo quản giữ gìn chùa tháp sạch sẽ trang nghiêm, há có thể suốt ngày không có được chút gì hay sao? Ứng xử giữa đời mà không nghe nhận thì có thể nói là sống đời uổng phí, nay vì thế mà chỉ bày cho mọi người nên tự đoan trang tính tình phẩm hạnh của mình!

"Thứ chín: Người đã xuất gia thì vĩnh viễn cách xa cha mẹ đạo pháp thay đổi tính cách y phục thế tục rời thân hình, ngày từ biệt thân thích quyến thuộc thoát buồn thoát vui, gần xa đoạn tuyệt thế gian vượt ra ngoài chốn trần ai, nên tu tập Kinh điển đạo lý kiềm chế bản thân thực hành chân thật; tại vì sao vô tâm mà lại nhiễm nhân tố thế gian, Kinh điển đạo lý đã ít mà thực hành chẳng có chút nào, lời nói chẳng đáng coi trọng đức hạnh chẳng đáng quý báu, làm cho Thầy bạn phải liên lụy oán hận ngày càng sâu nặng. Xuất gia như vậy chỉ làm hại giáo pháp bôi nhọ chính mình, hãy suy nghĩ, hãy nhớ lấy mà tự sửa chữa bản thân tốt hơn!"

**4.**

Thời nhà Tề có Sa môn Thích Tăng Phạm ở Chùa Đại Giác vùng Nghiệp Đông, người họ Lý vùng Bình Hương, giới đức thanh cao tuân theo cấm giới không hề thiếu sót, đã từng ở lại chùa khác ý muốn được nghe giới, vào đêm 15 thuyết giới, đại chúng bàn bạc cùng nhau dừng thuyết giới mà tiến hành quy tập giáo pháp, có vị Tăng lên tòa cao sắp giảng về nghĩa lý. Nói rằng: Luận thẳng về pháp tướng thì phải hiểu sâu sắc ngôn từ của bậc Thánh, lúc Bồ tát thường nghe vấn nạn là được rồi. Bỗng nhiên trông thấy một vị thần hình dáng cao hơn trượng tướng mạo rất nghiêm khắc oai hùng, cao vút kinh người đi đến trước tòa cao, hỏi người luận về nghĩa lý (Thụ nghĩa), nay là ngày gì? Đáp rằng: Là ngày Bố tát. Vị thần liền đưa tay túm lấy, kéo xuống khỏi tòa cao mệt mỏi gần chết. Tiếp đó hỏi vị Thượng tọa, hỏi đáp như trước, túm lấy cũng gần chết. Làm cho hai ba vị Thượng tọa khiếp sợ rồi, vị thần còn vẫy cánh tay mà đi ra. Lúc ấy đạo tục cùng nhìn thấy không phải là ít. Tăng Phạm đã thấy điều kỳ lạ này, mới tự mình cố gắng chịu khó và khuyên răn đại chúng cho đến suốt đời không dám thuyết dục (vắng mặt lúc Bố tát), cho dù có bệnh nặng không thể nào tham dự được, thì thỉnh Tăng đến nơi người bệnh cung kính thuyết giới. Tăng Ni cả khu vực tiếp sau lần trừng phạt cảnh cáo này, đến ngày Bố tát cũng không ai thiếu sót."

Bốn chuyện trên đây trích từ Lương Cao Tăng Truyện.

Có những đoạn thì quý Thầy, Cô dịch rất hay. Có thể là do văn dễ hiểu; nên khi đọc lên, người dịch rõ ý và từ đó phóng bút một cách dễ dàng. Hoặc đôi khi trích lại những bài văn đã được dịch sẵn ra Việt ngữ; nên khi đọc, cảm xúc vô cùng.

Ví dụ ở tập thứ 200 của Linh Sơn Pháp Bảo Đại Tạng Kinh, Kinh văn số 2128; loại chữ lớn, trang 1091 (loại ấn bản trang 636) thuộc tất cả 2 kinh nghĩa kinh thứ 15 và Kinh Đại Bảo Tích thứ 116 - Hội Văn Thù Sư Lợi. Ở đây giải thích về chữ viết, ngôn ngữ cũng như cách dùng, thế nào là đúng, thế nào là sai.

Ví dụ như chữ La Hầu Lặc – Ma Hầu La Dà là tên của chư Thiên v.v...

Từ khi Phật pháp được truyền sang phương Đông, trong quá trình phiên dịch, ở đời Tây Tấn (247-300) thời Phan Nhạc, khi Phật giáo mới được truyền vào Trung Quốc, ít người rành chữ Phạn. Do vậy việc dịch kinh rất vụng về. Trong khi các vị Sư Ấn Độ đến Trung Hoa ở thời gian đầu này cũng không rành chữ Hán mấy, nên từ tiếng Sanskrit chuyển qua Hán tự cũng cả là một vấn đề không nhỏ. Mãi cho đến thời Ngài Huyền Trang (602-664) sau khi từ Ấn Độ thỉnh kinh sách tiếng Phạn về lại Trung Quốc thì việc dịch kinh mới được san định lại một cách rõ ràng, mạch lạc.

Năm 13 tuổi Ngài Huyền Trang xuất gia học đạo, năm 21 tuổi thọ giới Tỳ kheo. Năm 629 Ngài liều mình ra đi thỉnh kinh ở Ấn Độ; đến năm 645 thì Ngài trở lại kinh đô Tràng An, gồm có 2 năm đi, 2 năm về và hơn 12 năm tu học tại Ấn Độ (645-629). Kể từ đó những Kinh Văn được Ngài chủ trì cho phiên dịch ra Hán văn có độ chính xác hơn là những bản dịch đã có trước đó và sau này những bộ Đại Tạng Kinh của Trung Hoa như Vĩnh Lạc, Kiền Long v.v...

đều y cứ vào văn phong dịch thuật thời của Ngài Huyền Trang. Chỉ tiếc là Ngài có tuổi thọ không cao, chỉ hơn 60 tuổi, nên nhiều người khi nghiên cứu đến đời Ngài rất lấy làm tiếc và bảo rằng: Nếu Ngài sống thêm được vài chục năm nữa thì chúng sanh ngày nay đã được lợi lạc nhiều hơn. Tuy nhiên đây là một thành quả tuyệt vời của Phật giáo Trung Quốc nói riêng và Phật giáo thế giới nói chung, chưa có vị Tam Tạng Pháp Sư nào trong lịch sử của Phật giáo thế giới, có một cuộc đời và một hành trạng lịch lãm như Ngài Huyền Trang.

Đại Tạng Kinh Linh Sơn Pháp Bảo, đã được Hòa Thượng Thích Tịnh Hạnh cho bắt đầu phiên dịch từ năm 1994, đến năm 2015 Ngài viên tịch thì đã in được 187 tập. Những tập còn lại từ 188 đến tập 202 sẽ in trong năm 2022. Tuy nhiên Linh Sơn Pháp Bảo Đại Tạng kinh cũng chỉ mới dịch đến Kinh văn số 2131 là kinh cuối cùng của Đại Chánh Tân Tu Đại Tạng Kinh (Taisho Shinshu Daizokyo). Kinh này gọi là Phiên dịch danh nghĩa tập gồm có 7 cuốn; nằm phần giữa của tập 54 thuộc Bộ Sự Vựng, Bộ Ngoại giáo. Như vậy những Kinh văn nào chưa dịch ra tiếng Việt, tôi chỉ xin tóm tắt phần Kinh văn, tên gọi và có thể chua thêm phần Kinh ấy thuộc quốc gia Phật giáo nào; chứ sẽ không ghi rõ tác giả hay dịch giả v.v...

Kinh văn 2132 Tất đàn tự ký gồm 1 quyển.

Kinh văn 2133 Phạn ngữ thiên tự văn gồm 1 quyển.

Kinh văn 2134 Đường Phạn văn tự gồm 1 quyển.

Kinh văn 2135 Phạn ngữ tạp danh gồm 1 quyển.

Kinh văn 2136 Đường Phạn lưỡng ngữ song đối tập gồm 1 quyển.

Kinh văn 2137 Kim thất thập luận gồm 3 quyển.

Kinh văn 2138 Thắng tông thập cú nghĩa luận gồm 1 quyển.

Kinh văn 2139 Lão Tử hóa Hồ kinh quyển 1, quyển 10.

Kinh văn 2140 Ma Ni giáo hạ bộ tán gồm 1 quyển.

Kinh văn 2141 A - Ma Ni Quang Phật giáo pháp nghi lược gồm 1 quyển. B - Ba Tư Giáo tán kinh gồm 1 quyển.

Kinh văn 2142 Tự thông mê thơ sở kinh gồm 1 quyển

Kinh văn 2143 Cảnh giáo tam uy mông độ tán gồm 1 quyển.

Kinh văn 2144 Đại Tần cảnh giáo lưu hành Trung Quốc bi tụng gồm 1 quyển.

**Tập thứ 55**

Mục lục bộ toàn của Đại Chánh Tân Tu Đại Tạng Kinh.

Kinh văn 2145 Xuất tam tạng ký tập gồm 15 quyển.

Kinh văn 2146 Chúng kinh mục lục gồm 7 quyển.

Kinh văn 2147 Chúng kinh mục lục gồm 5 quyển đời Tùy.

Kinh văn 2148 Chúng kinh mục lục gồm 5 quyển đời Đường.

Kinh văn 2149 Đại Đường nội điển lục gồm 10 quyển.

Kinh văn 2150 Tục Đại Đường nội điển lục gồm 1 quyển.

Kinh văn 2151 Cổ kim dịch kinh đồ kỉ gồm 4 quyển.

Kinh văn 2152 Tục cổ kim dịch kinh đồ kỷ gồm 1 quyển.

Kinh văn 2153 Đại Chu san định chúng kinh mục lục gồm 15 quyển.

Kinh văn 2154 Khai nguyên Thích giáo lục gồm 20 quyển.

Kinh văn 2155 Khai nguyên Thích giáo lục lược xuất gồm 5 quyển.

Kinh văn 2156 Đại Đường Trinh Nguyên tục khai nguyên Thích giáo lục gồm 3 quyển.

Kinh văn 2157 Trinh nguyên tân định Thích giáo mục lục gồm 30 quyển.

Kinh văn 2158 Tục Trinh nguyên Thích giáo lục gồm 1 quyển.

Kinh văn 2159 Truyền Giáo Đại Sư tương lai Đài Châu lục gồm 1 quyển. Chuyện tích Nhật Bản.

Kinh văn 2160 Truyền Giáo Đại Sư tương lai Việt Châu lục gồm 1 quyển. Chuyện tích Nhật Bản.

Kinh văn 2161 Ngự thỉnh lai mục gồm 1 quyển Nhật Bản.

Kinh văn 2162 Căn Bổn Đại Hòa Thượng Chơn Tích sách tử đẳng mục lục gồm 1 quyển (từ đây trở đi nói về sử tích Phật giáo Nhật Bản).

Kinh văn 2163 Thường Nhiêu Hòa Thượng thỉnh lai mục lục gồm 1 quyển.

Kinh văn 2164 Linh Nham tự Hòa Thượng thỉnh lai pháp môn đạo cụ đẳng mục lục gồm 1 quyển.

Kinh văn 2165 Nhật Bản quốc Thừa Hòa ngũ niên nhập Đường cầu pháp mục lục gồm 1 quyển.

Kinh văn 2166 Từ Giác Đại Sư tại Đường tống tiến lục gồm 1 quyển.

Kinh văn 2167 Nhập Đường tân cầu Thánh giáo mục lục gồm 1 quyển.

Kinh văn 2168 A- Huệ Vận Thiền Sư tương lai giáo pháp mục lục gồm 1 quyển. B- Huệ vận Luật Sư thơ mục lục gồm 1 quyển.

Kinh văn 2169 Khai Nguyên tự cầu đắc kinh sớ kỷ đẳng mục lục gồm 1 quyển.

Kinh văn 2170 Phước Châu, Ôn Châu, Đài Châu cầu đắc kinh, luật, luận sớ ký ngoại thơ đẳng mục lục gồm 1 quyển.

Kinh văn 2171 Thanh Long tự cầu pháp mục lục gồm 1 quyển.

Kinh văn 2172 Nhật Bản Tỳ Kheo Viên Trân nhập Đường cầu pháp mục lục gồm một quyển.

Kinh văn 2173 Trí Chứng Đại Sư thỉnh cầu mục lục gồm 1 quyển.

Kinh văn 2174 A- Tân thơ tả thỉnh lai pháp môn đẳng mục lục gồm 1 quyển. B- Thiền Lâm Tự Tông Duệ Tăng Chánh mục lục gồm 1 quyển.

Kinh văn 2175 Lục ngoại kinh đẳng mục lục gồm 1 quyển.

Kinh văn 2176 Chư A Xà Lê Chơn Ngôn Mật Giáo bộ loại tổng lục gồm 2 quyển.

Kinh văn 2177 Hoa Nghiêm Tông chương sớ tinh Nhơn Minh lục gồm 1 quyển.

Kinh văn 2178 Thiên Thai Tông chương sớ gồm 1 quyển.

Kinh văn 2179 Tam Luận Tông chương sớ gồm 1 quyển.

Kinh văn 2180 Pháp Tướng Tông chương sớ gồm 1 quyển.

Kinh văn 2181 Chú tiến Pháp Tướng Tông chương sớ gồm 1 quyển.

Kinh văn 2182 Luật Tông chương sớ gồm 1 quyển.

Kinh văn 2183 Đông vực truyền đăng mục lục gồm 1 quyển.

Kinh văn 2184 Tân biên chư Tông giáo tạng tổng lục gồm 1 quyển.

**Tập thứ 56**

Tục kinh sớ bộ nhứt của Đại Chánh Tân Tu Đại Tạng Kinh.

Kinh văn 2185 Thắng Phát kinh nghĩa sớ gồm 1 quyển.

Kinh văn 2186 Duy Ma kinh nghĩa sớ gồm 5 quyển.

Kinh văn 2187 Pháp Hoa nghĩa sớ gồm 4 quyển.

Kinh văn 2188 Pháp Hoa lược sao gồm 1 quyển.

Kinh văn 2189 Diệu Pháp Liên Hoa kinh thích văn gồm 3 quyển.

Kinh văn 2190 Pháp Hoa kinh khai đề gồm 1 quyển và 1 quyển khác.

Pháp Hoa kinh thích gồm 1 quyển và có 2 bản khác.

Pháp Hoa kinh khai đề gồm 1 quyển và 3 quyển khác.

Pháp Hoa kinh mật hiệu gồm 1 quyển và 4 quyển khác.

Pháp Hoa kinh bí thích gồm 1 quyển và 5 quyển khác.

Pháp Hoa khai đề gồm 1 quyển và 6 quyển khác.

Kinh văn 2191 Pháp Hoa kinh bí thích gồm 1 quyển.

Kinh văn 2192 Nhập Chơn Ngôn môn trụ như thật kiến giảng diễn Pháp Hoa lược nghi gồm 2 quyển.

Kinh văn 2193 Chú Vô Lượng nghĩa kinh gồm 3 quyển.

Kinh văn 2194 Phật thuyết quán Phổ Hiền Bồ Tát hành Pháp Hoa ký gồm 2 quyển.

Kinh văn 2195 Pháp Hoa khai thị bao gồm 28 quyển.

Phụ: Vô lượng nghĩa kinh khai thị sao gồm 1 quyển.

Phổ Hiền kinh khai thị sao gồm 1 quyển.

Kinh văn 2196 Kim Quang Minh tối thắng vương kinh huyền xu gồm 10 quyển.

Kinh văn 2197 Kim Quang Minh tối thắng vương kinh chú thích gồm 10 quyển.

Kinh văn 2198 Tối Thắng Vương kinh vũ túc gồm 1 quyển.

Kinh văn 2199 Tối Thắng Vương kinh khai đề gồm 1 quyển.

Kinh văn 2200 Nhơn Vương kinh khai đề gồm 1 quyển.

**Tập 57**

Tục kinh sớ bộ nhị thuộc Đại Chánh Tân Tu Đại Tạng Kinh.

Kinh văn 2201 Kim Cang Bát Nhã Ba La Mật kinh khai đề gồm 1 quyển.

Kinh văn 2202 Bát Nhã tâm kinh thuật nghĩa gồm 1 quyển.

Kinh văn 2203 A- Bát Nhã tâm kinh bí kiện gồm 1 quyển.

B- Bát Nhã tâm kinh bí kiện lược chú gồm 1 quyển.

Kinh văn 2204 Bát Nhã tâm kinh bí kiện khai môn quyết gồm 3 quyển.

Kinh văn 2205 Hoa Nghiêm diễn nghĩa sao toản thích gồm 38 quyển.

Kinh văn 2206 A- Tân dịch Hoa Nghiêm kinh âm nghĩa gồm 1 quyển. B- Trinh Nguyên Hoa Nghiêm kinh âm nghĩa gồm 1 quyển.

Kinh văn 2207 Tịnh Độ tam bộ kinh âm nghĩa tập gồm 4 quyển.

Kinh văn 2208 A- Tịnh Độ nghi đoạn gồm 4 quyển.

B- Quán kinh nghĩa hiền vấn ngu đáp sao gồm 1 quyển.

C- Quán kinh nghĩa chuyết nghi xảo đáp nghiêm hạch sao gồm 1 quyển.

Kinh văn 2209 Quán kinh sớ truyền thông ký gồm 15 quyển.

Kinh văn 2210 A Di Đà kinh lược ký gồm 1 quyển.

**Tập 58**

Tục kinh sớ bộ tam thuộc Đại Chánh Tân Tu Đại Tạng Kinh.

Kinh văn 2211 Đại Nhựt kinh khai đề gồm 1 quyển.

Đại Nhựt kinh khai đề gồm 1 quyển và 1 quyển khác.

Đại Nhựt kinh lược khai đề gồm 1 quyển và 2 quyển khác.

Đại Nhựt kinh khai đề gồm 1 quyển và 3 quyển khác.

Đại Nhựt kinh khai đề gồm 1 quyển và 4 quyển khác.

Đại Nhựt kinh khai đề gồm 1 quyển và 5 quyển khác.

Đại Nhựt kinh khai đề gồm 1 quyển và 6 quyển khác.

Kinh văn 2212 Đại Tỳ Lô Giá Na kinh chỉ quy gồm 1 quyển.

Đại Tỳ Lô Giá Na thành đạo kinh tâm mục gồm 1 quyển.

Kinh văn 2213 Đại Nhựt kinh sớ Diệu Ấn sao gồm 80 quyển.

Kinh văn 2214 Đại Nhựt kinh sớ Diệu Ấn sao khẩu truyền gồm 10 quyển.

Kinh văn 2215 Đại Nhựt kinh trụ tâm phẩm sớ tư ký gồm 16 quyển.

**Tập 59**

Tục kinh sớ bộ tứ, thuộc Đại Chánh Tân Tu Đại Tạng Kinh.

Kinh văn 2216 Đại Nhựt kinh sớ Diễn Áo sao gồm 60 quyển.

Kinh văn 2217 Đại Nhựt kinh sớ Chỉ Tâm sao gồm 16 quyển.

**Tập 60**

Tục kinh sớ bộ ngũ, thuộc Đại Chánh Tân Tu Đại Tạng Kinh.

Kinh văn 2218 Đại Nhựt kinh sớ sao gồm 85 quyển.

Kinh văn 2219 Đại Nhựt kinh trụ tâm phẩm sớ tư ký gồm 20 quyển.

Kinh văn 2220 Đại Nhựt kinh cúng dường thứ đệ pháp sớ tư ký gồm 8 quyển.

**Tập 61**

Tục kinh sớ bộ lục, thuộc Đại Chánh Tân Tu Đại Tạng Kinh.

Kinh văn 2221 Kim Cang đảnh kinh khai đề gồm 1 quyển.

Kinh văn 2222 Giáo Vương kinh khai đề gồm 1 quyển.

Kinh văn 2223 Kinh Cang đảnh đại giáo vương kinh sớ gồm 7 quyển.

Kinh văn 2224 Kim Cang đảnh kinh kệ thích gồm 1 quyển.

Kinh văn 2225 Kim Cang đảnh đại giáo vương kinh tư ký gồm 19 quyển.

Kinh văn 2226 Tam thập quyển giáo vương kinh văn thứ đệ gồm 2 quyển.

Kinh văn 2227 Tô Tất Địa Yết La kinh lược sớ gồm 7 quyển.

Kinh văn 2228 Kim Cang Phùng Số Các nhứt thiết Du Già Chi kinh tu hành pháp gồm 3 quyển.

Kinh văn 2229 Du Chi tổng hành tư ký gồm 1 quyển.

Kinh văn 2230 Bồ Đề Trường kinh lược nghi thích gồm 5 quyển.

Kinh văn 2231 Liên Hoa thai tạng giới nghi quỹ giải thích gồm 3 quyển.

Kinh văn 2232 Phạm Phược Nhựt La Là Đỗ tư ký gồm 1 quyển.

Kinh văn 2233 Đại Phật Đảnh kinh khai đề gồm 1 quyển.

Kinh văn 2234 Chú Đại Phật Đảnh chơn ngôn gồm 1 quyển.

Kinh văn 2135 Đại Phật Đảnh Như Lai phóng quang tất hằng tha bát hằng la Đà La Ni khám chú gồm 1 quyển.

Kinh văn 2236 Lý thú kinh khai đề gồm 1 quyển.

Lý thú kinh khai đề gồm 1 quyển và 1 quyển khác

Lý thú kinh khai đề gồm 1 quyển và 2 quyển khác.

Kinh văn 2237 Chơn thật kinh văn cú gồm 1 quyển.

Kinh văn 2238 Lý thú kinh chủng tử thích gồm 1 quyển.

Kinh văn 2239 Đại Lạc kinh hiển nghĩa sao gồm 3 quyển.

Kinh văn 2240 Lý thú thích trọng thích ký gồm 1 quyển.

Kinh văn 2241 Lý thú thích bí yếu sao gồm 1 quyển.

Kinh văn 2242 Đại Tùy cầu Đà La Ni kham chú gồm 1 quyển.

Kinh văn 2243 Thiên thủ kinh nhị thập bát bộ chúng thích gồm 1 quyển.

Kinh văn 2244 Khổng Tước kinh âm nghĩa gồm 3 quyển.

Kinh văn 2245 Bất Không La Tố Tỳ Lô Giá Na Phật đại quán đảnh quang minh chơn ngôn cú nghĩa thích gồm 1 quyển.

**Tập 62**

Tục luật sớ bộ toàn của Đại Chánh Tân Tu Đại Tạng Kinh.

Kinh văn 2246 Phạm Võng kinh khai đề gồm 1 quyển.

Kinh văn 2247 Phạm Võng giới bổn sớ Nhựt Châu sao gồm 50 quyển.

Kinh văn 2248 Thư hành sao gồm 28 quyển.

**Tập 63**

Tục luận sớ bộ nhứt thuộc Đại Chánh Tân Tu Đại Tạng Kinh.

Kinh văn 2249 Câu Xá Luận bổn nghĩa sao gồm 48 quyển.

Kinh văn 2250 A Tỳ Đạt Ma Câu Xá Luận chỉ yếu sao gồm 30 quyển.

**Tập 64**

Tục luận sớ bộ nhị, thuộc Đại Chánh Tân Tu Đại Tạng Kinh.

Kinh văn 2251 A Tỳ Đạt Ma Câu Xá Luận Pháp nghĩa gồm 30 quyển.

Kinh văn 2252 A Tỳ Đạt Ma Câu Xá Luận khể cổ gồm 2 quyển.

Kinh văn 2253 Câu Xá Luận tụng sớ chánh văn gồm 1 quyển.

Kinh văn 2254 Câu Xá Luận tụng sớ sao gồm 29 quyển.

**Tập 65**

Tục luận sớ bộ tam thuộc Đại Chánh Tân Tu Đại Tạng Kinh.

Kinh văn 2255 Trung luận sớ ký gồm 8 quyển.

Kinh văn 2256 Trung Quán luận nhị thập thất phẩm biệt thích gồm 1 quyển.

Kinh văn 2257 Thập nhị môn luận sớ văn tư ký gồm 1 quyển.

Kinh văn 2258 Chưởng Trân Lượng Đạo gồm 1 quyển.

Kinh văn 2259 Du Già luận vấn đáp gồm 7 quyển.

Kinh văn 2260 Thành Duy Thức luận thuật ký tự thích gồm 1 quyển.

Kinh văn 2261 Duy Thức nghĩa Đăng Tăng Minh ký gồm 4 quyển.

Kinh văn 2262 Thành Duy Thức luận bổn văn sao gồm 45 quyển.

**Tập 66**

Tục luận sớ bộ tứ, thuộc Đại Chánh Tân Tu Đại Tạng Kinh.

Kinh văn 2263 Duy Thức luận đồng học sao gồm 68 quyển.

Kinh văn 2264 Duy Thức luận văn thơ gồm 27 quyển.

Kinh văn 2265 Duy Thức luận huấn luận nhật ký gồm 1 quyển.

**Tập 67**

Tục luận sớ bộ ngũ, thuộc Đại Chánh Tân Tu Đại Tạng Kinh.

Kinh văn 2266 Thành Duy Thức luận thuật ký tập thành biên gồm 45 quyển.

**Tập 68**

Tục luận sớ bộ lục, thuộc Đại Chánh Tân Tu Đại Tạng Kinh.

Kinh văn 2267 Thành Duy Thức luận lược sớ gồm 6 quyển.

Kinh văn 2268 Chú tam thập tụng gồm 1 quyển.

Kinh văn 2269 Nhiếp Đại Thừa luận thích lược sớ gồm 5 quyển.

Kinh văn 2270 Nhơn Minh luận sớ Minh Đăng sao gồm 12 quyển.

Kinh văn 2271 Nhơn Minh đại sớ sao gồm 41 quyển.

**Tập 69**

Tục luận sớ bộ thất, thuộc Đại Chánh Tân Tu Đại Tạng Kinh.

Kinh văn 2272 Nhơn Minh đại sớ dung quán sao gồm 9 quyển.

Kinh văn 2273 Nhơn Minh đại sớ đạo gồm 3 quyển.

Kinh văn 2274 Nhơn Minh đại sớ khỏa thơ gồm 6 quyển.

Kinh văn 2275 Nhơn Minh tứ chủng tương vi tứ ký gồm 3 quyển.

Kinh văn 2276 Nhơn Minh luận sớ tứ tương vi lược chú thích gồm 3 quyển.

Kinh văn 2277 Nhơn Minh tứ chủng tương vi lược tư ký gồm 2 quyển.

Kinh văn 2278 Tứ chủng tương vi đoạn lược ký gồm 1 quyển.

Kinh văn 2279 Nhơn Minh toản yếu lược ký gồm 1 quyển.

Kinh văn 2280 Nhơn Minh đại sớ tứ chủng tương vi sao gồm 1 quyển.

Kinh văn 2281 Minh bổn sao gồm 13 quyển.

Kinh văn 2282 Minh yếu sao gồm 5 quyển.

Kinh văn 2283 Khởi Tín luận sao xuất gồm 2 quyển.

Kinh văn 2284 Thích Ma Ha Diễn luận chỉ sự gồm 2 quyển.

Kinh văn 2285 Thích Ma Ha Diễn luận chỉ sự gồm 1 quyển.

Kinh văn 2286 Thích Ma Ha Diễn luận quyết nghi phá nan hội thích sao gồm 1 quyển.

Kinh văn 2287 Thích Ma Ha Diễn luận lập nghĩa phân lược thích gồm 1 quyển.

Kinh văn 2288 Thích Ma Ha Diễn luận ứng giáo sao gồm 1 quyển.

Kinh văn 2289 Thích Ma Ha Diễn luận tư ký gồm 1 quyển.

Kinh văn 2290 Thích Ma Ha Diễn luận khám chú gồm 24 quyển.

**Tập 70**

Tục luận sớ bộ bát, tục Chư Tông bộ nhất thuộc Đại Chánh Tân Tu Đại Tạng Kinh.

Kinh văn 2291 Kim Cang đảnh Du Già trung phát A Nậu Đa La Tam Miệu Tam Bồ Đề tâm luận bí thích gồm 1 quyển.

Kinh văn 2292 Kim Cang đảnh phát Bồ Đề Tâm luận tư sao gồm 4 quyển.

Kinh văn 2293 Kim Cang đảnh tông Bồ Đề Tâm luận khẩu quyết gồm 1 quyển.

Kinh văn 2294 Bồ Đề Tâm luận kiến khai gồm 4 quyển.

Kinh văn 2295 Bồ Đề Tâm luận dị bản gồm 1 quyển.

Phụ: Bồ Đề Tâm luận ngu nghi gồm 1 quyển.

Kinh văn 2296 Đại Thừa tam luận đại nghĩa sao gồm 4 quyển.

Kinh văn 2297 Nhứt thừa Phật tánh Huệ Nhựt sao gồm 1 quyển.

Kinh văn 2298 Đại Thừa chánh quán lược tư ký gồm 1 quyển.

Kinh văn 2299 Tam luận huyền sớ văn nghĩa yếu gồm 10 quyển.

Kinh văn 2300 Tam luận huyền nghĩa kiểm u tập gồm 7 quyển.

Kinh văn 2301 Tam luận huyền nghĩa sao gồm 3 quyển.

Kinh văn 2302 Tam luận huyền nghĩa dụ mông gồm 3 quyển.

Kinh văn 2303 Đại Thừa huyền vấn đáp gồm 12 quyển.

Kinh văn 2304 Nhứt Thừa nghĩa tư ký gồm 1 quyển.

Kinh văn 2305 Bát thức nghĩa chương nghiêm tập sao gồm 3 quyển.

Kinh văn 2306 Tam luận danh giáo sao gồm 15 quyển.

Kinh văn 2307 A- Tam luận hưng duyên gồm 1 quyển.

B- Tam luận tông lạm thương gồm 1 quyển.

Kinh văn 2308 Tam luận tông sơ tâm sơ học sao gồm 1 quyển.

**Tập 71**

Tục Chư Tông bộ nhị, thuộc Đại Chánh Tân Tu Đại Tạng Kinh.

Kinh văn 2309 Đại Thừa Pháp Tướng Nghiêm Thần Chương gồm 5 quyển.

Kinh văn 2310 Pháp Tướng Chứng Minh ký gồm 1 quyển.

Kinh văn 2311 Tâm Yếu sao gồm 1 quyển.

Kinh văn 2312 Quán tâm giác mộng sao gồm 3 quyển.

Kinh văn 2313 Chơn tâm yếu quyết gồm 3 quyển.

Kinh văn 2314 Nhị quyển sao gồm 2 quyển.

Kinh văn 2315 Lược thuật Pháp Tướng nghĩa gồm 3 quyển.

Kinh văn 2316 Đại Thừa nhứt thiết Pháp Tướng huyền luận gồm 2 quyển.

Kinh văn 2317 Pháp Uyển nghĩa cảnh gồm 6 quyển.

Kinh văn 2318 Ngũ tâm nghĩa lược ký gồm 2 quyển.

Kinh văn 2319 Duy Thức nghĩa tư ký gồm 12 quyển.

Kinh văn 2320 Pháp Tướng tông hiền thánh nghĩa lược vấn đáp quyển đệ tứ gồm 1 quyển.

Kinh văn 2321 Duy Thức phân lượng quyết gồm 1 quyển.

Kinh văn 2322 Tứ phần nghĩa cực yếu tư ký gồm 1 quyển.

Kinh văn 2323 Đại Thừa Pháp Uyển nghĩa lâm chương Sư Tử hống sao gồm 22 quyển.

Kinh văn 2324 Thất thập ngũ pháp danh mục gồm 1 quyển.

Kinh văn 2325 Hữu Tông thất thập ngũ pháp ký gồm 3 quyển.

**Tập 72**

Tục Chư Tông bộ tam, thuộc Đại Chánh Tân Tu Đại Tạng Kinh.

Kinh văn 2326 Hoa Nghiêm Tông, nhứt thừa khai tâm luận gồm 6 quyển.

Kinh văn 2327 Hoa Nghiêm nhứt thừa nghĩa tư ký gồm 1 quyển.

Kinh văn 2328 Hoa Nghiêm Tông chủng tánh nghĩa sao gồm 1 quyển.

Kinh văn 2329 Hoa Nghiêm luận thảo gồm 1 quyển.

Kinh văn 2330 Hoa Nghiêm tín chủng nghĩa gồm 1 quyển.

Kinh văn 2331 Hoa Nghiêm tu thiền quán chiếu nhập giải thoát môn nghĩa gồm 2 quyển.

Kinh văn 2332 Hoa Nghiêm Phật Quang Tam Muội quán bí bảo tạng gồm 2 quyển.

Kinh văn 2333 Hoa Nghiêm Tông hương huân sao gồm 7 quyển.

Kinh văn 2334 Hoa Nghiêm Tông đại ý sao gồm 1 quyển.

Kinh văn 2335 Hoa Nghiêm Tông yếu nghĩa gồm 1 quyển.

Kinh văn 2336 Hoa Nghiêm Tông sở lập ngũ giáo thập tông đại ý lược sao gồm 1 quyển.

Kinh văn 2337 Hoa Nghiêm ngũ giáo chương chỉ sự gồm 6 quyển.

Kinh văn 2338 Hoa Nghiêm ngũ giáo chung danh mục gồm 3 quyển.

Kinh văn 2339 Ngũ Giáo chương thông lộ ký gồm 52 quyển.

Kinh văn 2340 Hoa Nghiêm ngũ giáo chương vấn đáp sao gồm 50 quyển.

**Tập 73**

Tục Chư Tông bộ tứ, thuộc Đại Chánh Tân Tu Đại Tạng Kinh.

Kinh văn 2341 Hoa Nghiêm ngũ giáo chương thâm ý sao gồm 10 quyển.

Kinh văn 2342 Hoa Nghiêm ngũ giáo chương kiến văn sao gồm 8 quyển.

Kinh văn 2343 Hoa Nghiêm ngũ giáo chương bất thẩm gồm 20 quyển.

Kinh văn 2344 Hoa Nghiêm ngũ giáo chương Khuông Chơn sao gồm 10 quyển.

Kinh văn 2345 Hoa Nghiêm ngũ giáo chương Diễn bí sao gồm 5 quyển.

Kinh văn 2346 Kim Sư Tử chương khảm văn gồm 1 quyển.

**Tập 74**

Tục Chư Tông bộ ngũ, thuộc Đại Chánh Tân Tu Đại Tạng Kinh.

Kinh văn 2347 Giới luật truyền lai ký gồm 3 quyển.

Kinh văn 2348 Luật Tông cương yếu gồm 2 quyển.

Kinh văn 2349 Đông Đại Tự thọ giới phương quỹ gồm 1 quyển.

Kinh văn 2350 Đông Đại Tự giới đàn viện, thọ giới thức gồm 1 quyển.

Kinh văn 2351 Đường Chiêu Đề tự giới đàn biệt thọ giới thức gồm 1 quyển.

Kinh văn 2352 Bồ Tát giới bổn tông yếu tạp văn tập gồm 1 quyển.

Kinh văn 2353 Bồ Tát giới thông thọ di nghi sao gồm 1 quyển.

Kinh văn 2354 Bồ Tát giới thông biệt nhị thọ sao gồm 1 quyển.

Kinh văn 2355 Thông thọ Tỳ Kheo Sám Hối lưỡng tự bất đồng ký gồm 1 quyển

Kinh văn 2356 Bồ Tát giới bổn tông yếu phụ hành văn tập gồm 2 quyển.

Kinh văn 2357 Ứng lý tông giới đồ thích văn sao gồm 1 quyển.

Kinh văn 2358 A- Bồ Tát giới vấn đáp động nghĩa sao gồm 1 quyển. B- Bồ Tát giới cương yếu sao gồm 1 quyển.

Kinh văn 2359 Luật tông hành sự mục tâm sao gồm 3 quyển.

Kinh văn 2360 Đại Thừa viên giới hiển chánh luận gồm 1 quyển.

Kinh văn 2361 Nguyện văn gồm 1 quyển.

Kinh văn 2362 Thủ hộ quốc giới chương gồm 9 quyển.

Kinh văn 2363 Pháp Hoa trường giảng hội thức gồm 2 quyển.

Kinh văn 2364 Trường giảng Kim Quang Minh kinh hội thức gồm 1 quyển.

Kinh văn 2365 Trường giảng Nhân Vương Bát Nhã kinh hội thức gồm 1 quyển.

Kinh văn 2366 Thiên Thai Pháp Hoa Tông nghĩa tập gồm 1 quyển.

Kinh văn 2367 Thọ quyết tập gồm 2 quyển.

Kinh văn 2368 Chư gia giáo tướng đồng dị lục tập gồm 1 quyển.

Kinh văn 2369 Định tông luận gồm 1 quyển.

Kinh văn 2370 Nhứt thừa yếu quyết gồm 3 quyển.

Kinh văn 2371 Hán quang loại tụ gồm 4 quyển.

Kinh văn 2372 Thiên Thai Chơn Ngôn nhị tông đồng dị chương gồm 1 quyển.

Kinh văn 2373 Viên Mật Tông nhị giáo danh mục gồm 1 quyển.

Kinh văn 2374 Tông Yếu Bách Nguyên án lập gồm 6 quyển.

Kinh văn 2375 Thiên Thai Viên Tông tứ giáo ngũ thời tứ cốc danh mục gồm 2 quyển.

Kinh văn 2376 Hiển giới luận gồm 3 quyển.

Kinh văn 2377 Sơn gia học sanh thức gồm 1 quyển.

Kinh văn 2378 Thọ Bồ Tát giới nghi gồm 1 quyển.

Kinh văn 2379 Truyền thuật nhất tâm giới văn gồm 3 quyển.

Kinh văn 2380 Hiển Dương Đại Giới luận gồm 8 quyển.

Kinh văn 2381 Phổ thông thọ Bồ Tát giới quảng thích gồm 3 quyển.

Kinh văn 2382 Tân học hạnh yếu sao gồm 1 quyển.

Kinh văn 2383 Bồ Tát viên đốn thọ giới quán đảnh ký gồm 1 quyển.

Kinh văn 2384 Viên giới chỉ chưởng gồm 3 quyển.

**Tập 75**

Tục Chư Tông bộ lục, thuộc Đại Chánh Tân Tu Đại Tạng Kinh.

Kinh văn 2385 Thai tạng giới hư tâm ký gồm 2 quyển.

Kinh văn 2386 Kim Cang giới tịnh địa ký gồm 1 quyển.

Kinh văn 2387 Tô Tất Địa diệu tâm đại gồm 1 quyển.

Kinh văn 2388 Diệu thành tự ký gồm 1 quyển.

Kinh văn 2389 Chơn Ngôn sở lập tam thân vấn đáp gồm 1 quyển.

Kinh văn 2390 Thai Tạng giới đại pháp đối thọ ký gồm 7 quyển.

Kinh văn 2391 Kim Cang giới đại pháp đối thọ ký gồm 8 quyển.

Kinh văn 2392 Tô Tất Địa đối thọ ký gồm 1 quyển.

Kinh văn 2393 Quán Trung viện soạn định sự nghiệp quán đảnh cụ túc chi phần gồm 10 quyển.

Kinh văn 2394 Đại Nhựt kinh cúng dường trì tụng bất đồng gồm 7 quyển.

Kinh văn 2395 A- Giáo thời tránh gồm 1 quyển. B- Giáo thời tránh luận gồm 1 quyển.

Kinh văn 2396 Chơn Ngôn Tông giáo thời nghĩa gồm 4 quyển.

Kinh văn 2397 Thai tạng Kim Cang Bồ Đề Tâm nghĩa lược vấn đáp sao gồm 5 quyển.

Kinh văn 2398 Thai tạng tam mật sao gồm 5 quyển.

Kinh văn 2399 Tam mật sao liệu giảng gồm 2 quyển.

Kinh văn 2400 Kim Cang tam mật sao gồm 5 quyển.

Kinh văn 2401 Đông Mạn Trà La sao gồm 3 quyển

Kinh văn 2402 Tây Mạn Trà La sao gồm 1 quyển.

Kinh văn 2403 Ngũ tướng thành thân tư ký gồm 1 quyển.

Kinh văn 2404 Thai Tạng giới sanh khởi gồm 1 quyển.

Kinh văn 2405 Bí mật đàn đô pháp đại A Xà Lê thường niệm tụng sanh khởi gồm 1 quyển.

Kinh văn 2406 Kim Cang giới thứ đệ sanh khởi gồm 1 quyển. Phụ: Cẩn đáp Kim Cang giới nghi vấn tổng lai thập điều gồm 1 quyển.

Kinh văn 2407 Tùy yếu ký gồm 2 quyển.

Kinh văn 2408 Tứ thập thiếp quyết gồm 15 quyển.

**Tập 76**

Tục Chư Tông bộ thất, thuộc Đại Chánh Tân Tu Đại Tạng Kinh.

Kinh văn 2409 Hành Lâm sao gồm 82 quyển.

Kinh văn 2410 Khê Lam thập diệp tập gồm 160 quyển.

**Tập 77**

Tục Chư Tông bộ bát, thuộc Đại Chánh Tân Tu Đại Tạng Kinh.

Kinh văn 2411 Tam Muội lưu khẩu truyền tập gồm 2 quyển.

Kinh văn 2412 Tổng trì sao gồm 10 quyển.

Kinh văn 2413 Tứ độ thọ pháp nhựt ký gồm 4 quyển.

Kinh văn 2414 Liễu Nhơn quyết gồm 48 quyển.

Kinh văn 2415 Quán đảnh tư kiến văn gồm 1 quyển.

Kinh văn 2416 Già Na nghiệp an lập thảo gồm 13 quyển.

Kinh văn 2417 Pháp Hoa sám pháp gồm 1 quyển.

Kinh văn 2418 Lệ thời tác pháp gồm 1 quyển.

Kinh văn 2419 Già Na nghiệp học tắc gồm 1 quyển.

Kinh văn 2420 Tấu tiến pháp ngữ gồm 1 quyển.

Kinh văn 2421 Niệm Phật tam muội pháp ngữ gồm 1 quyển.

Kinh văn 2422 Chơn Điều thượng nhơn pháp ngữ gồm 1 quyển.

Kinh văn 2423 Chơn Hà thượng nhơn pháp ngữ gồm 1 quyển.

Kinh văn 2424 Chơn Lãng thượng nhơn pháp ngữ gồm 1 quyển.

Kinh văn 2425 Bí mật mạn trà la thập trụ tâm luận gồm 10 quyển.

Kinh văn 2426 Bí tạng bảo thược gồm 3 quyển

Kinh văn 2427 Biện hiển mật nhị giáo luận gồm 2 quyển.

Kinh văn 2428 - Tức thân thành Phật nghĩa gồm 1 quyển.

- Chơn Ngôn Tông tức thân thành Phật vấn đáp gồm 1 quyển.

- Tức thân thành Phật nghĩa gồm 1 quyển và 2 quyển khác.

- Chơn Ngôn Tông tức thân thành Phật nghĩa gồm 1 quyển và 3 quyển khác.

- Tức thân thành Phật nghĩa gồm 1 quyển và 4 quyển khác.

- Tức thân thành Phật nghĩa gồm 1 quyển và 5 quyển khác.

- Chơn Ngôn Tông tức thân thành Phật nghĩa vấn đáp gồm 1 quyển và 6 quyển khác.

Kinh văn 2430 Hồng tự nghĩa gồm 1 quyển.

Kinh văn 2431 Ngự di cáo gồm 1 quyển.

Kinh văn 2432 A tự quán dụng tâm khẩu quyết gồm 1 quyển.

Kinh văn 2433 Chơn Ngôn phụ pháp soạn yếu sao gồm 1 quyển.

Kinh văn 2434 Biện hiển mật nhị giáo luận huyền cảnh sao gồm 6 quyển.

Kinh văn 2435 Hiển mật sai biệt vấn đáp gồm 2 quyển.

Kinh văn 2436 Tứ chủng pháp thân nghĩa gồm 1 quyển.

Kinh văn 2437 Trụ tâm quyết nghi sao gồm 1 quyển.

Kinh văn 2438 A tự nghĩa gồm 3 quyển

Kinh văn 2439 A tự yếu lược quán gồm 1 quyển.

Kinh văn 2440 Đại kinh yếu nghĩa sao chú giải gồm 1 quyển.

Kinh văn 2441 Bí tông giáo tướng sao gồm 10 quyển.

Kinh văn 2442 Thập trụ tâm luận sao gồm 3 quyển.

Kinh văn 2443 Thập trụ tâm luận đả văn tập gồm 1 quyển.

Kinh văn 2444 Thập trụ Già Nan sao gồm 1 quyển.

Kinh văn 2445 Chơn Ngôn giáo chủ vấn đáp sao gồm 1 quyển.

Kinh văn 2446 Thiên phúc luân tướng hiển mật tập gồm 1 quyển.

Kinh văn 2447 Trinh Ứng sao gồm 3 quyển.

Kinh văn 2448 Chư pháp phân biệt sao gồm 1 quyển.

Kinh văn 2449 Chơn Ngôn danh mục gồm 1 quyển

Kinh văn 2450 Khai tâm sao gồm 3 quyển.

Kinh văn 2451 Kim Cang đảnh Tông Cương khải gồm 1 quyển.

Kinh văn 2452 Đại Nhựt kinh giáo chủ bổn địa gia trì phân biệt gồm 1 quyển.

Kinh văn 2453 Bảo sách sao gồm 10 quyển.

Kinh văn 2454 Thập trụ tâm nghi lâm gồm 2 quyển.

Kinh văn 2455 Đại Nhựt kinh chủ dị nghĩa sự gồm 1 quyển.

Kinh văn 2456 Bảo Kính sao gồm 1 quyển.

Kinh văn 2457 Đại Nhựt kinh giáo chủ nghĩa gồm 1 quyển.

Kinh văn 2458 Chơn Ngôn Tông vị quyết văn gồm 1 quyển.

Kinh văn 2459 Vị quyết đáp thích gồm 1 quyển.

Kinh văn 2460 Đức Nhứt vị quyết đáp thích gồm 1 quyển.

**Tập 78**

Tục Chư Tông bộ cửu, thuộc Đại Chánh Tân Tu Đại Tạng Kinh.

Kinh văn 2461 Đại Hòa Thượng phụng vì Bình An Thành Thái Thượng Thiên Hoàng quán đảnh văn gồm 1 quyển.

Kinh văn 2462 Tam Muội Da giới tự gồm 1 quyển.

Kinh văn 2463 Bí mật tam muội da Phật giới nghi gồm 1 quyển.

Kinh văn 2464 Ngũ bộ Đà La Ni vấn đáp kệ tán tông bí luận gồm 1 quyển.

Kinh văn 2465 Tằng vĩ khẩu quyết gồm 1 quyển.

Kinh văn 2466 Cao hùng khẩu quyết gồm 1 quyển.

Kinh văn 2467 Ngũ bộ can tâm ký gồm 1 quyển.

Kinh văn 2468 Yếu tôn đạo tràng quán gồm 1 quyển.

Kinh văn 2469 Bất quán linh đẳng ký gồm 1 quyển.

Kinh văn 2470 Cụ chi quán đảnh nghi thức gồm 1 quyển.

Kinh văn 2471 Kim Cang giới cửu hội mật ký gồm 1 quyển.

Kinh văn 2472 Thai tạng giới tam bộ mật thích gồm 1 quyển.

Kinh văn 2473 Tiểu dã lục thiếp gồm 7 quyển.

Kinh văn 2474 Ngũ tướng thành thân nghĩa vấn đáp sao gồm 1 quyển.

Kinh văn 2475 Thập bát khế ấn nghĩa thích sanh khởi gồm 1 quyển.

Kinh văn 2476 Biệt hành gồm 7 quyển.

Kinh văn 2477 Thị Đại gồm 1 quyển.

Kinh văn 2478 Yếu tôn pháp gồm 1 quyển.

Kinh văn 2479 Thắng ngữ tập gồm 2 quyển.

Kinh văn 2480 Sự tướng liệu giản gồm 1 quyển.

Kinh văn 2481 Chuyển phi mệnh nghiệp sao gồm 1 quyển.

Kinh văn 2482 Truyền giới tập gồm 4 quyển.

Kinh văn 2483 Hậu tạo chỉ gồm 1 quyển.

Kinh văn 2484 Chư tôn yếu sao gồm 15 quyển.

Kinh văn 2485 Mật tạng kim bảo sao gồm 10 quyển.

Kinh văn 2486 Huyền bí sao gồm 4 quyển.

Kinh văn 2487 Trị thừa ký gồm 1 quyển.

Kinh văn 2488 Trạch sao gồm 10 quyển

Kinh văn 2489 Bí sao gồm 18 quyển.

Kinh văn 2490 Dị tôn sao gồm 2 quyển.

Kinh văn 2491 Hữu ký gồm 1 quyển.

Kinh văn 2492 Tả ký gồm 1 quyển

Kinh văn 2493 Ngự ký gồm 1 quyển.

Kinh văn 2494 Truy ký gồm 1 quyển.

Kinh văn 2495 Bạc song chỉ gồm 16 quyển

Kinh văn 2496 Biên khẩu sao gồm 6 quyển.

Kinh văn 2497 Thật quy sao gồm 1 quyển.

Kinh văn 2498 Hạnh tâm sao gồm 5 quyển.

Kinh văn 2499 Truyền pháp quán đảnh tư ký gồm 3 quyển.

Kinh văn 2500 Tứ quyển gồm 4 quyển.

Kinh văn 2501 Sư khẩu gồm 4 quyển.

Kinh văn 2502 Hành pháp can diệp sao gồm 3 quyển.

Kinh văn 2503 Thọ Thật Tánh Viện kiên quyết ký gồm 1 quyển.

Kinh văn 2504 Trung Viện lưu tứ độ khẩu truyện gồm 1 quyển.

Kinh văn 2505 Trung Viện lưu sự gồm 1 quyển.

Kinh văn 2506 Trung Viện lưu đại sự văn thơ gồm 1 quyển.

Kinh văn 2507 Truyền thi bịnh khẩu truyện gồm 1 quyển.

Kinh văn 2508 Truyền thi bịnh chích trị gồm 1 quyển.

Kinh văn 2509 Ngụy thơ luận gồm 1 quyển.

**Tập 79**

Tục Chư Tông bộ thập, thuộc Đại Chánh Tân Tu Đại Tạng Kinh.

Kinh văn 2510 Hiển mật bất đồng tụng gồm 1 quyển.

Kinh văn 2511 Chơn Ngôn Tông tức thân thành Phật nghĩa chương gồm 1 quyển.

Kinh văn 2512 tự bí thích gồm 1 quyển.

Kinh văn 2513 tự nghĩa gồm 1 quyển.

Kinh văn 2514 Ngũ luân cửu tự minh bí mật thích gồm 1 quyển.

Kinh văn 2515 Mật Nghiêm Tịnh Độ lược quán gồm 1 quyển.

Kinh văn 2516 Bí mật trang nghiêm truyền pháp quán đảnh nhứt di nghĩa gồm 1 quyển.

Kinh văn 2517 Thập bát đạo sa thái gồm 1 quyển.

Kinh văn 2518 Kim Cang đảnh kinh Liên Hoa bộ tâm niệm tụng thứ đệ sa thái gồm 1 quyển.

Kinh văn 2519 Thai tạng giới sa thái gồm 1 quyển.

Kinh văn 2520 Tâm nguyệt luân bí thích gồm 1 quyển.

Kinh văn 2521 Chơn Ngôn Tịnh Bồ Đề Tâm tư ký gồm 1 quyển.

Kinh văn 2522 A Di Đà bí thích gồm 1 quyển

Kinh văn 2523 Chơn Ngôn Tông nghĩa gồm 1 quyển.

Kinh văn 2524 Bí mật trang nghiêm bất nhị nghĩa chương gồm 1 quyển.

Kinh văn 2525 Chơn Ngôn tam mật tu hành vấn đáp gồm 1 quyển.

Kinh văn 2526 Khuyến phát tụng gồm 1 quyển.

Kinh văn 2527 Mật Nghiêm Viện phát lồ sám hối văn gồm 1 quyển.

Kinh văn 2528 Chư Tông giáo lý đồng dị thích gồm 1 quyển.

Kinh văn 2529 Thập bát đạo khẩu quyết gồm 2 quyển.

Kinh văn 2530 Dã kim khẩu quyết sao gồm 1 quyển.

Kinh văn 2531 Dã thai khẩu quyết sao gồm 2 quyển.

Kinh văn 2532 Hộ Ma khẩu quyết gồm 1 quyển.

Kinh văn 2533 Kim Giới phát huệ sao gồm 3 quyển.

Kinh văn 2534 Thai tạng nhập lý sao gồm 3 quyển.

Kinh văn 2535 Bạ Thảo Tử khẩu quyết gồm 21 quyển.

Kinh văn 2536 Bí sao vấn đáp gồm 22 quyển.

Kinh văn 2537 Thích Ma Ha Diễn luận đệ thập quảng đoản sách gồm 1 quyển.

Kinh văn 2538 Đại sớ bách điều đệ tam trọng gồm 10 quyển.

Kinh văn 2539 Tự chứng thuyết pháp gồm 1 quyển.

Kinh văn 2540 Đại sớ đàm nghĩa gồm 10 quyển.

Kinh văn 2541 Bí mật nhơn duyên quản huyền tướng thành nghĩa gồm 2 quyển.

Kinh văn 2542 Độc thơ nhị thập nhị tắc gồm 1 quyển.

**Tập 80**

Tục Chư Tông bộ thập nhứt, thuộc Đại Chánh Tân Tu Đại Tạng Kinh.

Kinh văn 2543 Hưng Thiền hộ quốc luận gồm 3 quyển.

Kinh văn 2544 Thánh Nhứt Quốc Sư ngữ lục gồm 1 quyển.

Kinh văn 2545 Bảo Giác Thiền Sư ngữ lục gồm 1 quyển.

Kinh văn 2546 Phật Chiếu Thiền Sư ngữ lục gồm 2 quyển.

Kinh văn 2547 Đại Giác Thiền Sư ngữ lục gồm 3 quyển.

Kinh văn 2548 Viên Thông Đại Ứng Quốc Sư ngữ lục gồm 2 quyển.

Kinh văn 2549 Phật Quang Quốc Sư ngữ lục gồm 10 quyển.

Kinh văn 2550 Viên Giám Quốc Sư ngữ lục gồm 1 quyển.

Kinh văn 2551 Phật Quốc Thiền Sư ngữ lục gồm 2 quyển.

Kinh văn 2552 Nam Viện Quốc Sư ngữ lục gồm 3 quyển

Kinh văn 2553 Nhứt Sơn Quốc Sư ngữ lục gồm 2 quyển.

Kinh văn 2554 Trúc Tiên Hòa Thượng ngữ lục gồm 4 quyển.

Kinh văn 2555 Mộng Song Quốc Sư ngữ lục gồm 3 quyển.

Kinh văn 2556 Nghĩa Đường Hòa Thượng ngữ lục gồm 4 quyển.

Kinh văn 2557 Diêm Phù tập gồm 1 quyển.

Kinh văn 2558 Giám Sơn Phạt Đội Hòa Thượng ngữ lục gồm 6 quyển.

Kinh văn 2559 Vô Văn Thiền Sư ngữ lục gồm 1 quyển.

Kinh văn 2560 Tri Giác Phổ Minh Quốc Sư ngữ lục gồm 8 quyển.

Kinh văn 2561 Tuyệt Hải Hòa Thượng ngữ lục gồm 2 quyển.

**Tập 81**

Tục Chư Tông bộ thập nhị, thuộc Đại Chánh Tân Tu Đại Tạng Kinh.

Kinh văn 2562 Thường Quang Quốc Sư ngữ lục gồm 2 quyển.

Kinh văn 2563 Đại Thông Thiền Sư ngữ lục gồm 6 quyển.

Kinh văn 2564 Vĩnh Nguyên Tịch Thất Hòa Thượng ngữ lục gồm 2 quyển.

Kinh văn 2565 Phật Đảnh Quốc Sư ngữ lục gồm 5 quyển

Kinh văn 2566 Đại Đăng Quốc Sư ngữ lục gồm 3 quyển.

Kinh văn 2567 Triệt Ông Hòa Thượng ngữ lục gồm 2 quyển.

Kinh văn 2568 Tuyết Giang Hòa Thượng ngữ lục gồm 1 quyển.

Kinh văn 2569 Cảnh Xuyên Hòa Thượng ngữ lục gồm 2 quyển.

Kinh văn 2570 Hổ Huyệt lục gồm 2 quyển.

Kinh văn 2571 Thiếu Lâm vô khổng định gồm 6 quyển.

Kinh văn 2572 Kiến đào lục gồm 4 quyển.

Kinh văn 2573 Tây Nguyên Đức Phương Hòa Thượng ngữ lục gồm 3 quyển.

Kinh văn 2574 Hòa An quốc ngữ gồm 7 quyển.

Kinh văn 2575 Tông Môn vô tận đăng luận gồm 2 quyển.

Kinh văn 2576 Ngũ Gia Tham Tường yếu lộ môn gồm 5 quyển.

Kinh văn 2577 Đại Giám thanh quy gồm 1 quyển

Kinh văn 2578 Chư hồi hướng thanh quy gồm 5 quyển.

Kinh văn 2579 Tiểu tòng lâm thanh quy gồm 3 quyển.

**Tập 82**

Tục Chư Tông bộ thập tam, thuộc Đại Chánh Tân Tu Đại Tạng Kinh.

Kinh văn 2580 Phổ Khuyến tọa thiền nghi gồm 1 quyển.

Kinh văn 2581 Học đạo dụng tâm tập gồm 1 quyển.

Kinh văn 2582 Chánh pháp nhãn tạng gồm 95 quyển.

Kinh văn 2583 Vĩnh Bình Nguyên Hòa Thượng tụng cổ gồm 1 quyển.

Kinh văn 2584 Vĩnh Bình thanh quy gồm 2 quyển.

Kinh văn 2585 Truyền quang lục gồm 2 quyển.

Kinh văn 2586 Tọa Thiền dụng tâm ký gồm 1 quyển.

Kinh văn 2587 Tín Tâm Minh thiếp đề gồm 1 quyển.

Kinh văn 2588 Thập chủng sắc vấn tấu đối tập gồm 1 quyển.

Kinh văn 2589 Oánh Sơn thanh quy gồm 2 quyển.

Kinh văn 2590 Quang Minh tạng tam muội gồm 1 quyển.

Kinh văn 2591 Nghĩa Vân Hòa Thượng ngữ lục gồm 2 quyển.

Kinh văn 2592 Thông Huyền Linh Thiền Sư mạn lục gồm 2 quyển.

Kinh văn 2593 Thật Phùng Thiền Sư ngữ lục gồm 1 quyển.

Kinh văn 2594 Phổ Tế Hòa Thượng ngữ lục gồm 3 quyển.

Kinh văn 2595 Nguyệt Pha Thiền Sư ngữ lục gồm 4 quyển.

Kinh văn 2596 Nguyệt Chu Hòa Thượng di lục gồm 2 quyển.

Kinh văn 2597 Độc Am độc ngữ gồm 1 quyển.

Kinh văn 2598 Đông Lâm ngữ lục gồm 4 quyển.

Kinh văn 2599 Thiền giới quyết gồm 1 quyển.

Kinh van 2600 Báo ân biên gồm 3 quyển.

Kinh văn 2601 Thiền giới sao gồm 1 quyển.

Kinh văn 2602 Tâm học điển luận gồm 4 quyển

Kinh văn 2603 Hoang Điền tùy bút gồm 4 quyển.

Kinh văn 2604 Kiện Khang phổ thuyết gồm 1 quyển.

Kinh văn 2605 Phổ Chiếu Quốc Sư ngữ lục gồm 3 quyển.

Kinh văn 2606 Phổ Chiếu Quốc Sư pháp ngữ gồm 2 quyển.

Kinh văn 2607 Hoàng Bích thanh quy gồm 1 quyển.

**Tập 83**

Tục Chư Tông bộ thập tứ, thuộc Đại Chánh Tân Tu Đại Tạng Kinh.

Kinh văn 2608 Tuyển trạch bổn nguyện niệm Phật tập gồm 1 quyển.

Kinh văn 2609 Triệt tuyển trạch bổn nguyện niệm Phật tập gồm 2 quyển.

Kinh văn 2610 Tuyển trạch truyền hoằng quyết nghi sao gồm 5 quyển.

Kinh văn 2611 Hắc Cốc Thượng Nhơn ngữ đăng lục gồm 15 quyển.

Kinh văn 2612 Thập di Hắc Cốc Thượng Nhơn ngữ đăng lục gồm 3 quyển.

Kinh văn 2613 Mạt đợi niệm Phật thọ thủ ấn gồm 1 quyển.

Kinh văn 2614 Tịnh Độ nhị tạng nhị giáo lược tụng gồm 1 quyển.

Kinh văn 2615 Quy mệnh bổn nguyện sao gồm 3 quyển.

Kinh văn 2616 Tây yếu sao gồm 2 quyển.

Kinh văn 2617 Phụ tử tương nghinh gồm 2 quyển.

Kinh văn 2618 Đại Nguyên đàm nghĩa văn thơ sao gồm 1 quyển.

Kinh văn 2619 Liên môn học tắc gồm 1 quyển.

Kinh văn 2620 Tuyển trạch mật yếu quyết gồm 5 quyển.

Kinh văn 2621 Tu nghiệp yếu quyết gồm 1 quyển.

Kinh văn 2622 Đương Ma Mạn Đà La cúng thức gồm 1 quyển.

Kinh văn 2623 Mạn Trà La bát giảng luận nghĩa sao gồm 1 quyển.

Kinh văn 2624 Nữ Viện ngự thơ gồm 2 quyển.

Kinh văn 2625 Trấn khuyến dụng tâm gồm 1 quyển.

Kinh văn 2626 Lưu Tổ Thượng Nhơn địch điều danh mục gồm 1 quyển.

Kinh văn 2627 Quán kinh danh mục chứng cứ thập thất địch điều gồm 1 quyển.

Kinh văn 2628 Tây Sơn khẩu quyết truyền mật sao gồm 1 quyển.

Kinh văn 2629 Tịnh Độ Tông yếu tập gồm 3 quyển.

Kinh văn 2630 Trúc Lâm sao gồm 2 quyển.

Kinh văn 2631 Bồ Tát tạng đốn giáo nhứt thừa hải nghĩa quyết gồm 1 quyển.

Kinh văn 2632 Nan dị nhị đạo huyết mạch đồ luận gồm 1 quyển.

Kinh văn 2633 Hoa Sơn viện gia tứ thập bát vấn đáp gồm 1 quyển.

Kinh văn 2634 Quán kinh tứ phẩm tri thức nghĩa gồm 1 quyển.

Kinh văn 2635 Tiên động tam tâm nghĩa vấn đáp ký gồm 1 quyển.

Kinh văn 2636 Tịnh Độ Tông kiến lập tư ký gồm 1 quyển.

Kinh văn 2637 Tịnh Độ đồng mông chỉ quy danh mục gồm 1 quyển.

Kinh văn 2638 Tịnh Độ Tông pháp môn đại đồ gồm 1 quyển.

Kinh văn 2639 Tịnh Độ pháp môn đại đồ danh mục gồm 1 quyển.

Kinh văn 2640 Tịnh Độ khẩu quyết tập gồm 1 quyển.

Kinh văn 2641 Tọa hữu sao gồm 1 quyển.

Kinh văn 2642 Sơ tâm hành hộ sao gồm 1 quyển.

Kinh văn 2643 Giảng viện học đường thông quy gồm 1 quyển.

Kinh văn 2644 Ngu yếu sao gồm 3 quyển.

Kinh văn 2645 Tây Sơn phục cổ biên gồm 1 quyển.

Kinh văn 2646 Hiển Tịnh Độ Chơn thật giáo hạnh chứng văn loại gồm 6 quyển.

Kinh văn 2647 Tịnh Độ văn loại tụ sao gồm 1 quyển.

Kinh văn 2648 Ngu tú sao gồm 2 quyển.

Kinh văn 2649 Nhập xuất nhị môn kệ tụng gồm 1 quyển.

Kinh văn 2650 Tịnh Độ hòa tán gồm 1 quyển.

Kinh văn 2651 Tịnh Độ Cao Tăng hòa tán gồm 1 quyển.

Kinh văn 2652 Chánh, Tượng, Mạt pháp hòa tán gồm 1 quyển.

Kinh văn 2653 -Hoàng Thái Tử Thánh Đức phụng tán gồm 1 quyển -Hoàng Thái Tử Thánh Đức phụng tán gồm 1 quyển và 1 quyển khác.

Kinh văn 2654 -Tịnh Độ tam kinh vãng sanh văn loại gồm 1 quyển. -Tịnh Độ tam kinh vãng sanh văn loại gồm 1 quyển và 1 quyển khác.

Kinh văn 2655 -Như Lai tam chủng hồi hướng văn gồm 1 quyển. -Vãng tướng hồi hướng, hoàn tướng hồi hướng văn loại gồm 1 quyển và 1 quyển khác.

Kinh văn 2656 Tôn hiệu Chơn tượng danh văn gồm 1 quyển và 1 quyển khác.

Kinh văn 2657 Nhứt niệm đa niệm văn ý gồm 1 quyển.

Kinh văn 2658 Duy Tín sao văn ý gồm 1 quyển.

Kinh văn 2659 Mạt Đăng sao của Nhật Bản.

Kinh văn 2660 Thân Loan Thánh Nhơn ngự tiêu tức tập gồm 1 quyển.

Kinh văn 2661 Thán dị sao gồm 1 quyển.

Kinh văn 2662 Chấp trì sao gồm 1 quyển.

Kinh văn 2663 Khẩu truyền sao gồm 3 quyển.

Kinh văn 2664 Bổn Nguyện tự Thánh Nhơn Thân Loan truyện tăng gồm 2 quyển.

Kinh văn 2665 Báo ân giảng thức gồm 1 quyển.

Kinh văn 2666 Thán đức văn gồm 1 quyển.

Kinh văn 2667 Tịnh Độ chơn yếu sao gồm 2 quyển.

Kinh văn 2668 Liên Như Thượng Nhơn ngự văn gồm 5 quyển.

Kinh văn 2669 Liên Như Thượng Nhơn ngự nhứt địa ký văn thơ gồm 1 quyển.

Kinh văn 2670 Ngự tục tánh ngự văn gồm 1 quyển.

Kinh văn 2671 Đại danh mục gồm 1 quyển.

Kinh văn 2672 Tự yếu tập gồm 1 quyển.

Kinh văn 2673 Hiển Chánh lưu nghĩa sao gồm 2 quyển.

Kinh văn 2674 Tây phương chỉ nam sao gồm 6 quyển.

Kinh văn 2675 Duy Tín sao gồm 1 quyển.

Kinh văn 2676 Hậu thế vật ngữ văn thơ gồm 1 quyển.

Kinh văn 2677 Nhứt niệm đa niệm phân biệt sự gồm 1 quyển.

Kinh văn 2678 Tự lực tha lực sự gồm 1 quyển.

Kinh văn 2679 An tâm quyết định sao gồm 2 quyển.

**Tập 84**

Tục Chư Tông bộ thập ngũ, tất đàn bộ toàn thuộc Đại Chánh Tân Tu Đại Tạng Kinh.

Kinh văn 2680 Duy thông viên môn chương gồm 1 quyển.

Kinh văn 2681 Khí Phạc luận gồm 3 quyển.

Kinh văn 2682 Vãng sanh yếu tập gồm 3 quyển.

Kinh văn 2683 Vãng sanh thập nhơn gồm 1 quyển.

Kinh văn 2684 Quyết định vãng sanh tập gồm 1 quyển.

Kinh văn 2685 An dưỡng tri túc tương đối sao gồm 1 quyển.

Kinh văn 2686 An dưỡng sao gồm 8 quyển.

Kinh văn 2687 Tịnh Độ pháp môn nguyên lưu chương gồm 1 quyển.

Kinh văn 2688 Lập Chánh an quốc luận gồm 1 quyển.

Kinh văn 2689 Khai Mục sao gồm 2 quyển.

Kinh văn 2690 Soạn thời sao gồm 1 quyển.

Kinh văn 2691 Báo ân sao gồm 2 quyển.

Kinh văn 2692 Quán tâm bổn tôn sao gồm 1 quyển.

Kinh văn 2693 Pháp Hoa thu yếu sao gồm 1 quyển.

Kinh văn 2694 Thái Điền Thiền Môn hứa ngự thơ gồm 2 quyển.

Kinh văn 2695 Tam đại bí pháp sao gồm 1 quyển.

Kinh văn 2696 Tứ tín ngũ phẩm sao gồm 1 quyển.

Kinh văn 2697 Như thuyết tu hành sao gồm 1 quyển.

Kinh văn 2698 Chủng chủng ngự Chấn Vũ ngự thơ gồm 1 quyển.

Kinh văn 2699 Ngự nghĩa khẩu truyền gồm 2 quyển.

Kinh văn 2700 Ngự giảng văn sao gồm 1 quyển.

Kinh văn 2701 Phạn tự Tất Đàm tự mẫu thích nghi gồm 1 quyển.

Kinh văn 2702 Tất Đàm tạng gồm 8 quyển.

Kinh văn 2703 Tất Đàm thập nhị lệ gồm 1 quyển.

Kinh văn 2704 Tất Đàm lược ký gồm 1 quyển.

Kinh văn 2705 Tất Đàm tập ký gồm 3 quyển.

Kinh văn 2706 Tất Đàm yếu quyết gồm 4 quyển.

Kinh văn 2707 Đa La Diệp ký gồm 3 quyển.

Kinh văn 2708 Tất Đàm bí truyền ký gồm 1 quyển.

Kinh văn 2709 Tất Đàm luân lược đồ sao gồm 10 quyển.

Kinh văn 2710 (chữ Phạn) Tam Mật sao gồm 7 quyển.

Kinh văn 2711 Phạn học Tân lương tổng mục lục gồm 1 quyển.

Kinh văn 2712 Ngư Sơn thanh minh tập gồm 1 quyển.

Kinh văn 2713 Ngư Sơn tư sao gồm 2 tập.

Kinh văn 2714 Ngư Sơn mục lục gồm 2 quyển.

Kinh văn 2715 Đại Nguyên thanh minh Bác sĩ đồ gồm 1 quyển.

Kinh văn 2716 Âm luật thanh hoa tập gồm 1 quyển.

Kinh văn 2717 Thanh minh khẩu truyền gồm 1 quyển.

Kinh văn 2718 Đại A Xà Lê thanh minh hệ đồ gồm 1 quyển.

Kinh văn 2719 Thập nhị điều tử sự gồm 1 quyển.

Kinh văn 2720 Thanh minh nguyên lưu ký gồm 1 quyển.

Kinh văn 2721 Âm khúc bí yếu sao gồm 1 quyển.

Kinh văn 2722 Dược Sư Như Lai giảng thức gồm 1 quyển.

Kinh văn 2723 Hoành Xuyên Thủ Lăng Nghiêm viện nhị thập ngũ Tam Muội thức gồm 1 quyển.

Kinh văn 2724 Hoành Xuyên Thủ Lăng Nghiêm viện nhị thập ngũ Tam Muội khởi thỉnh gồm 1 quyển.

Kinh văn 2725 Vãng sanh giảng thức gồm 1 quyển.

Kinh văn 2726 Ái nhiễm vương giảng thức gồm 1 quyển.

Kinh văn 2727 Cầu Văn trì biểu bạch gồm 1 quyển.

Kinh văn 2728 Quan Âm giảng thức gồm 1 quyển.

Kinh văn 2729 Di Lặc giảng thức gồm 1 quyển.

Kinh văn 2730 Như pháp kinh hiệu tu tác pháp gồm 1 quyển.

Kinh văn 2731 Tứ tọa giảng thức gồm 1 quyển.

1) Niết Bàn giảng thức

2) Thập Lục La Hán giảng thức

3) Di tích giảng thức

4) Xá Lợi giảng thức

Kinh văn từ 2132 thuộc đời Tống; Kinh văn 2133 đến Kinh văn 2144 thuộc Đời Đường. Kinh văn 2145 thuộc Nhà Lương; Kinh văn 2146 và 2147 thuộc Nhà Tùy. Từ Kinh văn 2148 đến Kinh văn 2157 thuộc Nhà Đường và Kinh văn 2158 thuộc Nam Đường.

Bắt đầu từ Kinh văn số 2159 đến Kinh văn số 2731; nghĩa là tổng cộng có 572 kinh và (2731-2159) thuộc về Phật giáo Nhật Bản và ở đâu đây được chia ra làm nhiều thời kỳ khác nhau trong 30 tập (tập 84 - tập 54) và các vị Tổ Sư của Phật giáo Nhật Bản đã sao ra để giảng thuyết bằng Hán văn và Nhật ngữ cho Tăng Ni cũng như Phật tử Nhật Bản nghe về Hoa Nghiêm, Pháp Hoa, Duy Thức, Tam Luận, Luật, Tịnh Độ, Thiền, Mật, A Tỳ Đạt Ma Câu Xá, Nhơn Minh Luân, Thiên Thai Pháp Hoa, Định Tông, Chơn Ngôn Tông, lịch sử truyền thừa của chư Tổ Sư và việc thực hành Phật giáo tại Nhật Bản.

Kể từ tập thứ 85 đến cuối tập này trình bày về Phật giáo Trung Hoa từ Đời Đường về trước và sau đó, nên có tên gọi là: Cổ Dật Bộ và Nghi Tợ bộ.

Kinh văn 2732 Lương triều truyện Đại Sĩ tụng Kim Cang kinh gồm 1 quyển.

Kinh văn 2733 Ngự chú Kim Cang Bát Nhã Ba La Mật kinh tuyên diễn gồm 2 quyển.

Kinh văn 2734 Kim Cang Anh quyển thượng gồm 1 quyển.

Kinh văn 2735 Kim Cang Bát Nhã kinh chỉ tán gồm 2 quyển.

Kinh văn 2736 Kim Cang Bát Nhã kinh y Thiên Thân Bồ Tát luận tán lược thích Tần bản nghi ký quyển thượng gồm 1 quyển.

Kinh văn 2737 Kim Cang kinh sớ gồm 1 quyển.

Kinh văn 2738 Kim Cang kinh sớ gồm 1 quyển.

Kinh văn 2739 Kim Cang Bát Nhã kinh hiệp chú gồm 1 quyển.

Kinh văn 2740 Kim Cang Bát Nhã nghĩa ký gồm 1 quyển.

Kinh văn 2741 Kinh Cang Bát Nhã kinh sớ gồm 1 quyển.

Kinh văn 2742 Kim Cang Bát Nhã Ba La Mật Đa truyền ngoại truyền quyển hạ gồm 1 quyển.

Kinh văn 2743 Trì tụng Kim Cang kinh linh nghiệm công đức ký gồm 1 quyển.

Kinh văn 2744 Nhơn Vương Bát Nhã Thật Tướng luận quyển đệ nhị gồm 1 quyển.

Kinh văn 2745 Nhơn Vương kinh sớ gồm 1 quyển.

Kinh văn 2746 Bát Nhã Ba La Mật Đa Tâm Kinh Hoàn Nguyên thuật gồm 1 quyển.

Kinh văn 2747 Hiệp Chú Ba La Mật Đa Tâm Kinh gồm 1 quyển.

Kinh văn 2748 Pháp Hoa nghĩa ký quyển đệ tam gồm 1 quyển.

Kinh văn 2749 Pháp Hoa kinh sớ gồm 1 quyển.

Kinh văn 2750 Pháp Hoa kinh sớ gồm 1 quyển.

Kinh văn 2751 Pháp Hoa kinh sớ gồm 1 quyển.

Kinh văn 2752 Pháp Hoa vấn đáp gồm 1 quyển.

Kinh văn 2753 Hoa Nghiêm kinh chương gồm 1 quyển.

Kinh văn 2754 Hoa Nghiêm lược sớ quyển đệ tam gồm 1 quyển.

Kinh văn 2755 Hoa Nghiêm kinh sớ gồm 1 quyển.

Kinh văn 2756 Hoa Nghiêm kinh nghĩa ký quyển đệ nhứt gồm 1 quyển.

Kinh văn 2757 Hoa nghiêm kinh sớ quyển đệ tam gồm 1 quyển.

Kinh văn 2758 Thập Địa nghĩa ký quyển đệ nhứt gồm 1 quyển.

Kinh văn 2759 Vô Lượng Thọ kinh nghĩa ký quyển hạ gồm 1 quyển.

Kinh văn 2760 Vô Lượng Thọ Quán kinh nghĩa ký gồm 1 quyển.

Kinh văn 2761 Thắng Man kinh ký gồm 1 quyển.

Kinh văn 2762 Thắng Man kinh sớ gồm 1 quyển.

Kinh văn 2763 Hiệp Chú Thắng Man kinh gồm 1 quyển.

Kinh văn 2764 A- Niết Bàn kinh nghĩa ký gồm 1 quyển.

B- Đại Niết Bàn kinh nghĩa ký đệ tứ gồm 1 quyển.

Kinh văn 2765 Niết Bàn kinh sớ gồm 1 quyển.

Kinh văn 2766 Dược Sư kinh sớ gồm 1 quyển.

Kinh văn 2767 Dược Sư kinh sớ gồm 1 quyển.

Kinh văn 2768 Duy Ma nghĩa ký gồm 1 quyển.

Kinh văn 2769 Duy Ma kinh nghĩa ký quyển đệ tứ gồm 1 quyển.

Kinh văn 2770 Duy Ma kinh sớ gồm 1 quyển.

Kinh văn 2771 Duy Ma kinh sớ gồm 1 quyển.

Kinh văn 2772 Duy Ma kinh sớ quyển đệ tam, đệ lục gồm 2 quyển.

Kinh văn 2773 Duy Ma kinh sao gồm 1 quyển.

Kinh văn 2774 Duy Ma kinh sớ gồm 1 quyển.

Kinh văn 2775 Duy Ma sớ thích tiền tiểu tự sao gồm 1 quyển.

Kinh văn 2776 Thích Triệu Tự gồm 1 quyển.

Kinh văn 2777 Tịnh Danh kinh tập giải quan trung sớ gồm 2 quyển.

Kinh văn 2778 Tịnh Danh kinh quan trung thích sao gồm 2 quyển.

Kinh văn 2779 Phật thuyết Lăng Già kinh Thiền môn tất đàm chương gồm 1 quyển.

Kinh văn 2780 Ôn thất kinh sớ gồm 1 quyển.

Kinh văn 2781 Vu Lan Bồn kinh tán thuật gồm 1 quyển.

Kinh văn 2782 Đại Thừa Đạo Dụ kinh tùy thích sớ gồm 1 quyển.

Kinh văn 2783 Đại Thừa Đạo Dụ kinh tùy thích sớ quyết gồm 1 quyển.

Kinh văn 2784 Đại Thừa tứ pháp kinh thích sao gồm 1 quyển.

Kinh văn 2785 Đại Thừa tứ pháp luận quảng thích khai quyết ký gồm 1 quyển.

Kinh văn 2786 Thiên thỉnh vấn kinh sớ gồm 1 quyển.

Kinh văn 2787 Tứ phần giới bổn sớ quyển đệ nhứt, đệ nhị, đệ tam gồm 3 quyển.

Kinh văn 2788 Luật giới bổn sớ gồm 1 quyển.

Kinh văn 2789 Luật giới bổn sớ gồm 1 quyển.

Kinh văn 2790 Luật Tạp sao gồm 1 quyển.

Kinh văn 2791 Tông Tứ Phần Tỳ Kheo tùy môn yếu lược hành nghi gồm 1 quyển.

Kinh văn 2792 Tỳ Ni tâm gồm 1 quyển.

Kinh văn 2793 Tam bộ luật sao gồm 1 quyển.

Kinh văn 2794 Luật sao gồm 1 quyển.

Kinh văn 2795 Tứ bộ luật biện luận yếu dụng sao gồm 1 quyển.

Kinh văn 2796 Luật sao đệ tam quyển thủ quyết gồm 1 quyển.

Kinh văn 2797 Phạm Võng kinh thuật ký quyển đệ nhứt gồm 1 quyển.

Kinh văn 2798 Bổn Nghiệp Anh Lạc kinh sớ gồm 1 quyển.

Kinh văn 2799 Thập Địa luận nghĩa sớ quyển đệ nhất, đệ nhị gồm 2 quyển.

Kinh văn 2800 Quảng bách luận sớ quyển đệ nhứt gồm 1 quyển.

Kinh văn 2801 Du Già Sư Địa luận phân môn ký gồm 6 quyển.

Bổn Địa phân tiền thập nhị địa.

Bổn Địa phân Thanh Văn Địa.

Bổn Địa phân Độc Giác Địa.

Bổn Địa phân Bồ Tát Địa đệ nhị, đệ tam.

Nhiếp quyết trạch phân đệ nhị.

Kinh văn 2802 Du Già Luận Thủ Ký gồm 4 quyển.

Kinh văn 2803 Địa Trì nghĩa ký quyển đệ tứ gồm 1 quyển.

Kinh văn 2804 Duy Thức tam thập tụng yếu thích gồm 1 quyển.

Kinh văn 2805 Nhiếp Đại Thừa giảng sớ quyển đệ ngũ, đệ thất gồm 2 quyển.

Kinh văn 2806 Nhiếp Đại Thừa luận sao gồm 1 quyển.

Kinh văn 2807 Nhiếp Đại Thừa luận chương quyển đệ nhứt gồm 1 quyển.

Kinh văn 2808 Nhiếp luận chương quyển đệ nhứt gồm 1 quyển.

Kinh văn 2809 Nhiếp Đại Thừa luận chương quyển đệ tứ gồm 1 quyển.

Kinh văn 2810 Đại Thừa bách pháp minh môn luận khai tông nghĩa ký gồm 1 quyển.

Kinh văn 2811 Đại Thừa bách pháp minh môn luận khai tông nghĩa ký tự thích gồm 1 quyển.

Kinh văn 2812 Đại Thừa bách pháp minh môn luận khai tông nghĩa quyết gồm 1 quyển.

Kinh văn 2813 Đại Thừa khởi tín luận lược thuật gồm 2 quyển.

Kinh văn 2814 Đại Thừa khởi tín luận quảng thích quyển đệ tam, tứ, ngũ gồm 3 quyển.

Kinh văn 2815 Khởi Tín luận chú gồm 1 quyển.

Kinh văn 2816 Nhơn duyên tâm thích luận khai quyết ký gồm 1 quyển.

Kinh văn 2817 Đại Thừa kinh toản yếu nghĩa gồm 1 quyển.

Kinh văn 2818 Đại Thừa nhị thập nhị vấn bổn gồm 1 quyển.

Kinh văn 2819 Chư kinh yếu sao gồm 1 quyển.

Kinh văn 2820 Bồ Tát tạng tu đạo chúng kinh sao quyển đệ thập nhị gồm 1 quyển.

Kinh văn 2821 Chư kinh yếu lược văn gồm 1 quyển.

Kinh văn 2822 Đại Thừa yếu ngữ gồm 1 quyển.

Kinh văn 2823 Đại Thừa nhập đạo thứ đệ khai quyết gồm 1 quyển.

Kinh văn 2824 Thiên Thai phân môn đồ gồm 1 quyển.

Kinh văn 2825 Chơn Ngôn yếu quyết quyển đệ nhứt, đệ tam gồm 2 quyển.

Kinh văn 2826 Lược chư kinh luận niệm Phật pháp môn vãng sanh Tịnh Độ tập quyển thượng gồm 1 quyển.

Kinh văn 2827 Tịnh Độ ngũ hội niệm Phật tụng kinh quán hạnh nghi quyển trung, hạ gồm 2 quyển.

Kinh văn 2828 Đại Thừa Tịnh Độ tán gồm 1 quyển.

Kinh văn 2829 Trì trai niệm Phật sám hối lễ văn gồm 1 quyển.

Kinh văn 2830 A- Đạo An pháp sư niệm Phật tán gồm 1 quyển.

B- Đạo An pháp sư niệm Phật tán văn gồm 1 quyển.

Kinh văn 2831 Vô Tâm luận gồm 1 quyển.

Kinh văn 2832 Nam Thiên Trúc quốc Bồ Đề Đạt Ma Thiền Sư quán môn gồm 1 quyển.

Kinh văn 2833 Quán Tâm luận gồm 1 quyển.

Kinh văn 2834 Đại Thừa vô sanh phương tiện môn gồm 1 quyển.

Kinh văn 2835 Đại Thừa khai tâm hiển tánh đốn ngộ Chơn Tông luận gồm 1 quyển.

Kinh văn 2836 Đại Thừa Bắc Tông luận gồm 1 quyển.

Kinh văn 2837 Lăng Già Sư tử ký gồm 1 quyển.

Kinh văn 2838 Truyền Pháp Bảo kỷ gồm 1 quyển.

Kinh văn 2839 Tán Thiền môn thi gồm 1 quyển.

Kinh văn 2840 Tam giới đồ gồm 1 quyển.

Kinh văn 2841 Đại Phật lược sám gồm 1 quyển.

Kinh văn 2842 Ấn Sa Phật văn gồm 1 quyển.

Kinh văn 2843 Đại Bi khải thỉnh gồm 1 quyển.

Kinh văn 2844 Văn Thù Sư Lợi Bồ Tát vô tướng thập lễ gồm 1 quyển.

Kinh văn 2845 Áp Tọa văn loại gồm 1 quyển.

Kinh văn 2846 Kỳ nguyện văn gồm 1 quyển.

Kinh văn 2847 Kỳ nguyện văn gồm 1 quyển.

Kinh văn 2848 Hồi hướng văn gồm 1 quyển.

Kinh văn 2849 Đại Thừa tứ tế nhật gồm 1 quyển.

Kinh văn 2850 Địa Tạng Bồ Tát thập tế nhựt gồm 1 quyển.

Kinh văn 2851 Hòa Bồ Tát giới văn gồm 1 quyển.

Kinh văn 2852 Nhập Bố Tát đường thuyết kệ văn đẳng gồm 1 quyển.

Kinh văn 2853 Bố Tát văn đẳng gồm 1 quyển.

Kinh văn 2854 Lễ sám văn gồm 1 quyển.

Kinh văn 2855 Lễ sám văn gồm 1 quyển.

Kinh văn 2856 Lễ sám văn gồm 1 quyển.

Kinh văn 2857 Tố pháp hiệu nghĩa công phúng tụng văn gồm 1 quyển.

Kinh văn 2858 Đại Mục Kiền Liên minh gian cứu mẫu biến văn tịnh đồ gồm 1 quyển.

Kinh văn 2859 Huệ Viễn ngoại truyện gồm 1 quyển.

Kinh văn 2860 Phủ Quân Tồn Huệ truyện gồm 1 quyển.

Kinh văn 2861 Tuyền Châu thiên Phật tân trước chư Tổ Sư tụng gồm 1 quyển.

Kinh văn 2862 Đại Phiên Sa Châu Thích môn giáo pháp Hòa Thượng Hồng Thệ tu công đức ký gồm 1 quyển.

Kinh văn 2863 Vương Phạm Chí thi tập gồm 1 quyển.

Kinh văn 2864 Tiến chỉ gồm 1 quyển.

Kinh văn 2865 Hộ thân mệnh kinh gồm 1 quyển.

Kinh văn 2866 Hộ thân mệnh kinh gồm 1 quyển.

Kinh văn 2867 Từ nhơn vấn bát thập chủng hảo kinh gồm 1 quyển.

Kinh văn 2868 Quyết tội phước kinh gồm 2 quyển.

Kinh văn 2869 Diệu Hảo bảo xa kinh gồm 1 quyển.

Kinh văn 2870 Tượng pháp quyết nghi kinh gồm 1 quyển.

Kinh văn 2871 Đại thông phương quảng sám hối diệt tội trang nghiêm thành Phật kinh gồm 3 quyển.

Kinh văn 2872 Diệu Pháp Liên Hoa Kinh Quảng Lượng thiên địa phẩm đệ nhị thập cửu gồm 1 quyển.

Kinh văn 2873 Thủ La Tỳ Kheo kinh gồm 1 quyển.

Kinh văn 2874 Tiểu pháp diệt tận kinh gồm 1 quyển.

Kinh văn 2875 Đại Phương Quảng Hoa Nghiêm thập ác phẩm kinh gồm 1 quyển.

Kinh văn 2876 Thiên Công kinh gồm 1 quyển.

Kinh văn 2877 Như Lai tại kim quan Chúc Lụy thanh tịnh trang nghiêm kính phước kinh gồm 1 quyển.

Kinh văn 2878 Cứu tật kinh gồm 1 quyển.

Kinh văn 2879 Phổ Hiền Bồ Tát thuyết chứng minh kinh gồm 1 quyển.

Kinh văn 2880 Cứu cánh Đại Bi kinh quyển đệ nhị, tam, tứ gồm 3 quyển.

Kinh văn 2881 Thiện ác nhơn quả kinh gồm 1 quyển.

Kinh văn 2882 Chú mị kinh gồm 1 quyển.

Kinh văn 2883 Pháp Vương kinh gồm 1 quyển.

Kinh văn 2884 Đại uy nghi thỉnh vấn gồm 1 quyển.

Kinh văn 2885 Phật tánh hải tạng trí huệ giải thoát phá tâm tướng kinh gồm 2 quyển.

Kinh văn 2886 Phật vi tâm vương Bồ Tát thuyết đầu đà kinh quyển thượng gồm 1 quyển.

Kinh văn 2887 Phụ mẫu ân trọng kinh gồm 1 quyển.

Kinh văn 2888 Diên thọ mệnh kinh gồm 1 quyển.

Kinh văn 2889 Tục mệnh kinh gồm 1 quyển.

Kinh văn 2890 Như Lai thành đạo kinh gồm 1 quyển.

Kinh văn 2891 Sơn Hải Huệ Bồ Tát kinh gồm 1 quyển.

Kinh văn 2892 Hiện báo đương thọ kinh gồm 1 quyển.

Kinh văn 2893 Đại Biện tà chánh kinh gồm 1 quyển.

Kinh văn 2894 Tam trù kinh gồm 1 quyển.

Kinh văn 2895 Yếu hành xả thân kinh gồm 1 quyển.

Kinh văn 2896 Thị sở phạm giả Du Già pháp kính kinh gồm 1 quyển.

Kinh văn 2897 Thiên Địa Bát Dương thần chú kinh gồm 1 quyển.

Kinh văn 2898 Cao Vương Quan Thế Âm kinh gồm 1 quyển.

Kinh văn 2899 Diệu Pháp Liên Hoa kinh Mã Minh Bồ Tát phẩm đệ tam thập gồm 1 quyển.

Kinh văn 2900 Tề pháp thanh tịnh kinh gồm 1 quyển.

Kinh văn 2901 Pháp Cú kinh gồm 1 quyển.

Kinh văn 2902 Pháp Cú kinh sở gồm 1 quyển.

Kinh văn 2903 Vô Lượng đại từ giáo kinh gồm 1 quyển.

Kinh văn 2904 Thất thiên Phật thần phù kinh gồm 1 quyển.

Kinh văn 2905 Hiện tại thập phương thiên ngũ bách Phật danh tịnh tạp Phật đồng hiệu gồm 1 quyển.

Kinh văn 2906 Tam vạn Phật đồng căn bản thần bí chi ấn tịnh pháp long chủng thượng tôn vương Phật pháp gồm 1 quyển.

Kinh văn 2907 Phổ Hiền Bồ Tát hạnh nguyện vương kinh gồm 1 quyển.

Kinh văn 2908 Đại Phương quảng Phật Hoa Nghiêm kinh Phổ Hiền Bồ Tát hạnh nguyện vương phẩm gồm 1 quyển.

Kinh văn 2909 Địa Tạng Bồ Tát kinh gồm 1 quyển.

Kinh văn 2910 Kim Hữu Đà La Ni kinh gồm 1 quyển.

Kinh văn 2911 Tán Tăng công đức kinh gồm 1 quyển.

Kinh văn 2912 Vô thường tam khải kinh gồm 1 quyển.

Kinh văn 2913 Thất nữ quán kinh gồm 1 quyển.

Kinh văn 2914 Quán kinh gồm 1 quyển.

Kinh văn 2915 Cứu chư chúng sanh nhứt thiết khổ nạn kinh gồm 1 quyển.

Kinh văn 2916 Khuyến thiện kinh gồm 1 quyển.

Kinh văn 2917 A- Tân Bồ Tát kinh gồm 1 quyển. B- Tân Bồ Tát kinh gồm 1 quyển.

Kinh văn 2918 Thích gia quán hóa hoàn ngu kinh gồm 1 quyển.

Kinh văn 2919 Phật mẫu kinh gồm 1 quyển.

Kinh văn 2920 Tăng Già Hòa Thượng dục nhập Niết Bàn thuyết lục độ kinh gồm 1 quyển.

Đến Kinh văn số 2920 là kinh văn cuối cùng trong Đại Chánh Tân Tu Đại Tạng Kinh (Taisho Shinshù Daizokyo) gồm 85 tập. Linh Sơn Pháp Bảo Đại Tạng Kinh chỉ dịch sang tiếng Việt đến tập thứ 54 thuộc Kinh văn thứ 2131. Như vậy từ tập 54 đến tập 85, tất cả là 31 tập chưa được dịch ra Việt ngữ. Bởi lẽ cố Hòa Thượng Thích Tịnh Hạnh cho rằng những tập sau này hoàn toàn giới thiệu về những bản Kinh, Sớ thuộc về Phật giáo Trung Hoa cũng như Nhật Bản, nên đây là lý do chính để chúng ta không có được những bản dịch ra tiếng Việt. Tuy nhiên những vị nào rành chữ Hán thì có thể vào Đại Chánh Tân Tu Đại Tạng Kinh để đọc những tập này và những kinh văn còn lại.

Từ Kinh văn thứ 2131 đến Kinh văn số 2158 gồm 27 kinh thuộc về Phật giáo Trung Quốc và từ Kinh văn số 2159 cho đến hết tập thứ 84 thuộc Kinh văn số 2731, tất cả đều liên quan đến Phật giáo Nhật Bản. Như vậy phần sau này Phật giáo Nhật Bản đã chiếm tất cả là 30 tập (84 - 54) và gồm tất cả là 574 Kinh văn và Sớ giải. Nếu so với Phật giáo Trung Quốc thì phần sau này chỉ gồm tập thứ 85 có tất cả 188 Kinh văn (2920 – 2732) cộng với 27 Kinh văn ở tập 54 thì tất cả là 215 kinh (188 – 27). Tuy là 215 kinh văn so với 574 kinh sớ sai khác không quá lớn; nhưng số tập thì quá khiêm nhường. Vì lẽ Phật giáo Nhật Bản chiếm đến 30 tập; trong khi đó Phật giáo Trung Hoa chỉ hơn 1 tập mà thôi. Đây là lý do có nhiều học giả chỉ trích, phê bình. Tuy nhiên theo chỗ chúng tôi hiểu thì trong những tập trước tập thứ 54 thuộc về sử truyện bộ, kinh sớ bộ, bộ sự vựng v.v... Các vị biên tập người Trung Quốc đã lồng vào đó nhiều câu chuyện của Phật giáo Trung Hoa rồi, nên phía sau của Đại Chánh Tân Tu Đại Tạng Kinh thấy ít giới thiệu về Phật giáo Trung Hoa là vì lẽ này và đây có thể là lý do chính.

Từ tập 86 đến tập thứ 100; tất cả gồm 15 tập là những tập thuộc về đồ hình của chùa viện, kinh chú v.v... Ngoài ra còn có 3 quyển thuộc Chiêu Hòa Pháp Bảo Tổng Mục Lục nữa, nhưng phần này thì không cần dịch ra Việt ngữ. Như chúng ta được biết là Đại Chánh Tân Tu Đại Tạng Kinh này được biên tập và xuất bản từ năm 1922 thời Thiên

Hoàng Taisho thứ 11 đến năm 1934 thuộc thời Thiên Hoàng Chiêu Hòa (Showa) thứ 9 mới xong và trong gần 13 năm ấy bộ Đại Tạng Kinh này đã được hình thành cũng như xuất bản; nên gọi là "Chiêu Hòa Pháp Bảo Tổng Mục Lục" là vậy.

Kế đến, nếu quý vị nào rành Nhật ngữ thì cũng có thể vào trang 1 đến trang 171 của Mục Lục, thuộc Đại Chánh Tân Tu Đại Tạng Kinh, thì cũng có thể tra theo thứ tự âm vận Nhật ngữ như; a, i, ư, ê, ô; ka, ki, ku, kê, kô v.v... để tìm kinh văn giống như chúng ta đi tìm theo thứ tự kinh văn theo mẫu tự La Tin: A, B, C, D, E... như Phật tử Nguyên Minh Nguyễn Minh Tiến đã thực hiện, thì cũng tiện lợi vô cùng.

Tôi biết rằng dịch những kinh văn này ra Việt ngữ đã có nhiều vị Tăng Ni cũng như Phật tử thực hiện rồi, nhưng tôi muốn tra cứu lại cho rõ hơn và những gì mà Phật giáo Nhật Bản, Phật giáo Việt Nam đã thực hiện qua việc góp nhặt lại tất cả những gì thuộc về Kinh, Luật, Luận đã được dịch ra Hán văn do Phật giáo Trung Quốc và Phật giáo Triều Tiên cung cấp cho nền văn học Phật giáo đồ sộ này, là việc làm mà những người đi sau như chúng ta cần phải quan tâm đến.

Đại Chánh Tân Tu Đại Tạng Kinh là bộ Đại Tạng được các học giả Âu Mỹ đánh giá cao, có tính cách hàn lâm và khoa học. Do vậy Đại Tạng này đã được dịch ra nhiều ngôn ngữ, trong đó có tiếng Anh là chính.

Phần dịch ra Việt ngữ từ Kinh văn số 2131 đến kinh văn số 2920, tôi chỉ dịch phần đề Kinh hay Sớ cũng như số lượng bao nhiêu tập, còn tác giả của những công trình ấy tôi đã bỏ qua không dịch; bởi lẽ việc này không khó khi đã tìm được kinh văn và số quyển thì chúng ta sẽ dễ biết tác giả soạn ra những luận giải ấy là người Trung Hoa hay người Nhật Bản.

# CHƯƠNG V
# NHỮNG BÀI VIẾT SAU KHI ĐỌC MỘT PHẦN ĐẠI TẠNG KINH

## Thẩm định lại một bài kệ

Có nhiều bài kệ rất hay khi xướng lên hay khi tán tụng; hoặc giả khi mạn đàm Phật Pháp; nhưng cũng có lắm bài kệ cho đến nay có nhiều Thầy, Cô giảng dạy, nhưng khi đi tìm nguồn gốc thì hầu như chưa có câu trả lời đúng nghĩa. Hôm nay tôi sẽ trình bày với Quý Vị một bài kệ có 4 câu và mỗi câu 7 chữ như sau:

佛在世時我沉淪，
今得人身佛滅度。
懊惱自身多業障，
不見如來金色身。

Phiên âm Hán Việt:

*Phật tại thế thời ngã trầm luân,*
*Kim đắc nhân thân Phật diệt độ,*
*Áo não tự thân đa nghiệp chướng,*
*Bất kiến Như Lai kim sắc thân.*

Dịch nghĩa:

*Khi Phật ở đời con trầm luân,*
*Nay được thân người Phật diệt độ,*
*Buồn cho thân mình nhiều nghiệp chướng,*
*Chẳng thấy thân vàng của Như Lai.*

Ngoài ra trên internet cũng có bài Chữ Hán được viết như sau:

佛在世時我沉淪，

佛滅度後我出生。

懺悔此身多業障，

不見如來金色身。

*Phật tại thế thời ngã trầm luân,*
*Phật diệt độ hậu ngã xuất sanh.*
*Sám hối thử thân đa nghiệp chướng,*
*Bất kiến như lai kim sắc thân,*

Đa phần rất nhiều Giảng sư và Phật tử đều nghĩ rằng bài này là do Ngài Huyền Trang (602-664) trước tác, khi chiêm bái thánh tích Bồ Đề Đạo Tràng tại Ấn Độ. Nhưng cá nhân tôi khi phiên dịch quyển Đại Đường Tây Vức Ký, từ chữ Hán do chính Ngài Huyền Trang biên soạn sang tiếng Việt vào năm 2003, dựa theo quyển Đại Chánh Tân Tu Đại Tạng Kinh (Taisho Shinshu Daizokyo), quyển thứ 51, thuộc sử truyện bộ thứ 3 từ trang 867 đến trang 948 gồm 12 quyển; thứ tự kinh văn số 2087 và tiếng Việt in ấn thành 456 trang, được ấn tống nhiều lần và lần tái bản của năm 2021 qua trang Amazon, đã được hiệu đính lại rất nhiều chi tiết mà trước đây chưa được hiệu đính lại, thì kết quả là qua hai chương của quyển thứ tám và quyển thứ chín, khi Ngài Huyền Trang đi đến xứ Ma Kiệt Đà và Bồ Đề Đạo Tràng để chiêm bái các Thánh Tích, đã không tìm thấy được bài kệ này do Ngài ghi lại.

Bản thân tôi cũng nghĩ rằng, ngoài Ngài Huyền Trang ra thì ít ai có thể thâm cảm sâu xa, khi đến được tận nơi để đảnh lễ những Thánh tích của Đức Phật tại Ấn Độ, nên mới cảm tác được bài kệ này, mà mỗi khi đọc qua chúng ta đều xúc động như vậy, và từ đó tôi cũng đoan chắc rằng bài kệ 4 câu này là của Ngài Huyền Trang. Đến một lúc nào đó, ai cũng nghĩ rằng chuyện ấy không có gì để bàn cãi, nhưng khi những tác phẩm của tôi được đưa lên Amazon để lưu trữ tại đó, thì Anh Nguyên Minh Nguyễn Minh Tiến, Webmaster của trang nhà rongmotamhon.net cho tôi biết rằng, Anh cũng đã đi tìm khắp nơi trong Đại Tạng Kinh và những bài sám nguyện v.v... nhưng vẫn chưa có kết luận là bài này do Ngài Huyền Trang sáng tác.

Kể từ năm 2003 đến nay (2020), khi ở ngôi Phương Trượng tôi có nhiều thời gian hơn để viết sách, dịch Kinh cũng như phát nguyện đọc Đại Tạng Kinh. Đây là một nhân duyên rất thù thắng đối với tôi, còn việc hành chánh của Chùa Viên Giác tại Hannover thì do các Thầy Trụ Trì trực tiếp chăm sóc. Thỉnh thoảng cuối tuần tôi kết hợp đi thuyết giảng đâu đó vài nơi, thời gian còn lại, tôi sử dụng cho những việc trên. Riêng Đại Tạng Kinh phải nói là một pho sách đồ sộ, ít có Tôn Giáo nào có được. Muốn đọc hết phải tốn cả một đời người. Kể từ năm 2003, tôi đã bắt đầu đọc Đại Tạng Kinh tiếng Việt do Hòa Thượng Thích Tịnh Hạnh chủ biên, và tạng kinh này được gọi là Linh Sơn Pháp Bảo Đại Tạng Kinh. Hầu hết những Kinh, Luật, Luận trong tạng này đều được dịch ra Việt ngữ từ Đại Chánh Tân Tu Đại Tạng Kinh (Taisho Shinshu Daizokyo). Những tập Trường A Hàm, Trung A Hàm, Tạp A Hàm, Tăng Nhất A Hàm hầu như không có lỗi in ấn nào cần phải đề cập đến nữa, vì chư Tôn Hòa Thượng Thích Thiện Siêu, Hòa Thượng Thích Tuệ Sỹ v.v... đã giảo chánh lại rất kỹ, lại còn chú thích thêm những từ ngữ khó cho người cần tra cứu để có được sự giải thích rõ ràng. Nhưng khi đọc đến những bộ Bản Sanh thì tôi phát hiện ra còn nhiều lỗi chính tả quá, nên đã tự động sửa vào những bản đã in này, vì sợ rằng không có cơ hội đọc lại lần thứ hai nữa. Ít nhất là từ tập số 9 đến tập số 17. Một thời gian sau có Phật tử

Minh Đăng Trần Tế Thế, người lo Website của Linh Sơn Pháp Bảo Đại Tạng Kinh liên lạc qua email với tôi, nhờ tôi tra lại giùm những chỗ nghi ngờ khi được dịch ra Việt ngữ, và đây cũng là cơ hội để tôi phát tâm đọc lại hết 15 tập sau cùng, kể từ tập 188 đến tập 202. Những tập này chưa xuất bản và sẽ được xuất bản trong nay mai. Tất cả 202 tập này được dịch từ 54 tập của Đại Chánh Tân Tu Đại Tạng Kinh. Như vậy trung bình cứ 1 tập của Đại Chánh Tạng, dịch thành 4 tập của Linh Sơn Pháp Bảo Đại Tạng Kinh. Nhưng vẫn chưa hết, nghĩa là mới được dịch hơn phân nửa phần của Đại Chánh Tạng, nhưng dẫu sao đi nữa thì đây cũng là một cố gắng hết mình của cố Hòa Thượng Thích Tịnh Hạnh vậy.

Khi đọc đến tập 193 của Linh Sơn Pháp Bảo Đại Tạng Kinh, phần Kinh văn số 2110 thuộc Luận Biện Chánh, quyển thứ 5, Sử Truyện Bộ trang 111. Phần này tương ưng với tập thứ 52 của Đại Chánh Tạng trang 522b do Ngài Pháp Lâm đời Đường biên soạn thì tôi đã phát hiện ra việc này như sau:

"Lão Tử đến nước Kế Tân, thấy Phù Đồ tự thương xót mình không sanh kịp, mới nói bài kệ tụng cúng dường, đối trước tôn tượng tỏ bày tình ý rằng:

*Ta sinh sao quá muộn*
*Phật ra đời sao quá sớm*
*Chẳng thấy được Thích Ca Văn*
*Trong tâm thường áo não*"

Nguyên Hán Văn như sau

老子至罽賓國，見浮圖，自傷不及，乃說偈供養，對像陳情云：
我生何以晚（新本改云：佛生何以晚），
佛出一何早（新本改云：泥洹一何早），
不見釋迦文，
心中常懊惱（言不親覩佛）。

Âm Hán Việt:

*Lão Tử chí Kế Tân quốc kiến phù đồ tự thương bất cập. Nãi thuyết kệ cúng dường đối tượng trần tình vân:*

*Ngã sanh hà dĩ vãn (tân bản cải vân: Phật sanh hà dĩ vãn),*

*Phật xuất nhứt hà tảo (tân bản cải vân: Niết Bàn nhứt hà tảo),*

*Bất kiến Thích Ca Văn,*

*Tâm trung thường áo não (ngôn bất thân đổ Phật).*

Trong phần Luận Biện Chánh này của Ngài Pháp Lâm giải thích rằng:

Lão Tử phải sanh sau Đức Phật Thích Ca Mâu Ni cả hằng 200 năm; nhưng môn đệ của Lão Tử sau này cải biên lại là Lão Tử sinh ra trước Phật; nên mới có hai phần cải biên bản mới trong sách của Lão Tử là: Phật sinh sao quá muộn và Phật Niết Bàn sao quá sớm.

Bây giờ chúng ta phải tra cứu để đi đến một kết luận tạm thời như sau:

Đức Phật Giáng Sinh tại Vườn Lâm Tỳ Ni ở Ấn Độ vào ngày 15 tháng 4 năm 624 trước Tây lịch, Thành đạo vào ngày 8 tháng 12 năm 589 trước TL và nhập Niết Bàn năm 544 trước TL. Vì vậy năm nay (2020) Phật giáo đồ khắp nơi trên thế giới kỷ niệm ngày Phật Đản sanh lần thứ 2644 và Phật Lịch 2564 năm. (Đây là ngày sinh, ngày thành đạo và ngày nhập Đại Bát Niết Bàn theo truyền thống Nam Tông). Trong khi đó ngày tháng năm sinh của Lão Tử cho đến nay vẫn chưa rõ ràng. Tuy nhiên người ta ước đoán là Lao Tzu, Lao Tse sinh năm 571 và mất năm 471 trước Tây Lịch, thọ 100 tuổi. Nếu so với Đức Phật Thích Ca Mâu Ni thì Lão Tử sinh sau đến 27 năm (nếu tính theo ngày nhập diệt của Đức Phật) và nếu tính theo ngày Đản Sanh của

Đức Phật thì Lão Tử sinh sau Phật 53 năm (624-571=53 năm). Đó là chưa kể còn nhiều truyền thuyết khác nhau nữa, nhưng chúng ta tạm thẩm định là như vậy.

Đoạn trên chúng ta thấy có đề cập đến Lão Tử đã đến nước Kế Tân và thấy hình tượng Phật mà tự xót thương cho mình là không sánh kịp, mới nói bài kệ trên để cúng dường, khi đối trước tôn tượng để tỏ bày tình ý. Nước Kế Tân tức Kashmir bây giờ, nước này nằm ở trên nước Pakistan; trong tự điển Phật Học còn nói là Kabul, nhưng Kabul hiện là thủ đô của Afghanistan. Như vậy Lão Tử phải sinh sau Đức Phật và có dịp Lão Tử đã đi từ Hoa Hạ (Trung Hoa) sang các nước Hồ (các xứ phía tây Trung Quốc) thì thấy hình ảnh của tượng Phật; nên mới thốt ra 4 câu kệ trên và bài kệ này có đăng trong Đại Chánh Tân Tu Đại Tạng Kinh như tôi đã trích dẫn bên trên.

Rồi ngày tháng trôi qua, ai đó đã lấy bài kệ 5 chữ 4 câu của Lão Tử cũng ý này làm thành bài kệ 4 câu 7 chữ cũng nội dung như vậy và được bảo là của Ngài Huyền Trang, mà trên thực tế thì Ngài Huyền Trang đã không làm bài kệ này, qua dẫn chứng của Đại Đường Tây Vức Ký và lịch sử. Lịch sử thì bao giờ cũng là lịch sử; nhưng lịch sử hơn 2.000 năm đã trôi qua và nhiều triều đại kế tiếp nhau liên tục với thời gian cùng năm tháng, nhưng lúc nhớ lúc quên hoặc giả sách vở bị thiêu đốt bởi chiến tranh, nên khiến cho người đời sau khó tìm lại bản gốc được. Lỗi này không phải của ai cả, mà chúng ta phải có bổn phận truy nguyên về nguồn gốc để thẩm định lại sự ra đời của một sự kiện là đủ rồi.

Dĩ nhiên đây không phải là sự phát hiện sau cùng và nếu sau này có người nào đó tìm ra được đích danh tác giả của bài kệ 4 câu 7 chữ như trên là một điều phước báu không nhỏ; nhưng trong tạm thời chúng ta có thể kết luận là bài kệ đó, nội dung là của Lão Tử chứ không phải của Ngài Huyền Trang. Mong rằng sẽ còn nhiều phát hiện khác nữa để người đến sau được học hỏi hiểu biết nhiều hơn.

*Viết xong vào ngày 6 tháng 12 năm 2020*
*tại thư phòng Tổ Đình Viên Giác,*
*Hannover, Đức Quốc.*

## Đức Phật A Di Đà trong Kinh Bản Duyên và các Kinh điển khác

Đi tìm nguồn cội của những việc cần tìm hiểu quả là điều rất hữu ích và cần thiết cho những người học Phật như chúng ta ngày nay. Tuy trong hiện tại chúng ta có quá nhiều phương tiện để tìm hiểu, đọc tụng cũng như học hỏi, nhưng cũng không phải muốn tìm gì là có ngay lời giải đáp đúng như ý ta mong đợi, mà vẫn cần phải qua những trải nghiệm của bản thân cũng như sự tu học hành trì, nghiên cứu lâu ngày, chúng ta mới thẩm thấu được lời Phật dạy. Vì lẽ lời dạy của Đức Phật nằm rải rác khắp nơi trong ba tạng của Nam Truyền và ba tạng của Bắc Truyền, có cả hàng triệu triệu chữ và nhiều nhà phiên dịch, chú giải khác nhau, nên không phải ai cũng có cơ duyên để trì tụng, nghiên cứu hết ba tạng Kinh điển này. Riêng bản thân tôi không dám làm việc gì quá khả năng, chỉ cố gắng gom góp lại những chỗ đã đọc qua, nhằm cống hiến cho quý vị một sự hiểu biết căn bản về Đức Phật A-di-đà, để chúng ta không còn nghi ngờ gì nữa khi trì tụng các Kinh A-di-đà, Kinh Vô Lượng Thọ hay Kinh Quán Vô Lượng Thọ. Đó là điều căn bản, bởi lẽ cũng có một số quý vị không tin có một Đức Phật như thế và một cảnh giới như thế. Sau đây là những lời giải bày.

Tôi vốn xuất thân từ truyền thống Thiền Lâm Tế, phái Chúc Thánh, xuất phát ở Hội An, Quảng Nam, nhưng khi vào chùa từ năm 1964 đến nay (2020), cũng đã trên 55 năm rồi, tôi thấy các chùa thuộc Thiền Phái Chúc Thánh ít ngồi Thiền mà tụng Kinh A-di-đà, Địa Tạng, Pháp Hoa, Hoa Nghiêm, Đại Bát Niết-bàn v.v..., khác với chủ trương Thiền như Ngài Lâm Tế Nghĩa Huyền ở Trung Hoa, vị Sơ Tổ của Thiền Lâm Tế có mặt từ thế kỷ 9 (866/867) vào đời Tống. Từ đó đến nay đã hơn 1.000 năm lịch sử, việc truyền thừa ấy không còn nguyên thủy nữa, mà đã pha trộn quá nhiều. Lý do thì không phải là không có, nhưng ở đây tôi không muốn phản biện lại điều này, vì lâu nay đã có nhiều người giải thích rồi. Chỉ có điều, những người tu Thiền mà đổi qua tu Tịnh Độ như vậy, căn cứ vào đâu để giải thích rằng trong kinh điển Nam Truyền đã có đề cập đến? Đây là câu hỏi mà nhiều người muốn tìm cho rõ ngọn ngành của vấn đề.

Câu hỏi này, một số quý vị Giáo Sư Phật tử tại Học Viện Phật giáo Linh Sơn ở Paris cũng đã hỏi tôi cách đây mấy năm về trước. Lúc ấy, cũng may là tôi đã đọc xong tất cả những phần Trường A Hàm, Trung A Hàm, Tạp A Hàm cũng như Tăng Nhất A Hàm và đã bắt đầu đọc đến Bộ Bản Duyên (Bản Sanh) thì mới đọc được việc Đức Phật Thích Ca Mâu Ni nhắc đến danh hiệu của Đức Phật A-di-đà. Và nếu đọc hết quyển thứ 17 của Linh Sơn Pháp Bảo Đại Tạng Kinh, trong hơn 13.000 trang Kinh ấy, chúng ta chỉ thấy duy nhất hai lần Đức Phật Thích Ca đề cập đến việc này. Lần thứ nhất là trong bộ Bản Duyên thứ nhất, quyển thứ 10, trang 474, phần sau của Kinh thứ 55, tiêu đề Đức Phật Thuyết Giảng Kinh Thí Dụ. Nếu Quý vị muốn tìm nguyên bản chữ Hán thì vào Đại Chánh Tân Tu Đại Tạng Kinh (Taisho Shinshu Daizōkyō) Tập 3, kinh số 154, trang 107, tờ c, từ dòng 1 đến dòng 14, nội dung bản Việt dịch như sau:

*"Ngài Thủ Đạt tuổi cao đáng kính, giáo hóa được năm ngàn người. Ngài Duy Tiên tuổi trẻ, trí tuệ sâu rộng, đi tới nhiều nước, giáo hóa được sáu vạn người. Lần lượt trên con đường đi du hóa, hai vị này gặp nhau, các đệ tử của Ngài Thủ Đạt thấy Ngài Duy Tiên trí tuệ dũng mãnh thảy đều muốn đến để tỏ lòng sùng bái. Ngài Thủ Đạt gọi các đệ tử lại bảo:*

*- Ông Duy Tiên tuổi còn nhỏ, trí tuệ cạn cợt, ít ỏi.*

*Ngài Duy Tiên nghe được lời nói đó, bèn nghĩ: "Người tu hạnh Bồ Tát, phải nên cúng dường nhau, du hóa đến các nước gặp nhau, coi như gặp được Phật. Nay ta thật không muốn ủng hộ Ngài Thủ Đạt, nhưng vẫn luôn nghĩ về tình đồng đạo.[1] Ngài Duy Tiên ngay trong đêm đó lặng lẽ bỏ sang nước khác. Vì sao thế? Là vì muốn cho các đệ tử kia vẫn tiếp tục cúng dường Ngài Thủ Đạt.*

*Ngài Thủ Đạt do đã bài báng Ngài Duy Tiên, nên phải bị đọa vào loài Ma Ha Nê Lê[2] đến sáu mươi kiếp, khi đã thoát được ra làm người thì phải chịu sáu mươi kiếp làm người không có lưỡi. Tại sao thế? Là vì Ngài đã không tự chế ngự được ba nghiệp thân, khẩu, ý, làm mất đi pháp hạnh của Bồ Tát. Về sau, tội lỗi hết, nhờ công đức đã vun trồng từ trước và nỗ lực tự tu tập nên được thành Phật hiệu là Thích Ca Văn.*

---

[1] Phần Việt dịch được chúng tôi trích nguyên văn từ bản dịch Linh Sơn Pháp Bảo như đã nêu. Tuy nhiên, xét câu văn này ý nghĩa không xứng hợp hoàn toàn với văn cảnh nên chúng tôi đã tra cứu từ nguyên bản (trang 107, tờ c, dòng 7), thấy chép là: "今我無護，而起同法之意。- Kim ngã vô hộ, nhi khởi đồng pháp chi ý." Theo đây lẽ ra phải hiểu là: "Nay ta không giúp đỡ được thì cũng phải nghĩ đến tình đồng đạo." Nếu hiểu là "nay ta thật không muốn ủng hộ" e rằng không đúng văn kinh.

[2] Tương tự như trên, chúng tôi đã tra cứu nguyên bản (trang 107, tờ c, dòng 9-10), thấy chép là "墮摩呵泥梨 - đọa ma-ha nê-lê". Chúng tôi chưa thấy kinh luận nào nói đến loài Ma Ha Nê Lê. Câu này phải hiểu là "đọa vào đại địa ngục", vì "ma-ha nê-lê" là phiên âm chữ "mahā niraya", nghĩa là đại địa ngục.

*Đức Phật bảo các đệ tử:*

*- Ông Thủ Đạt kia chính là bản thân Ta, Ngài Duy Tiên hiện nay là Đức Phật A-di-đà.*

*Tất cả các vị ngồi ở đây đều nói:*

*- Lỗi lầm kia nhỏ, mà tội phải gánh chịu thì quá lớn!*

*Đức Phật bảo mọi người trong pháp hội:*

*- Thân, khẩu, ý, ba nghiệp ấy không thể không quyết chế ngự, giữ gìn. Những ai trọn tin điều này và phụng hành thì đắc đạo. Nếu có phạm lỗi xấu ác tự biết ăn năn sửa đổi thì lỗi đó trở nên nhẹ bớt đi!"*

*(Trích từ trang 474 đến 475 trong bản Việt dịch).*

Đến quyển thứ 16, thuộc Bộ Bản Duyên thứ 7, trang 386 đến trang 389 thuộc Linh Sơn Pháp Bảo Đại Tạng Kinh, phần kinh văn số 206 cũng có thêm một câu chuyện liên quan đến cảnh giới Cực Lạc của Đức Phật A-di-đà, mà Đại Chánh Tân Tu Đại Tạng Kinh (Taisho Shinshu Daizōkyō), Tập 4, kinh số 206, trang 521, từ dòng thuộc Bộ Bổn Duyên Bộ hạ, tập thứ 4, trang 510 thuộc về phần Cựu Tạp Thí Dụ Kinh, chuyện thứ 60 như sau:

*"Ngày xưa có một người tuổi trẻ nghèo khổ, đi đến nước khác được một quả cam,[1] nó vừa thơm vừa đẹp, ở đời ít có. Anh ta mến tiếc, không dám nếm thử. Nghĩ đến cha mẹ, muốn đem quả cam về dâng cúng, nên liền đi trở về thành Tỳ Da Ly (Tỳ Xá Ly).*

*Khi ấy Đức Phật vào thành cùng với chư Bồ Tát và các đệ tử lớn, đến nhà trưởng giả thọ trai. Thấy Đức Phật*

[1] Nguyên bản kinh văn chữ Hán (trang 521, tờ b, dòng 9) là "得一甘果 - đắc nhất cam quả". "Cam quả" không phải là quả cam, mà chỉ một loại quả rất đặc biệt có vị ngon ngọt. Dòng kinh tiếp theo (dòng 10) mô tả: "香美且大世所希有 - hương mỹ thả đại, thế sở hy hữu" (vừa thơm, vừa đẹp lại rất lớn, hiếm có trong đời), vì vậy chắc chắn không phải là quả cam. Loại quả lạ quý hiếm đến nỗi anh nhà nghèo này có được nhưng không biết tên gọi của nó.

*đi qua, người tuổi trẻ chưa về nhà, tay cầm quả cam trong ý muốn dâng cúng nhưng chưa thực hiện kịp. Vì từ nhỏ tới lớn chưa từng nghe nói về Phật, thấy dấu chân Đức Phật vừa đi qua in trên đất giống như hình bánh xe đang quay, rõ ràng các đường chỉ nhỏ cũng không thiếu sót. Lấy làm lạ, anh ta liền ngồi lên dấu chân nhìn xem không chán. Anh ta cảm nhận như gặp được điều may mắn, quên cả buồn vui. Anh suy nghĩ: "Dấu chân trên đất còn như thế, huống gì thân của vị ấy ở đời ít có. Ta ở đây đợi Ngài trở về, nên đem luôn phần của cha mẹ, chờ vị ấy trở lại sẽ đem quả cam dâng cúng."*

*Khi Đức Phật chưa trở về, anh ta ngồi bên dấu chân, buồn suy nghĩ rơi nước mắt. Người đi đường thấy vậy hỏi:*

*- Vì sao anh cầm quả cam ngồi đây mà buồn bã vậy?*

*Anh ta đáp:*

*- Tôi ngồi đây với dấu chân của Bậc Tôn Quý, mong mỏi Ngài sẽ trở lại, muốn đem quả cam này tự dâng cúng, đợi thấy Tôn nhan mà chưa được như nguyện. Tự xét thân phận hèn mọn, ít ai quan tâm, nên cảm thấy buồn.*

*Người đi đường thấy lạ, đến hỏi thăm, xem coi rất đông, đều bàn tán với nhau cho anh ta là kẻ cuồng si. Vì sao biết được vị ấy có trở lại hay không mà ngồi chờ đợi?*

*Khi Đức Phật đã đến nhà vị trưởng giả an tọa, chúng Tăng rửa chân, theo thứ lớp ngồi vào xong, vị trưởng giả và tất cả thân quyến đem các món ăn dâng cúng đầy đủ. Khi thọ trai xong, Đức Phật chú nguyện cho trưởng giả và cả người nghèo ở xa đang chiêm ngưỡng dấu chân, cầm quả cam đợi dâng cúng Phật.*

*Khi Đức Phật và chúng Tăng đã thọ trai xong, vị trưởng giả suy nghĩ: "Đức Thế Tôn chú nguyện pháp thí không bình đẳng. Chỉ chú trọng người ở xa, việc cúng dường ở đây không xứng đáng sao?"*

*Đức Phật dạy Tôn Giả A-nan:*

*- Việc cúng dường của trưởng giả phước như thế nào?*

*Đức Phật dạy tiếp:*

*- Việc cúng dường của trưởng giả rất rộng rãi, nhưng vị ấy còn mong mỏi, nên dụng tâm còn so sánh quanh co, nhưng kết cuộc cũng được tốt đẹp, an lạc. Trái lại, bên ngoài ở xa có một thiếu niên tay cầm quả cam, một lòng không nghĩ gì khác, ngồi bên dấu chân hiền từ chờ đợi, suy nghĩ muốn dâng quả cam cúng dường, vận dụng lòng thành phát tâm rộng lớn. Do vậy, nên Ta ngồi ở đây, vì người ở xa mà chú nguyện.*

*Vị trưởng giả suy nghĩ: "Người kia muốn cúng quả cam không khác đồ ăn của ta. Đức Phật tán thán công đức của người kia là cao tột. Ta tuy giàu có, đồ cúng đầy đủ, nhưng ý chấp vào việc cúng ít nhiều nên Đức Phật dạy phước không bằng người kia, ta muốn theo hầu Đức Phật đến thăm người ấy."*

*Khi ấy Đức Phật rời khỏi chỗ ngồi, đi đến nơi người ngồi chiêm ngưỡng dấu chân. Các Bồ Tát, đệ tử, trưởng giả, cư sĩ... Tất cả hợp lại theo thứ bậc tháp tùng theo Đức Phật. Người kia từ xa thấy Đức Phật đi đến, thân tướng tốt đẹp, hào quang sáng hơn cả mặt trăng, mặt trời, liền bước tới nghênh đón Đức Phật, rồi cúi đầu đảnh lễ. Nhân đó anh ta quỳ xuống, đem quả cam dâng cúng Đức Phật và liền khi đó phát tâm Vô Thượng bình đẳng độ thoát chúng sanh.*

*Đức Phật phóng ánh sáng chiếu khắp không cùng tận. Ba ngàn thế giới đều chấn động lớn. Mười phương chư*

*Phật và chư vị Bồ Tát kịp thời đều hiện ra như hình hiện ở trong gương, xa gần đều thấy rõ. Đức Phật vì vị ấy thọ nhận quả cam rồi chuyển quả ấy cúng dường mười phương chư Phật, chỉ một quả cam ấy mà biến ra để cúng dường khắp không cùng tận. Mười phương chư Phật và chư vị Bồ Tát thân mang ca sa, duỗi cánh tay vàng sáng chói, phóng ra ngàn muôn ức tia sáng, trong mỗi tia sáng kia tự nhiên đều có hoa sen châu báu nối tiếp giăng quanh tòa sư tử. Trên Bảo tòa có chư Phật và chư vị Bồ Tát đều cầm bát báu thọ nhận quả cam, cùng dùng quả cam ấy chuyển biến cúng dường... Đức Thích Ca cũng lại như vậy, ở thế giới này chiếu sáng mười phương, khắp trong hư không, chư Thiên, Quỷ Thần đều đầy đủ, tám hướng trên dưới cũng không có khoảng trống, đều hoan hỷ đến tán dương, hỗ trợ, các Bồ Tát trong ba cõi đều được nhờ ân.*

*Khi ấy người cúng quả cam được pháp Vô Sinh Nhẫn. Đức Phật thọ ký cho vị ấy sau này sẽ được làm Phật, hiệu là Quả Tôn Vương Vô Thượng Chánh Giác. Quốc độ kia sẽ giống như cảnh giới Cực Lạc của Phật A-di-đà. Khi vị ấy được nghe Đức Phật thọ ký cõi nước riêng, tự nhiên thân tâm thanh tịnh, liền được quả vị Nhất Sanh Bổ Xứ. Trưởng Giả, Cư Sĩ, cả đến ngàn người, nương nhờ phước ấy mà phát đạo tâm và được vào địa vị Bất Thoái Chuyển.*

*Công đức của người nghèo kia được lợi ích rộng lớn đến như vậy.”*

*(Trích từ trang 386 đến 389 trong bản Việt dịch.)*

Trên đây là hai đoạn kinh được trích ra từ bộ Bản Sanh thứ 10 và thứ 16 của Linh Sơn Pháp Bảo Đại Tạng Kinh, xuất bản tại Đài Bắc, Đài Loan khi cố Hòa Thượng Thích Tịnh Hạnh còn sanh tiền.

Ngoài ra trong Trường Bộ Kinh (Dīgha Nikāya) do Hòa Thượng Thích Minh Châu dịch ra Việt ngữ vào năm 1991 -Phật Lịch 2535; phần thứ 17. Kinh Đại Thiện Kiến Vương (Mahàsudassana Sutta) cũng đã có đề cập rất rõ về một cảnh giới của Vua Đại Thiện Kiến, rất giống với cảnh giới Tây Phương Cực Lạc của Đức Phật A-di-đà. Vị Vua này chính là tiền thân của Đức Phật Thích Ca Mâu Ni.

Kế tiếp là trong Kinh Trung A Hàm,[1] ở phẩm thứ 6 thuộc Phẩm Vương Tương Ưng, kinh thứ 68 thuộc Kinh Đại Thiện Kiến Vương. So sánh hai Kinh này ở Nikaya và Kinh Trung A Hàm không khác nhau mấy về nội dung của một cõi trang nghiêm như Tây Phương Tịnh Độ của Đức Phật A-di-đà, mà Vua Đại Thiện Kiến trong quá khứ là tiền thân của Đức Phật Thích Ca Mâu Ni.

Thiền Sư Thích Nhất Hạnh trong quyển: Thiết lập Tịnh Độ - Kinh A-di-đà Thiền Giải, chú giải dưới cái nhìn của Thiền học. Trong quyển này, phần Thiết Lập Tịnh Độ (trang 7), Thiền Sư Nhất Hạnh đã đề cập đến một cảnh giới Cực Lạc như trong Kinh Đại Thiện Kiến Vương về cõi Tịnh Độ (Cực Lạc) của Đức Phật A-di-đà. Thật ra cõi Cực Lạc (Sukkhavatti) chỉ có một, do Đức Phật A-di-đà làm giáo chủ, nhưng có vô số cõi Tịnh Độ của chư Phật trong mười phương vô biên quốc độ.

Hòa Thượng Thích Thánh Nghiêm, người Đài Loan, tốt nghiệp Tiến Sĩ Phật Học tại Đại Học Risso Nhật Bản, sau về sáng lập Pháp Cổ Sơn tại Đài Bắc và Ngài chủ trương có bốn loại Tịnh Độ. Đó là Nhân Gian Tịnh Độ, Thiên Quốc Tịnh Độ, Phật Quốc Tịnh Độ và Tự Tánh Di Đà Tịnh Độ. Do vậy dưới mắt các Thiền Sư thì Tịnh Độ không nhất thiết phải ở cõi Tây Phương, mà ở đây và bây giờ, nơi quốc

[1] Kinh Trung A Hàm (Đại Chánh Tạng, Tập 1, kinh số 26), bản Hán dịch của ngài Cù-đàm Tăng-già-đề-bà, Hòa thượng Thích Tuệ Sỹ Việt dịch và hiệu chú, xem từ trang 515, tờ b, dòng 3 đến trang 518, tờ b, dòng 29.

độ này cũng có thể là Nhân Gian Tịnh Độ như trong phẩm Kinh Đại Thiện Kiến Vương vậy. Người ta cũng có thể nói đến Đông Phương Tịnh Độ của Đức Phật Dược Sư hay ở những cõi khác nữa. Bởi vì thế giới vô cùng, không gian vô tận, nên cõi nước và cõi Phật cũng không có ngằn mé vậy.

Bây giờ nếu có ai muốn truy tìm dấu vết kinh văn thì cũng không khó như ngày xưa. Chúng ta nên biết rằng: Trường Bộ Kinh, Trung Bộ Kinh, Tương Ưng Bộ Kinh, Tăng Chi Bộ Kinh và Tiểu Bộ Kinh bên Nam Truyền (Việt dịch từ tiếng Pali) tương ứng với các Kinh Trường A Hàm, Trung A Hàm, Tạp A Hàm, Tăng Nhất A hàm và Bộ Bản Sanh bên Bắc Truyền (Hán dịch từ tiếng Sanskrit). Các dịch giả dịch thẳng từ tiếng Pali sang tiếng Việt chỉ có 13 tập và tất cả độ dày của 13 quyển này cũng trên dưới 10.000 trang. Riêng phần Bắc Truyền từ chữ Hán được dịch sang tiếng Việt có đến 17 quyển; mỗi quyển cũng trên dưới 1.000 trang và tổng cộng 17 quyển này cũng khoảng từ 12 ngàn đến 13.000 trang. Vì sao vậy? Vì bên văn bản chữ Hán rất đa dạng và có nhiều bản dịch từ tiếng Phạn sang có số chữ nhiều hơn, có nhiều kinh giống nhau nhưng được cho vào cùng thể loại, khiến cho những bộ kinh căn bản của Bắc Truyền nhiều hơn số chữ của các kinh bên Nam Truyền là vậy.

Bây giờ nếu quý vị nào còn nghi ngờ gì nữa thì quý vị cũng có thể giở ra những trang kinh đã được giới thiệu để đọc, tìm hiểu và thẩm thấu lời Phật dạy về những cảnh giới khác, không phải như cảnh giới của chúng ta đang ở và cũng có nhiều vị Phật, chứ không phải chỉ có một Đức Phật Thích Ca Mâu Ni là Đức Phật lịch sử ở cõi Ta Bà này. Phần tôi, không vì tranh luận với bất cứ ai về Đức Phật A-di-đà hay cảnh giới Tây Phương Cực Lạc, mà chỉ muốn càng làm sáng tỏ vấn đề thì độ nghi ngờ càng ít đi, để khi chúng ta hành trì được phước báu nhiều hơn là tự mình suy nghĩ theo sự hiểu biết nông cạn của mỗi người mà tự kết luận rằng: Một thế giới như thế không có, hay một Đức Phật như thế không có. Đây là điều không nên lặp lại đối với những người muốn nghiên cứu kinh điển của cả hai truyền thống Nam Truyền cũng như Bắc Truyền một cách nghiêm chỉnh để được lợi mình và lợi người.

*Thích Như Điển*
*Viết xong vào lúc 16:00 ngày 28 tháng 3 năm 2020*
*tại Thư Phòng của Tổ Đình Viên Giác,*
*Hannover Đức Quốc trong mùa dịch cúm Corona*
*đang hoành hành khắp cả thế giới.*

## Tổ sư Khương Tăng Hội (?- 280)

Cho đến ngày hôm nay hầu như những sử gia Phật giáo như Hòa Thượng Thích Mật Thể, Thiền sư Thích Nhất Hạnh, Giáo sư Học giả Trí Siêu Lê Mạnh Thát v.v... đều công nhận Ngài Khương Tăng Hội là Sơ Tổ của Phật giáo Việt Nam. Cùng thời với Ngài cũng có những Ngài khác như: Mâu Bác, Chi Cương Lương và Ma Ha Tăng Kỳ Vực cũng đã ở Giao Châu. Ngoài ra Thiền sư Nhất Hạnh còn chứng minh trong "Phật giáo Việt Nam Sử Luận" là Phật giáo đã được truyền vào Việt Nam chúng ta vào thế kỷ thứ nhất sau Tây lịch, trực tiếp từ Ấn Độ và gần đây nhất theo Giáo sư Trí Siêu Lê Mạnh Thát chứng minh rằng Phật giáo được truyền vào Giao Châu của chúng ta từ thời Hùng Vương thứ 18, mà hai người Phật tử đầu tiên là Chữ Đồng Tử và Công chúa Tiên Dung (xem Lịch sử Phật giáo Việt Nam tập I cùng tác giả).

Theo Cao Tăng Truyện và xuất Tam Tạng Ký cho biết thì Ngài Khương Tăng Hội là người gốc từ nước Khương Cư

(Sogdiana). Cha Ngài sang Giao Chỉ buôn bán và lấy một người con gái Việt Nam sinh ra Ngài, nhưng năm tháng thì không rõ. Cả Cha và Mẹ đều cùng mất năm Ngài 13 tuổi (có nơi nói 10 tuổi) và Ngài xin vào chùa để xuất gia. Ngài rất rành Phạn và Hán ngữ. Điều này cũng dễ hiểu, vì Cha Ngài từ Ấn Độ sang, và thời kỳ đó là thời kỳ Bắc thuộc lần thứ nhất, nên bắt buộc Ngài phải học chữ Hán, ngoài ra ở nhà chắc chắn rằng Ngài cũng rất giỏi tiếng Việt, vì Mẹ là người Việt Nam. Từ khi xuất gia cho đến khi thọ giới Cụ Túc, phải đủ 20 tuổi; nghĩa là trong thời gian này Ngài phải học các Kinh điển căn bản để được thọ giới Sa di và Tỳ kheo từ chữ Phạn cũng như chữ Hán. Rồi một nhân duyên nào đó Ngài đã được sang nước Ngô (nay là Nam Kinh của Trung Quốc) vào năm Xích Ô thứ 10 (năm 247) (có nơi nói năm thứ 4), lúc đó vào đời Ngô Tôn Quyền và Ngài Khương Tăng Hội tịch vào năm 280 tại Trung Quốc. Như vậy Ngài ở tại Trung Hoa tất cả là 33 năm. Chúng ta không biết tuổi thọ của Ngài bao nhiêu, nhưng nếu đoán là 60 tuổi thì ít nhất năm Ngài 27 tuổi, lúc ấy Ngài mới sang Kinh đô nước Ngô thuở bấy giờ. Đây là cái tuổi đẹp nhất và có năng lực nhất để đi từ Giao Châu sang Nam Kinh. Có như thế Ngô Tôn Quyền mới để ý và cho mời vào Kinh để tham vấn.

Theo Giáo sư Lê Mạnh Thát thì Ngài có tất cả 7 tác phẩm, trong đó Lục Độ Tập Kinh do chính Ngài biên tập, còn 6 tác phẩm khác thì được liệt kê như sau:1) An Ban Thủ Ý do Ngài An Thế Cao dịch và Trần Huệ chú sớ, Tăng Hội đề tựa. 2) Lục Độ Yếu Mục do Tăng Hội biên tập, nhưng nay không còn. 3) Nê Hoàn Phạm Bối cũng do Tăng Hội biên tập, nhưng nay không còn. 4) Ngô Phẩm (Đạo Hành Bồ Tát) Tăng Hội dịch, nhưng nay không còn. 5) Pháp Cảnh Kinh do An Huyền dịch, Tăng Hội chú sớ và đề tựa. 6) Đạo Thọ Kinh do Chi Khiêm dịch và Tăng Hội đề tựa. Đa phần những Kinh sách này được viết hay dịch hoặc sớ giải từ năm 248, nghĩa là sau một năm đến Trung Hoa; nhưng theo Giáo Sư Lê Mạnh Thát thì Lục Độ Tập Kinh được Ngài Khương Tăng Hội soạn bằng tiếng Việt và trước khi sang Trung Quốc. Điều này cũng có thể, bởi lẽ từ tuổi 20 sau khi thọ Đại Giới đến 7 năm sau nữa thì trong thời gian này Ngài Khương Tăng Hội có thể đã viết hoàn thành tác phẩm Lục Độ Tập Kinh này tại Giao Châu của chúng ta và chúng ta có thể tạm kết luận là Ngài sinh vào năm 220 tại Giao Chỉ, đến năm 247 Ngài sang Trung Quốc, thì lúc ấy Ngài đã 27 tuổi rồi.

Đi vào Đại Tạng Kinh để chúng ta có thể thấu triệt được việc này. Căn cứ theo Đại Chánh Tân Tu Đại Tạng Kinh (Taisho Shinshu Daizokyo) quyển thứ 51. Kinh Văn số 2084, trang 834b về việc Cảm ứng khi thời nhà Ngô bao vây chùa, cấm và bắt chư Tăng Ni, mà Xá Lợi hiện nổi tỏa phóng ánh sáng trên Bình bát (Rút từ Dị Lục Tuyên Nghiệm Ký) và Linh Sơn Pháp Bảo Đại Tạng Kinh quyển 190 bộ Sử Truyện thứ 12 thuộc Tam Bảo Cảm Ứng Lược Yếu Lục, quyển thượng được trích dẫn như sau:

"Khi Tôn Hạo (Quy Mệnh Hầu 264-280) thời Đông Ngô có được ngôi vua, Chánh Giải tấu trình sự việc mà nói rằng: "Phật Pháp nên cảm ứng tại Trung Quốc, chỗ liệt bày đồng như các vị Thần ở nước Hồ". Tôn Hạo bèn ban sắc chiếu, nhóm tập các vị Sa môn, dàn bày quân lính bao vây chùa, muốn thực hành việc giết phá. Nói cùng Phật sư Khương Tăng Hội rằng: "Phật mà như Thần thì nên kính sùng đó, còn như Phật không có oai linh, thì Hắc y (áo màu đen của người xuất gia) cùng một ngày đồng với mạng của chúng Tăng". Khi ấy hoặc có người tự quyên sinh, hoặc có người trốn bỏ ra ngoài. Ngài Khương Tăng Hội mới cầu xin thiết trai, cầu hiện oai thần, dùng một bình bát bằng đồng đựng đầy nước đặt để trong sân. Sau khoảng bữa ăn, bỗng chốc thấy có ánh sáng tỏa chiếu và trong bình bát ở giữa sân có tiếng sang sảng, bỗng thấy có Xá Lợi chiếu sáng nơi thềm cấp phòng nhà, nổi trên bình bát. Tôn Hạo và đại chúng đến xem trước, kinh ngạc mất cả thái độ bình thường, rời khỏi chỗ ngồi, đổi sắc mặt mà bước tới. Ngài Khương Tăng Hội nói:

"Bệ Hạ hãy bảo người có sức rất mạnh khỏe dùng chày bằng chất Kim Cang nặng trăm cân để đập, trọn chẳng thể phá được". Tôn Hạo bằng y theo lời ấy mà cho rằng: Trước Kính bái là bái, rải hoa thiên hương mà xướng cao lời rằng: "Thật là dấu vết Quân Từ Thị đến bờ chưa dứt, thì bánh xe chánh pháp vẫn còn xoay chuyển in dấu vào trong đường tối, oai thần chẳng thiếu ngầm hiện. Ngày nay nếu chẳng như thế thì Tam Bảo hẳn dứt mất". Nói lời ấy vừa xong thì chái (chỗ ở) nơi quân sĩ bỗng nhiên nổi gió. Mọi người trông xem thảy đều kinh sợ đến ngưng thở. Chày vỡ nát mà Xá lợi chẳng tổn hại gì. Ánh sáng từ Xá lợi tỏa phóng ngời sáng khắp đầy. Tôn Hạo bằng khâm phục cho thiết lập giảng đường, xây dựng tháp đá tại phía Bắc chợ lớn Kiến Đường, sau vẫn còn tỏa ánh sáng tốt lành.

Đến mùa thu năm Nguyên Gia thứ 19 (442) thời Tiền Tống, vào nửa đêm nơi chùa tỏa phóng ánh sáng, trên không phát nên hình thể tốt đẹp, có ánh sáng lửa khác lạ, khiến trên bốn tầng từ phía tây nhiễu quanh đến phía nam. Lại bị lửa thiêu đốt, nên ánh sáng nhảy vọt lên trên hóa làm hoa sen lớn. Mọi người bèn phát sinh niềm tin, mới về lập chùa đề hiệu Kiến Sơ, đổi tên đất tại chỗ ấy gọi là Đất Phật vậy".

Đọc đoạn văn trên đây chúng ta biết được rằng: Trước khi Ngài Khương Tăng Hội đến Trung Quốc thì Phật giáo cũng đã được truyền vào đây từ thời Hán Minh Đế (Hiếu Minh Hoàng Đế 58-75). Vua sinh ngày 15/6/28 và băng hà ngày 5/9/75. Vào năm 67 thì Ngài Ma Đằng và Ngài Trúc Pháp Lan đã đến Kinh Đô Lạc Dương và dịch Kinh Tứ Thập Nhị Chương tại chùa Bạch Mã. Điều này cho chúng ta thấy rằng trước đó trên 180 năm Phật giáo đã có mặt tại Lạc Dương, nhưng Nam Kinh thì chưa có ảnh hưởng nhiều. Tuy rằng Tăng Ni đã có, nhưng chưa có một vị nào lỗi lạc, chờ đến khi Ngài Khương Tăng Hội từ Giao Chỉ sang đây năm 247 thì Phật giáo mới bắt đầu khởi sắc.

Theo Linh Sơn Pháp Bảo Đại Tạng Kinh quyển thứ 194, thứ tự Kinh văn số 2116, phần Biện Ngụy Lục, quyển thứ 2 thuộc Sử Truyện Bộ thứ 16 cũng có đề cập đến Ngô Tôn Quyền và Ngài Khương Tăng Hội như sau: "Thượng Thư lệnh Hám Dịch nói với Ngô chúa rằng: "Nếu so sánh Khổng giáo, Lão giáo với Phật giáo thì xa lại càng xa vậy. Tại sao biết thế? Vì Khổng Tử, Lão Tử lập giáo là dựa theo pháp chế của trời, không dám trái với trời. Còn các Đức Phật lập giáo, thì các trời vâng làm, không dám trái với Phật. Do đó mà nói thật chẳng thể so sánh. Ngô chúa khéo thay (phong cho) thành Thái Tử Thái Phó (xuất xứ cựu Ngô thư)". Như vậy nhờ sự tâu trình của Hám Dịch với cương vị là một Thượng Thư về Phật giáo so với Lão giáo và Khổng giáo mà Ngô Tôn Quyền đã phong cho Hám Dịch trở thành Thái Tử Thái Phó và cũng nhờ sự chiêu cảm sâu xa về Phật pháp cũng như sự linh ứng Xá lợi của Đức Phật, nên Ngô Tôn Quyền mới cho xây chùa, tháp thờ Phật và không bức bách chư Tăng Ni thuở bấy giờ.

Cũng theo Linh Sơn Pháp Bảo Đại Tạng Kinh tập thứ 197, kinh văn số 2122, phần Pháp Uyển Châu Lâm thứ 3, quyển thứ 40 cũng có đề cập đến việc Ngài Khương Tăng Hội và Ngô Tôn Quyền như sau: "Năm thứ 4 niên hiệu Xích Ô thời Ngô Tôn Quyền, có Sa môn Khương Tăng Hội là người nước khác (Giao Chỉ) bắt đầu đến Trường Giang thiết lập kinh tượng làm nơi hành đạo. Người nước Ngô cho là chuyện lạ lùng mê hoặc lòng người. Bởi vì nghe tình trạng ấy, nên Ngô Tôn Quyền cho gọi Tăng Hội đến hỏi: "Phật có điềm linh thiêng gì?" Đáp rằng: "Dấu tích linh thiêng sâu xa của Đức Phật để lại Xá lợi ứng hiện khắp nơi". Tôn Quyền hỏi ở đâu? Đáp rằng: "Dấu tích của Đức Phật cảm ứng tất cả thì khi cầu khẩn có thể đạt được". Tôn Quyền nói: "Nếu có được Xá Lợi thì sẽ cho xây dựng chùa tháp".

Trải qua 21 ngày chí thành thỉnh cầu, liền có Xá Lợi trong bình, sáng sớm trình lên cho Tôn Quyền thấy, ánh sáng chiếu rọi tỏ cung điện. Tôn Quyền cầm bình đổ vào khay đồng, lập tức kêu loảng choảng. Tôn Quyền rất kinh sợ lạ lùng trước điềm lành hiếm có. Tăng Hội tiến đến nói rằng: "Xương cốt linh thiêng của Phật, như Kim Cang bất hoại, lửa đốt không cháy, chày cối giã lõm xuống, mà Xá lợi không bị tổn hại gì, ánh sáng chiếu rọi khắp nơi làm lóa mắt người nhìn. Lại dùng lửa đốt thì ánh sáng vút lên cao thành đóa hoa sen to lớn. Tôn Quyền vô cùng tin phục, mới cho dựng ngôi chùa tên là Kiến Sơ, đổi địa danh cư trú gọi là xóm Phật Đà".

Đại Chánh Tân Tu Đại Tạng Kinh quyển thứ 54 trang 239a, kinh văn số 2126 và Linh Sơn Pháp Bảo Đại Tạng Kinh thuộc tập 199, bộ Sự Vựng 5, thuộc Đại Tống Tăng Sử Lược, quyển thượng cũng đã có đề cập đến việc chú thích Kinh điển rằng: "Phía Nam có Ngài Khương Tăng Hội đầu tiên và phía Bắc có Ngài Chi Cung Minh". Như vậy sau khi Ngô Tôn Quyền tin tưởng Phật giáo cho dựng chùa và tiếp Tăng độ chúng thì Ngài Khương Tăng Hội bắt đầu dịch Kinh sách nhà Phật từ chữ Phạn sang chữ Hán trong thời gian 33 năm Ngài ở Trung Quốc (247-280).

Trước khi Phật giáo đến Trung Quốc thì tại đó đã có Khổng giáo và Lão giáo ngự trị cũng đã trên 600 đến 800 năm rồi. Do vậy các vị Đại Sư của Phật giáo phải là những bậc tài ba lỗi lạc có tu chứng như các Ngài Ma Đằng, Ngài Trúc Pháp Lan và Ngài Khương Tăng Hội v.v... thì mới chinh phục được Vua Chúa của Trung Hoa, mới khiến có thể tin theo. Sau này thì có Ngài Đạo An và Ngài Huệ Viễn cũng là những bậc Thầy vĩ đại của đương xứ Trung Quốc, nên Lão giáo và Khổng giáo phải nhường bước qua tác phẩm nổi tiếng "Sa Môn Không Lễ Bái Quân Vương" của Ngài Huệ Viễn, đã làm cho các Đạo khác đương thời phải nể phục.

Trong hóa đồ thứ 48 nói rằng: "Thời nhà Thương, quan Thái Tể hỏi Khổng Tử rằng: "Phu Tử có phải là bậc Thánh không?". Khổng Tử đáp: "Thánh thì Khâu tôi không dám, nhưng Khâu tôi thì học rộng biết nhiều vậy". Thái Tể hỏi: "Tam Vương là bậc Thánh phải không?". Khổng Tử đáp: "Tam Vương là những người khéo léo, trí tuệ mạnh mẽ, còn phải Thánh hay không thì Khâu tôi không biết". Thái Tể hỏi: "Ngũ Đế có phải là bậc Thánh không?". Khổng Tử đáp: "Ngũ Đế là những người khéo léo nhân nghĩa, còn có phải Thánh không thì Khâu tôi không biết". Thái Tể hỏi: "Tam Hoàng có phải là những bậc Thánh không?". Khổng Tử đáp: "Tam Hoàng là những người khéo léo, nhân thời, còn có phải là Thánh hay không thì Khâu tôi không biết". Thái Tể lấy làm lạ hỏi: "Vậy ai là bậc Thánh ư?". Khổng Tử nhíu mày giây lát nói: "Khâu tôi nghe người ở phương Tây có bậc Thánh không trị mà chẳng loạn, không nói mà tự tin, không giáo hóa mà tự thực hành. Rộng rãi thay! Chẳng thể gọi tên, Khâu tôi nghi đó là bậc Thánh".

Lời của Khổng Tử vẫn còn đâu đó ở trong Đại Tạng Kinh hay trong Tứ Thư, Ngũ Kinh. Vì ngày ấy cách đây đã trên 2.500 năm lịch sử, các bậc Thánh chỉ có cảm nhận chứ chưa xác định được. Nhưng những sự linh ứng bên trên mà Khổng Khâu đã trả lời cho Thái Tể nghe thì đó chính là sự ra đời của Thái tử Tất Đạt Đa, con Vua Tịnh

Phạn và sau này tu hành, trở thành Đức Phật Thích Ca Mâu Ni của Đạo Phật. Đạo Phật đã đi vào lòng người từ Ấn Độ sang Trung Quốc và từ Giao Chỉ đến Nam Kinh. Tuy khác hướng, nhưng là những bậc Thiền gia thạch trụ đã mang Giáo Pháp truyền đến xứ người và kể từ đó tiếng tăm vang vọng của Đạo Phật đã ngự trị suốt mấy ngàn năm nay tại lục địa to lớn này, mà Phật giáo Việt Nam của chúng ta cũng đã góp phần không nhỏ vào giai đoạn đầu tiên khi Phật giáo mới có mặt tại Trung Quốc ở vào những năm tháng đầu của thế kỷ thứ 3 sau Tây lịch.

Như vậy chúng ta có thể tạm kết luận rằng Ngài Khương Tăng Hội chính là Sơ Tổ của Phật giáo Việt Nam và vào giữa thế kỷ thứ 3 (247) Ngài đã mang Phật giáo từ Giao Châu sang truyền đạo cho người Trung Quốc, đã khiến cho Ngô Tôn Quyền phải ngưỡng mộ Xá lợi của Đức Phật, cho xây tháp để thờ. Còn Hám Dịch được Ngô Tôn Quyền phong làm Thái Phó. Có nơi cũng cho biết là Hám Dịch đã quy y Tam Bảo với Ngài Khương Tăng Hội sau khi đã chứng kiến được việc Xá lợi hiển linh. Đây là một niềm vinh dự và hãnh diện của Phật giáo Việt Nam chúng ta. Vậy, đã là chư Tăng Ni cũng như Phật tử, nên cố gắng nêu cao tinh thần tu học, hoằng pháp ở mọi nơi và mọi hoàn cảnh thì Phật giáo sẽ có chân đứng trong xã hội loài người, dầu cho chúng ta đi đến bất cứ phương trời nào trên thế gian này.

*Viết xong vào ngày 27 tháng 12 năm 2020,*
*tại thư phòng Tổ Đình Viên Giác,*
*Hannover, Đức Quốc.*

## Cửa ngõ an vui ra khỏi ba cõi (Ba mươi hai chữ "nếu")

Đức Phật dạy:

❶ 若捨身命憐愍眾生。得佛金色身光明洞徹行住坐臥震動大千相。[1]

*Nhược xả thân mệnh lân mẫn chúng sinh, đắc Phật kim sắc thân quang minh đỗng triệt, hành trụ tọa ngọa chấn động đại thiên tướng.*

Nếu bỏ thân mạng, thương xót chúng sanh, thì sẽ được thân sắc vàng của Phật, ánh sáng chiếu khắp, đi đứng ngồi nằm, chấn động cõi Đại Thiên.

### Lời bàn:

Thân mạng bình thường của chúng ta do sự hòa hợp bởi tinh cha, huyết mẹ và gồm tứ đại như: đất, nước, gió, lửa. Bốn đại này tạo thành con người và luân chuyển trầm luân trong vòng sanh tử và cũng chính nhờ bốn đại này mà chúng ta có thể tu học, làm việc thiện lương để bước lên con đường giác ngộ, giải thoát. Nếu lòng từ bi lợi tha của chúng ta cao cả, biết thương chúng sanh hơn cả thân mình thì công đức này sẽ vượt khỏi ra ngoài ba cõi để mọi người có thể thành Bồ Tát hay thành Phật với thân sắc màu vàng như trong Kinh vẫn thường được nghe là: "Thân Phật thanh tịnh tợ lưu ly, trí Phật sáng ngời như trăng sáng, Phật ở thế gian thường cứu khổ, tâm Phật không đâu không từ bi." Dẫu cho chúng ta đang làm người cũng có thể làm vang động cõi đại thiên gồm nhiều thế giới khi chúng ta đi, đứng, nằm, ngồi ở cõi này.

---

[1] Phần chánh văn của bài viết này được trích từ phần Xuất tam giới ngoại lạc môn (出三界外樂門), là phần thứ 15 trong quyển thứ 27 của Quảng Hoằng Minh Tập (廣弘明集), thuộc Đại Chánh tân tu Đại tạng kinh, Tập 52, kinh số 2103, bắt đầu từ trang 313, tờ a, dòng 24 đến... Phần Việt dịch được tham khảo từ Linh Sơn Pháp Bảo Đại Tạng Kinh thuộc quyển thứ 192 từ trang 258-260.

❷ 若禮拜父母師長賢聖。得佛頂相高明。

*Nhược lễ bái phụ mẫu sư trưởng hiền thánh, đắc Phật đảnh tướng cao minh.*

Nếu lễ bái cha mẹ, sư trưởng, hiền thánh thì được đảnh tướng cao sáng như Phật.

**Lời bàn:**

Cha mẹ sinh ta ra không biết bao nhiêu khó nhọc, Thầy Tổ dạy dỗ chúng ta nên người ở nhiều phương diện khác nhau trong cuộc sống, dẫu cho có là hàng "xuất trần thượng sĩ" hay người cư sĩ tại gia. Lúc nào chúng ta cũng có tâm cung kính những bậc giác ngộ thì nhục kế ở trên đầu sẽ có ánh sáng như trong bài tựa Kinh Thủ Lăng Nghiêm Đức Phật đã từng nói rằng: "Vô kiến đảnh tướng, phóng quang Như Lai, tuyên thuyết thần chú."

❸ 若不誑眾生，讚揚其德。得佛眉間毫相。

*Nhược bất cuống chúng sinh, tán dương kì đức, đắc Phật mi gian hào tướng.*

Nếu không lừa dối chúng sanh, khen ngợi đức của họ, thì được tướng sợi lông trắng của Phật.

**Lời bàn:**

Tất cả chúng ta đều biết, Đức Phật có 32 tướng tốt và 80 vẻ đẹp. Mỗi tướng tốt như vậy có một công đức huân tập khác nhau. Như vậy nếu chúng ta muốn có được tướng lông trắng giữa chặng mày để phóng quang, khi những sự việc quan trọng như thuyết pháp, độ sanh thì phải không lừa dối chúng sanh. Không lừa dối chúng sanh tức là không tự lừa dối mình, mà luôn luôn nhìn thấy cái đẹp cái hay của kẻ đối diện, nhất là đức hạnh của người ấy. Không nên nhìn cái xấu mà chỉ nên nhìn cái tốt của người khác, thì chúng ta sẽ được công đức này.

❹ 若行慈愛仁救眾生。得佛紺青螺髮相。

*Nhược hành từ ái nhân cứu chúng sinh, đắc phật cám thanh loa phát tướng.*

Nếu thực hành lòng từ bi, thương xót cứu giúp chúng sanh, thì được mắt xanh, búi tóc như của Phật.

**Lời bàn:**

Để tán thán công hạnh từ bi của Đức Quán Thế Âm Bồ Tát, Tổ đức có câu rằng: "Từ là mang tất cả những niềm vui đến và bi là hay cứu tất cả những nỗi khổ của chúng sanh." Nếu làm được hạnh nguyện này trọn vẹn thì chúng ta sẽ có hai mắt màu xanh cũng như tóc trên đầu xoắn trôn ốc và luôn quay về phía bên phải như của đức Phật.

❺ 若以光燈供養施人。得佛頂出日光相。

*Nhược dĩ quang đăng cúng dường thí nhân, đắc Phật đảnh xuất nhật quang tướng.*

Nếu dùng đèn sáng cúng dường Phật và bố thí cho người, thì tướng trên đảnh phát ra ánh sáng.

**Lời bàn:**

Bố thí có nghĩa là đem cái gì đó cho ai và gồm ba loại. Đó là: tài thí, pháp thí và vô úy thí. Mỗi loại như vậy đều có chia ra làm ba hạng mục. Đó là bố thí bực hạ, bố thí bực trung và bố thí bực thượng.

Thế nào là bố thí bực hạ? Đó là việc chúng ta suy nghĩ thật nhiều khi có người đến xin. Chúng ta nghĩ rằng tài sản mình làm ra cực nhọc, làm sao có thể cho đi được. Mặc dầu có nghĩ đến vấn đề cho đi, nhưng cuối cùng lại không cho.

Thế nào là bố thí bực trung? Tài sản, của cải làm ra rất cực nhọc, nếu có ai đến xin, cực chẳng đã phải đem cho, nhưng sự cho ấy không thoải mái, mà còn hối tiếc nữa.

Thế nào là bố thí bực thượng? Chúng ta suy nghĩ khi sinh ra mình chẳng mang gì theo ngoại trừ hai bàn tay trắng. Suốt một cuộc đời chúng ta cố gắng làm việc, dành dụm mới được một ít của cải dư thừa và chúng ta sẽ nghĩ rằng: khi chết mình cũng đâu có mang theo được gì. Vì chúng ta ý thức được cuộc đời này vô thường. Do vậy rất hoan hỷ để bố thí khi có người đến xin. Ngoài ra khi thực hành hạnh Bồ Tát để tiến đến quả vị Phật thì chúng ta còn phải noi gương theo Phật như những câu chuyện về bố thí bất nghịch ý của Thái Tử Câu Na La hay của bà già cúng đèn v.v... Nếu thực hành được những việc bố thí như vậy thì trên đảnh đầu của chúng ta sẽ luôn có ánh sáng.

## ❻ 若以慈意視眾生者。得佛淨目上下眴相。

*Nhược dĩ từ ý thị chúng sinh giả, đắc Phật tịnh mục thượng hạ huyễn tướng.*

Nếu dùng lòng từ bi để nhìn chúng sanh, thì được hai mắt thanh tịnh như Phật.

### Lời bàn:

Trong Kinh Diệu Pháp Liên Hoa, phẩm Quán Thế Âm Bồ Tát thứ 25 có câu: "Từ nhãn thị chúng sanh", có nghĩa là: "mắt thương nhìn chúng sanh", nhưng cũng có nơi dịch là mắt thương nhìn cuộc đời. Bởi lẽ cuộc đời này có quá nhiều khổ đau tục lụy. Nếu chúng ta dùng con mắt từ bi để nhìn sâu tận sự khổ của chúng sanh thì hai mắt của chúng ta sẽ được thanh tịnh.

**7** 若绝滋味十善化人。得佛四十齒齊密相。

*Nhược tuyệt tư vị, thập thiện hóa nhân, đắc Phật tứ thập xỉ tề mật tướng.*

Nếu dứt những thức ăn ngon, dùng mười điều lành giáo hóa người, thì được tướng 40 răng bằng khít như Phật.

**Lời bàn:**

Trong luật sa-di phần giới thứ 9 có dạy rằng: không được ăn nhiều, không được ăn ngon và không được ăn theo sở thích. Điều này chư Tổ đã khuyên răn người xuất gia, có nghĩa là ngoài việc ăn để giữ cho thân khỏi đói, chúng ta còn phải nghĩ đến nhiều người khác nữa, không nên phung phí của đời. Thân có ba điều nên giữ. Đó là: Không sát sanh, không trộm cướp, không tà dâm. Ý có 4 điều cần nên gìn giữ thuộc về miệng. Đó là: không nói lời không thật, không nói lưỡi đôi chiều, không nói lời thêu dệt, không nói lời hung ác. Ba điều thiện sau cùng thuộc về ý. Đó là: không tham, không sân và không si. Nếu ai thực hành trọn vẹn được những việc trên thì khi sinh ra sẽ được 40 chiếc răng đều đặn bằng khít như của Đức Phật.

**8** 若說慈善志意堅強。得佛四牙白淨相。

*Nhược thuyết từ thiện, chí ý kiên cường, đắc Phật tứ nha bạch tịnh tướng.*

Nếu nói lời từ thiện, ý chí kiên cường, thì được tướng 4 răng cửa trắng đẹp như của Phật.[1]

[1] Phần này trong Linh Sơn Pháp Bảo Đại Tạng Kinh, Tập 192, trang 259, dòng 4-5, dịch là "4 tướng ngã bạch tịnh", hoàn toàn không có liên hệ gì đến ý nghĩa tướng tốt này của Phật. So sánh với nguyên bản chữ Hán, có vẻ như người Việt dịch đã không dịch gì cả mà chép nguyên lại mấy chữ "nha bạch tịnh", nhưng không biết

**Lời bàn:**

Nếu dùng lời nói làm an lòng người khác và ý chí thật kiên cường thì có thể chiến thắng những loại giặc phiền não thường hay xảy ra với mình như tham, sân, si v.v... Dùng lời nói làm lợi lạc chúng sinh nên được tướng này.

**⑨ 若绝口四過。得佛方頰車廣長舌相。**

*Nhược tuyệt khẩu tứ quá, đắc Phật phương giáp xa, quảng trường thiệt tướng.*

Nếu dứt bốn lỗi của miệng, thì được tướng má vuông, lưỡi rộng dài như Phật.

**Lời bàn**

Trong phần Thập Thiện bên trên chúng ta đã nhận chân ra 4 điều cần thể hiện của miệng rồi và nếu miệng của người Phật tử luôn nói điều chân thật thì lời nói sẽ rõ ràng, không bị câm ngọng, mà lưỡi còn dài ra, thể hiện cho tính chân thật và má của mỗi người sẽ có hình dáng chữ điền, trông rất dễ nhìn.

**⑩ 若行施平等。得佛果時七處合滿相。**

*Nhược hành thí bình đẳng, đắc Phật quả thời thất xứ hợp mãn tướng.*

Nếu thực hành bố thí bình đẳng, thì khi được quả Phật bảy chỗ đầy đặn.

**Lời bàn**

Đức Phật có 32 tướng tốt và 80 vẻ đẹp. Tất cả đều do những công hạnh của Ngài đã thực hành trong nhiều đời, nhiều kiếp và kiếp này là lần sinh cuối cùng của Ngài,

---

do chép nhầm hay do lỗi khi in ấn mà lại thành ra là "ngã bạch tịnh", một danh từ hoàn toàn không thể tìm thấy trong bất kỳ kinh luận nào.

trong đó có việc hành hạnh bố thí bình đẳng, không kể thân sơ, giàu nghèo, sang hèn. Ai cần gì đến Ngài, Ngài đều tùy hỷ. Do vậy trên thân thể của Ngài không có nơi nào là khiếm khuyết cả.

## 11. 若忍苦行決定無亂。得佛師子臆相。[1]

*Nhược nhẫn khổ hạnh, quyết định vô loạn, đắc Phật sư tử ức tướng.*

Nếu chịu khổ hạnh, quyết định không loạn, thì được tướng ngực sư tử của Phật.

### Lời bàn

Sư Tử là chúa tể của sơn lâm. Mỗi khi sư tử rống lên là tất cả dê, nai, đều phải khiếp vía. Ngoài tiếng rống ra, dáng đi của sư tử rất là oai phong, có bờm lớn, ngực ưỡn ra phía trước để thị uy và theo đây thì nhờ sự tu tập nhẫn nhục, khổ hạnh, không bao giờ thối chí thì sẽ được tướng trang nghiêm đầy đủ, ngực nở đầy đặn như ngực sư tử.

## 12. 若行正淨醫藥救人。得佛身方正相。

*Nhược hành chính tịnh y dược cứu nhân, đắc Phật thân phương chính tướng.*

Nếu thực hành chánh tịnh, y dược cứu người, thì được tướng Phật đoan chánh.

### Lời bàn

Nếu chúng ta dùng thuốc thang để trị bịnh giúp đời, giúp người, không vì tư lợi hay tiền bạc thì tâm ấy chính

[1] Để chỉ loài sư tử, người ta thường dùng chữ sư (獅). Tuy nhiên, tất cả các bản khắc gỗ kinh văn chúng tôi tham khảo đều khắc chữ sư (師) này. Từ điển Khang Hy cho biết 2 chữ này dùng thay thế cho nhau để chỉ sư tử.

là tâm Phật, vì có lòng từ bi cứu độ chúng sanh. Khi Đức Phật còn tại thế, chính Ngài cũng đã lấy nước ấm để lau sạch những vết thương cho một vị tỳ-kheo bị bịnh ghẻ lở, hôi hám không ai đoái hoài đến. Nhờ vậy mà chúng ta sẽ học theo hạnh Phật để có thân đoan chánh giống như Ngài.

## 13. 若行慈仁不杖眾生。得佛修臂指長相。

*Nhược hành từ nhân bất trượng chúng sinh, đắc Phật tu tí chỉ trường tướng.*

Nếu thực hành lòng từ bi nhân ái, không đánh đập chúng sanh, thì được tướng cánh tay dài của Phật.

### Lời bàn

Trong kinh dạy rằng: Phật thương chúng sanh như mẹ hiền thương con đỏ. Nhìn chúng sanh dưới con mắt từ bi thì không có lý do gì để đi sát hại chúng sanh cả. Dầu cho chúng sanh ấy có làm trái ý nghịch lòng mình đi chăng nữa, thì chúng ta cũng không nên sát hại họ. Nếu được như vậy, chúng ta sẽ có cánh tay dài như của Đức Phật.

## 14. 若視地行不踐蟲命。得佛行不蹈地相。

*Nhược thị địa hành bất tiễn trùng mệnh, đắc phật hành bất đạo địa tướng.*

Nếu thấy đất, bước đi không đạp sinh mạng côn trùng, thì được bước đi không giẫm đất của Phật.

### Lời bàn

Trong Kinh Phật Bản Hạnh có chép lại rất nhiều hạnh nguyện của Đức Phật ở đời trước và đời này. Tương truyền rằng Phật vì thương chúng sanh nên rất ít khi giẫm chân lên mặt đất, bởi vì nơi ấy có rất nhiều côn trùng sinh sống. Lỡ bị chết sẽ hại lòng từ. Do vậy Đức Phật hay dùng bàn chân của mình nhẹ bước cách mặt đất chừng 1 đến 2 cm.

## 15. 若手扶接有苦眾生。得佛手內外握相。

*Nhược thủ phù tiếp hữu khổ chúng sinh, đắc Phật thủ nội ngoại ác tướng.*

Nếu tay dìu dắt giúp đỡ chúng sanh bị khổ, thì được tay cầm nắm trong ngoài của Phật.

### Lời bàn

Lòng thương của các vị Bồ Tát và của chư Phật trong mười phương vô biên thế giới cũng giống như người mẹ hiền đưa tay ra dìu dắt con mình mới chập chững bước đi vào đời. Hình ảnh ấy bao gồm tròn đủ sự yêu thương nâng đỡ không chối từ bất cứ một việc nào khó khăn. Do vậy chúng ta sẽ có được bàn tay cầm nắm cả trong lẫn ngoài như bàn tay của Phật.

## 16. 若行四攝攝取眾生。得佛手足網相。

Nhược hành tứ nhiếp, nhiếp thủ chúng sinh, đắc Phật thủ túc võng tướng.

Nếu thực hành bốn nhiếp pháp, nhiếp lấy chúng sanh, thì được tướng bàn tay bàn chân đều có màng mỏng nối lại như chân nhạn chúa.[1]

### Lời bàn

Tứ nhiếp pháp có nghĩa là 4 điều nhiếp hóa chúng sanh. Đó là: bố thí, ái ngữ, lợi hành và đồng sự. Nếu chúng ta thực hiện trọn vẹn được 4 nhiếp pháp này thì tướng bàn tay bàn chân của chúng ta sẽ giống như của Phật.

[1] Tướng quý này còn được gọi là Thủ túc chỉ man võng tướng (手足指縵網相), cũng gọi là Chỉ gian nhạn vương tướng (指間雁王相).

## 17. 若以淨心供養善人。得佛手足輪千輻理相。

*Nhược dĩ tịnh tâm cúng dường thiện nhân, đắc Phật thủ túc luân thiên phúc lí tướng.*

Nếu dùng tâm thanh tịnh cúng dường người lành, thì được tướng lòng bàn tay, bàn chân có hình bánh xe ngàn nan hoa.

### Lời bàn

Cúng dường có nghĩa là cung kính dưỡng nuôi một ai đó. Có thể là cha mẹ, một vị tăng ni hay người hành khất. Tất cả người cho, kẻ nhận và vật cúng đều thanh tịnh thì đây gọi là đẳng tam luân không tịch. Có nghĩa là sự cúng dường ấy không có sự đối đãi. Tất cả đều do tâm thanh tịnh mà ra. Nếu thực hành được như vậy thì lòng bàn tay, lòng bàn chân của chúng ta sẽ đầy đặn và có đường chỉ hình bánh xe ngàn nan hoa như Phật.

## 18. 若施衣服隱過蔽惡。得佛馬陰藏相。

*Nhược thí y phục ẩn quá tế ác, đắc Phật mã âm tàng tướng.*

Nếu bố thí y phục che các tệ xấu, thì được tướng nam căn ẩn kín như của Phật.

### Lời bàn

Trong 32 tướng tốt của Phật có một tướng gọi là mã âm tàng. Đó là tướng nam căn ẩn kín không nhìn thấy, cũng gọi là âm tàng tướng. Nếu chúng ta thấy người bần cùng khổ sở cơm không đủ ăn, áo không đủ mặc mà có tâm bố thí áo quần làm vật che thân cho người khác thì chúng ta sẽ được tướng mã âm tàng như của Phật.

## 19. 若說除患死法得佛鹿膞腸相。

*Nhược thuyết trừ hoạn tử pháp, đắc Phật lộc thuần trường tướng.*

Nếu nói Pháp trừ các họa chết, thì được tướng đùi như nai chúa của Phật.

### Lời bàn

Trong Kinh thường diễn tả đùi của Phật giống như lộc vương, tức là bắp đùi của con nai chúa. Rất đầy đặn, không khiếm khuyết chỗ nào cả. Con người ai cũng sợ chết, nếu chúng ta dùng Pháp của Phật để chỉ rõ sự sanh tử trong vô thường thì người đối diện sẽ dễ chấp nhận hơn là đi dọa nạt phỉnh phờ họ, khiến họ thêm sợ hãi. Nếu làm được như vậy thì chúng ta sẽ có tướng đùi nai chúa giống như của Phật.

## 20. 若善莊嚴不解眾生支節，得佛鉤鎖骨相。

*Nhược thiện trang nghiêm bất giải chúng sinh chi tiết, đắc Phật câu toả cốt tướng.*

Nếu khéo trang nghiêm, không mổ xẻ thân phần của chúng sanh, thì được tướng xương cốt móc liền nhau của Phật.

### Lời bàn

Chư Phật ra đời vì mục đích là độ cho chúng sanh thoát khổ, vì vậy chẳng có vị Phật hay vị Bồ Tát nào làm cho chúng sanh khổ đau cả, nhất là thịt xương của chúng sinh cũng giống như máu huyết trong thân người. Khi nào chúng ta nghĩ rằng cái đau của kẻ khác chính là cái đau của mình, thì lúc ấy lòng từ bi mới thể hiện được một cách trọn vẹn. Từ nguyên nhân này sẽ được hảo tướng xương cốt nối móc liền nhau như của Phật.

## 21. 若柔和順塔右遶從人，得佛右旋毛相。

*Nhược nhu hòa thuận tháp hữu nhiễu tùng nhân, đắc Phật hữu toàn mao tướng.*

Nếu xoay vần nhiễu bên phải tháp Phật, thì được tướng lông xoay về bên phải.

### Lời bàn

Đa phần những người hiểu luật Phật, khi vào chùa luôn luôn đi từ bên phải qua bên trái, thuận theo chiều kim đồng hồ. Nếu chúng ta thấy ai đi nhiễu Phật hay nhiễu tháp của Phật mà đi từ trái sang phải thì không phải là người Phật tử thường hay đi chùa, nên không nghe quý Thầy giảng và không thâm nhập được Phật lý. Nếu thường hay đi nhiễu bên phải tháp thì lông trên người sẽ xoay về phía bên phải thuận chiều như cây kim đồng hồ.

## 22. 若平治道去棘刺，得佛一孔一毛相。

*Nhược bình trị đạo khứ cức thứ, đắc Phật nhất khổng nhất mao tướng.*

Nếu sửa đường bằng phẳng, nhổ bỏ gai góc, thì được tướng một lỗ một sợi lông của Phật.

### Lời bàn

Trong Kinh sách Phật hay diễn tả chúng sanh có tất cả 404 thứ bịnh chia đều cho 4 loại đất, nước, lửa, gió, mỗi thứ có 101 bịnh khác nhau. Trên thân người, Phật giáo cho rằng có đến 84.000 lỗ chân lông tượng trưng cho 84.000 trần lao phiền não và 84.000 pháp môn cần được tu trì. Do vậy khi đi ra đường thấy gai góc nằm ở giữa đường hay đâu đó, nếu chúng ta không muốn người khác lâm nạn thì chúng ta nên gỡ bỏ đi, thì chúng ta sẽ được đầy đủ tướng một lỗ một sợi lông của Phật.

## 23. 若不服華綺，沐浴於人，得佛皮膚细軟相。

*Nhược bất phục hoa ỷ, mộc dục ư nhân, đắc Phật bì phu tế nhuyễn tướng.*

Nếu không mặc các thứ lụa là đẹp đẽ, tắm gội cho người, thì được tướng da mịn màng của Phật.

### Lời bàn

Thông thường ngày xưa hay dùng lụa để trang sức cho thân. Lụa được lấy từ tơ của con tằm. Do vậy người có lòng thương chúng sanh không mặc áo lụa hay áo lông thú. Vì lẽ thú sẽ bị giết chết để chúng ta có được chiếc áo mặc ấm vào mùa đông, nhưng như vậy sẽ hại lòng từ. Tuy nhiên trong luật cũng có khai mở cho những người già trên 70 tuổi nếu không đủ chăn êm nệm ấm thì phương tiện có thể dùng lụa là, nhưng khi dùng phải đem lòng từ thương xót chúng sanh. Nếu siêng năng chăm sóc tắm rửa cho người già, người bịnh thì chúng ta sẽ có làn da mịn màng như của Phật.

## 24. 若掃塔除穢，得佛身不受塵相。

*Nhược tảo tháp trừ uế, đắc Phật thân bất thụ trần tướng.*

Nếu quét trừ các dơ bẩn trong tháp, thì được tướng không bị bụi dơ của Phật.

### Lời bàn

Tháp Phật, chánh điện, sân chùa v.v... được gọi là chốn già-lam. Có mấy câu kệ rất hay xin chép ra đây để quý vị tường. Đó là:

勤掃伽藍地，
時時福慧生。

雖無賓客至,
亦有聖人行 。

*Cần tảo già-lam địa,*
*Thời thời phước tuệ sanh.*
*Tuy vô tân khách chí,*
*Diệc hữu thánh nhơn hành.*

Nghĩa:

*Siêng quét đất già-lam,*
*Thường sanh phước, sanh tuệ.*
*Tuy không khách nào đến,*
*Nhưng lại thánh nhơn đi.*

Như vậy đất chùa rất là linh thiêng. Nếu siêng năng quét dọn chúng ta sẽ có tướng không bị bụi dơ của Phật.

## 25. 若修萬行常願具足, 得佛胸萬字相 。

*Nhược tu vạn hạnh thường nguyện cụ túc, đắc Phật hung vạn tự tướng.*

Nếu tu muôn hạnh, thường nguyện đầy đủ, thì được tướng của Phật trên ngực có chữ vạn.

### Lời bàn

Chữ vạn (Śrīvatsā-lakṣaṇa - 卍 hay 卐) có nghĩa là tập hợp vạn đức tốt lành. Ở Á châu chúng ta thường thấy trên ngực của Đức Phật, nhưng sang Âu, Mỹ nếu dùng tướng này thì người ta dễ liên tưởng đến biểu tượng (卐) của Hitler, cho dù biểu tượng của Hitler chỉ theo một chiều duy nhất và luôn luôn nằm nghiêng. Do vậy tốt nhất là chúng ta chỉ nên thể hiện qua sự giải thích hình ảnh chứ không nên phô trương sẽ dễ bị hiểu lầm. Tướng này không thấy trong Kinh tạng, khi Phật Giáo du nhập vào Trung

Hoa tướng này mới xuất hiện. Nếu chúng ta tu nhiều hạnh lành và chuyên niệm nhớ nghĩ đến mục đích của mình hành trì thì chúng ta sẽ có vạn đức như Đức Phật.

## 26. 若捨國城妻子，得佛淨土眷屬賢聖相。

*Nhược xả quốc thành thê tử, đắc Phật tịnh độ quyến thuộc hiền thánh tướng.*

Nếu bỏ quốc thành, vợ con thì được tướng Tịnh Độ quyến thuộc Hiền Thánh.

### Lời bàn

Nếu cuộc đời đế vương là trên hết thì chắc rằng Thái Tử Tất Đạt Đa chẳng bỏ cung vàng điện ngọc, vợ đẹp con ngoan để đi tìm con đường giác ngộ cho chúng sanh. Việt Nam chúng ta cũng đã có nhiều ông vua đi xuất gia như vua Lý Huệ Tông, vua Trần Thái Tông, vua Trần Thánh Tông, vua Trần Nhân Tông v.v... Hoặc giả vua Lương Võ Đế bên Trung Hoa đã ra sắc lệnh cho quân dân ăn chay, không làm hại đến sinh mạng của chúng sanh và chính bản thân nhà vua sống trong cung vàng điện ngọc suốt 40 năm nhưng không chung chạ với một người nữ nào (xem Quảng Hoằng Minh Tập trong Đại Chánh Tân Tu Đại Tạng Kinh tập thứ 52).[1] Nếu chúng ta làm vua mà có được cái nhìn về cuộc đời và sự quyết tâm cao cả như vậy thì chúng ta sẽ được tướng Tịnh Độ và là quyến thuộc của các bậc Hiền Thánh.

[1] Xem Quảng Hoằng Minh Tập trong Đại Chánh Tân Tu Đại Tạng Kinh tập thứ 52.

## 27. 若自節食上味施人，得佛上味相。

*Nhược tự tiết thực thượng vị thí nhân, đắc Phật thượng vị tướng.*

Nếu tự ăn uống tiết độ, dùng bố thí thức ăn ngon cho người, thì được thượng vị của Phật.

### Lời bàn

Cách ngôn Pháp có nói rằng: "Manger pour vivre et non vivre pour manger." Có nghĩa là: "Ăn để sống chứ không phải sống để ăn." Câu hỏi được đặt ra là: "Ăn bao nhiêu thì đủ?" Dĩ nhiên là sẽ có nhiều cách trả lời khác nhau. Nhưng nếu chúng ta biết đủ thì sẽ đủ, nếu không biết dừng đúng lúc thì bao nhiêu cũng không đủ cả. Đồ vật đem cho, nên cho đồ tốt. Nếu được như vậy thì chúng ta sẽ có đủ "tam đức, lục vị" như tướng "vị trung đắc thượng vị" của Phật.

## 28. 若常讀誦不惡口加人，得佛總持口香氣相。

*Nhược thường độc tụng bất ác khẩu gia nhân, đắc Phật tổng trì khẩu hương khí tướng.*

Nếu thường đọc tụng, không nói với người những lời ác, thì được hơi miệng thơm, có sức tổng trì.

### Lời bàn

Chư Tổ thường dạy rằng: "Lễ Phật giả, kính Phật chi đức. Niệm Phật giả, cảm Phật chi ân. Khán Kinh giả, minh Phật chi lý. Tọa thiền giả, đăng Phật chi địa." Nghĩa là: Lễ Phật là kính cái đức của Phật mà lễ. Niệm Phật là cảm cái ân của Phật. Xem kinh là làm rõ cái lý của Phật và ngồi thiền là đến địa vị của Phật.

Người nào miệng tụng Kinh, mắt xem kinh thì ít có thời gian để nói chuyện thị phi, nhờ vậy hơi miệng thường thơm và lời nói ra có năng lực chiêu cảm được nhiều người đối diện.

## 29. 若說法引接眾生，得佛面無飢渴滿口光辯才相。

*Nhược thuyết pháp dẫn tiếp chúng sinh, đắc Phật diện vô cơ khát mãn khẩu quang biện tài tướng.*

Nếu nói Pháp dẫn dắt chúng sanh, thì được tướng đầy đủ không đói khát, có năng lực biện tài.

### Lời bàn

Đúng là như vậy. Kẻ nào hay trì tụng kinh điển và xem kinh sách Phật để giúp cho chúng sanh ra khỏi những khổ nạn trong cuộc sống thì người ấy sống cuộc đời rất đầy đủ kể cả vật chất lẫn tinh thần và khi nói ra điều gì luôn thuyết phục được người khác chuyển về hướng thiện.

## 30. 若持戒無缺，得佛法身圓滿相。

*Nhược trì giới vô khuyết, đắc Phật pháp thân viên mãn tướng.*

Nếu giữ giới không thiếu, thì được pháp thân viên mãn của Phật.

### Lời bàn

Chư Phật thường có 3 thân. Đó là: Báo thân, Pháp thân và ứng, hóa thân. Pháp thân thì luôn thường trụ, không đến không đi, không còn không mất, không tăng không giảm. Điều này do sự giữ giới mà thành tựu. Nếu chúng ta giữ giới được trọn vẹn thì chúng ta sẽ được Pháp thân viên mãn của Phật.

**31.** 若在山間頭陀苦行，得佛塵累都盡相。

*Nhược tại sơn gian đầu đà khổ hạnh, đắc Phật trần luy đô tận tướng.*

Nếu ở trong núi tu hạnh Đầu Đà, thì được tướng dứt hết trần lụy của Phật.

### Lời bàn

Trong 10 vị Đại Đệ Tử của Đức Phật thì Ngài Ca-diếp được Phật ngợi khen là Đầu Đà đệ nhất. Khi Ngài về già, Đức Phật khuyên nên ở trong các tinh xá (vihara) nhưng ngài từ chối lời đề nghị của Đức Phật mà vẫn luôn thực hành thiền định cũng như hạnh đầu đà, nên hay ở nơi bãi tha ma để dễ quán sát tử thi hơn. Nếu ai trong chúng ta thực hiện được hạnh này thì chúng ta sẽ được tướng dứt hết trần lụy của Phật.

**32.** 若捨華堂幽林禪思，眾生謂苦不能行之。菩薩志意堅強所期者大，不以為苦，故得自然宮殿七寶房舍早得成佛。

*Nhược xả hoa đường u lâm thiền tư, chúng sinh vị khổ bất năng hành chi. Bồ Tát chí ý kiên cường sở kì giả đại, bất dĩ vi khổ, cố đắc tự nhiên cung điện thất bảo phòng xá, tảo đắc thành Phật.*

Nếu bỏ nhà đẹp, vào rừng vắng thiền định, chúng sanh cho là khổ không thể thực hành. Bồ Tát chí nguyện bền chắc hướng đại không cho là khổ, vì thế được cung điện tự nhiên, phòng xá bảy báu, sớm được thành Phật.

## Lời bàn

Ở trên đời này nếu cái gì chúng ta cũng hay bám giữ và cho là chắc thì nó thường hay bỏ ta đi xa. Nếu chúng ta buông xả nó thì trái lại nó sẽ hiện ra như cung điện tự nhiên mà có và phòng ốc chỗ ở không thiếu gì. Nếu thực hành tâm chấp trước thì đó là tâm tiểu, còn nếu biết buông bỏ thì đó là tâm đại. Nếu được như vậy thì chúng ta sẽ sớm thành Phật quả.

***Thích Như Điển***

*Viết xong vào lúc 18:00*
*ngày 29 tháng 11 năm 2020*
*nhằm ngày Rằm Tháng mười năm Canh Tý*
*tại thư phòng Tổ Đình Viên Giác*
*Hannover, Đức Quốc.*

## Nghiên Cứu Về Bài Tán "Chiên Đàn Hải Ngạn"

Từ nhỏ, lúc mới vào chùa khi 15 tuổi của năm 1964 và năm nay 2020 cũng đã trên 70 tuổi đời và hơn 55 năm sống trong Thiền môn, từ Hội An, Quảng Nam vào Sài Gòn, qua Nhật Bản rồi trú tại Đức Quốc cho đến ngày nay, không biết bao nhiêu lần tôi đã nghe, hòa theo cách tán tụng tang hai mõ một hay tang ba mõ bốn (tán rơi) ở các nơi mà tôi đã sống suốt trong ngần ấy thời gian, ít ra cũng đã hơn nửa thế kỷ rồi. Khi tụng kinh hay tán Phật cũng ít có chú điệu nào hiểu rằng: Tại sao mình phải tụng và tại sao phải tán?

Tán có nghĩa là tán dương công đức của chư Phật hay chư vị Bồ Tát qua nhiều hình thức khác nhau. Ví dụ như miền Bắc, Trung và Nam không có nơi nào tán giống nơi nào hết. Mặc dầu nội dung bài tán tất cả đều giống nhau. Đó là chưa kể đến nhiều miền có lối tán đặc biệt riêng lẻ nữa. Ví dụ như tán Quảng Nam khác với tán Huế, tán Bình Định không giống với tán miền Tây. Nhưng tất cả đều thể hiện âm điệu trầm bổng lên xuống theo nhịp điệu của chuông, mõ, linh, tang, trống, kèn, phách v.v... để tạo thành một loại âm nhạc Phật giáo thật là tuyệt vời.

Có những bài tán nghe qua là hiểu liền nội dung, nhưng cũng có những bài tán rất khó hiểu, không biết lý do vì sao? Trong đó có bài tán "Chiên Đàn" là một. Bởi lẽ, đa phần chúng ta thấy rằng trước khi Thái Tử Tất Đạt Đa đi xuất gia vào ngày mồng 8 tháng 2 thì Ngài đã vào phòng tại hoàng cung để từ giã vợ con lần cuối. Hình ảnh Gia Du Đà La và La Hầu La nằm đó qua những nét vẽ thần kỳ của họa sĩ, khiến cho ai nấy trong chúng ta cũng đều nghĩ đó là sự thật, nhưng bài tán "Chiên Đàn" này lại có một sự thật khác nữa, chúng ta cũng nên tìm hiểu thêm để cho rõ ngọn ngành qua sự tham cứu những tài liệu đáng tin cậy, nhưng bao nhiêu phần trăm thì chúng tôi không dám quả quyết được. Việc này xin để chư Tôn Đức và quý vị tùy nghi thẩm định.

Đầu tiên là bài tán này được viết bằng chữ Hán, cũng như phiên âm ra Việt ngữ; và tiếp theo là nguyên nhân tại sao có bài tán này. Theo Hòa Thượng Thích Tịnh Nghiêm giải thích, đã được trang nhà quangduc.com ở Úc cho phổ biến lâu nay như dưới đây:

## SỰ TÍCH BÀI TÁN CHIÊN ĐÀN

Khi Vua Tịnh Phạn hay tin Phật thành đạo, nhà Vua và dòng họ Thích rất vui mừng. Lúc ấy, em trai Vua vừa sanh hoàng tử và xin Vua Tịnh Phạn đặt tên. Vua liền đặt tên Khánh Hỷ (Vui Mừng), tức là tên của Ngài A Nan.

Sau đó, lại nghe tin báo Gia Du Đà La vừa sanh La Hầu La, Vua Tịnh Phạn vừa buồn vừa giận, cho đánh trống vàng, tập trung dòng họ Thích để xét tội công chúa. Khi mọi người đã tập họp đông đủ, Vua Tịnh Phạn cho mời Gia Du Đà La ra. Công chúa ôm con bước ra đứng trước mọi người. Nhà vua hỏi, "La Hầu La là con ai?"

Gia Du Đà La trả lời, "La Hầu La là con của Thái Tử Tất Đạt Đa".

Nhà vua phán, "Thái Tử đã đi tu sáu năm rồi, làm gì có con. Theo luật dòng họ Thích, hễ cô gái nào ngoại tình thì mẹ con phải nhảy vào hầm lửa để rửa sự ô nhục của dòng họ."

Nàng Gia Du Đà La liền ôm La Hầu La đến trước hầm lửa và phát nguyện: "Kính xin mười phương chư Phật chứng minh, nếu La Hầu La là con của Thái Tử Tất Đạt Đa thì xin cho hầm lửa biến thành ao sen."

Phát nguyện xong, nàng liền ôm con nhảy xuống hầm lửa. Nhiệm mầu thay, hầm lửa biến thành ao sen trước sự chứng kiến của mọi người. Nhà vua hết nghi ngờ liền ẵm cháu, đem công chúa Gia Du Đà La lên và nuôi dưỡng tử tế.

Phật dạy: La Hầu La ở tiền kiếp chơi nghịch, nhét hang chuột sáu ngày, sau nhớ mới mở ra. Do quả báo đó, phải ở trong bào thai sáu năm.

栴檀海岸香讚
栴檀海岸
爐爇名香
耶輸子母兩無殃
火內得清涼
至心今將
一炷遍十方
南無香供養菩薩摩訶薩.

**Bài Tán Chiên Đàn**

*Chiên đàn hải ngạn*
*Lư nhiệt danh hương.*
*Gia Du tử mẫu lưỡng vô ương*
*Hỏa nội đắc thanh lương*
*Chí tâm kim tương*
*Nhất chú biến thập phương.*
*Nam Mô Hương Cúng Dường Bồ Tát Ma Ha Tát.*

**Dịch nghĩa:**

*Cây chiên đàn đứng bên bờ biển*
*Đốt hương trong lư báu.*
*Mẹ con nàng Gia Du hết tai họa*
*Trong lửa nóng được mát mẻ.*
*Tâm thành chí kính*
*Một* nén hương *biến khắp mười phương.*
*Nam Mô Hương Cúng Dường Bồ Tát Ma Ha Tát.*

Lâu nay nhờ có chút ít thời gian, nên tôi đã đọc qua hết các bộ A Hàm và Bản Duyên của Linh Sơn Pháp Bảo Đại Tạng Kinh, thì thấy rằng câu chuyện của La Hầu La được dịch ra Việt ngữ ở Bộ Bản Duyên thứ 7, quyển thứ 16, thuộc Kinh Tạp Bảo Tạng, quyển thứ 10, trang 247. Câu chuyện thứ 117 này tương ưng với tập thứ 4 của Đại Chánh Tân Tu Đại Tạng Kinh(Taisho Shinshu Daizokyo); kinh thứ 203, trang 447 thuộc Bổn Duyên Bộ hạ, quyển thứ 4. Để tiện cho việc nghiên cứu và tìm hiểu thì quý vị có thể tìm vào những trích dẫn bên trên để đối chiếu. Chuyện được kể rằng:

"Tôi từng nghe:

Thuở xưa, lúc Đức Phật mới xuất gia vào đêm đầu tiên thì con của Ngài là La Hầu La mới nhập vào bào thai. Bồ Tát Tất Đạt khổ hạnh sáu năm nơi cội cây Bồ Đề hàng phục bốn loại ma, trừ các ngăn che của ấm, hoát nhiên đại ngộ, thành đạo vô thượng, đầy đủ mười Lực, bốn Vô sở úy, thành tựu mười tám Pháp bất cộng, đầy đủ bốn biện tài, độ thoát tất cả, đạt đến bờ kia, hiểu rõ tất cả pháp của chư Phật, vượt lên trên các vị Thanh Văn, Duyên Giác. Vào đêm thành đạo đầu tiên của Ngài thì La Hầu La được sinh ra. Lúc ấy tất cả thể nữ trong cung vua thảy đều thẹn thùng, hết sức ưu não mới nói:

Quái thay, điều đại ác! Gia Du Đà La không nghĩ điều phải điều trái, coi thường hành động, không tự thương mình, không tự thận trọng, khiến cho toàn cung chúng ta đều bị ô nhục. Bồ Tát Tất Đạt xuất gia đã lâu mà nay bỗng nhiên lại sinh con. Ôi, hết sức là xấu hổ, nhục nhã!

Khi ấy có Thích nữ tên là Điển Quang, là con gái của di mẫu nàng Gia Du Đà La, đấm ngực, giậm chân, tức giận chửi mắng Gia Du Đà La:

Ngươi là chỗ thân yêu của Tôn trưởng, sao lại tự làm điều tổn hại? Thái Tử Tất Đạt Đa xuất gia học đạo cách đây đã sáu năm rồi mới sinh ra đứa bé này là điều hết sức phi lý. Ngươi theo ai mà có con? Ngươi là người không biết xấu hổ, làm ô nhục chủng tộc của ta, ngươi đã không kể chủng tộc, không sợ ô danh. Bồ Tát Tất Đạt Đa có công đức lớn, tiếng tăm ai cũng biết. Nay ngươi tại sao không gìn giữ cho Ngài mà tạo ra điều sỉ nhục?

Vua Tịnh Phạn ngay lúc đó đang đứng trên lầu thấy quả đất này có sáu thứ chấn động, tướng lạ xuất hiện. Vua Tịnh Phạn thấy điều ấy xong, cho rằng Bồ Tát đã chết, sự buồn rầu giống như mũi tên bắn vào tim Vua, hết sức khổ não, nói:

Hương giới của con ta bay khắp bốn phương, tướng tốt trang nghiêm như tràng hoa sen. Nay là ngày con ta chết. Con ta như cây hoa, giới là rễ đâm sâu, tàm quý là cành lá, danh dự là hương thơm, lòng từ là bóng mát. Nay đã bị voi giày mà chết. Con ta to lớn như núi vàng, các báu trang nghiêm. Con của ta như Kim Sơn Vương, thân trang nghiêm tướng hảo, bị chày Kim Cang vô thường dập nát. Con ta như biển cả đầy các thứ báu bị con cá Ma Kiệt làm nhiễu loạn nước biển. Biển lớn của con ta cũng như vậy, bị chết vì sự nhiễu loạn của con cá Ma Kiệt. Con ta giống như mặt trăng Rằm, các sao vây quanh. Con ta có công đức vô lượng như vậy, tướng tốt trang nghiêm, nay bị vô thường La Hầu La tiêu diệt. Dòng họ ta sinh ra từ Đại trượng phu đến Lô Việt, Chân Tịnh. Các vị vua như vậy tiếp nối đến ta. Ngày nay dòng họ ta chưa sắp đoạn tuyệt chứ? Ta đặc biệt mong con ta làm Chuyển Luân Thánh Vương hay thành Phật đạo. Sao nay con ta lại có thể chết?Nếu con ta mà chết thì ta sẽ ưu sầu, tiều tụy cũng chết theo mất. Sự mong ước con ta xuất gia, mặc pháp phục, ôm bát, mưa pháp cam lồ... tất cả những việc như vậy, chắc ta sẽ không thấy được. Vì nhớ thương con mà trong lòng sầu tư, nhớ nghĩ trăm mối.

Khi ấy nghe trong cung có tiếng khóc lớn, nhà vua càng thêm kinh ngạc, cho là Thái Tử đã chết, mới hỏi cô hầu đang chạy phía trước: "Đó là tiếng khóc gì vậy? Chẳng phải là con ta chết rồi sao?"

Cô gái tâu với vua: "Thái Tử chưa chết. Hôm nay Gia Du Đà La sinh một người con, toàn cung đều xấu hổ cho nên khóc như vậy."

Nhà vua nghe lời ấy càng thêm ưu sầu, áo não, bỗng khóc rống, cất tiếng kêu to than: "Quái thay! Thật là hết sức ô nhục! Con ta xuất gia đã sáu năm rồi, hà cớ gì hôm nay mới sinh con?"

Bấy giờ theo luật của nước ấy, hễ đánh một hồi trống thì tất cả quân lính tụ tập, chín vạn chín ngàn Thích chủng đều tập hội. Họ liền gọi Gia Du Đà La. Khi ấy Gia

Du Đà La mặc bạch tịnh y ôm con trong lòng, không hề sợ hãi, trên mặt có dính chút bụi, ở trong thân tộc, nàng ôm con mà đứng. Bấy giờ Chấp Trượng Thích sắc mặt đầy tức giận, chửi Gia Du Đà La, quát lên: "Ngươi là đồ phàm phu thô bỉ, thật hết sức xấu hổ, đã làm nhục dòng họ nhà ta, còn mặt mũi nào mà đứng trước mặt chúng ta!"

Lúc ấy có một người họ Thích tên là Tỳ Nữu Thiên, là Cậu của công chúa Gia Du Đà La, nói với Gia Du Đà La: "Không có đứa trẻ nào ngu si thô bỉ, đê tiện hơn cháu. Cậu là người họ hàng, vậy cháu hãy nên lấy lời chân thật nói cho cậu biết đứa con ấy tác giả là ai?"

Bấy giờ Gia Du Đà La chẳng có gì hổ thẹn, nói một cách ngay thẳng: "Đứa bé này chính là con của người họ Thích xuất gia tên là Tất Đạt. Tôi nằm bên Thái Tử mà có đứa con này."

Vua Tịnh Phạn nghe lời ấy xong, tức giận nói: "Người đã không thủ tiết mà còn nói sai sự thật nữa. Điều đó thật hay hư thì các Thích tử biết rồi đó. Con của ta là Tất Đạt, lúc còn tại gia, nghe nói có ngũ dục mà tai còn không muốn nghe, huống chi lại có dâm dục mà sinh ra con? Như lời nói ấy thật hết sức thô bỉ, nham nhở. Ngươi đã lấy ai mà có con, làm hủy nhục chúng ta? Đây thật là sự quanh co xảo trá, chẳng phải là pháp chân chính. Con của ta là Tất Đạt lúc xưa ở tại gia đối với châu báu, của ngon vật lạ, hoàn toàn không có nhiễm trước. Huống chi nay con ta đã tu khổ hạnh, mỗi ngày ăn một hạt lúa, hạt mè mà lấy việc ấy để hủy báng!"

Vua Tịnh Phạn bừng bừng tức giận, hỏi các Thích tử: "Nay tại sao ta lại bị sự sát hại khổ độc như vậy?"

Lại có một Thích tử nói: "Cứ theo ý tôi, hãy làm một cái hầm lửa, ném mẹ con nó vào đó để không còn dấu vết gì nữa."

Lúc ấy mọi người đều nói: "Việc đó rất hay!"

Bấy giờ họ liền đào một cái hầm lửa, lấy cây Khư Đà La chất đầy trong hầm, chích lửa, rồi họ liền dẫn Gia Du Đà La đến bên hầm lửa.

Gia Du Đà La thấy hầm lửa rồi, trong lòng hết sức hãi hùng, giống như con nai rừng chỉ có một mình trong khu vườn, quay nhìn bốn hướng chẳng có ai để trông cậy. Bấy giờ Gia Du Đà La tự trách mình: "Ta đã không có tội mà phải chịu tai ương này!" Nàng ngước nhìn các người họ Thích, thấy chẳng có ai chịu cứu mình. Nàng ôm con thở dài, nghĩ đến Bồ Tát nói: "Ngài có lòng từ bi thương xót tất cả, Trời, Rồng, Quỷ, Thần thảy đều cung kính Ngài. Nay mẹ con thiếp chẳng có ai giúp đỡ, không có tội mà phải chịu khổ. Cớ sao Bồ Tát không chịu lưu ý? Tại sao Bồ Tát không cứu mẹ con thiếp thoát khỏi nguy khốn ngày hôm nay? Các Trời, các Thiên Thần chẳng nhớ nghĩ đến tôi sao? Ngày xưa Bồ Tát ở giữa dòng họ Thích, giống như mặt trăng Rằm ở giữa các vì sao. Nhưng sao mãi tới hôm nay thiếp chẳng gặp lại được một lần!"

Than xong, nàng liền hướng về chỗ Đức Phật nhất tâm kính lễ rồi lại bái các người họ Thích, chắp tay hướng về phía hầm lửa nói lời chân thật: "Nếu đứa con của ta quả thật không phải vì ngoại tình mà có, nếu điều này là sự thật không hư ngụy, mặc dầu ở trong thai ta sáu năm, thì xin lửa hãy dập tắt, chớ thiêu hại mẹ con ta."

Nói như vậy xong, nàng liền nhảy vào trong lửa, nhưng hầm lửa này lúc ấy lại biến thành ao nước. Nàng tự thấy thân mình ngồi trên hoa sen, hoàn toàn không có sợ hãi, nhan sắc vui tươi hòa dịu. Lúc ấy nàng chắp tay hướng về những người họ Thích, nói: "Nếu lời nói của tôi mà hư vọng, lẽ đáng tôi bị lửa thiêu cháy. Nhưng đứa bé này quả thật là con của Bồ Tát, đúng như lời chân thật của tôi, cho nên không bị lửa thiêu cháy vậy."

Lại có một người dòng họ Thích nói: "Cứ xem hình tướng của cô ta không kinh, không sợ, từ đó suy ra biết chắc là cô ta nói thật."

Cũng lại có người dòng họ Thích nói: "Cái hầm lửa này biến thành ao mát, lấy đó mà nghiệm thì biết là cô ta không có lỗi gì."

Bấy giờ các người họ Thích dẫn Gia Du Đà La trở về cung, họ càng thêm cung kính, tán thán nàng. Họ tìm nhũ mẫu để chăm sóc con nàng, giống như lúc bình thường, chẳng khác gì cả. Vua Thái Tổ Tịnh Phạn ái trọng nàng tha thiết. Lúc nào không thấy La Hầu La, Ông không thể nào nuốt cơm được. Mỗi khi nhớ Bồ Tát, Ông chỉ cần bồng La Hầu La vào lòng là hết sầu nhớ. Tóm lại sáu năm trôi qua, vua Tịnh Phạn khát ngưỡng mong gặp Đức Phật, Ông bảo người đến thỉnh Ngài. Đức Phật vì lòng lân mẫn cho nên Ngài trở về nước. Đến trong hoàng cung của họ Thích, Ngài biến một ngàn hai trăm năm mươi vị Tỳ kheo đều giống như thân của Đức Phật, sáng ngời không khác.

Lúc ấy Gia Du Đà La nói với La Hầu La: "Ai là cha của con, con hãy đến bên vị ấy."

Khi ấy La Hầu La đảnh lễ Đức Phật xong, đứng bên cạnh Đức Phật. Đức Như Lai liền dùng bàn tay có tướng bánh xe, đã tu công đức trong vô lượng kiếp, xoa lên đảnh đầu của La Hầu La. Khi ấy các người họ Thích đều nghĩ: "Nay Phật vẫn còn có tâm thương riêng."

Đức Phật biết tâm các người họ Thích đã nghĩ, liền nói kệ:

*Với quyến thuộc của vua*
*Và con ta sinh ra*
*Ta vẫn thương như nhau*
*Chỉ lấy tay sờ đầu.*

*Ta đã hết kiết sử*
*Thương ghét cũng không còn*
*Các ngươi chớ hoài nghi*
*Phân vân với con ta.*
*Con ta cũng xuất gia*
*Là Pháp Tử của ta.*
*Nói tóm, công đức ấy*
*Xuất gia học chân đạo*
*Sẽ thành A La Hán."*

*(Trích từ trang 247 đến trang 251).*

Hai câu chuyện được trích dẫn bên trên nội dung tương đối khá giống nhau và việc nàng Gia Du Đà La bị vào hầm lửa là sự thật. Do vậy các vị Tổ Sư Trung Hoa về sau này mới đặt ra bài tán "Chiên Đàn" như trên để ca tụng sự nhiệm mầu của Phật Pháp và nhất là để phá tan mối nghi ngờ của những người trong dòng họ Thích, là tại sao nàng phải mang thai đến sáu năm như vậy. Việc này chúng ta cũng có thể xem thêm truyện tiền thân của nàng và La Hầu La cũng có trong Bộ Bản Duyên này, thì sẽ rõ.

Có một điều mà cho đến nay cũng chưa có ai xác nhận được là đúng hay sai. Đó là việc xuất gia của Thái Tử, bên Đại Thừa Phật giáo cho rằng Ngài xuất gia năm 19 tuổi, thành đạo lúc 30 tuổi và nhập Niết Bàn lúc 80 tuổi. Trong khi đó bên Nam Tông thì cho rằng: Thái Tử xuất gia lúc 29 tuổi, tu khổ hạnh sáu năm và thành đạo lúc 35 tuổi. Ngài chỉ có 45 năm thuyết pháp độ sanh. Cuối cùng Ngài đã nhập Niết Bàn vào lúc 80 tuổi.

Có lẽ để cho tất cả các truyền thống đều cùng chung một nguồn gốc; nên ngày nay tất cả các nước Phật giáo trên thế giới đã lấy chung ngày nhập diệt lúc 80 tuổi của Ngài để kỷ niệm lễ Tam Hợp gồm: Đản Sanh, Thành Đạo và Nhập Niết Bàn làm một ngày. Do vậy chúng ta mới có

Phật lịch của năm nay (2020) là năm 2564 và Phật Đản là 2644 năm.

Năm nay Tổ Đình Chúc Thánh tại Hội An, Quảng Nam tổ chức Hội thảo trong ba ngày nhân ngày kỵ Tổ nhằm ngày mùng 7 tháng 11 âm lịch, lại có thuyết trình cũng như diễn giảng về công hạnh của chư Tổ Sư tiền bối, tôi từ xa xôi nơi Đức Quốc không về tham dự những ngày trọng đại này được, nên xin gửi một bài tham luận này để đóng góp cho sự nghiệp của Phật giáo Quảng Nam nói riêng và Lâm Tế Chúc Thánh khắp nơi ở trong cũng như ngoài nước nói chung nhằm đền đáp câu: "Ẩm thủy tư nguyên" như ngày nào tôi đã có mặt tại Tổ Đình Chúc Thánh từ năm 1964 vậy.

*Viết xong bài này vào ngày 27 tháng 3 năm 2020*
*tại chùa Viên Giác Hannover, Đức Quốc.*

## Lời Bạt về việc xuất bản những tập sau cùng của Linh Sơn Pháp Bảo Đại Tạng Kinh (từ tập 188 đến tập 203)

Như tất cả những vị nghiên cứu đều biết rằng Linh Sơn Pháp Bảo Đại Tạng Kinh do cố Hòa Thượng Thích Tịnh Hạnh chủ trương, hầu hết được dịch thẳng từ bản chữ Hán của Đại Chánh Tân Tu Đại Tạng Kinh (Taisho Shinshu Daizokyo), gồm 32 tập đầu thuộc Kinh, Luật, Luận. Từ tập 33 đến tập 39 gồm 7 tập viết về Kinh Sớ Bộ. Quyển thứ 40 thuộc Luật Sớ Bộ Toàn và Luận Sớ Bộ thứ nhất đến tập thứ 44 và Chư Tông Bộ thứ nhất. Từ quyển 47 (Chư Tông Bộ thứ tư) đến hết tập thứ 48 (thuộc Chư Tông Bộ thứ 5). Tập 51 (Sử Truyện Bộ 3) đến hết tập 52 (Sử Truyện Bộ 4). Tập 53 (Sự Vựng Bộ Thượng) đến tập 54 (Sự Vựng Bộ Hạ) và Ngoại giáo Bộ.

Trên thực tế thì Linh Sơn Pháp Bảo Đại Tạng Kinh mới chỉ dịch đến Kinh văn số 2131 (tức Phiên dịch danh nghĩa tập gồm 7 quyển) của tập thứ 54 này. Đúng ra phải đến Kinh văn số 2159 của tập thứ 55 mới bắt đầu qua Phật giáo Nhật Bản (Truyền Giáo Đại Sư Tương Thừa Đài Châu Lục) và phần có liên quan đến Phật giáo Nhật Bản cho đến tập thứ 84, Kinh văn số 2731 mới hết.

Tập 85 là tập cuối (từ Kinh văn số 2732 đến Kinh văn 2920 trở lại các Kinh truyện thời Nhà Đường và các thời khác bên Trung Quốc). Như vậy Kinh văn chấm dứt của của Đại Chánh Tân Tu Đại Tạng Kinh là số 2920.

Phần tiếp theo là: Biệt quyển Chiêu Hòa Pháp Bảo Tổng Mục Lục, có tất cả là 77 hạng mục và gồm 1.418 trang của 3 quyển, hầu hết là chuyện của Phật giáo Nhật Bản, Trung Quốc và 12 tập gồm Đồ Tượng cũng như Pháp Bảo. Tổng cộng là: 85 tập + 3 tập + 12 tập thành 100 tập tất cả. Nhưng trên thực tế thì Cố Hòa Thượng Thích Tịnh Hạnh không cho dịch 4 tập Mật Giáo từ tập 18 đến tập 21 (ngoại trừ bản dịch của Bác sĩ Tâm Minh Lê Đình Thám về Kinh Thủ Lăng Nghiêm - Kinh Đại Phật Đảnh Như Lai Mật Nhân Tu Chứng Liễu Nghĩa Chư Bồ Tát Vạn Hạnh Thủ Lăng Nghiêm tập 19, Kinh văn số 945 gồm 10 quyển), nhưng ở Linh Sơn Pháp Bảo Đại Tạng Kinh thì đưa lên Bộ Kinh Tập.

Bộ Mật Giáo gồm 4 tập, bắt đầu từ Kinh văn số 848 đến Kinh văn số 1420: Tập thứ 18 từ Kinh văn số 848 đến Kinh văn số 917; tập 19 bắt đầu với Kinh văn 918 đến Kinh văn số 1029; tập 20 bắt đầu với Kinh văn số 1030 đến Kinh văn số 1198; tập 21 bắt đầu với Kinh văn số 1199 đến Kinh văn số 1420. Nếu dịch thêm phần này chắc cũng phải tính thêm 16 hay 17 tập nữa.

Lý do tại sao Hòa Thượng Thích Tịnh Hạnh không cho dịch 4 bộ Mật Giáo này, thì khi còn sanh tiền Ngài đã nói chuyện với chúng tôi và đã rõ ý, nên thiết nghĩ cũng không cần phải ghi vào đây làm gì. Tuy nhiên 4 bộ Mật Giáo này quý Ngài và quý vị cũng có thể tìm trên những trang mạng điện tử của các trang nhà như: viengiac.info và nhiều trang khác hiện đang lưu hành, do cố Hòa Thượng Thích Viên Đức và hầu hết đều do Cư Sĩ Huyền Thanh dịch theo lối Unicode 2015 sang Việt ngữ. Chỉ còn một số ít chưa được Việt dịch thì dịch giả để chữ màu đỏ. Quý vị nào muốn nghiên cứu đủ một Đại Tạng tiếng Việt thì xin tham khảo thêm phần trên.

Bộ Đại Chánh Tân Tu Đại Tạng Kinh được hình thành dưới thời Thiên Hoàng (Tenno) Đại Chánh (Taisho) bắt đầu từ năm Đại Chánh thứ 13, tức vào năm 1924 đến năm 1925, và năm 1926 thì Thiên Hoàng Đại Chánh băng hà sau khi trị vì Nhật Bản được 14 năm (1912-1926) và Đại Tạng Kinh tiếp tục được hình thành cũng như hoàn tất dưới thời Thiên Hoàng Chiêu Hòa (Showa) năm thứ 9 (1934), có nghĩa là tất cả trong vòng 10 năm. Thiên Hoàng Showa sống cho đến năm 1989, Ông làm vua nước Nhật từ năm 1926 đến năm 1989 gần 63 năm. Đây là một trong những vị Thiên Hoàng trị vì Nhật Bản lâu đời nhất.

Bộ Đại Tạng Đại Chánh này chủ yếu dùng phần chánh Kinh Luật Luận từ các nhà Phật Học Trung Quốc, tiếp đến có những soạn thuật của các vị Cao Tăng người Hàn Quốc và Nhật Bản; Học giả Nhật Bản, ông Cao Nam Thuận Thứ Lang. Độ Biên Hải Túc; Tiểu Dã Huyền Diệu... biên tập dựa trên ba tạng Kinh Luật Luận, cùng bộ phận soạn thuật chủ yếu dùng bản Cao Ly được lưu giữ tại chùa Tăng Thượng (Sosoji) ở Tokyo làm bản gốc, để đối chiếu khảo xét với bản Tống, Nguyên, Minh cũng được tàng trữ tại chùa này. (Tham khảo một phần của đoạn này dựa theo tài liệu của tác giả Đào Nguyên đăng tải ngày 7 tháng 1 năm 2019 trên trang nhà https://giacngo.vn với đề tài là: Góp chút công sức cho Đại Tạng Kinh Việt Nam).

Riêng phần tôi, kể từ năm 2003 đến nay, khi trở về ngôi Phương Trượng của Tổ Đình Viên Giác tại Hannover, Đức Quốc, đã phát nguyện rằng, những ngày còn lại trong đời sẽ cố gắng đọc Đại Tạng Kinh này. Và 17 tập đầu của Linh Sơn Pháp Bảo Đại Tạng Kinh chúng tôi đã đọc xong gồm: Trường A Hàm, Trung A Hàm, Tạp A Hàm, Tăng Nhất A Hàm và bộ Bản Sanh.

Những tập từ 1 đến 10 tương đối rất hoàn chỉnh, vì những bậc Tôn Túc chứng nghĩa như: Cố Hòa Thượng Thích Thiện Siêu, Cố Hòa Thượng Thích Đỗng Minh, Hòa Thượng Thích Tuệ Sỹ v.v... đều là những học giả của Phật giáo, do vậy không có gì để nghi ngờ về sự sai sót. Thế nhưng từ tập 10 đến tập thứ 17 đâu đó vẫn còn nhiều lỗi chính tả. Do vậy, đọc đến đâu, tôi sửa bằng bút màu lên trang đó, nếu có chữ sai.

Năm 2003 là năm tôi bắt đầu tịnh tu nhập thất trên núi đồi Đa Bảo vùng Campbelttown, gần Sydney, Úc Đại Lợi, nơi Hòa Thượng Thích Bảo Lạc, bào huynh của tôi sáng lập. Suốt trong vòng 8 năm, mỗi năm 2 đến 3 tháng như thế, Thầy trò chúng tôi ở chỗ này và đến năm thứ 9, thứ 10 (2011-2012) dời lên vùng Blue Mountain, cách Sydney chừng 2 tiếng lái xe.

Trong 10 năm ấy chúng tôi dịch Kinh, viết sách, và Kinh văn đầu tiên mà tôi chọn dịch là Kinh số 2087 thuộc Sử Truyện Bộ "Đại Đường Tây Vực Ký" của tập thứ 51 thuộc Đại Chánh Tân Tu Đại Tạng Kinh. Thầy trò dịch suốt hai tháng như vậy thì xong, đã có nhiều lần ấn tống và tái bản, nhưng vì là lần đầu tiên đi vào Đại Tạng, nên tôi đã dịch sai ý và lời không ít của Ngài Huyền Trang. Do vậy tôi muốn làm sao phải hiệu đính lại một lần cho hoàn hảo để độc giả khỏi trách rằng tôi dịch sai nhiều quá. Việc này đáng hổ thẹn biết bao. Thế mà từ năm 2003 đến nay (2021) gần 18 năm như thế vẫn chưa thực hiện được.

Sau những năm tháng khác tôi bắt đầu dịch những Kinh văn số 299, 271, 380, 756 và đặc biệt là tập thứ 32 thuộc Luận Tập Bộ, tôi dịch hầu như tất cả từ Kinh văn số 1628 đến Kinh văn số 1726; ngoại trừ những bộ Luận như Đại Trí Độ Luận, Đại Thừa Khởi Tín Luận đã có Cố Hòa Thượng Thích Trung Quán, Cố Hòa Thượng Thích Thiện Siêu và Cố Thượng Tọa Thích Thiện Thông dịch rồi thì tôi không dịch thêm nữa.

Những Kinh văn này chưa được giảo chánh lại kỹ, nhưng cũng đã được đưa lên các trang nhà như: quangduc.com ở Úc; hoavouu.com, trang nhà rongmotamhon.net (Mỹ), viengiac.info (Đức) để so sánh đối chiếu với các dịch giả khác, nhằm tạo thêm cách nhìn, cách dịch và cách hiểu của nhiều người đọc và nay mai nếu tôi còn thời gian cũng như sức khỏe, sẽ cố gắng hoàn thiện những phần giảo chánh những Kinh văn này.

Từ tháng 3 năm 2020 thế giới bị dịch Corona 19, tất cả đều bị phong tỏa. Do vậy mà suốt một năm qua tôi đã chẳng thể đi đâu, chỉ ở tại Tổ Đình Viên Giác để đọc Đại Tạng Kinh, và trong thời gian này từ tháng 3 năm 2020, Phật tử Minh Đăng Trần Tế Thế, người lo sắp xếp sửa lại những lỗi chính tả của những tập Linh Sơn Pháp Bảo Đại Tạng Kinh chưa xuất bản (từ tập 188 đến tập 203, gồm 16 tập). Minh Đăng khi tra cứu đến tập 195 (ĐCTTĐTK thuộc tập thứ 53) bộ Sự Vựng, Kinh văn thứ 2121, gặp nhiều từ khó hiểu nên mới nhờ tôi đọc và hiệu đính lại giùm.

Thế là tôi vào việc ngay, mỗi ngày đọc từ 100 đến 200 trang như thế, kể cả sửa lỗi chính tả và chỗ nào không rõ ý thì phải lần mò theo Kinh Văn để trở về Đại Chánh Tân Tu Đại Tạng Kinh bằng chữ Hán để tìm kiếm. Sau một thời gian chừng 9 tháng thì tôi đã đọc xong lại hết các tập 195 đến tập 202 và Kinh Văn cuối cùng số 2131 (Phiên dịch Danh Nghĩa Tập gồm 7 quyển và nằm giữa chừng tập thứ 54 ở trang 1185 thuộc Đại Chánh Tạng).

Bây giờ tôi còn nhiều thời gian nên muốn giảo chánh lại quyển Đại Đường Tây Vực Ký, như tôi đã đề cập bên trên. Nhờ Phật tử Minh Đăng tra cứu giùm thì quyển này thuộc tập thứ 190 của LSPBĐTK, tương ứng với quyển 51 thuộc Sử Truyện Bộ, Kinh văn số 2087. Thế là tôi cũng phải tốn thời gian ít nhất là 2 tháng để xem lại bản dịch cũ của mình vào năm 2003 và cũng mong rằng năm 2021 này sẽ tái bản lại hoàn chỉnh hơn. Sau khi đọc xong Kinh Văn số 2087 thì Phật tử Minh Đăng nhờ tôi đọc cho hết tập 190 này, rồi tập 191, 192, 193 và 194. Khi xem lại toàn bộ LSPBĐTK đã được xuất bản tại Đài Loan thì mới chỉ hình thành được đến tập thứ 187. Còn những tập 188 đến cuối cùng thì chưa ra mắt độc giả.

Do vậy tôi phát tâm đọc tiếp tập 188 đến tập 189. Như vậy đã an tâm là tạm hoàn thành trách nhiệm đọc và giảo chánh lại 15 tập tất cả (188-202). Riêng tập 203 là tập cuối cùng thuộc mục lục của Đại Tạng tôi không đọc, vì nghĩ rằng không bị phạm lỗi gì nhiều như 15 tập cuối cùng của LSPBĐTK.

Lẽ ra Lời Giới Thiệu của Ban Tổ Chức dịch thuật in ấn, phát hành... Đại Tạng Kinh phải nên cho vào tập 1 hay tập 202 mới đúng, nhưng do sắp xếp của Ban Biên Tập như thế nào đó mà phần Lời Giới Thiệu này sắp vào quyển Mục Lục có 256 trang ở tập 203, kể từ trang 51 đến trang 56 độc giả mới có thể đọc được về thành phần Ban chứng nghĩa, Ban phiên dịch Đại Tạng Linh Sơn.

Nhiều vị cũng phàn nàn là tại sao Cố Hòa Thượng Thích Tịnh Hạnh không cho ghi tên từng dịch giả một trong mỗi Kinh Văn đã được dịch ra Việt ngữ để người đời sau dễ nhận diện hơn, nhưng nếu chúng ta chịu khó đọc trong Lời Giới Thiệu này thì sẽ hiểu rõ hơn. Dẫu sao đi nữa thì việc khởi đi chỉ từ một cá nhân của Hòa Thượng Thích Tịnh Hạnh từ năm 1994 đến năm 2014, trong vòng 20 năm ấy Cố Hòa Thượng giống như con thoi lui tới Việt Nam, Đài Loan, Âu, Mỹ, Úc để mong hoàn thành đại nguyện này, nhưng tiếc thay cho đến khi Ngài viên tịch (2015), thì Ngài vẫn chưa được thấy mặt toàn bộ Đại Tạng do Ngài chủ trương, và nay chúng tôi những kẻ hậu học, tử đệ của Ngài quyết tâm hoàn thành tâm nguyện ấy và sau khi hoàn thành mọi khâu, chúng tôi sẽ bắt đầu cho in ấn tại Đài Loan 500 bộ; mỗi bộ 16 tập (từ tập 188 đến tập 203) và khi in những tập này chúng tôi cũng mong mỏi chư Tôn Đức Tăng Ni, cũng như quý Đạo hữu Phật tử tiếp tục hỗ trợ bằng cách ấn tống 16 tập hay nhiều lần 16 tập, để sớm hoàn chỉnh bộ Đại Tạng Linh Sơn này.

Trước đây một số chùa và một số chư Tôn Đức đã phát tâm ấn tống hay đặt trước tịnh tài, thì nay sau khi Hòa Thượng viên tịch quỹ ấy hầu như không còn nữa và Tử Đệ của Linh Sơn phải gây lại quỹ ấn tống khác để hoàn thành bộ Đại Tạng quan trọng này. Kính mong chư Tôn Đức Tăng Ni và Quý vị Phật tử hoan hỷ trợ duyên cho.

Tại Trung Quốc từ trước thời Ngài Huyền Trang (602-664) những Kinh Văn được các vị Sư Ấn Độ dịch thẳng từ tiếng Phạn sang tiếng Trung Hoa hay các nhà Phật Học Trung Hoa như Ngài An Thế Cao, Ngài Đạo An, Ngài Tuệ Viễn v.v... san định ra tiếng Trung Hoa, thuộc về những nhà cựu dịch. Sau khi Ngài Huyền Trang từ Ấn Độ về lại Trung Hoa năm 645 mới bắt đầu cho dịch thẳng những Kinh Văn từ Phạn ngữ sang Hoa ngữ một cách trong sáng hơn. Thời kỳ này gọi là tân dịch và mãi về sau cho đến các thời đại trải dài hằng mười mấy thế kỷ của Đường, Tống, Nguyên, Minh, Thanh, ít nhất là đến năm 1911 khi cuộc cách mạng Tam Dân của Tôn Dật Tiên hình thành, thì

Đại Tạng Kinh này lại chuyển hướng qua Triều Tiên và Nhật Bản. Nếu nói cho rõ ràng thì một Đại Tạng Kinh Bắc Truyền như vậy phải cần dịch giải, chú thích trên dưới gần 2.000 năm mới hoàn thành được. Trong khi đó một Đại Tạng Kinh Việt Nam chỉ hình thành trong 20 năm và dĩ nhiên trước đó cũng đã có những bộ Kinh lớn như Đại Bát Nhã do cố Hòa Thượng Thích Trí Nghiêm dịch, Bộ Hoa Nghiêm, Bộ Đại Bảo Tích, Bộ Đại Bát Niết Bàn v.v... do cố Hòa Thượng Thích Trí Tịnh dịch, cùng với nhiều bộ Kinh, Luật, Luận khác nữa của Quý Ngài Đỗng Minh, Phước Sơn v.v... đã âm thầm được phiên dịch tại Việt Nam ít nhất là từ 100 đến 200 năm lịch sử trở lại sau này.

Do vậy Cố Hòa Thượng Thích Tịnh Hạnh là người có duyên may đứng ra khởi xướng và tập hợp tất cả những Kinh, Luật, Luận ấy thành Linh Sơn Pháp Bảo Đại Tạng Kinh. Cho nên việc sai sót khi dịch của những tăng ni mới làm quen với việc dịch thuật hay khi đánh máy, khi in ấn v.v... vẫn còn nhiều chỗ sai, thiếu nghĩa v.v... cũng là chuyện đương nhiên. Công việc này xin dành lại cho những nhà học Phật đời sau tiếp tục công việc nghiên cứu, bổ túc, sửa đổi ấy. Công đức thật là không nhỏ.

Xét ra Cố Hòa Thượng Thích Tịnh Hạnh cũng có lý, khi chỉ cho phiên dịch ra phần Việt ngữ đến Kinh Văn số 2131 của tập 54 thuộc Đại Chánh Tân Tu Đại Tạng Kinh. Điều này có nghĩa là dịch được phân nửa Đại Chánh Tạng. Bởi lẽ từ tập 55 đến tập 85 của Đại Tạng Đại Chánh đều biên khảo về Phật giáo Nhật Bản và một phần nhỏ của Trung Hoa. Có lẽ Hòa Thượng Thích Tịnh Hạnh muốn dành phần sau này để đưa vào những văn kiện Văn Học Sử Phật giáo Việt Nam chăng? Điều này cũng hữu lý lắm. Cho nên khi còn sinh tiền Ngài đã đi gom thâu những Kinh sách bằng Việt ngữ hay được dịch ra Việt ngữ để chờ một ngày nào đó thuận duyên thì cho xuất bản giống như Đại Chánh

Tạng đã làm. Nhưng ngày ấy không còn đến với Ngài nữa. Vì Ngài đã ra đi vào ngày 10.4.2015 tại Đài Loan. Thế thọ 81 xuân thu (1934-2015). Bây giờ chính tôi là người tiên phương xin đề nghị nên đưa luận án Tiến Sĩ của Cố Hòa Thượng Thích Tịnh Hạnh vào tập 204. Đây cũng là một phần báo ân Ngài đã dày công đối với Phật giáo Việt Nam ở trong cũng như ngoài nước.

Năm 1969 Ngài đã đến Đài Loan du học và tháng 7 năm 1981 (Trung Hoa Dân Quốc năm thứ 70) thì Ngài đã trình xong luận án Tiến sĩ với nhan đề là: Nghiên cứu về Hàn Văn Công (Hàn Dũ) bài bác Đạo Phật. Với nghiên cứu sinh Lê Quang Liên (Thích Tịnh Hạnh) do sở Nghiên cứu Quốc Văn Đại Học Quốc Lập Sư Phạm Đài Loan chủ trương và Giáo sư hướng dẫn là hai vị Giáo thọ Lâm Doãn cùng Âu Dương Chí đảm nhiệm. Đến tháng 7 năm 2016 thì được dịch giả Nguyễn Thành Sang dịch toàn bộ luận án này sang Việt ngữ. Có cho đăng tải trên trang nhà thuvienhoasen.com qua định dạng Ebook PDF vào ngày 26 tháng 9 năm 2017. Đây là một luận án Tiến sĩ có tầm cỡ và tôi cũng mong rằng từ nay trở đi tất cả những luận văn, luận án Cao học hay Tiến sĩ của quý Thầy, Cô Việt Nam chúng ta nghiên cứu về Phật giáo hay những đề tài nào có liên hệ với Phật giáo, thì cũng nên cho vào phần Tục Tạng của Phật giáo Việt Nam chúng ta, quả là điều nên làm vậy. Trong đó có những sách vở nghiên cứu của Giáo sư Tiến sĩ Trí Siêu Lê Mạnh Thát, Hòa Thượng Thích Tuệ Sỹ, Sư Bà Thích Nữ Diệu Không, Sư Bà Thích Nữ Như Thanh, Ni Trưởng Thích Nữ Trí Hải... kể từ tập 204 trở đi và tất cả những ai muốn đóng góp cho việc hình thành một Đại Tạng Việt Nam hoàn chỉnh, thì xin tiến cử hay đích thân thể hiện tinh thần chung này, thì chúng ta sẽ sớm có được một Đại Tạng Kinh Bắc Truyền của Việt Nam không thua kém gì các Đại Tạng của Trung Hoa, Đại Hàn, Nhật Bản,

Tây Tạng, Mông Cổ, Bhutan v.v... và hy vọng ngày ấy sẽ không xa.

Phần còn lại sau cùng là vận động in ấn, phát hành. Phần này do Sư Cô Thanh Nghiêm là đệ tử xuất gia của Cố Hòa Thượng Thích Tịnh Hạnh đảm trách chung với các huynh đệ, tỷ, muội trong Đại Gia Đình Phật Giáo Linh Sơn cả Tăng lẫn tục và với sự hỗ trợ nhiệt tình của chư Tôn Đức Tăng Ni cùng Phật tử Việt Nam khắp nơi trên thế giới, ở trong cũng như ngoài nước. Như vậy chúng ta sẽ hãnh diện được với các nước Phật giáo láng giềng, là Phật giáo Việt Nam của chúng ta cũng đã hoàn thành được một bộ Đại Tạng Bắc Truyền hoàn toàn bằng Việt ngữ.

Kính nguyện.

*Viết xong lời bạt của việc xuất bản lần này*
*tại thư phòng Tổ Đình Viên Giác Hannover, Đức Quốc,*
*vào ngày 30 tháng 1 năm 2021*
*nhằm ngày 18 tháng 12 năm Canh Tý.*

## Tài liệu tham khảo

1) Nam Truyền Đại Tạng Kinh phát hành năm 2015 do Ban Tôn Giáo xuất bản tại Việt Nam.

2) Đại Tạng Kinh chữ Hán phát hành tại Đài Loan vào tháng 6 năm 1973

3) Đại Tạng Kinh Càn Long được phát hành năm 1999 tại Đài Bắc, Đài Loan.

4) Đại Chánh Tân Tu Đại Tạng Kinh bằng chữ Hán được phát hành vào năm 1974 và năm 1990.

5) Linh Sơn Pháp Bảo Đại Tạng Kinh được bắt đầu in tại Đài Bắc, Đài Loan vào năm 2000 và đến năm 2015 in xong 187 tập.

6) Tự Điển Hán Việt của Thiều Chửu.

7) Tự Điển Phật Học của Phân viện Nghiên cứu Phật học thuộc Giáo Hội Phật giáo Việt Nam.

8) Wikipedia tự điển toàn thơ mở tiếng Việt, Anh, Đức và Nhật ngữ.

9) Các Website như: quangduc.com; thuvienhoasen.org; Viengiac.info; rongmotamhon.net; Nigioikhatsi.net thuộc Giáo Hội Liên Hoa; chuaadida.com (Úc); hovouu.com.

10) Thống kê số chữ và số trang do Phật tử Minh Đăng Trần Tế Thế thực hiện.

# LỜI CUỐI SÁCH

Hôm nay ngày 7 tháng 7 năm 2021, nghĩa là đúng một tháng sau mùa An Cư Kiết Hạ, nhằm ngày 28 tháng 5 năm Tân Sửu, Phật lịch 2565, tôi đã chấp bút viết xong mấy trăm trang viết tay của quyển sách thứ 69 này.

Dĩ nhiên là việc hình thành một cuốn sách không khó lắm đối với người đã có kinh nghiệm viết và dịch nhiều sách. Chỉ là vấn đề tìm nguồn tài liệu, sau đó sắp đặt dàn bài và lấy ý tưởng rồi bắt đầu đặt bút xuống viết mà thôi. Thời gian này thì không tính được, có thể mất nhiều tháng, đôi khi cũng có thể đến nhiều năm. Ví dụ như tác phẩm này chẳng hạn. Ban đầu tôi định viết với một tiêu đề khác, nhưng sau đó thấy rằng đã ở tuổi 72, 73 như tôi trong năm nay mà không cố gắng viết cũng như tra cứu để hoàn thành tác phẩm này, thì không biết đến bao giờ mới thực hiện được. Bởi lẽ khi tuổi đời càng cao, mắt càng mờ, lưng còng, gối mỏi, sức khỏe không cho phép mình thực hiện những gì mình mong đợi, nên tôi đã ngồi lại bàn giấy nơi thư phòng của Tổ Đình Viên Giác tại Hannover để thực hiện việc này như là một cách để đền ơn Tam Bảo vậy.

Hôm qua ngày 6 tháng 7 năm 2021 cũng là một ngày đặc biệt đáng ghi nhớ. Đó là sinh nhật lần thứ 85 của Thánh Đức Đạt Lai Lạt Ma thứ 14, mà tôi đã có nhân duyên gặp Ngài cũng như học hỏi với Ngài trong nhiều lần và ở nhiều nơi khác nhau như: Ấn Độ, Đức Quốc. Có lần tôi đã đến Ấn Độ để thuyết trình bằng tiếng Anh về Phật giáo Việt Nam tại Đại Học New Delhi cách đây chừng 15 năm về trước. Hôm đó Ngài cũng đã thuyết trình về Phật giáo Tây Tạng. Đến ngày 18 tháng 6 năm 1995 lần đầu tiên Ngài đến Hannover để lãnh giải thưởng danh dự do Thị trưởng thành phố, ông Schmalstieg trao tặng, nên chúng tôi đã thỉnh Ngài về Chùa Viên Giác dùng bữa trưa, sau đó Ngài ban cho một thời pháp bằng tiếng Anh và tiếng Tây Tạng, do Thầy Hạnh Tấn, Thầy Hạnh Giới và Christop dịch sang Đức ngữ rồi Việt ngữ.

Sau đó mấy năm, đến năm 1999 tôi đã viết tác phẩm về "Tiếp kiến Đức Đạt Lai Lạt Ma" bằng cả Việt ngữ và Đức ngữ.

Lần thứ 2 Ngài đến thăm và giảng pháp tại Chùa Viên Giác, Hannover, là vào ngày 20 tháng 9 năm 2013, lúc ấy Thầy Hạnh Giới đang làm Trụ Trì và chính Thầy Hạnh Giới đã dịch bài giảng của Ngài trực tiếp từ tiếng Anh sang Việt ngữ rất lưu loát. Báo chí và những phương tiện truyền thông của Đức lúc bấy giờ loan tin rất đầy đủ về 2 cuộc viếng thăm này. Ngay cả trong trang nhà của chính phủ Tây Tạng của Ngài đang điều hành thuở ấy tại Dharamsara, Ấn Độ, cũng đã tường thuật đầy đủ bằng Anh ngữ. Đây là đại nhân duyên của Chùa Viên Giác, với chúng tôi và với Phật tử Việt Nam cũng như Đức tại thành phố Hannover này.

Nhiều lần Ngài đã đến Hamburg, Schneverdingen, Frankfurt v.v... tôi đều đã đến tham dự nghe Ngài giảng và học pháp với Ngài, đôi khi cả tuần lễ như ở Schneverdingen chẳng hạn. Có lần cách đây chừng 15 năm, Ngài đến Đại Học Hamburg để chủ trì những ngày hội thảo về việc chấp nhận thọ giới Tỳ Kheo Ni cho nữ tu Tây Tạng và những người nữ Tây Phương tu theo truyền thống Phật giáo Tây Tạng, tôi cũng đã được hân hạnh ngồi dùng cơm trưa tại một khách sạn chung một bàn với Ngài và với Thủ Tướng lưu vong Tây Tạng tại Ấn Độ, Thị trưởng thành phố

Hamburg và nhiều vị Bộ trưởng khác nữa. Tôi là khách danh dự của hôm đó, bởi lẽ so với những vị khách Tăng được mời, thì tôi là người có tuổi hạ cao hơn những người đang tham dự, nên đã được đặc ân ấy.

Tôi nhớ rất rõ hôm ấy Ngài hỏi tôi về chư Ni Phật giáo Việt Nam có phải thực hành theo Tứ Phần Luật của Pháp Tạng bộ không, và tôi đã trả lời đầy đủ câu hỏi của Ngài bằng Anh ngữ. Tôi hỏi Ngài tại sao tháng vừa rồi Ngài bỏ chuyến đi thăm viếng Pháp quốc? Thì Ngài chỉ nơi bụng của mình và Ngài bảo rằng: "Cái bao tử nó có vấn đề", rồi Ngài cười rất hồn nhiên.

Những lần được cung đón Ngài như thế, tôi được Ngài cụng đầu, nhiều khi thân thiện Ngài còn béo má tôi nữa. Những lúc chào hỏi, Ngài hay bảo với tôi rằng: "Oh, my friend!", rồi hồn nhiên hỏi thăm nhiều chuyện khác. Đây là cách ngoại giao của một vị Vua, một vị Thủ tướng mà Ngài đã dành trọn đời mình để cống hiến cho quê hương Tây Tạng cũng như cho Phật giáo thế giới.

Nhân ngày sinh của Ngài, Thầy Hạnh Tuệ đang là tăng chúng Chùa Viên Giác hay nhắc khéo với tôi là: "Bạch Sư Phụ ngày mai hay mốt là sinh nhật của Đức Đạt Lai Lạt Ma", và chính Thầy ấy hay hoan hỷ phát tâm cúng dường tịnh tài lên chư Tăng Ni hiện diện, để cầu nguyện cho Ngài được sống lâu hơn nữa, nhằm mang từ bi, trí tuệ đến cho mọi loài và mọi người trên quả địa cầu này. Bởi lẽ suốt 10 năm (từ năm 2007 đến năm 2017), Thầy Hạnh Tuệ đã điều hành Trung Tâm Tu Học Viên Giác ở Bồ Đề Đạo Tràng tại Ấn Độ, đã có nhiều lần đảnh lễ Đức Đạt Lai Lạt Ma cũng như gieo duyên với Phật giáo Tây Tạng, nên Thầy ấy đã thể hiện được việc tưởng niệm này.

Cũng chính nhờ ở Trung Tâm Tu Học Viên Giác tại Bồ Đề Đạo Tràng do Thầy Hạnh Nguyện và Thầy Hạnh Tấn sáng lập trong 10 năm ấy, mà Thầy Hạnh Tuệ đã lạy kinh từng chữ một theo cách "ngũ thể đầu địa", như chư Tăng và Phật tử Tây Tạng vẫn hành trì hằng ngày. Những bộ kinh mà Thầy Hạnh Tuệ lạy mỗi chữ mỗi lạy là Kinh Đại Bát Niết Bàn, Kinh Pháp Hoa và Kinh Đại Bảo Tích. Riêng Kinh Đại Bảo Tích gồm 9 tập tất cả, mỗi tập dày đến trên 500 trang và mỗi ngày như vậy, ngoài việc điều hành nhân viên người Ấn Độ làm việc cho Trung Tâm Tu Học Viên Giác ra, Thầy ấy thường hay ra phía hướng đông của gốc cây Bồ đề, nơi Đức Phật thành đạo, lạy mỗi ngày từ 1.000 đến 3.000 lạy. Trong nhiều năm Thầy ấy đã lạy xong 9 quyển Kinh Đại Bảo Tích, mỗi chữ mỗi lạy như thế và tính đến năm nay 2021 Thầy ấy đã lạy tất cả trên dưới 3 triệu lạy, theo lối lạy ngũ thể đầu địa của Phật giáo Tây Tạng.

Ngày 6 tháng 7 năm 2021 vừa qua, cũng là ngày chư Ni và Phật tử Chùa Bảo Quang, Hamburg đã thỉnh linh cốt của Ni Trưởng Thích Nữ Diệu Tâm về Tổ Đình Viên Giác, Hannover để lễ Phật và lễ Tổ lần cuối trước khi đến ngày lễ Chung thất vào ngày 30 tháng 7 năm 2021, ngày sẽ an táng phần tro cốt này tại nghĩa trang Öjendorf, Hamburg.

Ni Trưởng viên tịch vào ngày mùng 3 tháng 5 năm Tân Sửu, nhằm ngày 18 tháng 6 năm 2021, thế thọ 83 tuổi và hạ lạp 57 năm. Ni Trưởng xuất gia từ năm 1956 và ở Đức từ năm 1984 đến nay là đúng 37 năm hành đạo cũng như xây dựng Bảo Quang Ni Tự tại Hamburg đã thành tựu viên mãn.

Trước khi viên tịch, Ni Trưởng có làm tờ di chúc là tro cốt sẽ được chia ra làm 4 phần. Hũ tro thứ nhất gọi là Nhân Duyên và hũ tro này sẽ mang về Việt Nam đến tỉnh Quảng Nam, nơi làng Bình Triều có con sông chợ Được, sẽ rải tro cốt vào dòng sông này, vì nơi đó Ni Trưởng đã được sinh ra và lớn lên đến năm 15 tuổi thì đi xuất gia học đạo tại Chùa Bảo Thắng ở Hội An. Trước khi tro cốt đem đi rải vào dòng sông chợ Được thì ghé về Chùa Sư Nữ Bảo Thắng để lễ Phật và lễ Tổ, nơi này cũng có một dòng sông rất thơ mộng đang chảy qua Chùa Bảo Thắng giống như dòng sông nhỏ chảy qua Chùa Bảo Quang tại Hamburg vậy.

Hũ thứ 2 gọi tên là Thầy Tổ. Hũ này được nhập tháp tại Chùa Tường Vân ở Huế, nơi Sư Phụ của Ni Trưởng là cố Sư Bà Thích Nữ Đàm Minh đang an nghỉ, và trước khi đi về chốn Tổ, Ni Trưởng mong muốn về lại chùa Bảo Quang ở Đà Nẵng để đảnh lễ Phật, lễ Tổ. Vì nơi đây Ni Trưởng đã nhận được ân giáo dưỡng của Thầy mình trong nhiều năm.

Hũ thứ 3 gọi là Đảnh Lễ. Vì bình sinh Ni Trưởng đã nhiều lần đến Ấn Độ để thăm Tứ Động Tâm, nên nắm tro còn lại cuối đời này Ni Trưởng muốn đưa về nơi Linh Thứu Sơn để được tham gia những Pháp hội của Đức Phật đã từng giảng những bộ kinh quan trọng như Pháp Hoa, Đại Bát Niết Bàn và cũng là nơi mà Ngài Ca Diếp đã mỉm cười khi nhận được tâm truyền của Đức Phật gọi là "Niêm hoa vi tiếu".

Hũ thứ 4 được gọi là hũ Cảm tạ và Tiếp nối. Sau khi về lễ Phật, lễ Tổ tại Tổ Đình chùa Viên Giác Hannover thì linh cốt của Ni Trưởng sẽ được chôn tại Nghĩa trang Phật giáo Öjendorf, Hamburg và Ni Trưởng mong rằng mỗi năm cứ đến ngày Rằm tháng Bảy mọi người có thân nhân chôn cất tại đây sẽ đi viếng mộ và lấy ngày này làm ngày Thanh Minh cho Phật tử Việt Nam ở vùng này. Đồng thời cũng là một sự cảm tạ sâu xa đối với xứ Đức đã cưu mang không biết cả mấy trăm ngàn người tỵ nạn Việt Nam từ năm 1978 đến nay.

Ngoài ra ở Ni Trưởng cũng có một điều đặc biệt là từ khi xa quê hương để sang Đức quốc làm việc Đạo từ năm 1984 đến 2021 là 37 năm dài, nhưng Ni Trưởng chưa về lại thăm quê một lần nào, mặc dầu lúc nào hồn quê cũng lai láng trong tâm thức của Ni Trưởng. Những năm cuối đời, Ni Trưởng bệnh, ít nói nhưng hay mỉm cười, và mỗi lần ghé thăm Ni Trưởng tôi hay ngâm bài thơ của Trần Trung Đạo nhan đề là "Bao giờ nhỉ tôi về thăm xứ Quảng" để Sư nghe với giọng Quảng thuần túy của mình. Những khi như vậy Ni Trưởng rất hoan hỷ.

Những Đại Giới Đàn Đôn Hậu được tổ chức tại Tổ Đình Viên Giác, Hannover vào cuối tháng 6 năm 2005 tôi đã cung thỉnh Ni Trưởng làm Đàn Đầu Hòa Thượng bên giới đàn của chư Ni và đến năm 2008 khi tôi được tấn phong lên phẩm vị Hòa Thượng, tôi đã tổ chức tấn đàn truyền giới Sa di, Sa di ni, Thức xoa, Tỳ kheo và Tỳ kheo ni, tôi cũng đã thỉnh Ni Trưởng làm Đàn Đầu Hòa Thượng Ni trong Đại Giới Đàn Pháp Chuyên này. Những giới đàn về sau thì Ni Trưởng đã yếu dần, nên tôi đã thỉnh Ni Trưởng Thích Nữ Như Tuấn làm Đàn Đầu Hòa Thượng Ni trong Giới Đàn Quán Thông, được tổ chức tại Tổ Đình Viên Giác, Hannover từ ngày 29 đến 30 tháng 6 năm 2019; kỷ niệm năm tôi 70 tuổi đời và 56 năm xuất gia học đạo, năm đó đã không có sự tham dự của Ni Trưởng Thích Nữ Diệu Tâm nữa.

Đặc biệt trong những giới đàn của Tăng và Ni được tổ chức tại Tổ Đình Viên Giác Hannover hay Chùa Thiện Minh ở Lyon, Chùa Khánh Anh tại Paris, Pháp quốc luôn có những giới tử người Âu Châu đến cầu thọ Đại Giới của Tỳ kheo hay Tỳ kheo ni thuộc các quốc tịch như: Ý, Pháp, Đức, Hòa Lan, Bỉ v.v... Đây cũng là một điểm son của Phật giáo Việt Nam tại Âu Châu, mà Ni Trưởng Thích Nữ Diệu Tâm đã đóng góp phần mình vào sự thể hiện tinh thần của Pháp Tạng Bộ thuộc Tứ Phần luật, mà ở đó Bát Kỉnh Pháp được nêu lên hàng đầu và chính Ni Trưởng Thích Nữ Diệu Tâm đã thể hiện được điều đó.

Đứng về phương diện của Giáo Hội Phật giáo Việt Nam Thống Nhất Âu Châu thì Ni Trưởng đã nhiều lần làm Tổng Vụ Trưởng Tổng Vụ Từ Thiện Xã Hội, rồi Vụ Trưởng Ni Bộ Bắc Tông. Đối với Giáo Hội Phật giáo Việt Nam Thống Nhất, Chi Bộ Đức Quốc thì Ni Trưởng ngay từ những ngày đầu tiên mới đến Đức từ năm 1984, Ni Trưởng đã tham gia vào Chi Bộ; lúc thì Chi Bộ Phó Nội Vụ, lúc thì Cố Vấn cho Chi Bộ v.v... chỉ ngần ấy việc làm trong lúc bình sinh của Ni Trưởng, chúng tôi không ngại để phong tặng cho Ni Trưởng là bậc Ni lưu thuộc Chúng trung tôn của Đức Phật và là một bậc Trượng phu của Phật giáo Việt Nam. Và nơi đây xin ghi lại mấy hàng này để thâm tạ thâm ân của một bậc chân Ni, đã đóng góp hết mình cho sự phát triển của Phật giáo Việt Nam tại Đức cũng như Âu Châu bằng một dòng tưởng niệm như sau:

*"Nam Mô Từ Tôn Lâm Tế Chánh Tông, Liễu Quán Pháp Phái, Tường Vân môn hạ, tứ thập tứ thế, Đức Quốc khai sơn Bảo Quang Ni Tự, thượng Nguyên hạ Từ, tự Diệu Tâm, Hòa Thượng Ni chi Giác linh."*

Nguyên sanh Kỷ Mão niên (1939) vãng sanh ư Tân Sửu ngũ nguyệt sơ tam nhựt, thượng thọ bát thập tam tuế, ngũ thập thất hạ lạp (18.6.2021).

Đây chính là phần niệm ân của chúng tôi và xin ghi lại vào sách này, để ngày sau những đệ tử hãy gìn giữ lấy hình ảnh cũng như công hạnh của Ni Trưởng mà noi theo trên bước đường tu Phật, cũng như hành hạnh Phật của mỗi người xuất gia trong cuộc sống đầy thử thách như ở ngoại quốc ngày hôm nay.

Cũng như mọi năm, kể từ năm 1984 đến 2021 là 38 năm như thế, Tăng Ni chúng Tổ Đình Viên Giác tại Hannover, Đức Quốc đều làm lễ tác pháp An cư Kiết hạ mỗi năm 3 tháng từ sau lễ Phật Đản, độ 16 tháng 4 âm lịch là vào hạ và độ từ 15 tháng 7 âm lịch trước hoặc sau lễ Vu Lan mấy ngày chúng tôi có làm Lễ Tự Tứ để nhận tuổi đạo. Từ đó đến nay không gián đoạn một năm nào cả. Nhờ vậy mà chúng tôi có nhiều thời giờ để tu tập, hành trì cũng như viết sách v.v... Đại khái giờ giấc trong mùa An cư được sắp xếp trong ngày và tháng như sau:

5:45 phút sáng, tất cả Tăng Ni chúng đều tập trung tại bàn Tổ để lễ Tổ trước khi lên Chánh điện. Tôi thường hay để đồng hồ reo vào lúc 5 giờ sáng, nhưng bây giờ lớn tuổi nên dậy sớm hơn nhiều trước khi đồng hồ báo thức. Lúc còn nhỏ thì thức khuya, nên dậy sớm để tụng kinh, ngồi Thiền là một cực hình. Bây giờ ở tuổi già, đa phần ai cũng thích đi ngủ sớm và dậy sớm cũng là chuyện bình thường thôi. Từ hai, ba năm nay tôi có thói quen dậy 2 hay 3 lần trong đêm để đi vệ sinh, sau đó vào ngủ tiếp. Được một cái là sau khi nằm lại trên giường, độ 5 phút sau, tôi đã được tái tạo lại giấc ngủ một cách bình an và độ 4 giờ 15 phút là mắt bắt đầu tỉnh táo. Đến 4 giờ 20 hay trễ lắm là 4:30 thì tôi thức dậy hẳn, làm vệ sinh, sau đó ngồi vào bàn làm việc, mở máy Laptop lên để xem những e-mail mà các nơi gởi về vào ngày hôm trước. Cái nào trả lời được liền thì tôi trả lời; cái nào không đáng trả lời thì xóa đi. Khi xem đến mail phải trả lời là tôi trả lời liền; không chỉ xem qua rồi để đó, đến ngày mai sẽ quên đi và người gởi mail thì phải chờ đợi. Nhờ thói quen này mà tôi giải quyết được nhiều việc cần phải giải quyết. Đa phần nhiều vị chỉ xem qua và lướt đi, không trả lời liền; nên đến khi tìm lại thì cả mail đáng phải trả lời và mail spam nằm chung với nhau, rất khó kiếm và tốn thì giờ nữa. Đây là cách làm việc riêng của tôi; nhưng hiệu quả không phải là ít. Tiếp theo nếu có thời gian thì tôi vào xem tin tức thế giới và tin tức Việt Nam.

5:40 phút tôi phải rời phòng để lên nhà thờ Tổ, vì Tăng Ni chúng đang chờ tôi ở đó. Sau khi xá Tổ xong, tất cả theo thứ lớp chúng tôi lên điện Phật để ngồi Thiền độ 15 phút và tiếp theo trì tụng Thần Chú Thủ Lăng Nghiêm, có kinh hành nhiễu Phật, tiếp đó lạy Thánh hiệu của chư Phật, chư vị Bồ Tát. Kế tiếp những bài sám nguyện và thông thường mỗi sáng tôi cử một bài sám khác nhau, nên chư Tăng Ni của Tổ Đình Viên Giác thuộc rất nhiều bài sám. Ví dụ như sáng thứ Hai, tôi cử bài Quy Mạng đọc theo âm Hán Việt. Sáng thứ Ba tụng bài Sám Quy Mạng do Thiền Sư Thích Nhất Hạnh dịch ra Việt ngữ. Sáng thứ Tư tôi cho Đại chúng tụng bài Sám Quy Mạng nghĩa do Ni Trưởng Thích Nữ Trí Hải dịch. Đến sáng thứ Năm Đại chúng tụng Sám Khể Thủ âm Hán Việt. Sáng thứ Sáu tụng Sám Ngã Niệm. Sáng thứ Bảy tụng sám: Đệ Tử hôm nay quỳ trước điện... và sáng Chủ nhật cho tụng sám Nhứt Tâm âm Hán Việt hay Việt ngữ hoàn toàn.

Chỉ trừ những sáng có Bố tát vào ngày mồng Một và Rằm âm lịch hằng tháng, thì không đi kinh hành và thay vào đó có lạy Chúc Tán hồng danh cũng như chỉ tụng Lăng Nghiêm Thập Chú và tụng Sám Phổ Hiền để sau đó còn giáo giới cho Cư sĩ, Sa di, Sa di ni và tiếp theo quý Thầy tụng giới bổn Tỳ kheo 250 giới. Còn chư Ni thì ra phòng Tổ hay phòng của Chöling ở tầng 3 để đọc tụng giới của mình đã thọ trì.

Đến chiều ngày mồng Một và Rằm có lễ Bố Tát tụng giới Bồ Tát gồm 10 giới trọng và 48 giới nhẹ cho cả người xuất gia và tại gia. Trước đó một ngày của hai ngày Sóc và Vọng này vào lúc 17 giờ tại chùa đều có lễ bái Hồng Danh Sám Hối. Sau những ngày Bố Tát như thế Thầy Trụ Trì thường hay cúng cùng chư Tăng Ni trong nửa tháng một lần.

Một thời kinh buổi sáng kéo dài từ lúc 5:45 đến độ 7 giờ sáng là hoàn tất, sau đó ai trở về phòng nấy lo phận sự riêng của mình. Riêng tôi sau lúc trở lại phòng hay tập thể dục theo động tác như người Tây Tạng và còn một ít thời gian thì đọc sách hay xem email tiếp.

Đến 8 giờ tôi có mặt tại trai đường, vì tất cả Đại chúng đang chờ tôi tại đó. Ngày xưa cơm nước sáng, trưa, chiều đều được dọn lên bàn, nhưng vì sau này số lượng chư Tăng Ni đông, nên quý Thầy cho dùng theo cách Selbst Bedinung hay Self Service, tự lấy đồ ăn, ngay cả quý Thượng Tọa, chỉ trừ người lớn tuổi đi đứng khó cũng như Phương Trượng hay Ni Trưởng là do quý Thầy thị giả lo cho đầy đủ, khỏi cần phải đứng sắp hàng để đến phiên mình lấy thức ăn.

Tất cả đều dùng sáng, trưa và tối trong Chánh niệm. Sau khi dùng xong sẽ có một khoảng thời gian ngắn 5 hay 10 phút để trình bày việc trong ngày của chùa hay của Đại chúng.

Độ 8:30 là xong tất cả, vì những người phục vụ trong nhà bếp còn phải lo dọn rửa nữa. Nếu ngồi lâu nói chuyện, sẽ làm cho công việc ứ đọng lại. Riêng tôi, sau khi trở lại phòng, lo vấn đề vệ sinh cá nhân và đến 9 giờ sáng bắt đầu đi bách bộ ra những Hoppy Garden gần chùa. Mỗi ngày tôi đi ít nhất là 3.000 bước chân như thế, dầu cho có đông sang, hạ về, thu đến hay xuân lại. Tôi làm theo một thói quen nhất định như thế trong mấy chục năm nay, nên sức khỏe tạm ổn ở tuổi già 72, 73 như hiện nay. Tôi đi dọc theo những hàng cây táo, cây tùng, cây trắc bá diệp. Nhiều khi để mắt ngắm những loài hoa đang nở vào mùa xuân hay những sợi tuyết bay vào mùa đông lạnh giá. Đây là hạnh phúc của chính mình, ngoài việc đọc tụng Kinh điển hay đọc sách báo. Đa phần tôi mở cửa để vào Vô Học Cốc ngồi chừng 30 phút. Nếu là mùa đông tôi sẽ đốt sưởi bằng gỗ lên để sưởi ấm và sau đó, đi bách bộ về chùa. Trên đường đi gặp nhiều người Đức thì bắt chuyện để thăm hỏi như việc nắng mưa của đất trời hay câu chuyện thời sự trên truyền hình vào tối ngày hôm trước v.v...

Về đến sân chùa độ 10 giờ 15 phút, tôi đi vòng quanh Quan Âm Các để xem những cây cỏ chung quanh đây đó, đoạn đến trước cổng Tam Quan hướng về Bồ Tát Quan Thế Âm đảnh lễ Ngài ba vái và tiếp đến đi vào trong sân chính, cụng đầu vào tôn tượng đức Địa Tạng Vương, thân hình bằng đá trắng, Ngài đã đứng đó và cầm tích trượng để cứu giúp chúng sanh trong cảnh khổ đau ở chốn địa ngục. Kế tiếp tôi đi đến trước tượng Đức Quan Thế Âm Bồ Tát được dựng lộ thiên trong hồ nước, vái Ngài ba lần và tiến về phía tượng Đức Bổn Sư (do Sư Cô Từ Ngọc và Phật tử Thái Lan cúng cho Chùa Viên Giác từ 30 năm về trước với hình dáng của Phật giáo Nam Tông), để đốt nhang kính lễ Ngài. Tiếp đến tôi đến bên hồ cá để chuẩn bị cho cá ăn vào mỗi sớm mai, sau khi đi dạo về. Đây cũng là niềm hỷ lạc khi thấy đàn cá Koi bơi lội trong hồ như thế. Hầu hết cá này không phải do chùa mua, mà Phật tử người Việt cũng như người Đức mua mang đến hồ của chùa để thả. Mùa đông cá vẫn ở trong hồ như thế, mặc dầu bên trên mặt hồ đã bị đóng băng, nhiều khi âm 20 độ C mà cá vẫn sống, không ăn gì cả. Đôi khi cả 3 tháng như vậy, khi mùa xuân đến tuyết tan, cá mới bắt đầu ăn từ từ. Ngày nào tôi phải đi Phật sự xa thì Thầy Hạnh Lý hay Thầy nào còn ở lại chùa thay tôi cho cá ăn và mỗi ngày chỉ cho cá ăn một lần thôi. Phần tôi chỉ chứng đó việc, còn những anh em khác thì có vô số công chuyện để làm như: dọn hồ cho sạch sẽ, bao lưới lên trên để chim khỏi ăn cá, trang trí hồ cho đẹp; những việc này có Thầy Hạnh Luận, Thầy Hạnh Tuệ, Thầy Hạnh Bổn, Phật tử Đồng Nhã, Đồng Tâm v.v...

Độ 10:15 tôi đã có mặt ở văn phòng của những vị Cư sĩ đang làm việc tại đây để thăm hỏi vài lời. Họ là những người hộ đạo cho chùa rất lâu năm từ những năm 1984 về sau này như Bác Thị Tâm Ngô Văn Phát, Phật tử Thị Chơn Ngọc Diệp, Anh Như Thân Hà Phước Nhuận, Chú

Lương Hiền Sanh, Cô Lâm Yến Nga, Phật tử Hugo Thiện Tâm, Phật tử Thiện Đạo Uông Minh Trung v.v... Nếu không có những vị này thì tờ báo Viên Giác khó tồn tại từ năm 1979 đến nay 2021, đã hơn 42 năm và in được 243 số như thế. Ngoài ra những người ở xa như Anh Chủ bút Nguyên Trí Nguyễn Hòa (Phù Vân) hay hàng trăm người viết văn cộng tác bài vở nữa. Đây là sự sống, là niềm tin của người con Phật khi họ hướng về chùa.

Công việc của văn phòng thì quá nhiều. Ví dụ như việc cho báo, thư mời: Tết, Phật Đản, Vu Lan vào phong thư rồi mang ra bưu điện để gởi đi đến nhà của các Phật tử, được biết tờ báo Viên Giác đã có mặt ở 23 quốc gia trên thế giới. Ngày nay trang nhà Viên Giác và Facebook đã hình thành, có nhiều người vào đọc tin tức hay thông báo nhanh hơn, nhưng những vị lớn tuổi không thích dùng máy móc thì sách vở, báo chí cầm trên tay để đọc vẫn là niềm vui thích vô bờ. Thăm hỏi có nhiều việc để nói. Hôm nay nói về thời tiết, ngày mai nói về công việc phải làm, những sách vở cũ xuất bản từ những năm 1980, 1990 phải đánh máy lại để đưa lên mạng v.v... vì ngày ấy đánh máy chữ còn phải bỏ dấu tay cũng như không lưu trữ vào máy điện toán được, nên bây giờ phải đánh máy lại. Đó là chưa kể những sách của tôi viết, hầu như mỗi năm một cuốn và mỗi cuốn dày độ 300 trang viết tay. Tất cả đều do Chú Sanh và Cô Nga đánh máy. Bây giờ Cô Nga đã nghỉ, chỉ còn lại Chú Sanh; nhưng chú bây giờ cũng đã lớn tuổi rồi, chắc cũng không còn thời gian để hộ trì chùa lâu dài như xưa nữa. Cho đến nay trên dưới 70 tác phẩm như vậy tôi đều viết tay và chữ viết tay của tôi xấu lắm, chỉ có thư ký quen mặt chữ mới đọc được. Nhiều khi ý tưởng quá dồi dào nên không kịp để nắn nót viết từng nét chữ, mà tôi viết dài như sải tay, mỗi chữ chỉ có một hai nét, trong khi chữ ấy lẽ ra phải viết đủ là 4 hay 5 nét chẳng hạn. Sau này những bài ngắn chừng

4 đến 6 trang thì tôi tự đánh máy để đỡ công chú Sanh phải làm. Ví dụ như Thư Tòa Soạn mỗi 2 tháng một lần, hay những bài tôi vừa suy nghĩ vừa đánh vào Laptop cho nhanh, sau đó nhờ cô Thanh Phi ở Úc xem lại lỗi chính tả, thì không cần nhờ chú Sanh nữa. Anh Như Thân lo phần báo Viên Giác, Thiện Đạo lo giấy tờ thuế má, trả lời điện thoại khi có Phật tử gọi đến. Thị Chơn và Hugo lo cho lớp học người Đức. Trong thời gian Corona gần 2 năm nay, thì Thị Chơn ở nhà và dịch tin tức từ tiếng Đức ra tiếng Việt để đưa lên trang nhà viengiac.info. Nhờ vậy mà các nơi đều xem được tin tức cập nhật hằng ngày rất nhanh chóng.

Từ xa xưa của hơn 40 năm về trước, đã có anh Tuấn Tusito và chị Diệu Hoa Nguyễn Thu Cúc dịch giùm những sách tôi viết bằng tiếng Việt sang Đức ngữ. Rồi Thầy Hạnh Tấn, Thầy Hạnh Giới, Hạnh Giả v.v... họ là những người đã hỗ trợ cho tôi ở nhiều phương diện. Ngoài ra những sách tiếng Đức, tiếng Anh khi tôi dịch ra tiếng Việt đều phải nhờ Thầy Hạnh Giới và Hạnh Giả xem lại cách hành văn. Riêng tiếng Nhật chỉ có một mình tôi săn sóc câu văn; chứ người rành Nhật ngữ ở Đức hầu như không có.

Sách chữ Hán cũng vậy. Tất cả kinh sách bằng chữ Hán sau khi tôi dịch xong, đều đưa lên trang nhà Viên Giác, dẫu chưa được chỉnh sửa lại. Sau này thì có Thầy Hạnh Nhẫn giúp hiệu đính cho một vài bài và khi nào sách chữ Hán hay sách tiếng Việt, trước khi đưa lên Amazon đều được anh Nguyên Minh Nguyễn Minh Tiến đọc kỹ và sửa lại giùm. Nhiều khi có những quyển như: Mối tơ vương của Huyền Trân Công Chúa hay Vua là Phật, Phật là Vua có cả Ban Biên Tập báo Viên Giác đều đọc lại giùm trước khi in ấn như anh Nguyên Trí, Nguyên Đạo, quý cô Nguyên Hạnh, Diệu Thiện, Thiện Giới, Diệu Như, Nguyên Hằng, Thi Thi Hồng Ngọc, Song Thư v.v... tôi kể sẽ không bao giờ hết. Do vậy phải cảm ơn tất cả nhiều tấm lòng đã giúp những tác phẩm của tôi được hình thành như vậy. Cái dở của tôi là khi đặt bút xuống là cứ viết, viết cho đến khi nào mỏi lưng, mỏi mắt, hết mực mới đứng dậy và dừng bút và hầu như chẳng có quyển nào khi viết mà tôi đọc lại những gì mình đã viết. Chỉ khi nào viết xong hết sách tôi mới đọc lại lần cuối mà thôi. Do vậy sai chính tả, lạc ý văn cũng là chuyện thường tình và quý vị này đã giúp điều chỉnh câu văn lại giùm tôi.

Giống như quyển sách thứ 69 này cũng vậy. Bây giờ tôi đã viết đến trang thứ 278 rồi; nhưng tôi đã chưa đọc lại từ đầu, là mình đã viết những gì. Do vậy sự trùng lặp rất nhiều. Kính mong quý vị khi đọc, hiểu và thông cảm cho tôi điều này.

Đúng 10:30 sáng tôi trở lại phòng làm việc của mình và bắt đầu ngồi vào bàn giấy để cặm cụi viết. Cứ thế và cứ thế cho đến 11:20 thì phải nghỉ và bắt đầu y áo để đến trai đường tham dự buổi ngọ trai trong ngày. Nhiều khi có lễ cúng dường Trai Tăng của các Phật tử thì tôi hay đáp từ và tuyển chọn những đề tài nào trong Kinh điển, nhất là Đại Tạng Kinh hợp với từng hoàn cảnh thì tôi nói chừng 5 đến 10 phút như vậy. Thỉnh thoảng lắm mới lặp lại vài ý chính, nhưng đa phần là những đáp từ khác nhau.

Độ chừng 20 phút sau tất cả Tăng Ni dùng ngọ cúng dường xong thì kinh hành lên chánh điện đi 3 vòng trong khi chuông trống Bát Nhã ngày nào vào buổi trưa cũng gióng lên những âm thanh hùng tráng ấy. Việc này cũng tương xứng với câu đối mà cố Hòa Thượng Thích Quảng Thạc ở Việt Nam đã tặng, khi Ni Trưởng Thích Nữ Như Viên sang định cư tại Đức từ năm 1986 là:

*Tuệ cự cao tiêu quang Việt địa*
*Từ chung trường khấu chấn Tây dương*

Nghĩa đen:

*Đuốc tuệ giương cao làm tỏ ngời đất Việt*
*Chuông từ ngân dài làm rung động khắp Tây Phương*

Dịch thơ thành 9 chữ như sau:

*Đuốc tuệ cao ngời rạng danh dòng Việt tộc*
*Từ bi chuông gióng vang dội khắp trời Tây*

Sau khi đi kinh hành 3 vòng, trở lại nơi Phật điện để tụng Bát Nhã Tâm Kinh và hồi hướng. Nếu ngày nào có thí chủ đến cúng cho chư Hương linh thờ tại chùa thì chúng tôi lại có mặt tại nhà thờ vong. Đa phần thì Thầy Trụ Trì Thích Hạnh Bổn, Thầy Hạnh Tuệ, Hạnh Lý, Hạnh Nhẫn, Thông Triêm cúng; nhưng nếu khi nào có Phật tử lớn tuổi mất thì tôi hiện diện để nói vài lời an ủi gia đình họ sau lễ xả tang hay tuần thất v.v... Bởi lẽ những người đến với Chùa Viên Giác từ 30 năm về trước đều là những người đã đóng góp công sức của mình rất nhiều vào công việc tạo dựng nên ngôi Tam Bảo ở đây, nên tôi phải có mặt vậy. Năm rồi (2020) và năm nay (2021) tôi hầu như không đi xa như mọi khi, nên trong 2 mùa An Cư Kiết Hạ này có rất nhiều gia đình về chùa cuối tuần để cúng dường Trai Tăng, trai phạn và cúng tuần thất cho ương linh vừa mới qua đời hay giỗ, kỵ v.v...

Sau khi quá đường xong là đúng 12 giờ 30 phút, tôi trở lại phòng mình nghỉ trưa cho đến 14:00 giờ. Bởi lẽ buổi sáng thức sớm; nên giờ nghỉ trưa rất cần thiết cho người lớn tuổi như tôi.

Độ 14:30 đến 18:30 là giờ viết sách hay đọc sách, thư từ của Phật tử gởi đến. Ở khoảng giữa này thường có nghỉ giải lao vài lần. Thông thường nếu không phải trong mùa An cư kiết hạ thì giờ này tôi hay đọc Đại Tạng Kinh. Cũng có ngày tôi đọc đến 200 trang như vậy, nhưng đa phần là 100 trang. Mới đây tôi đọc quyển "Viết" của Trần Trung

Đạo 272 trang chỉ trong một ngày chủ nhật là xong và gấp sách lại. Nhiều khi thấy sách hay mà chưa có ai điểm sách này thì tôi lại viết bài tóm lược nội dung của quyển sách mà tác giả muốn gởi đến các độc giả khắp nơi. Bởi lẽ khi người đọc, đọc sách ấy có cái cảm nhận khác với tác giả khi dựng xây một tác phẩm, nên cần có người điểm sách là vậy. Nhờ đó mà trên trang nhà quangduc.com nếu quý vị tìm vào và bấm mục tác giả thì sẽ có rất nhiều bài viết của tôi được lưu trữ nơi đó. Nhờ vậy nếu sau này có ai đó muốn tìm tài liệu cũng dễ dò tìm.

Ngay như những sách của tôi đã viết lâu rồi mà thấy có đưa lên Amazon thì tôi cũng nhờ anh Nguyên Minh Nguyễn Minh Tiến lo giùm việc này. Đây cũng giống như một thư viện trên không gian rộng, khắp nơi trên thế giới đều có thể vào thăm được. Ngày xưa mỗi lần ra một cuốn sách, in cả 1.000 cho đến 3.000 cuốn, từ Đài Loan gởi về đến chùa, nhiều lúc không còn nhà kho để chứa. Còn bây giờ tất cả đều chứa trên Amazon, khi cần, muốn in bao nhiêu cuốn thì yêu cầu chỗ in, rồi trả tiền, chờ 1 đến 2 tuần lễ là có sách gởi đến địa chỉ của người nhận, rất là tiện lợi.

Đúng 18:30 phút trong ngày là giờ dùng chiều của tôi và vài Thầy. Bây giờ trong mùa An Cư Kiết Hạ ít có Thầy Cô nào dùng đông đủ như buổi trưa hoặc buổi sáng. Lý do không phải cữ dùng chiều, mà quý vị này bảo rằng ăn tối nặng bụng, vì còn phải tụng kinh, ngồi thiền nữa. Đây là thói quen của tôi dầu ở chùa hay đi đâu cũng hay dùng chiều, nhưng trong mùa An Cư Kiết Hạ chỉ dùng cháo nhẹ và trái cây mà thôi.

Đến 19:00 thì tôi rời phòng ăn để về phòng ở, lo vệ sinh rồi chuẩn bị cho thời kinh tối. Cho đến năm 2019 chùa vẫn còn lạy kinh mỗi chữ mỗi lạy, nhưng sau khi lạy xong bộ kinh Đại Bát Niết Bàn 2 quyển thì tôi cũng đã 70 tuổi rồi. Cho nên từ mùa hạ năm 2019 đến năm nay 2021, chúng tôi đã trì kinh Đại Bảo Tích và kinh Đại Bát Nhã Ba La Mật Đa do Ngài Huyền Trang người Trung Hoa dịch từ tiếng Phạn sang chữ Hán, vào thời Nhà Đường, thế kỷ 7, từ năm 661 đến tháng 10 năm 663. Và từ năm 1972 cho đến 1992 trong vòng 20 năm như vậy, cố Hòa Thượng Thích Trí Nghiêm ở Nha Trang đã dịch ra Việt ngữ từ những bản chữ Hán này trong Đại Chánh Tân Tu Đại Tạng Kinh, 600 cuốn thành 24 tập, mỗi tập dày độ hơn 500 trang.

Cho đến hôm nay, gần một tháng rưỡi An Cư Kiết Hạ của năm 2021, chúng tôi đã trì tụng mỗi tối từ 20:00 giờ đến 21:00 giờ gồm 20 trang khổ chữ lớn, và đúng thời điểm này đang ở tập thứ 7, kinh văn số 145; nghĩa là còn rất nhiều năm nữa, chúng tôi phải tiếp tục trì tụng hằng đêm trong các mùa An cư Kiết hạ nữa mới xong. Hy vọng đến trước mùa Vu Lan năm nay sẽ tụng xong quyển thứ 8, nghĩa là còn 16 tập nữa mới hết bộ Đại Bát Nhã này.

Từ 21:00 giờ đến 21:30 là giờ tọa thiền nơi Phật điện trước khi trở lại liêu phòng để an nghỉ sau một ngày dài tu và học như vậy. Năm rồi và năm nay vì dịch Covid 19, Phật tử ở nhà, ít khi đi chùa, nên chùa phải mở hai hệ thống Zoom và Facebook để các Phật tử theo dõi cùng tụng theo; mỗi ngày và mỗi lần như vậy vào ra lên xuống khác nhau, nhưng nhìn chung cả 2 hệ thống đều có chừng 40 Phật tử tham dự để tụng cùng. Thế nhưng đến sáng ngày hôm sau xem lại thì đã có 300 hay 400 lần đã lướt qua phần trì tụng Kinh Đại Bát Nhã của ngày hôm trước. Có lẽ do trái giờ nên những châu lục khác không vào trì tụng kinh chung với chùa, nên mới xảy ra những việc như thế này.

Trong mùa An Cư Kiết Hạ năm nay có nhiều sự kiện đặc biệt và tôi sẽ viết để kể lại cho quý vị nghe, có liên quan đến người Đức, có nhiều cách khác nhau để họ đến tiếp cận với Phật giáo.

Việc thứ nhất là có một bà cụ người Đức độ trên 70 tuổi, có một người em mới qua đời; đồng thời con chó cưng của bà cũng đã mất. Bà nhớ thương con chó nên đã mang đến chùa, tìm quý Thầy làm lễ cầu siêu cho con chó và cho người em quá cố của mình. Nhìn lúc bà cúng dường để hồi hướng cho con chó, còn nhiều hơn là cúng hồi hướng cho em mình nữa. Ban đầu bà hay đến chùa vào lúc 17:00 giờ chiều mỗi ngày để tụng công phu chiều cùng Thầy Hạnh Nhẫn, nhưng nay thì tụng kinh Đại Bát Nhã bằng tiếng Việt cũng như ngồi Thiền mỗi tối, bà đều tham gia. Thầy Hạnh Nhẫn cho biết rằng nay bà tụng kinh A Di Đà và Mông Sơn Thí Thực bằng tiếng Việt đã nhuần nhuyễn lắm rồi. Từ đó bà bắt đầu làm công quả như tưới cây trên Chánh điện hay giúp Thầy Hạnh Nhẫn những việc nho nhỏ của Hương Đăng phải chu toàn.

Từ đó bà gần gũi với chùa nhiều hơn và xem chùa như là chỗ để đi về lúc tuổi già. Nhiều khi bà còn dẫn con gái của mình đến chùa vào những ngày Chủ nhật để cúng cơm cho người em trai của bà và con chó cưng nữa. Sau đó họ mang đồ cúng xuống trai đường để dùng cơm chung với Phật tử Việt Nam. Bây giờ không phải chỉ có một hai hay nhiều người Đức đến chùa, mà nhiều người ngoại quốc khác cũng đến chùa để cùng tụng kinh Đại Bát Nhã bằng tiếng Việt và sau đó cùng chung ngồi thiền. Sau khi xả thiền, họ trở về nhà và hôm khác lại đến. Họ còn rủ thêm nhiều người Đức đi chùa nữa. Họ cũng đã biết cúng dường Tam Bảo và làm công quả cho chùa.

Cách đây chừng 2 tuần lễ tôi đã nhận được một email viết bằng tiếng Đức. Nội dung như sau:

*"Con tên là . . . . cách đây 25 năm về trước con đã học pháp và quy y với Thầy Thích Như Điển, vào ngày 14 tháng 7 này con làm lễ kết hôn với một người vợ Đức. Sau khi*

*ký giấy kết hôn tại Tòa Thị Chính Hannover, con muốn vợ chồng con bất cứ giá nào cũng đến chùa để lễ Phật và nhờ quý Thầy đọc cho một bài kinh cầu nguyện, cũng như ban cho những lời giáo huấn theo cái nhìn của Đạo Phật khi làm lễ kết hôn. Con mong rằng quý Thầy sẽ giúp đỡ cho chúng con được toại nguyện."*

Nội dung chỉ có như vậy và khi đọc xong email tôi rất xúc động, nên viết email trả lời ngay là đồng ý vào ngày giờ đó sẽ làm lễ Hằng Thuận cho hai người theo nghi lễ Phật giáo tại Chùa Viên Giác, Hannover.

Rồi một hôm có một người Đức ở vùng Stuttgart viết email về cho Tu Viện Viên Đức như sau:

*"Tôi đã tu Thiền Tuệ Minh Sát (Vipassana) theo truyền thống Nam Tông đã 25 năm rồi. Tôi có một người bạn cũng muốn cùng tôi đến Tu Viện Viên Đức ở Ravensburg để tự hành thiền và bế quan trong vòng 1 tuần lễ. Mong rằng quý Thầy hoan hỷ giúp đỡ cho."*

Sau đó tôi điện thoại cho Thầy Hạnh Vân đang Trụ Trì tại đó và tôi viết thư bằng tiếng Đức trả lời lại như sau:

*"Trên nguyên tắc thì không có gì trở ngại cả. Với tôi Tiểu Thừa, Đại Thừa hay ngay cả Kim Cang Thừa cũng không sao. Cuối cùng rồi chúng ta chỉ có một Phật Thừa mà thôi. Vậy các bạn hãy đến và việc ăn uống xin tự lo liệu, chúng tôi chỉ cung cấp cho các bạn chỗ ăn, ở và tọa thiền, hành thiền trong vòng một tuần lễ. Còn việc cúng dường cho Tu Viện thì xin tùy tâm vậy."*

Mấy ngày sau đó thì hai người Đức này đã đến thăm Tu Viện và cuối cùng họ đã ở lại đây trong vòng 1 tuần lễ để hành Thiền. Cứ thế và cứ thế Phật giáo đã đi vào lòng người Đức cũng như người Âu, Mỹ, Úc, Phi lúc nào cũng không ai hay biết.

Ba câu chuyện trên đây là sự thật 100% và tôi hay lấy đó làm dẫn dụ khi có dịp nói chuyện với Đại chúng rằng: "Quý Thầy, Cô thấy đó, ngày xưa khi người Ý, người Pháp, người Tây Ban Nha, người Hòa Lan đến Á Châu mình giảng đạo, đã tốn hao không biết bao nhiêu tiền của, đôi khi còn phải đổi cả mạng sống nữa, với một mục đích duy nhất là mang Lời Chúa đến với mọi người; nhưng thuở ấy việc bách hại cấm đạo đã xảy ra một cách khốc liệt. Vì văn hóa giữa 2 xứ Đông Tây khác biệt nhau khá nhiều, nên mới xảy ra những cảnh sát hại những vị Linh mục như vậy. Còn ngày nay Phật giáo chúng ta đến các xứ Âu Mỹ này bằng nhiều lý do khác nhau; nhưng chúng ta đã chẳng phải tốn tiền để chiêu dụ người khác theo đạo Phật, chúng ta cũng không bị những chính quyền sở tại bắt nạt khi làm việc đạo tại đây, mà ngược lại là đằng khác. Chính quyền các nước Âu, Mỹ, Úc ngày nay đã chấp nhận giáo lý của Đức Phật một cách tự nhiên và đối xử bình đẳng với những Tôn Giáo địa phương khác như Thiên Chúa hay Tin Lành. Phật giáo vốn chủ trương Từ Bi, Trí Tuệ và Lợi Tha nên ngày nay người Tây phương theo đạo Phật không ít. Hãy lấy 3 câu chuyện bên trên để suy ngẫm thì chúng ta sẽ thâm hiểu được vấn đề nhiều hơn."

Câu chuyện này còn kéo theo nhiều câu chuyện khác nữa và sau mỗi bữa dùng sáng lại có một đề tài khác nhau được nêu ra để cho được "Kiến hòa đồng giải" như sau: Nguyên là tại Chùa Viên Giác Hannover có rất nhiều chư Tăng Ni người ngoại quốc, đặc biệt là người Đức hay tới lui, nhiều khi xin ở lại nhiều ngày, nhiều tháng, có khi nhiều năm. Riêng tôi luôn khuyên Đại chúng rằng: "Hãy nên hoan hỷ và giúp đỡ họ. Quý Thầy, Cô thấy đó, nhìn những hình ảnh của những Tăng Ni người Đức ngồi tụng một thời kinh bằng tiếng Đức về Bát Nhã hay nhìn họ lạy Phật 3 lạy khi hết thời kinh, nhiều khi họ cũng hòa mình vào với Đại chúng niệm câu Phật hiệu Nam Mô A Di Đà Phật bằng tiếng Việt một cách nhịp nhàng, thật là đáng quý biết bao. Do vậy nên đối xử bình đẳng với họ, nhất là việc cúng dường. Lúc nào cũng nên cư xử theo tinh thần Lục Hòa là 'Lợi hòa đồng quân' là một chuyện nên làm".

Từ đó tôi hay giảng rộng cho quý Thầy Cô nghe về thế nào là thường trụ Tăng, thế nào là khách Tăng, thập phương Tăng, chiêu đề Tăng, ngoại hộ Tăng v.v... Từ đó mọi người xem nhau như huynh đệ trong một nhà, mặc dầu chúng tôi theo nhiều truyền thống Phật giáo khác nhau.

Đọc Đại Tạng Kinh để rõ lời Phật dạy và hành trạng của chư Tổ đã thực hành lời dạy của Đức Phật như thế nào, để từ đó chúng ta có được một bản đồ tu Phật nằm gọn trong tay thì chắc rằng chúng ta không lạc lối đi về đến Bảo Sở. Trong hai pháp học và pháp hành, thực ra pháp nào cũng quan trọng như nhau, nhưng theo tôi ở đời Mạt Pháp này, pháp hành rất quan trọng. Bởi lẽ lời Phật vang vọng từ xa, cách đây hơn 2.500 năm lịch sử. Tuy giáo pháp dạy người để giải thoát ấy còn đây; nhưng ngày nay người thực hành pháp quá ít, so với những gì họ đã học. Vấn đề quan trọng là phải hấp thụ giáo lý ấy như thế nào để được lợi mình và lợi người, thì đó mới là mấu chốt của vấn đề.

Quý vị đọc qua cả hằng mấy trăm trang sách mà tôi đã viết để giới thiệu về việc "Tôi đọc Đại Tạng Kinh" không biết quý vị có lãnh hội được một vài điều mà tôi đã trình bày chăng? Nếu không có gì cả thì đó quả thật là do lỗi của tôi quá vụng về vậy, vì đã không đáp ứng được nhu cầu của quý vị. Nếu có ít nhiều lợi lạc gì đó khi đọc quyển sách này thì tôi xin hồi hướng tất cả lên ba ngôi Tam Bảo để chứng minh và gia hộ cho quý vị luôn thẳng tiến đường tu để đạt thành giác ngộ, giải thoát.

Trong toàn bộ các bộ Đại Tạng đều ghi lại đầy đủ về Kinh, Luật và Luận. Chúng ta chỉ cần hạ thủ công phu siêng năng thọ trì, đọc tụng thì sẽ được lợi ích vô cùng. Nếu chúng ta thấy "kinh sách quá nhiều làm sao đọc cho hết", thì hãy nhìn con tằm ăn dâu để ứng dụng vào đời sống thực tế của mình. Ban đầu chúng ta thấy có rất nhiều lá dâu nằm trên nia. Thấy cả một núi lá dâu, nhưng khi cho vào máng ăn của tằm, thì chẳng mấy chốc tằm ăn hết cả cọng lẫn lá, và lúc bấy giờ chúng ta chỉ thấy toàn là tằm nằm trên nia kia, chứ không còn thấy lá dâu đâu nữa cả. Do vậy người ta bảo rằng: "Ăn như tằm ăn lên" là vậy. Sau khi tằm ăn dâu thì chúng sẽ tạo thành con kén, sợi tơ, và người đời mang những sợi tơ ấy dệt nên những lụa là gấm vóc cho con người dùng.

Đã có lần Thiền Sư Nhất Hạnh bảo rằng: "Nếu tằm ăn dâu mà chỉ thải ra toàn là những chất dâu nguyên thủy, thì đâu có làm lợi ích được gì cho đời, mà tằm phải tạo ra những lụa là gấm vóc cho người dùng thì đó mới là điều hữu dụng". Cũng như thế ấy, nếu chúng ta học giáo pháp của Đức Phật, mà không vận dụng được giáo pháp ấy để làm cho mình được an lạc, tự tại, cũng như giúp đời và giúp người được an vui hạnh phúc, thì việc thực hành pháp của chúng ta đã đi sai mục đích chính rồi.

Những gì tôi đã đọc, những gì tôi đã viết ra đây, vốn chỉ là những hiểu biết của một cá nhân thôi. Còn quý vị mới là quan trọng. Bởi lẽ nếu tôi đã giới thiệu một món ăn tinh thần cao cả ấy đến quý vị mà quý vị không trân quý, thì món ăn ấy cũng không còn tác dụng sâu xa vào tâm thức của quý vị nữa.

Phật giáo, hay nói đúng hơn là những lời Phật dạy quá cao siêu vĩ đại, nhưng nó cũng rất là đại chúng, rất bình dân không cầu kỳ, câu nệ như những câu chuyện thực tập pháp trong vòng 24 tiếng đồng hồ của mình trong mỗi ngày, hay của chư Tăng Ni trong mỗi mùa An Cư Kiết Hạ, và hình ảnh của những người Đức đã chấp nhận Phật giáo như là một liều thuốc dưỡng sinh khi tu học theo pháp môn của đạo Phật, thì đó chính là những thành quả của việc thực hành Pháp của Phật dạy vậy.

Sau khi viết xong gần 300 trang viết tay này, tôi sẽ dành thời gian để đọc lại và sửa những chỗ cần sửa hay thêm bớt cho những chỗ thiếu hay dư, sau đó mới nhờ chú Sanh đánh máy, sau khi có bản đánh máy tôi gởi cho cô Thanh Phi ở Úc, nhờ cô xem lại và sửa lỗi chính tả. Chừng này công đoạn cũng tốn cả mấy tháng trời. Việc tiếp theo là gởi qua cho Liên Phật Hội ở Hoa Kỳ để nhờ anh Nguyên Minh Nguyễn Minh Tiến chỉnh sửa lại toàn bộ quyển sách và dàn trang để đưa lên Amazon.

Lâu nay tôi đã có được mấy chục quyển sách đưa lên Amazon là nhờ sự hỗ trợ tài chánh đắc lực của Thiện Trí ở San Jose và vợ chồng Nguyên Hùng, Nguyên Ân ở Florida, USA. Ân nghĩa này tôi không bao giờ dám quên cả. Nếu không có những vị này thì tâm nguyện của tôi sẽ không bao giờ được thành tựu.

Sau khi đưa lên Amazon rồi, công đoạn tiếp theo là Phật tử Nguyên Đạo sẽ đặt sách để gởi đến những nơi nào cần gởi. Vì Amazon giống như một Đại Thư Viện trên không trung, ở đâu cũng có thể mua được và lúc nào cũng có thể nhờ họ in được, chứ chúng ta không cần phải in ra một lần mấy ngàn quyển như lâu nay.

Quyển sách này viết năm 2021, nhưng đến năm 2022 mới xuất bản được. Bởi lẽ cần có nhiều thời gian để thực hiện những công đoạn như trên và mong rằng khi độc giả đọc đến sẽ có được một niềm hỷ lạc nho nhỏ nơi tâm là tốt lắm rồi.

Lời cuối của tôi phải niệm ân tất cả Đại chúng Chùa Viên Giác Hannover, Đức Quốc. Nếu không có những Thầy, Cô lo cho tôi từ miếng ăn, đồ mặc hay chỗ ở như Thầy Hạnh Lý, hoặc đưa hình ảnh lên Facebook như cháu Thiện Đức Văn Nhật Tâm, Thiện Tuệ Kevin Ngô v.v... thì tôi đã không làm nên được những công việc hằng ngày như đã dự định. Ngoài ra việc ăn uống cũng là một vấn đề hệ trọng, nếu không có Anh Vũ chăm sóc cho tôi cũng như Đại chúng Viên Giác mỗi ngày ba bữa cơm cháo tương rau để có đủ dưỡng chất thật là lành mạnh, nhằm dưỡng nuôi cơ thể này, thân ít mang tật bệnh, thì không thể hoàn thành những gì như tôi đã dự định.

Xin niệm ân chính phủ Đức đã rải lòng từ, cứu giúp cho cả 80 triệu dân Đức đỡ chết nhiều sau cơn đại dịch Covid 19, mà còn cung cấp thuốc men cho nhiều quốc gia khác, thuốc chủng miễn phí, để họ có thể đối phó với sự chết chóc hằng ngày đã xảy ra khắp đó đây trên quả địa cầu này.

Chương phụ lục kế tiếp là tài liệu nên tham khảo. Đây cũng là một nhân duyên và tôi sắp trình bày vậy. Nguyên là sau khi thành lập Hội Đồng Chứng Minh và Hội Đồng Hoằng Pháp của Giáo Hội Phật giáo Việt Nam Thống Nhất do Hòa Thượng Thích Tuệ Sỹ làm Cố vấn chỉ đạo đề xướng, mà nhân sự đa phần đều ở ngoại quốc. Thành phần cốt cán vẫn là nhân sự của Giáo Hội Phật giáo Việt Nam Thống Nhất Liên Châu gồm: Canada, Hoa Kỳ, Úc Châu và Âu Châu. Phiên họp được hình thành vào ngày 10 tháng 5 năm 2021, gồm 4 Ban. Đó là:

- Ban Truyền Bá giáo lý

- Ban Trước Tác và Phiên dịch

- Ban Truyền Thông Báo Chí và Xuất Bản

- Ban Bảo Trợ.

Từ đó về sau này, Hòa Thượng Thích Tuệ Sỹ liên lạc thường xuyên với tôi hơn, vì tôi đang giữ vai trò Chánh Thư Ký của Hội Đồng Hoằng Pháp này cùng với 2 vị Phó Thư Ký, là Hòa Thượng Thích Nguyên Siêu (Hoa Kỳ) và Hòa Thượng Thích Bổn Đạt (Canada). Ưu tiên hàng đầu của Hòa Thượng Tuệ Sỹ là kế thừa và tiếp tục phiên dịch Đại Tạng Kinh Việt Nam, từ Đại Chánh Tân Tu Đại Tạng Kinh (Taisho Shinshyu Daizokyo). Ngoài ra Ban Trước Tác và Phiên Dịch dưới sự cố vấn của Hòa Thượng Thích Tuệ Sỹ còn đảm nhận nhiều công việc khảo đính và phiên dịch những ngôn ngữ khác nữa để đưa vào Đại Tạng. Đây là công việc của nhiều thế kỷ và cả hàng trăm, hàng ngàn người, chứ sức của một vài người dầu tài giỏi đến đâu đi nữa cũng khó mà thực hiện được. Do vậy Hòa Thượng Thích Tuệ Sỹ mới đứng ra cố vấn chỉ đạo cho Hội Đồng này.

Ngài gởi cho tôi 3 tập tài liệu quan trọng. Đó là:

Biên Bản Hội Nghị toàn thể Hội Đồng Phiên dịch Tam Tạng của Giáo Hội Phật giáo Việt Nam Thống Nhất, được họp tại Đại Học Vạn Hạnh ở Sài Gòn từ ngày 20 đến ngày 22 tháng 10 năm 1973.

Văn kiện thứ hai: *"Giới thiệu công trình phiên dịch Đại Tạng Kinh Việt Nam"* của Ngài Trí Siêu và Hòa Thượng Tuệ Sỹ viết vào mùa Phật Đản năm 2552 - Mậu Tý 2008.

Văn kiện thứ ba: *"Một số vấn đề ngữ pháp trong các Bản dịch Phạn Hán"* của Hòa Thượng Tuệ Sỹ viết, không thấy tài liệu này được viết vào thời điểm nào, nhưng tôi nghĩ rằng phải được viết sau tài liệu thứ 2 bên trên.

Đọc biên bản thứ nhất chúng ta phải cúi đầu kính ngưỡng quý Trưởng Lão Hòa Thượng, đã không ngại tuổi cao, sức khỏe yếu kém mà 18 vị đã nghiêng vai kề gánh trách nhiệm công việc phiên dịch trọng đại này. Bây giờ nhìn lại thì chỉ còn một mình Hòa Thượng Thích Tuệ Sỹ còn hiện hữu, với tư cách là thành viên trẻ nhất lúc bấy giờ vào thời điểm năm 1973, và năm nay 2021 thì Hòa Thượng Thích Tuệ Sỹ cũng đã 78 tuổi rồi (sinh năm 1943). Do vậy Ngài mong muốn thực hiện tâm nguyện của các bậc tiền bối, trước khi sức khỏe không còn cho phép để cáng đáng được nhiều công việc nặng nề hơn nữa.

Dĩ nhiên là trước năm 1973 nhiều bộ Kinh, Luật và Luận đã được nhiều Hòa Thượng dịch ra Việt ngữ rồi như: Kinh Pháp Hoa, Kinh Hoa Nghiêm, Kinh Đại Bát Niết Bàn v.v... Luật như: Tứ Phần Luật, Bồ Tát giới v.v... Luận thì có Đại Thừa Khởi Tín Luận, Đại Trí Độ Luận v.v... nhưng chưa biên tập thành như Đại Chánh Tạng của Nhật Bản đã biên tập. Bởi lẽ thời điểm cuối năm 1973 chiến tranh Việt Nam đã leo thang khủng khiếp và tiếp theo ngày 30 tháng 4 năm 1975 miền Nam Việt Nam bị thất thủ; một số quý Hòa Thượng trong Hội Đồng phiên dịch bị tù đày, bệnh hoạn hoặc nhiều lý do khác nhau bao phủ lên cả Dân Tộc và Đạo Pháp Việt Nam lúc đương thời, nên tâm nguyện ấy các Ngài đã không thực hiện trọn vẹn được.

Trong thời gian trước và sau năm 1975, cố Hòa Thượng Thích Trí Nghiêm đã dịch bộ Đại Bát Nhã gồm 600 cuốn trong vòng 20 năm (1972-1992), rồi Hòa Thượng Thích Đỗng Minh dịch nhiều bộ luật giá trị, Hòa Thượng Thích Thiện Siêu tiếp tục dịch Đại Trí Độ Luận v.v... Thế rồi năm 1994 cố Hòa Thượng Thích Tịnh Hạnh sau khi tốt nghiệp Tiến Sĩ tại Đài Loan đã về nước, gặp một số chư Tôn Đức trong Hội Đồng Phiên Dịch cũ và đã thương lượng như thế nào đó để một số Kinh, Luật và Luận được đưa vào Linh Sơn Pháp Bảo Đại Tạng Kinh, nhất là 17 quyển đầu từ Trường A Hàm, Trung A Hàm, Tạp A Hàm, Tăng Nhất A Hàm và Bộ Bản Sanh thì không có lỗi gì nhiều, trong này cũng có những bản dịch của Hòa Thượng Thích Tuệ Sỹ nữa.

Phần những tập tiếp theo thuộc về Kinh, Luật rồi Luận có nhiều người khác dịch như: Đại Tập Bộ, Kinh tập bộ 1 đến Kinh tập bộ 4, sau đó đến phần Mật Giáo từ tập thứ 18 đến tập thứ 21, thì Hòa Thượng Thích Tịnh Hạnh không cho dịch và cũng không có mặt trong Linh Sơn Pháp Bảo Đại Tạng Kinh, trừ bản dịch về Kinh Lăng Nghiêm của Bác Sĩ Tâm Minh Lê Đình Thám.

Kể từ tập thứ 22 thuộc về bộ luật cho đến tập thứ 24. Tập thứ 25 thuộc giải thích kinh luận cho đến tập 26. Từ tập này đến tập thứ 29 thuộc Tỳ Đàm bộ. Từ tập 30 thuộc Trung Quán bộ và Du Già. Tập 32 thuộc Luận tập bộ. Tập 33 thuộc kinh sớ cho đến tập thứ 39. Tập 40 thuộc về luật sớ bộ. Kể từ tập thứ 41 đến tập 44 thuộc luận sớ bộ và từ tập 44 đến tập thứ 48 thuộc Chư Tông bộ. Từ tập thứ 49 đến tập 52 thuộc Sử truyện bộ. Tập thứ 53 và nửa phần tập 54 thuộc bộ Sự Vựng, cho đến kinh văn số 2131 thuộc về Ngoại giáo bộ của tập thứ 54 này, là hết phần dịch ra Việt ngữ của Linh Sơn Pháp Bảo Đại Tạng Kinh.

Nếu chia ra cho rõ ràng như Đại Chánh Tân Tu Đại Tạng Kinh thì phải hiểu rằng: Tập thứ nhất thuộc A Hàm bộ Thượng; tập thứ 2 thuộc A Hàm bộ Hạ. Tập thứ 3 và thứ 4 thuộc bộ Bản Duyên; từ tập thứ 5 đến tập thứ 8 thuộc bộ Bát Nhã. Tập thứ 9 thuộc bộ Pháp Hoa và bộ Hoa Nghiêm; bộ Hoa Nghiêm cho đến hết tập thứ 10. Sau đó tập thứ 11 đến tập thứ 12 là bộ Bảo Tích và bộ Niết Bàn; tập thứ 13 thuộc Đại Tập bộ. Tập 14 cho đến tập thứ 17 thuộc Kinh tập bộ và từ tập thứ 18 đến tập thứ 54 như bên trên đã giải thích.

Bởi lẽ chư Tăng Ni còn đang học trong các Phật Học Viện dịch và chú giải ra Việt ngữ, chưa có kinh nghiệm nhiều và hầu như không có người giảo chánh lại tất cả các bản dịch, nên việc dịch sai lời, sai ý của kinh văn đã gặp phải không ít, nhất là 15 quyển sau cùng về bộ Sử Truyện và bộ Sự Vựng. Trong 15 quyển này từ quyển thứ 188 đến quyển thứ 202 của Linh Sơn Pháp Bảo Đại Tạng Kinh, tôi đã xem qua hết, nhưng chỉ sửa được những lỗi chính tả cần thiết, chứ không tra cứu vào bản chữ Hán của Đại Chánh Tân Tu Đại Tạng Kinh. Lý do là không đủ người và thì giờ để thực hiện công việc này.

Dẫu sao đi nữa thì khi Linh Sơn Pháp Bảo Đại Tạng Kinh được in hết 202 tập, thì cũng là một công trình đầu tiên của Phật giáo Việt Nam về Đại Tạng Kinh bằng Việt ngữ. Tuy còn sai nhiều, nhưng so với 2.000 năm lịch sử của Phật giáo Việt Nam, thì đây là một sự đóng góp không nhỏ cho Phật giáo Việt Nam của cố Hòa Thượng Thích Tịnh Hạnh nói riêng và cộng đồng Phật giáo Việt Nam nói chung, để chúng ta có được một bộ Đại Tạng Kinh bằng chữ Việt như các dân tộc Nhật Bản, Đại Hàn, Tây Tạng v.v...

Tuy còn phải sửa đổi lại cách dịch hay dịch lại các bản dịch khó hiểu đi nữa, thì bộ Linh Sơn Pháp Bảo Đại Tạng Kinh vẫn là bộ đầu tiên được hoàn thành bằng Việt ngữ của Phật giáo Việt Nam, và sau đó những bộ Đại Tạng Kinh của Giáo hội Phật giáo Việt Nam Thống Nhất ra đời do Hòa Thượng Thích Tuệ Sỹ chủ trương, cũng sẽ hoàn thành với sự cộng tác đóng góp của Hội Đồng Hoằng Pháp; hay bộ Việt Nam Thánh Điển của Giáo hội Phật giáo Việt Nam chủ trương v.v... Tất cả những sự đóng góp này đều đã nói lên được tinh thần dấn thân cao cả của chư Tôn Đức Tăng Ni và Phật tử, đã nghĩ đến việc phát triển lâu dài về sau này cho những thế hệ tương lai không rành Hán ngữ, thì những việc hy hiếm này đáng được cung kính đảnh lễ biết bao nhiêu.

Phần tôi cũng chỉ hy vọng như thế và mong rằng một Đại Tạng Kinh bằng Việt ngữ hoàn bị sẽ xuất hiện trong tương lai không xa.

Kính nguyện thập phương Tam Bảo, chư Phật, chư lịch đại Tổ Sư thùy từ gia hộ cho Phật giáo Việt Nam chúng ta có được một Đại Tạng Kinh hoàn hảo nhất mà từ xưa đến nay chưa hoàn thành được.

Nam Mô Công Đức Lâm Bồ Tát Ma Ha Tát tác đại chứng minh

**Tác giả Thích Như Điển**

*Viết xong quyển sách này*
*vào ngày 9 tháng 7 năm 2021,*
*nhằm ngày 30 tháng 5 năm Tân Sửu,*
*tại thư phòng của Tổ Đình Viên Giác*
*Hannover, Đức quốc.*
*Hôm nay cũng là ngày khai mạc*
*Khóa Tu Học Phật Pháp Âu Châu*
*kỳ thứ 32 trên hệ thống Zoom – Online*
*cho gần 500 chư Tôn Đức Tăng Ni*
*và học viên Phật tử gồm 21 quốc gia tham dự.*

# PHỤ LỤC

**GIÁO HỘI PHẬT GIÁO VIỆT NAM THỐNG NHẤT**
**VIỆN TĂNG THỐNG**
**HỘI NGHỊ TOÀN THỂ HỘI ĐỒNG PHIÊN DỊCH TAM TẠNG**
**(tổ chức vào các ngày 20, 21, 22. 10.1973)**

## BIÊN BẢN

**Phiên họp thứ nhất, ngày 20.10.1973**
**tại Đại học Vạn Hạnh.**

**Thời gian**: từ 16 giờ đến 21g30 ngày 20.10.1973

**Địa điểm**: Phòng Hội Đồng, Lầu 2, Đại học Vạn Hạnh

**Thành phần tham dự**:

Hiện diện (12 vị):

- Thượng tọa Trí Tịnh
- Thượng tọa Minh Châu
- Thượng tọa Quảng Độ
- Thượng tọa Thiện Siêu
- Thượng tọa Huyền Vi
- Thượng tọa Trí Thành
- Thượng tọa Huệ Hưng
- Thượng tọa Thuyền Ấn

- Thượng tọa Trí Nghiêm
- Thượng tọa Thiền Tâm
- Thượng tọa Thanh Từ
- Thượng tọa Bửu Huệ

Vắng mặt (6 vị):

- Thượng tọa Trí Quang
- Thượng tọa Nhật Liên
- Thượng tọa Đức Nhuận
- Thượng tọa Trung Quán
- Thượng tọa Đức Tâm
- Đại đức Tuệ Sỹ

Chủ Tọa Đoàn:

- Thượng tọa Trí Tịnh
- Thượng tọa Minh Châu
- Thượng tọa Quảng Độ

## I. PHẦN KHAI MẠC

### 1. Tuyên bố lý do

Mở đầu, Thượng Tọa Trí Tịnh, Trưởng Ban Hội Đồng Phiên dịch mời quý Thượng Tọa niệm hồng danh đức Thế Tôn, tiếp đó, Thượng Tọa long trọng tuyên bố lý do triệu tập Hội nghị.

Theo Thượng Tọa ngay từ khi Hội Đồng Phiên Dịch Tam Tạng được thành lập bởi quyết định của Hội Đồng Giáo Phẩm Trung Ương, Hội Đồng đã liên tiếp tổ chức nhiều phiên họp và hôm nay, Hội nghị được triệu tập là do những kết quả những phiên họp đó.

Nhấn mạnh đến tính cách quan trọng của Hội Nghị, Thượng Tọa nói tiếp rằng, vấn đề thành lập một Tam Tạng Việt ngữ là một vấn đề trọng đại và cấp thiết. Vì cho đến bây giờ, chúng ta vẫn chưa có được một Tam Tạng bằng tiếng Việt bên cạnh Tam Tạng của các quốc gia lân cận, mặc dù nền Phật giáo nước nhà không phải là có một lịch sử truyền bá ngắn hơn. Trước đây, tuy rằng vẫn có một số Kinh điển được dịch ra tiếng Việt, chúng ta vẫn không thể gọi đó là Tam Tạng Việt ngữ được vì lẽ những bản dịch này, phần lớn, còn có quá nhiều sơ suất. Sự vắng mặt của Tam Tạng Việt ngữ bên cạnh các Tam Tạng Trung Hoa, Cao Miên, Cao Ly, Nhật Bản... như thế là một điều đáng buồn. Hơn nữa, với tình trạng hiện tại, khi mà chữ Hán không còn được thông dụng như trước đây, thì sự có mặt của Tam tạng Việt ngữ lại càng mang một ý nghĩa quan trọng và cấp bách hơn, trong vấn đề phổ biến giáo lý đức Phật. Ý thức tầm quan trọng đó, Hội nghị được triệu tập với mục đích bàn về những phương thức làm việc, để cho Tam Tạng Việt ngữ chóng được hoàn thành. Thượng Tọa đã thuật lại hoài bão phiên dịch Kinh điển của mình và những khó khăn, những kinh nghiệm đã có trên đường thực hiện đại nguyện này. Thượng Tọa ước mong quý Thượng Tọa trong Hội Đồng, sẽ hoan hỷ làm việc một cách tích cực để Tam Tạng Việt ngữ sớm được hoàn thành.

## 2. Giới thiệu thành viên của Hội Đồng Phiên Dịch Tam Tạng

Tiếp đến, Thượng Tọa Thích Quảng Độ, Tổng Thư Ký Hội Đồng, giới thiệu các thành viên của Hội Đồng Phiên dịch Tam Tạng. Theo Thượng Tọa, cách đây mấy tháng, Hội Đồng Giáo Phẩm Trung Ương đã quyết định thành lập Hội Đồng Phiên dịch Tam Tạng và thành viên của Hội đồng gồm 10 vị. Đó là quý Thượng Tọa Trí Tịnh, Trí Quang, Minh Châu, Đức Nhuận, Bửu Huệ, Trí Thành, Quảng Độ,

Nhật Liên, Thiện Siêu, Huyền Vi. Trong đó, Thượng Tọa Trí Tịnh làm Trưởng Ban, Thượng Tọa Minh Châu làm Phó Trưởng Ban và Thượng Tọa Quảng Độ làm Tổng Thư Ký Hội Đồng.

Trong phiên họp ngày 30.7.1973, Hội Đồng Phiên dịch Kinh điển đã quyết định cung thỉnh thêm quý TT Đức Tâm, Huệ Hưng, Thuyền Ấn, Trí Nghiêm, Trung Quán, Thiền Tâm, Thanh Từ và Đại Đức Tuệ Sỹ gia nhập Hội Đồng. Như thế, tổng số thành viên của Hội Đồng Phiên dịch Tam Tạng là 18 vị. Buổi họp hôm nay có 12 vị hiện diện và 6 vị vắng mặt.

### 3. Sơ lược về thể thức làm việc

TT Minh Châu:

Để xúc tiến công việc, chúng tôi đã nhờ Thư viện Đại học Vạn Hạnh, Phật khoa và Chùa Già Lam.

- Thư viện lo phần mục lục những Kinh, Luật, Luận đã dịch, Thư viện Phật học được dành riêng cho quý Thượng Tọa tham khảo hay phiên dịch tại chỗ.
- Phật khoa làm biên bản các buổi họp, và quý vị có thể đưa cho Phật khoa đánh máy những dịch phẩm đã dịch xong.
- Chùa Già Lam cử một số Chú làm thị giả quý Thượng Tọa tại phòng họp.
- Về vấn đề cư trú: Vị nào muốn nghỉ lại Vạn Hạnh hay cần xe cộ di chuyển, xin cho biết để tiện sắp đặt.
- Trong phiên họp trước, Hội Đồng dự định mời quý Thượng Tọa hội họp trong 49 ngày, nay vì xét thấy có nhiều bất tiện nên thời gian họp được rút ngắn lại, và mỗi ngày chỉ họp từ 4 giờ chiều đến 10 giờ đêm. Riêng ngày mai, chúng tôi đề nghị họp từ 8 giờ sáng đến 6 giờ chiều.

**TT Thiện Siêu:** Xin xác định rằng ở đây chúng ta chỉ bàn đến thể thức làm việc cho Hội nghị này. Vấn đề thể thức phiên dịch sẽ bàn sau. Hội đồng đồng ý.

**4. Bầu Chủ tọa và Thư ký**

Hội nghị đồng ý mời TT Trí Tịnh, Minh Châu, Quảng Độ luân phiên làm Chủ tọa cho các buổi họp.

## II. PHẦN NGHỊ SỰ

Trước khi đi vào phần chính, một số Thượng Tọa yêu cầu sửa đổi chương trình nghị sự. Sau một hồi thảo luận, hội nghị chấp thuận chương trình nghị sự như sau:

Chương trình nghị sự

A. PHẦN KHAI MẠC

1. Tuyên bố lý do

2. Giới thiệu thành viên trong Hội đồng Phiên dịch

3. Sơ lược về thể thức làm việc

4. Bầu chủ tọa và thư ký

B. PHẦN NGHỊ SỰ

I. Duyệt xét và bổ túc mục lục Kinh điển đã phiên dịch

II. Soạn thảo thư mục Kinh điển phải phiên dịch

III. Tổ chức phiên dịch và thể thức phiên dịch

IV. Các vấn đề linh tinh:

1) Thời gian hội nghị

2) Cách thức làm việc

3) Đánh máy, ấn loát

4) Xây cất trụ sở. Vấn đề tài chánh.

## I. Duyệt xét và bổ túc mục lục Kinh điển đã phiên dịch

Trước khi soạn thảo thư mục Kinh điển phải phiên dịch, Hội nghị đọc và bổ túc thư mục những Kinh điển đã được chuyển ra Việt ngữ do Ban Tổ Chức cung cấp. Hội nghị khuyến cáo.

1. Với những bản dịch có giá trị: Nên duyệt lại trước khi chấp thuận đưa vào Tam Tạng Việt ngữ.
2. Với những bản dịch thiếu giá trị: Phải dịch lại.

**TT Thuyền Ấn:** Xin Hội nghị lưu ý về những bộ luận do Chư Tổ Việt Nam sáng tác. Có nên xếp những tác phẩm này vào Tam Tạng Việt Nam không?

Về điểm này, Đại hội biểu quyết là phải đưa vào Đại Tạng Việt nếu xét thấy tác phẩm có giá trị.

## II. Soạn thảo thư mục phải phiên dịch

**TT Minh Châu:** Về thư mục Đại Tạng Kinh, chúng tôi xin đại hội lưu ý Phật điển trên thế giới được phân ra làm hai tạng chính và Sanskrit và Pàli, và hai tạng dịch quan trọng nhất là Hán tạng và Tây Tạng tạng.

Trong hoàn cảnh hiện đại, xin Hội nghị chú trọng hai tạng Pàli và Hán. Và như thế, khi dịch chúng ta sẽ chia ra làm hai ban: ban Pàli và ban Hán. Mục lục Pàli khỏi bàn vì quá rõ ràng.

**TT Trí Tịnh:** Mục lục Pàli xin nhờ TT Minh Châu như Ngài đã nhận. Bây giờ xin chỉ bàn mục lục Hán tạng.

**TT Thuyền Ấn:** Thế giới chia Phật điển thành Tiểu Thừa tạng và Đại Thừa tạng. Chúng ta có nên làm như thế không?

**TT Trí Tịnh:** Không chia Đại, Tiểu thừa. Chúng ta nên theo lối xếp đặt của Hán tạng.

- Hội nghị đồng ý.

Đến đây, vì đã 19 giờ, ban Chủ tọa tuyên bố tạm nghỉ và phiên họp sẽ được tiếp tục vào đúng 20 giờ.

**20 giờ: Họp tiếp**

Hiện diện: Ngoài 12 vị đã ghi trên, còn có sự hiện diện của hai Thượng Tọa Trí Quang và Đức Nhuận.

**TT Trí Tịnh:** Để lập thư mục Kinh điển phải phiên dịch, chúng tôi xin đọc mục lục Đại Tạng Kinh điển.

Hán tạng chia làm những bộ chính như sau:

1. A Hàm Bộ
2. Bổn Duyên Bộ
3. Bát Nhã Bộ
4. Pháp Hoa Bộ
5. Hoa Nghiêm Bộ
6. Bảo Tích Bộ
7. Niết Bàn bộ
8. Đại Tập Bộ
9. Kinh Tập Bộ
10. Mật Giáo Bộ
11. Luật Bộ
12. Thích Kinh Luận Bộ
13. Tỳ Đàm Bộ
14. Trung Quán Bộ
15. Du Già Bộ
16. Luận Tập Bộ

17. Kinh Sớ Bộ
18. Luật Sớ Bộ
19. Luận Sớ Bộ
20. Chư Tông Bộ
21. Sử Truyện Bộ
22. Sự Vựng Bộ
23. Mục Lục Bộ
24. Cổ Dật Bộ
25. Nghi Tợ Bộ

TT Trí Quang:

Ở Hán tạng thường có nhiều bản dịch của cùng một bộ kinh. Gặp trường hợp này, nên dịch tất cả hay chỉ chọn bản hay nhất?

**TT Trí Tịnh:** Có hai trường hợp:

1) Những bản trùng dịch chỉ có một vài điểm sai biệt không quan trọng: dịch bản hay nhất.

2) Những bản trùng dịch có quá nhiều điểm khác nhau: Bắt buộc phải dịch tất cả.

**TT Minh Châu:** Chúng ta không có quyền chọn lựa. Phải dịch tất cả. Vì một bản dịch có thể dở với người này nhưng hay đối với nhiều người khác và ngược lại.

**TT Trí Quang:** Ý kiến của hai TT Minh Châu và Trí Tịnh đều hay và có lý riêng. Để dung hòa, tôi xin nhắc lại ý kiến của Lương Khải Siêu, một học giả đi trước chúng ta:

Những bản Hán dịch có thể chia ra làm 3 loại chính:

a) Tòng thư: Về loại này, có thể có một hai phẩm biệt dịch hay hơn trong tòng thư.

b) Chuyên mỹ: Những dịch phẩm có giá trị lớn về văn chương.

c) Định bản: Những bản dịch được phổ cập nhất và thường là được dịch đầu tiên.

Tôi đề nghị dịch hết ba loại đó. Trường hợp phát tâm dịch hết những bản dịch là do bản nguyện riêng của từng người.

**TT Minh Châu:** Như thế, về A Hàm chẳng hạn, chúng ta chỉ cần dịch:

No 1 Trường A Hàm

No 26 Trung A Hàm

No 125 Tăng Nhất A Hàm

No 15 Tạp A Hàm

của Hán Tạng.

**TT Thiện Siêu:** Nên dịch xong bộ này đến bộ khác hay dịch đồng thời mỗi nhóm một bộ theo khả năng riêng.

- Cách thứ nhất: Nhóm A dịch Trường A Hàm, nhóm B dịch Trung A Hàm, C Tạp A Hàm, D Tăng Nhất A Hàm, hay
- Cách thứ hai: Nhóm A dịch A Hàm, B Bát nhã, C Hoa Nghiêm...?

**TT Trí Tịnh:** Vấn đề đó sẽ nói sau. Xin soạn thảo mục lục trước. Việc này có hai cái lợi:

1) Nếu chúng ta làm chưa xong, đàn hậu tấn sẽ theo đó để làm tiếp.

2) Dễ dàng hơn trong việc hoạch định chương trình và phương tiện ấn loát.

Đại Hội đồng ý.

Sau một hồi thảo luận, Hội nghị quyết định soạn thảo ngay mục lục. Trước hết, Hội nghị bàn đến Bộ A Hàm.

**Về A Hàm Bộ**

Hội nghị đồng ý phải dịch trước những Kinh điển sau:

Tòng thư:

1. Trường A Hàm của Phật đà Gia xá và Trúc Phật niệm.
2. Trung A Hàm của Cù Đàm Tăng Già Đề Bà
3. Tạp A Hàm của Cầu Na Bạt Đà La
4. Tăng Nhất A Hàm của Cù Đàm Tăng Già Đề Bà và bản dịch Tạp A Hàm (thất dịch).

**Về Bổn Duyên Bộ**

**TT Trí Quang:** Bổn Duyên Bộ gồm tất cả 67 kinh, không kể những bản biệt dịch, gồm 3 loại chính:

a) Sự tích Phật, Bồ Tát trong những tiền kiếp.

b) Những bản trường ca

c) Những mẩu chuyện đạo giải thích Pháp cú.

Đề nghị nên dịch trước những tác phẩm hay nhất của loại C (Pháp cú), trong đó ưu tiên nhất là các bộ sau:

1) Pháp cú kinh, 2 quyển

2) Xuất Diệu kinh, 30 quyển

3) Pháp cú Thí dụ kinh, 4 quyển

4) Pháp tập Yếu kinh, 4 quyển

5) Bi Hoa Kinh, 10 quyển

6) Phật Sở Hành Tán.

Đại hội chấp thuận

**Về Bát Nhã Bộ**

**TT Trí Quang:** Về Bát Nhã, nên dịch 3 bộ là đủ:

1) Đại Bát Nhã, 500 quyển, Huyền Trang

2) Ma Ha Bát Nhã, La Thập

3) Kim Cang Bát Nhã, La Thập

Một số Thượng Tọa yêu cầu đọc tất cả các tên kinh của Bát Nhã Bộ để Hội nghị chọn thêm. Tuy nhiên, vì vấn đề khá phức tạp và nhất là đã quá khuya (21g30), Ban Chủ Tọa đề nghị quý Thượng Tọa về nhà soạn trước mục lục để hôm sau công việc được tiến hành một cách nhanh chóng hơn.

Ban Chủ Tọa mời quý Thượng Tọa niệm Phật hồi hướng và kết thúc phiên họp thứ nhất.

Phiên họp kết thúc đúng 21 giờ 30.

*Làm tại Saigon, ngày 20 tháng 10 năm 1973*

Chủ Tọa đoàn (dã ký)

Người lập biên bản (đã ký)

Thư ký đoàn (đã ký)

# HỘI NGHỊ
# TOÀN THỂ HỘI ĐỒNG PHIÊN DỊCH TAM TẠNG
# BIÊN BẢN

## Phiên họp thứ hai, ngày 21.10.1973
## tại Đại học Vạn Hạnh

**Thời gian**: Từ 08 đến 11 giờ 30 ngày 21.10.1973

**Địa điểm**: Phòng Hội Đồng, Lầu 2, Đại học Vạn Hạnh

**Thành phần tham dự**:

Hiện diện: 11 vị

Thượng Tọa Trí Tịnh, Minh Châu, Quảng Độ, Thiện Siêu, Thuyền Ấn, Trí Thành, Thanh Từ, Bửu Huệ, Thiền Tâm, Huệ Hưng, Trí Nghiêm.

Vắng mặt: 7 vị

Thượng Tọa Trí Quang, Đức Nhuận, Huyền Vi, Nhật Liên, Trung Quán, ĐĐ ... Tâm, ĐĐ Tuệ Sỹ.

**Chủ Tọa đoàn:**

TT Trí Tịnh (Chánh), TT Minh Châu (Phó), TT Quảng Độ (Tổng Thư Ký)

Sau khi niệm hồng danh đức Thế Tôn, Hội đồng bàn tiếp về mục lục những Kinh điển phiên dịch.

**Về Bát Nhã Bộ**

TT Thiện Siêu:

Trình bày về những bộ kinh chính yếu của Bát Nhã Bộ. Đề nghị những Kinh điển phải phiên dịch như sau:

1) Đại Bát nhã: 600 quyển, Huyền Trang

2) Tiểu phẩm Bát nhã, 10 quyển - La Thập

3) Kim Cang Bát Nhã Ba La Mật kinh, 1 quyển – La Thập

4) Nhân vương hộ quốc Bát Nhã Ba La Mật kinh

5) Phật thuyết nhân vương Bát Nhã Ba La Mật kinh

Hội đồng đồng ý

**Về Pháp Hoa Bộ**

Dịch 3 bản:

1) Diệu Pháp Liên Hoa kinh, 7 quyển - Quật ba tất đa

2) Chánh Pháp Liên Hoa kinh

3) Đàm Ma Đà Gia Xá

**Về Hoa Nghiêm Bộ**

Dịch các bản:

1) Hoa Nghiêm kinh, 80 quyển - Thức Xoa Nan Đà - Phẩm Phổ Hiền trong Tứ Thập Hoa Nghiêm của Ngài Bát Nhã.

2) Đại Phương Quảng Phổ Hiền Sở Thuyết kinh, 1 quyển - Thức Xoa Nan Đà.

3) Đại Phương Quảng Tổng Trì Bảo Quang Minh kinh, 5 quyển – Pháp Thiên.

4) Tín Lục Nhật Ấn Pháp Môn kinh, 5 quyển - Bản Ma Lưu Chi

5) Đại Phương Quảng Hoa Nghiêm kinh tu từ phần, 1 quyển - Đề Vân, Bát Nhã.

6) Tối Thắng vấn Bồ Tát thập trụ trừ cấu – Trúc Phật Niệm.

**Về Bảo Tích Bộ**

Dịch các bản:

1) Đại Bửu Tích kinh, 120 quyển - Bồ đề Lưu Chí
2) Phật thuyết Vô Lượng Thọ Phật kinh, 2 quyển – Khương Tăng Khải.
3) Phật thuyết Quán Vô Lượng Thọ Phật kinh – Cương Lương Gia Xá.
4) Phật thuyết A Di Đà Kinh – Cưu Ma La Thập.
5) Bạt Nhất Thế Nghiệp chướng căn bản đắc sanh Tịnh độ đà la ni, 1 quyển.

**Về Niết Bàn Bộ**

Các bản:

1) Đại Bát Niết Bàn kinh, 40 quyển – Đàm Vô Sấm và Hậu phần, 2 quyển - Nhã Na Bạt đà la - Hội Minh.
2) Đại Bi kinh, 5 quyển – Na Liên Đề Da đà.
3) Ma Ha Ma Gia kinh – Đàm Cảnh.
4) Bồ Tát tùng Đâu xuất Tiên giáng Thần mẫu thai thuyết Quảng phổ kinh, 7 quyển – Trúc Phật Niệm.
5) Trung Ấn kinh, 2 quyển – Trúc Phật Niệm.
6) Liên Hoa Diệu kinh – Na Liên Đề Da Xà.
7) Đại Phương Đẳng Vô Tưởng kinh, 6 quyển – Đàm Vô Sấm.
8) Đại Phần Vô Thường kinh (cuốn 9) – Trúc Phật Niệm.
9) Phật Thùy Bát Niết bàn Lược thuyết giáo giới kinh, 1 quyển La Thập.
10) Phật Lâm NB ký pháp trụ kinh, 1 quyển - Huyền Trang.
11) Bát Nê hoàn hậu quán Lạc kinh – Trúc Phật Niệm.
12) Phật diệt độ hậu quan liệm táng tống kinh, 11quyển.

13) Ca Diếp Phó Phật Bát Niết bàn kinh, 1 quyển – Trúc Đàm Vô Lang.

14) Phật Nhập NB Phật tính Kim cang lực sỹ ai luyến kinh, 1 quyển – (Thất dịch).

15) Phật thuyết đương lai biến kinh – Pháp Hộ.

16) Phật thuyết Pháp diệt tâm kinh (thất dịch).

**Về Đại Tập Bộ**

Dịch các bản:

1) Đại Phương Đẳng đại tập kinh, 6 quyển – Tăng Hựu Tập

2) Quán Hư không tạng Bồ tát kinh, 1 quyển – Đàm Ma Mạt Đa.

3) Địa Tạng Bồ Tát bổn nguyện kinh, 2 quyển - Thực xoa Nan đà.

4) Bách thiên tụng đại tập kinh Địa Tạng Bồ Tát thỉnh vấn pháp thân tán, 1 quyển - Bất Không.

5) Đại tạp thí dụ Vương kinh, 2 quyển – Xà na Quật đa

**TT Thiện Siêu:** Xin Hội nghị dành phần mục lục còn lại cho văn phòng Hội đồng Phiên dịch để khỏi mất nhiều thì giờ. Bây giờ xin bàn về thể thức phiên dịch.

Đề nghị này được Hội nghị hoàn toàn đồng ý.

**III. Tổ chức Phiên dịch và thể thức phiên dịch**

Tổ chức phiên dịch

**TT Thiện Siêu:** Nên dịch lần lượt bộ này cho xong rồi đến bộ khác hay chia mỗi nhóm một bộ?

**TT Thanh Từ:** Mỗi nhóm làm một bộ có lợi hơn:

1) Nhờ khả năng riêng

2) Văn pháp được liên tục hơn

3) Khỏi bị phân tâm.

**TT Thiện Siêu:** Đề nghị chia nhóm, mỗi nhóm ít nhất có 3 vị. Ví dụ 1 vị đặc biệt về chữ Hán, 1 vị đặc biệt về Việt văn và 1 về ý nghĩa. Ba vị sẽ bổ túc cho nhau về khả năng để cùng chung lo một bản dịch và như thế bản kinh có nhiều giá trị hơn. Đề nghị này được hoàn toàn đồng ý.

Ba vị đó sẽ đọc, tham khảo và luận bàn với nhau trước khi dịch. Sau đó, 1 vị dịch, 2 vị kia tra cứu những nghi vấn có thể có về bản kinh được dịch để bổ túc.

**TT Trí Tịnh:** Nên luân lưu để cả 3 vị đều có cầm bút dịch.

**TT Huệ Hưng, Thanh Từ:** Nêu lên những trở ngại khi mà chỗ ở của ba vị đó quá xa nhau.

**TT Thiện Siêu:** Khi lập ra Hội đồng này, chúng ta phải gặp nhau để làm việc, không dài thì ngắn hạn.

**TT Thuyền Ấn:** Ai đứng tên ở bản dịch khi mà cả ba vị cùng dịch một tác phẩm?

**TT Thiện Siêu:** Cả ba vị đồng đứng tên ở bản dịch, vì đều có công như nhau và chịu trách nhiệm như nhau trước Hội đồng và lịch sử. Sở dĩ có sự phân công trong nhóm 3 vị là vì không ai có khả năng bao trùm cả ba lãnh vực vừa nói.

**TT Trí Tịnh:** Cả ba vị đều chịu trách nhiệm như nhau. Tuy nhiên, trên dịch phẩm chỉ đề tên người cầm bút dịch mà thôi. Ví dụ như trường hợp Ngài La Thập. Nếu muốn, hai vị kia có thể đề là phụ khảo.

**TT Thiện Siêu:** Không ai có uy tín và tài năng bao trùm như ngài La Thập.

**TT Minh Châu;** Đề tên một vị hay cả ba vị có lợi riêng. Xin bàn kỹ vấn đề này.

**TT Thanh Từ:** Đề tên cả ba vị sẽ gây được một uy tín lớn hơn cho bản dịch.

**TT Trí Tịnh:** Nên luân lưu trong việc dịch và đứng tên, Vị này dịch, hai vị kia phụ khảo. Để gây uy tín, đề nghị cả ba vị duyệt lại bản dịch thật kỹ trước khi cho in, và khi in sẽ đề là Hội đồng Phiên dịch Tam Tạng xuất bản. Như thế ba vị đó đồng thời là Hội đồng kiểm duyệt.

**TT Quảng Độ:** Ý kiến đó rất hay nhưng vẫn vấp phải trở ngại vì chỗ ở xa nhau. Đề nghị bầu ba vị có nhiều khả năng nhất ở Trung ương để thuần sắc bản dịch riêng của từng vị.

**TT Thiện Siêu:** Ba vị ở Trung ương nhuận sắc bản dịch của từng nhóm, tức là của một vị dịch giả chính thức và hai vị phụ khảo.

**TT Trí Tịnh:** Một bản dịch phải hội đủ hai vị phụ khảo và một dịch giả chính thức mới được ra Hội đồng, Hội đồng không xét những bản dịch cá nhân.

**TT Thiện Siêu:** Vấn đề phụ khảo sẽ có nhiều lợi ích:

- Bổ túc cho nhau để làm việc hữu hiệu hơn
- Gây tinh thần hòa hợp
- Tránh được tính tự tôn
- Gánh vác giúp rất nhiều cho Ban Kiểm duyệt (hay nhuận sắc).

Sau một hồi thảo luận, đại Hội đồng ý các điểm sau:

1) Vấn đề tham khảo: Hội đồng khuyến cáo dịch giả nên có hai vị tham khảo (dùng chữ tham khảo thay cho phụ khảo). Lưu ý đây chỉ là một khuyến cáo chứ không bắt buộc như một nguyên tắc.

2) Nên chia từng nhóm (mỗi nhóm ba vị) để giúp đỡ nhau làm việc. Vấn đề đề tên một vị hay cả 3 vị trên dịch phẩm tùy thuộc sở thích của ba vị đó.

3) Trường hợp dịch một bộ kinh dài, nhóm nên gởi trước cho Hội đồng bản dịch những cuốn đầu để nhận được lời khuyến cáo là có nên dịch tiếp hay không (để tránh trường hợp dịch sai nhiều quá, mất công).

4) Trường hợp những bản dịch riêng của một cá nhân nào đó (bất cứ là của ai), Hội đồng sẽ chấp thuận đưa vào Đại Tạng Việt Ngữ nếu Hội đồng xét thấy có giá trị.

5) Lập một ban chuyên môn gồm ít nhất là ba (3) vị có khả năng vượt bực. Ban chuyên môn này sẽ thẩm định các dịch phẩm xem có thể đưa vào Tam Tạng được hay không? Như thế, ban này có phận sự gần giống như một ban kiểm duyệt. Tuy nhiên, vì có nhiều điểm tế nhị, vấn đề này cần bàn kỹ hơn (ví dụ: danh xưng, điều kiện, trách nhiệm...) trong phiên họp kế tiếp.

Phiên họp kết thúc vào đúng 11 giờ 30 ngày 21.10.1973.

*Làm tại Saigon, ngày 21 tháng 10 năm 1973*

Chủ Tọa đoàn (đã ký)

Thư ký đoàn (đã ký)

# HỘI NGHỊ
# TOÀN THỂ HỘI ĐỒNG PHIÊN DỊCH TAM TẠNG
# BIÊN BẢN

**Phiên họp thứ ba, ngày 21.10.1973**

**tại Đại học Vạn Hạnh**

**Thời gian**: Từ 15 giờ đến 18 giờ 30 ngày 21.10.1973

**Địa điểm**: Phòng Hội Đồng, Lầu 2, Đại học Vạn Hạnh

**Thành phần tham dự:**

Hiện diện: 11 vị

Thượng Tọa Trí Tịnh, Minh Châu, Quảng Độ, Thiện Siêu, Thuyền Ấn, Trí Nghiêm, Trí Thành, Thanh Từ, Thiền Tâm, Bửu Huệ, Huệ Hưng.

**Chủ Tọa đoàn:**

TT Trí Tịnh (Chánh), TT Minh Châu (Phó), TT Quảng Độ (Tổng Thư Ký)

**Đề tài:** Tiếp mục III: Tổ chức Phiên dịch và thể thức Phiên dịch, Phân nhiệm và phân ban.

Phiên họp ngày hôm nay được tiếp tục lúc 15 giờ ngày 21.10.1973 bàn về Hội đồng kiểm duyệt, Thể thức Phiên dịch, Phân nhiệm về Phân ban.

## Hội đồng Kiểm duyệt

**TT Thiện Siêu:** Đề nghị HĐKD có bổn phận thâu nhận mọi ý kiến của mọi người và các thành viên. Làm việc trong tinh thần trách nhiệm và uyển chuyển hầu tránh đụng chạm, nhất là trên mặt tâm lý.

**TT Minh Châu:** Vấn đề kiểm duyệt từng câu từng chữ sẽ làm mất thời giờ và gây rất nhiều khó khăn.

**TT Quảng Độ:** Nên kiểm duyệt tổng quát lời và ý.

**TT Thuyền Ấn:** Đề nghị nên dành một số tài chánh nhầm cúng dường cho các vị trong HĐKD.

**TT Quảng Độ:** Như thế, những vị dịch kinh cũng cần đến phương tiện tài chánh, không riêng gì các vị trong HĐKD.

**TT Thiện Siêu:** Vấn đề ấy nên gác lại một bên bởi hầu hết những vị có mặt hôm nay, những vị nằm trong HĐ Phiên dịch, khi ngồi lại đây đều ao ước được phát tâm đúng hơn là vì lý do tài chánh.

**Kết luận:**

Đề nghị cúng dường tài chánh cho các vị trong HĐKD do TT Thuyền Ấn đưa ra đã không được Đại hội chấp thuận. TT Chủ Tịch cho rằng ngay từ bây giờ ngân quỹ không có, sẽ xét vấn đề cúng dường khi Hội đồng có tài chánh.

**B. Thể thức Phiên dịch**

Việt Hóa và Thống Nhất Từ Ngữ (ở dịch phẩm)

**TT Minh Châu và Thiện Siêu:** Việt hóa bản văn dịch càng nhiều càng tốt. Có rất nhiều vấn nạn trong vấn đề thống nhất phiên dịch danh từ Hán Việt. Một số thuật ngữ dù quen thuộc đối với các vị dịch giả, song có thể quá xa lạ đối với độc giả quần chúng Phật tử. Ở đây, việc dịch trong hệ thống Hán tạng đều căn cứ theo phiên âm Hán ngữ đã có, không nên chèn vào danh từ Pàli (ví dụ: Hán tạng đã phiên âm A DI ĐÀ thì việc dịch nên để vậy, thay vì chuyển âm thành AMITA theo Pàli).

**TT Quảng Độ:** Cần thống nhất danh từ riêng trước đã.

**Kết luận:**

Đại hội chấp thuận nên lưu ý trong vấn đề chuyển ngữ những danh từ chuyên môn thế nào cho thống nhất. Trong năm tới, có thể giao trách nhiệm sắp xếp danh từ cho các sinh viên Cao Học Phật khoa, dưới sự hướng dẫn của các vị Giáo sư. Một số từ ngữ trọng yếu thường gặp phải, trong hiện tại, nếu gặp trường hợp không chuyển ngữ được, có thể để nguyên và thêm chú thích ở dưới.

**Số lượng dịch phẩm, BỊ KHẢO, TOÁT YẾU và BÀI TỰA cho mỗi dịch phẩm.**

**TT Thiện Siêu:** Đề nghị tối thiểu mỗi năm một vị phải dịch xong 50 trang đánh máy làm thành 3 bổn và nộp cho Hội Đồng Phiên dịch tại Trung ương.

**TT Trí Tịnh:** Xin tăng lên 100 trang.

**Kết luận:** Đại hội chấp thuận tối thiểu là 100 trang đánh máy.

**TT Thanh Từ:** Có nên dành một toát yếu cho mỗi phần sau của bản kinh vừa dịch xong không?

**TT Trí Tịnh:** Nên dành việc toát yếu cho phần Tục tạng, để khỏi trùng lặp.

**TT Thanh Từ:** Dịch giả ở mỗi đầu bộ kinh, có nên có phần bị khảo và bài tựa để giúp cho độc giả có một số khái niệm tổng quát về bản kinh đó?

**TT Thiện Siêu:** Phần bị khảo có lẽ cần. Song bài tựa ở mỗi đầu bộ kinh của dịch giả Việt cần không? Những bài tựa, ngay cả Hán tạng, cũng ít lắm. Vả lại vấn đề đòi hỏi nhiều công phu. Trong hiện tại, chúng ta không có đủ cơ hội. Xin Đại hội chú tâm nhiều đến vấn đề dịch chính văn trước đã.

**Kết luận:** Đại hội đồng ý quan điểm của TT Thiện Siêu vừa trình bày.

**Phân Nhiệm và Phân ban**

Một số vị Thượng Tọa trong Hội đồng Phiên dịch nêu

lên vấn đề nên chung nhau hoàn thành mỗi bộ hay dịch theo khả năng và sở thích của từng cá nhân hoặc nhóm.

Đại hội chấp thuận nên dành ưu tiên cho việc hoàn thành trọn vẹn mỗi bộ trước đã, những vị nào có khả năng và phương tiện thì có thể làm thêm theo tự nguyện.

Trong kỳ hội nghị đầu tiên này, chỉ mới phân nhiệm được 7 bộ thuộc Đại Tạng.

**1. A Hàm Bộ:**

- Trường A-hàm và Tạp A-hàm => TT Thiện Siêu, TT Trí Thành, ĐĐ Tuệ Sỹ
- Trung A-hàm và Tăng Nhất A-hàm => TT Thanh Từ, TT Bửu Huệ, TT Thiền Tâm

(Những bổn kinh dù trong 3 vị có 1 vị nằm trong thành phần lãnh trách nhiệm là dịch giả, những vị đó vẫn chịu trách nhiệm tái kiểm. Bởi lần này xem như cả 3 vị đồng trách nhiệm. Như thế, các vị này phải chịu trách nhiệm như nhau về những bộ kinh liên hệ đến phần mình (dù đã dịch rồi) để đưa vào Đại Tạng Việt Nam).

**2. Bổn duyên bộ:** (chưa có vị nào nhận).

**3. Bát Nhã bộ:**

- Đại Bát Nhã (600 cuốn) => TT Trí Nghiêm
- Kim Cang Bát-nhã và Ma-ha Bát-nhã Ba-la-mật-kinh => TT Trí Tịnh
- Phật thuyết Nhân duyên Bát-nhã Ba-la-mật kinh (2 cuốn, Cưu-ma-la-thập dịch), Tiểu phẩm Bát-nhã Ba-la-mật kinh (10 cuốn, Cưu-ma-la-thập dịch) => TT Thuyền Ấn

**4. Pháp Hoa Bộ:** Trọn bộ Pháp Hoa => TT Trí Tịnh.

**5. Hoa Nghiêm bộ:** Đại Phương Quảng Phật Hoa Nghiêm (81 cuốn) => TT Trí Tịnh đã dịch. Xin nhận tái kiểm.

**6. Bảo Tích bộ:**

- Đại Bảo Tích (120 cuốn), Phật thuyết Vô Lượng Thọ kinh (2 cuốn) => TT Trí Tịnh
- Bạt nhứt thế nghiệp chướng căn bản đắc sanh Tịnh độ Đà la ni (chú) => TT Thiền Tâm.

**7. Niết Bàn bộ:**

- Đại Niết Bàn (42 cuốn) => TT Trí Tịnh (dịch rồi)
- Đại Bi kinh => TT Huyền Vi
- Phật thuyết Đương Lai Biến kinh, Phật thuyết Phật diệt tâm kinh => TT Huệ Hưng
- Trung Ấm kinh => TT Thiền Tâm

**8. Đại Tập bộ:**

- Đại Phương Đẳng Đại Tập kinh (Tăng Tựu tập hợp) => TT Trí Tịnh.
- Quán Hư Không Tạng Bồ Tát kinh (Đàm Ma Mật Đa dịch) => TT Thuyền Ấn.

Đến đây, Đại hội đồng ý giao phó việc làm tiếp phần mục lục Kinh điển phải phiên dịch cho TT Trí Tịnh.

Về thể thức nộp bản, bởi Hội đồng kiểm duyệt không ở gần nhau, Đại hội đồng ý nên nộp thành 3 bổn (đánh máy) cho HĐKD. Về HĐKD, TT Thiện Siêu đề nghị 3 vị thuộc thành phần Chủ Tọa đoàn trong kỳ Đại hội này (TT Trí Tịnh, TT Minh Châu, TT Quảng Độ) đảm nhận tạm với "ý nghĩa" chịu trách nhiệm mọi công việc điều hành gần giống như công việc của HĐKD.

Sau khi thảo luận, đề nghị trên được chính 3 vị này đồng ý nhưng chỉ với danh nghĩa "Ủy ban Thường trực tại Trung ương" của Hội đồng phiên dịch, thay vì mang tên Hội đồng Kiểm duyệt.

Bởi tính cách quan trọng và cấp thiết của HĐKD, có vị yêu cầu nên gấp rút thành lập HĐKD để dễ dàng cho việc tiến hành dịch và xuất bản.

**TT Trí Thành:** Nên làm nhẹ công việc kiểm duyệt bằng cách chư vị "tham khảo" đọc trước, sửa chữa Việt ngữ cùng ý nghĩa, đồng chịu trách nhiệm trước HĐKD. Có như vậy, các vị trong HĐKD tại Trung ương sẽ đỡ tốn thì giờ hơn.

Đại Hội đồng ý sẽ bầu HĐKD bằng cách mời những vị có khả năng nhiều nhận lãnh nhiệm vụ đó trong một kỳ Đại Hội rộng lớn hơn vào một dịp thuận tiện (chưa định ngày).

- Thời hạn giao hoàn bản nộp: "Ủy ban Thường trực" tại Trung ương phải thực hiện trong vòng 1 tháng kể từ ngày nhận nộp bản. Nếu gởi bằng bưu điện, thời hạn sẽ tính theo nhật ấn của bưu điện được đóng trên bì thư.

Về những bản kinh còn lại thuộc 8 bộ vừa nêu ở trên, Đại Hội đồng ý cho văn phòng Hội đồng Phiên dịch tại trung ương sẽ gởi mục lục kinh và biên bản đến các vị nào vắng mặt trong buổi họp này để các vị ấy tùy nghi bổ túc phần của mình. Và để tránh sự trùng dịch, yêu cầu các vị ấy phải gởi danh sách những kinh mình định dịch để văn phòng tiện sắp xếp.

*Buổi họp kết thúc vào lúc 18 giờ ngày 21.10.1973*

Làm tại Saigon, ngày 21 tháng 10 năm 1973

Chủ Tọa đoàn (đã ký)

Người lập biên bản (đã ký)

Thư ký đoàn (đã ký)

# HỘI NGHỊ
# TOÀN THỂ HỘI ĐỒNG PHIÊN DỊCH TAM TẠNG
# BIÊN BẢN

**Phiên họp thứ tư, ngày 22.10.1973**
**tại Đại học Vạn Hạnh**

**Thời gian**: Từ 16 giờ đến 18 giờ 20 ngày 22.10.1973.

**Địa điểm**: Chùa Vạn Đức, Thủ Đức

**Hiện diện**: Thượng Tọa Trí Tịnh, Minh Châu, Quảng Độ, Trí Nghiêm, Thiện Siêu, Huyền Vi, Trí Thành, Bửu Huệ, Thiền Tâm, Thuyền Ấn.

**Chủ tọa đoàn:**

Thượng Tọa Trí Tịnh (Chánh)

Thượng Tọa Minh Châu (Phó)

Thượng Tọa Quảng Độ (Tổng Thư ký)

## IV. CÁC VẤN ĐỀ LINH TINH

**TT Trí Tịnh:** Trước khi đi vào vấn đề linh tinh, xin quý Thượng Tọa bổ túc các vấn đề đã được bàn thảo trong những phiên họp trước nếu có những điểm chưa hoàn hảo.

**TT Thiền Tâm:** Xin đảm nhận thêm:

- Sử truyện bộ
- Tam bảo cảm ứng bộ

**TT Bửu Huệ:** Lãnh trách nhiệm dịch bộ Tăng Nhất A Hàm thay thế Thượng Tọa Thanh Từ (TT Thanh Từ chuyển lại)

## MỜI THÊM PHÁP SƯ GIA NHẬP HỘI ĐỒNG

**TT Thuyền Ấn:** Xin đề nghị mời thêm các vị bên Theravada vào Hội đồng, đặc biệt là TT Hộ Giác.

Hội Đồng đồng ý nên có một danh sách Pháp sư bổ túc cho Hội đồng Phiên dịch. Những Pháp sư được mời theo tiêu chuẩn thiện chí và khả năng của họ.

**TT Huyền Vi:** Đề nghị mời TT Trí Quảng

**TT Thuyền Ấn:** TT Hoàn Quang

**Nhiều Thượng Tọa:** Đề nghị mời TT Đạo Quang

**TT Thiền Tâm, Bửu Huệ:** Đề nghị mời TT Tắc Phước.

Đại hội đồng ý mời TT Tắc Phước.

**TT Trí Tịnh:** Về việc mời Thầy Trí Quảng, nên yêu cầu đương sự trình trước cho Hội đồng một tác phẩm đã dịch xong.

**TT Minh Châu:** Xin ghi tên vị giới thiệu Pháp sư được mời. Vị này chịu trách nhiệm hoàn toàn trước Hội đồng. Xin vị đó liên lạc trước xem người được mời đồng ý không?

**TT Thiện Siêu:** Nên gởi những quy tắc của Hội đồng (dịch 100 trang một năm, thiện chí....) để xem họ có bằng lòng không?

Đề nghị của Thượng Tọa Minh Châu và Thiện Siêu được hoàn toàn đồng ý

**TT Minh Châu:** Việc mời thêm Pháp sư ngoài Hội đồng hiện hữu (gồm 16 vị) xin phải hết sức tế nhị. Đề nghị của chúng tôi không nhằm hạn chế số thành viên của Hội đồng, song chỉ muốn nguyên tắc giới thiệu phải được cẩn thận khi thực hiện để tránh những chuyện không hay có thể xảy ra.

Đại hội đồng ý.

**TT Thuyền Ấn:** Xin đề nghị Thầy Hộ Giác.

**Nhiều Thượng Tọa:** Thượng Tọa có chịu trách nhiệm về việc giới thiệu không?

**TT Thuyền Ấn:** Chúng tôi không quen biết với Thầy Hộ Giác. Tuy nhiên tôi biết là Ngài Pàli rất giỏi, học bên Nam Vang.

**TT Minh Châu:** Vấn đề Thầy Hộ Giác, xin để chúng tôi liên lạc trước. Chúng tôi biết Thầy Hộ Giác rất nhiều thiện chí, rất tha thiết với vấn đề phiên dịch Kinh điển.

**TT Thiện Siêu:** Vì cần phải liên lạc trước với Pháp sư mà chúng ta dự định mời, chúng tôi xin Hội đồng chỉ ghi lại ở đây danh sách những vị sẽ được mời.

Để tránh mất thì giờ, xin bàn đến vấn đề nộp bản. Nộp từng phần hay nộp toàn bộ?

## NỘP BẢN

**TT Quảng Độ:** Xin nộp từng phần như chúng ta đã bàn lần trước, tức là mỗi năm nộp 100 trang đánh máy.

**TT Trí Nghiêm:** Nếu thế bộ tôi dịch phải 10 năm sau mới nộp hết được.

**TT Thuyền Ấn:** Xin nộp mỗi lần 2 cuốn để Hội đồng Phiên dịch Trung ương xem trước.

**TT Trí Nghiêm:** Số trang phải nộp, xin tùy theo từng bộ kinh.

**TT Quảng Độ:** Xin đồng ý với TT Trí Nghiêm.

## KIỂM DUYỆT

**TT Minh Châu:** Chúng ta không làm công việc của kiểm duyệt. Chúng ta chỉ xem lại nhuận sắc bản dịch (và giao cho 1 vị giỏi về văn...)

**TT Trí Nghiêm:** Nếu thế, khi thấy có khuyết điểm, chúng ta có nên khuyến cáo không?

**TT Trí Tịnh:** Nên khuyến cáo.

**TT Quảng Độ:** Xin tóm tắt vấn đề nộp bản và kiểm duyệt:

- Xin dịch sư giữ lại bản thảo (viết tay) của mình.
- Gởi cho văn phòng Hội đồng 3 bản đánh máy.
- Có thể gởi mỗi năm 1 lần hay nhiều lần, số lượng nhiều hay ít tùy dịch phẩm (nhưng tối thiểu là 100 trang mỗi năm).
- Văn phòng nhận được những quyển đầu của một dịch phẩm dài, sẽ gởi lời khuyến cáo cho dịch sư (có nên tiếp tục không), sau khi xem lại.

Đại hội đồng ý.

**XUẤT BẢN, ĐÁNH MÁY**

**TT Minh Châu;** Từ hôm nay, nếu ai tiếp tục xuất bản những kinh đang dịch, Hội đồng có lo việc ấn loát cho họ sau khi đã xem lại không?

**TT Trí Tịnh:** Chưa áp dụng được, vì phương tiện tài chánh. Xin tự lo việc xuất bản.

**TT Thuyền Ấn:** Xin lập một Ban lo việc ấn loát. Ban này hoạt động dưới danh nghĩa Hội động Phiên dịch.

**TT Trí Tịnh, Quảng Độ:** Hiện tại, chúng ta chưa có tài chánh, vấn đề xin ghi nhận.

Đến đây, nhiều Thượng Tọa đưa ra vấn đề đánh máy các bản dịch.

**TT Thiện Siêu:** Vấn đề đánh máy, Trung ương không làm được. Mỗi người viết một kiểu chữ, nhiều khi rất khó đọc, bởi vậy, thư ký ở Trung ương sẽ đánh sai. Đề nghị dịch sư nên tự lo đánh máy.

**TT Quảng Độ:** Thiếu phương tiện tài chánh để thuê đánh máy, có thể nhờ Trung ương tài trợ không?

**TT Trí Tịnh:** Trung ương chưa có tài chánh.

**TT Thuyền Ấn:** Có thể nhờ Giáo hội địa phương giúp đỡ.

**TT Trí Nghiêm:** Tôi đã có nhờ Giáo hội địa phương. Tuy nhiên, nếu được Trung ương giúp thêm thì được danh chánh ngôn thuận hơn, và nhờ đó, Giáo hội địa phương sẽ giúp đỡ nhiều hơn. Chẳng hạn có thể dành riêng một thư ký phụ trách đánh máy cho Pháp sư dịch kinh.

**TT Thiện Siêu:** Xin tự lo liệu theo phương cách riêng của mình.

Nguyên tắc tự túc này được Đại hội đồng ý.

**TT Thiện Siêu:** Về việc ấn loát, xuất bản, xin đề nghị các phương thức sau: có hai trường hợp chính:

1) Trung ương ấn loát

2) Dịch giả hay địa phương xuất bản nhưng muốn mang danh nghĩa của HĐPDTT.

Cả hai trường hợp này đều phải tuân theo những nguyên tắc chung:

a) Bản dịch phải được Hội đồng xem lại và chấp thuận.

b) Phải tuân theo khuôn khổ đồng nhất do Trung ương đề ra.

Đại hội đồng ý.

**TT Trí nghiêm:** Với danh nghĩa Hội đồng, chúng ta đề trên dịch phẩm thế nào, Giáo Hội Phật giáo Việt Nam xuất bản hay Hội đồng Phiên dịch Tam Tạng xuất bản?

**TT Thuyền Ấn:** Đề Viện Tăng Thống xuất bản, bởi HĐPDTT trực thuộc Viện Tăng Thống.

**Nhiều Thượng Tọa:** Nên đề G.H.P.G.V.N.T.N, Viện Tăng Thống và dưới đề H.Đ.P.D.T.T xuất bản.

Đại hội đồng ý.

**TT Trí Nghiêm:** Xin quy định số lượng ấn hành và nộp bản. Một tác phẩm phải in tối thiểu mấy ngàn cuốn và nộp bao nhiêu cuốn cho Hội đồng? Còn nếu dịch sư muốn in nhiều hơn thì tùy khả năng của họ. Làm như thế để còn lưu trữ và tặng các cơ quan ngoại quốc.

**TT Minh Châu:**

- Dịch sư xuất bản: Nộp cho Hội đồng 100 bản.
- Hội đồng xuất bản: Tùy phương tiện tài chánh của Hội đồng và Hội đồng tùy nghi sử dụng.

**TT Thiện Siêu:** Tự túc ấn loát số lượng tùy tiện. Nếu trung ương muốn bao nhiêu bộ thì phải nộp và phải báo trước số lượng mà Trung ương cần để dịch giả tiện xếp đặt.

**TT Trí Nghiêm:** Như vậy muốn in bao nhiêu cũng được. Nếu sau này có thiếu thì in lại.

**TT Trí Tịnh:** Ngoài số lượng Trung ương có thể mua, dịch giả phải nộp cho Trung ương một số nào đó để lưu trữ.

Đại hội chấp thuận ý kiến này và ấn định số lượng phải nộp là 10 bản.

**TT Minh Châu:** Xin lưu ý Hội nghị là khi tái bản, chúng ta phải in theo lối offset (lối in lại tiện lợi nhất). Vì thế khi in lần đầu, quý Thượng Tọa nên cho in thật cẩn thận. Ví dụ sách phải đẹp và rõ ràng.

**TT Thuyền Ấn:** Xin lưu ý về bản quyền của dịch giả. Khi Trung ương muốn in lại một dịch phẩm, Trung ương phải trả tiền tác quyền.

## BAN BẢO TRỢ XUẤT BẢN VÀ PHÁT HÀNH

**Nhiều Thượng Tọa:** Nên lập một Ban Bảo trợ cho việc xuất bản và phát hành Kinh điển.

**TT Minh Châu:** Có nhiều cá nhân Phật tử có thể đảm trách việc này được, xin lưu tâm.

**TT Quảng Độ:** Nên có văn thư của Viện Tăng Thống kêu gọi Phật tử phát tâm cúng dường và chỉ thị các Chùa, các Tu viện đặt một thùng công đức để dành riêng cho việc xuất bản Tam Tạng Kinh điển.

**TT Minh Châu:** Kêu gọi Phật tử giúp đỡ, cúng dường hay đặt mua trước, sau đó lập danh sách những người có công đức ấn tống Tam Tạng.

**TT Thiện Siêu:** Phải lập một Ban ấn hành Tam Tạng. Phải có những người vận động tài chánh thật giỏi, ví dụ như Thầy Hải Tuệ hồi trước.

**TT Minh Châu:** Rất nhiều Phật tử muốn phát tâm cúng dường Kinh điển. Nếu chúng ta tổ chức thật đàng hoàng và làm việc thật đàng hoàng thì vấn đề sẽ không khó.

**TT Thuyền Ấn:** Đề nghị Thượng tọa Huyền Vi làm Trưởng ban ấn hành Tam Tạng. Với tư cách là Tổng Vụ Trưởng Hoằng Pháp, Ngài làm việc đó rất hợp tình hợp cảnh.

Rất nhiều Thượng tọa đồng ý với TT Huyền Vi làm Trưởng ban ấn hành. Tuy nhiên vì còn bận nhiều Phật sự khác và nhất là vì cần phải dành thì giờ để phiên dịch nên TT Huyền Vi không thể đảm nhiệm được, Thượng Tọa đề nghị nên mời những vị ở ngoài Hội đồng Phiên dịch.

Đại hội đồng ý và sẽ bàn sau.

**TT Minh Châu:** Kinh nghiệm cho thấy là chúng ta phải tự lo in cuốn đầu. Những cuốn sau có thể kêu gọi giúp đỡ dễ dàng hơn (có thể có những Phật tử lãnh in, xuất bản ủng hộ).

Chúng ta có nên làm một lễ ra mắt hay không - để tự giới thiệu và như thế Ban bảo trợ ấn hành Tam Tạng dễ thành hình hơn.

**TT Trí Tịnh:** Nên ra mắt ở đâu cho hợp tình hợp cảnh khi mình chưa có trụ sở.

**TT Quảng Độ, Thuyền Ấn:** Đề nghị ra mắt ở trụ sở tạm (Đại học Vạn Hạnh).

**TT Thiện Siêu:** Nên tổ chức lễ ra mắt, đồng thời (cùng lúc) cho cả Hội đồng phiên dịch và Ban ấn loát để phổ biến danh sách những người lo việc in kinh. Phải chọn một ngày nhất định để việc tổ chức chu đáo hơn.

**TT Trí Tịnh:** Khi ra mắt, đề nghị triển lãm tất cả những bản thảo của Hội đồng Phiên dịch.

Đề nghị của TT Thiện Siêu và Trí Tịnh được Hội đồng hoàn toàn đồng ý.

**TT Minh Châu:** Nên chọn một ngày nào để làm lễ giới thiệu, xin đề nghị ngày Rằm tháng 2 sang năm.

**TT Thiện Siêu:** Nên tránh những ngày lễ, vì Phật tử cần đi làm lễ những ngày đó. Nên chọn một ngày Chủ nhật thuận tiện nhất.

**TT Trí Tịnh:** Văn phòng sẽ chọn ngày và sẽ thông báo cho quý Thượng Toạ sau.

**TT Quảng Độ:** Khi nhận được thư, xin quý Thượng Tọa về trung ương thật đầy đủ. Và nhớ mang tất cả các bản thảo mà quý Thượng Tọa có.

**TT Bửu Huệ:** Nên xây cất sơ sài trụ sở chính để giới thiệu. Nên trình bày đề án xây cất để Phật tử biết và đóng góp.

**TT Minh Châu:** Cùng lúc, nên triển lãm tất cả kinh sách đã xuất bản tại Việt Nam, để Phật tử hiểu rõ tình hình điển tích Phật giáo nước nhà.

**TT Trí Tịnh:** Đề nghị làm lễ giới thiệu ở Chùa Ca Diếp, nơi mà Hội đồng sẽ làm trụ sở.

Đại hội đồng ý đề nghị này.

## HÌNH THỨC CỦA ĐẠI TẠNG KINH

**TT Trí Tịnh:** Về khuôn khổ của Đại tạng kinh, xin đề nghị một khổ duy nhất cho mỗi tập.

- Bề cao: 24 cm
- Bề rộng: .........
- Bề dày: 3 cm

**TT Thuyền Ấn:** Gặp một bộ kinh quá ngắn như Pháp cú mà phải in theo khổ đó thì chỉ có vài trang. Xin đề nghị hai khổ khác nhau. Khổ lớn để đưa vào tạng chính, khổ nhỏ hơn để dễ lưu hành.

Sau khi thảo luận một hồi, Ban Chủ Tọa đúc kết khuôn khổ đã được Hội nghị đồng ý.

Kinh điển phải in theo hai khổ ...........:

1. Khổ chính thức: cao 24 cm; rộng 15,5 cm; bề dày linh động (giống Trung Bộ Kinh của Thượng Tọa Minh Châu).
2. Khổ biệt hành: (Để phổ biến): cao 18,5cm ; rộng 12,5 cm (giống Luật Sa Di và Sa Di Ni của Thượng Tọa Trí Quang).

**TT Thiện Siêu:** Dịch phẩm được in theo lối biệt hành, dịch giả muốn in cả chữ Hán, Pàli.... hay phiên âm cũng được. Khi được in vào tạng có in phiên âm và chữ Hán không?

Hội nghị biểu quyết: Tam Tạng Việt ngữ chỉ in chữ Việt

**TT Quảng Độ:** Về loại chữ, đề nghị loại dùng trong tạng Roman 12.

Hội nghị đồng ý.

**TT Trí Tịnh:** Giấy in tạng phải thật tốt để được lâu năm.

Hội nghị đồng ý.

**TT Thuyền Ấn:** Bìa Tam Tạng nên dùng ba loại màu khác nhau.

**TT Trí Tịnh:** Kinh màu vàng, Luận màu xanh, Luật màu nâu.

**TT Quảng Độ:** Nên dùng loại bìa cứng, ngoài có áo.

**TT Thiện Siêu:** Chỉ nên dùng một màu duy nhất cho Kinh, Luật, Luận, Luận Sớ...

Đại hội biểu quyết:

1. Dùng một màu duy nhất: Bleu Marine (xanh nước biển)

- Bìa cứng (riêng cho Đại Tạng).

- Trên bìa đề:

a) Trên hết: Giáo Hội Phật giáo Việt Nam Thống Nhất.

b) Kế đó: Viện Tăng Thống.

c) Ở giữa: Tên kinh.

d) Dưới: Hội đồng phiên dịch Tam Tạng xuất bản.

e) Dưới hết: Phật Lịch – Năm Dương Lịch

f) Không đề tên tác giả ngoài bìa.

- Trên gáy: tương tự nhưng viết tắt

Lưu ý: Đơn giản, trang nghiêm.

2. Biệt hành: Chỉ bắt buộc để danh nghĩa Giáo Hội.

3. Về tên dịch giả, phải đề giới phẩm mình đã thọ là Tỳ Kheo, Tỳ Kheo Ni, Sa Di, Sa Di Ni, Ưu Bà Tắc, Ưu Bà Di:

Ví dụ: Tỳ kheo Thích……….dịch

Sa di Thích……….

Ưu bà tắc Tâm Ngộ dịch...

4. Ấn tín của Hội đồng sẽ ấn định sau.

## TRỤ SỞ

Thượng Tọa Chủ toạ trình bày về khoảng đất mà Hội đồng sẽ xây trụ sở. Khoảng đất này có diện tích 48.000 m2, cách quốc lộ 1 200m và xa lộ Đại Hàn 150m. Trụ sở sẽ được xây theo hình chữ H, cao 3 tầng đối diện với một tòa chữ H giống kích cỡ của Tu viện. Mỗi nét của chữ H có bề dày 50m và rộng 15m.

Hòa Thượng Thiện Hòa đã hứa là sẽ khởi công sau khi xây xong tháp ở Huệ Nghiêm. Vấn đề hoàn thành trụ sở sớm hay muộn còn tùy thuộc phương tiện tài chính. Kinh phí dự trù lên đến 1 tỷ bạc Việt Nam. (1.000.000.000 $) cho việc xây cất, không kể trang bị.

Trên cổng chính sẽ đề như sau:

**PHÁP BẢO VIỆN**

**Hội Đồng Phiên Dịch Tam Tạng**

Chú ý: Chỉ đề chữ Việt mà thôi.

Đến đây, Ban Chủ Tọa tuyên bố bế mạc Hội nghị, toàn thể Hội đồng Phiên dịch và buổi họp kết thúc vào đúng 18 giờ 20.

*Làm tại Thủ Đức, ngày 22 tháng 10 năm 1973*

Thư ký đoàn (dã ký)

Chủ Tọa đoàn (đã ký)

# GIỚI THIỆU CÔNG TRÌNH PHIÊN DỊCH ĐẠI TẠNG KINH VIỆT NAM

*Yo vo, ānanda, mayā dhammo ca vinayo ca desito paññatto, so vo mamaccayena satthā.*

## I. SƠ LƯỢC QUÁ TRÌNH PHIÊN DỊCH

Trước khi nhập Niết-bàn, đức Phật có di giáo tối hậu cho các chúng đệ tử: "Pháp và Luật mà Ta đã thuyết và qui định, là Đạo Sư của các ngươi sau khi Ta diệt độ." Phụng hành di giáo của đức Thế Tôn, các vị Trưởng lão A-la-hán đã thực hiện cuộc kiết tập lần thứ nhất tại thành Vương Xá, cùng hòa hiệp phúng tụng tất cả những điều đã được Phật giảng dạy trong suốt bốn mươi lăm năm giáo hóa; nền tảng của văn hiến Phật giáo mà về sau được gọi là Tam Tạng được thành lập từ đó.

Kể từ đó, giáo pháp của đức Thích Tôn theo bước chân du hóa của các Thánh đệ tử lan tỏa khắp bốn phương. Nơi nào Giáo pháp được truyền đến, nơi đó bốn chúng đệ tử học tập và hành trì theo phương ngôn của bản địa, như điều đã được đức Phật chỉ giáo: "Anujānāmi, bhikkhave, sakāya niruttiyā buddhavacanaṃ pariyāpuṇitun"ti. "Này các Tỳ kheo, Ta cho phép các ngươi học Phật ngôn bằng chính phương ngữ của mình". Y cứ theo lời dạy này, ngay từ khởi thủy Phật ngôn đã được chuyển thể qua nhiều phương ngữ khác nhau. Khi các bộ phái Phật giáo phát triển, mỗi bộ phái cố gắng thành lập Tam Tạng Thánh điển theo phương ngữ của địa phương được xem là căn cứ địa. Khi mà hệ thống văn tự tại Cổ Ấn Độ chưa phổ biến, sự lưu truyền Thánh điển bằng khẩu truyền là phương tiện chính. Do khẩu truyền, những biến âm do khẩu âm của từng địa phương khác nhau thỉnh thoảng cũng ảnh hưởng đến một vài thay đổi nhỏ trong các văn bản. Những biến thiên âm vận ấy trong nhiều trường hợp dẫn đến những giải thích khác nhau về một điểm giáo nghĩa giữa các bộ phái. Tuy nhiên, nhìn từ đại thể, các giáo nghĩa trọng yếu vẫn được hiểu và hành trì như nhau giữa tất các các truyền thống, Nam phương cũng như Bắc phương. Đều có thể được khẳng định qua các công trình nghiên cứu tỉ giảo về văn bản trong hai nguồn văn hệ Phật giáo hiện tại: Pali và Hán tạng. Các bản Hán dịch xuất xứ từ A-hàm, và các bản văn Pali hiện đọc được, đại bộ phận đều nhất trí. Do đó, những điều được cho là dị biệt giữa hai truyền thống Nam và Bắc phương, mà thường hiểu lệch lạc là Tiểu thừa và Đại thừa, chỉ là sự khác biệt bởi môi trường lịch sử văn minh theo các địa phương và dân tộc. Đó là sự khác biệt giữa nguyên thủy và phát triển. Phật pháp truyền sang phương Nam, đến các nước Nam Á, nơi đó sự phát triển văn minh và các định chế xã hội chưa đến mức phức tạp, nên giáo pháp của Phật được hiểu và hành gần với nguyên thủy. Về phương Bắc, tại các vùng Đông Bắc Ấn, và Tây Bắc Trung Quốc, nhiều chủng tộc dị biệt, nhiều nền văn hóa khác nhau, và cũng do đó cũng xuất hiện nhiều định chế xã hội khác nhau. Phật pháp được truyền vào đó, một thời đã trở thành quốc giáo của nhiều nước. Thích ứng theo sự phát triển của đất nước ấy, từ ngôn ngữ, phong tục, định chế xã hội, giáo pháp của đức Phật cũng dần dần được bản địa hóa.

Thánh điển Tam tạng là nguồn suối cho tất cả nhận thức về Phật pháp, để học tập và hành trì, cũng như để nghiên cứu. Kinh tạng và Luật tạng là tập đại thành Pháp và Luật do chính đức Phật giảng dạy và quy định, là sở y cho tri thức và hành trì của Thánh đệ tử để tiến tới thành tựu cứu cánh Minh và Hành. Kinh và Luật cũng bao gồm những diễn giải của các Thánh đệ tử được thân truyền từ kim khẩu của đức Phật. Luận tạng, theo truyền thống Thượng tọa bộ Nam phương, và cũng theo truyền thống Hữu bộ, do chính đức Phật thuyết. Nhưng các đại Luận sư như Thế Thân (Vasubandhu), cũng như hầu hết các nhà nghiên cứu Phật học trên thế giới hiện đại, đều không công nhận truyền thuyết này, mà cho rằng đó là tập đại thành các công trình phân tích, quảng diễn, và hệ thống hóa những điều đã được Phật thuyết trong Pháp và Luật. Kinh và Luật tạng được thành lập trong một khoảng thời gian nhất định, trực tiếp hoặc gián tiếp từ kim khẩu của Phật, và là sở y chung cho tất cả các bộ phái Phật giáo, bao gồm cả Phật giáo Đại thừa, mặc dù có những sai biệt do vấn đề truyền khẩu với các khẩu âm và phương ngữ khác nhau, theo thời gian và địa vức.

Luận tạng là bộ phận Thánh điển phản ánh lịch sử phát triển của Phật giáo, bao gồm các phương diện tín ngưỡng tôn giáo, tư duy triết học, nghiên cứu khoa học, định chế và tổ chức xã hội chính trị. Tổng quát mà nói, đó không chỉ là phản ánh lịch sử phát triển của nội bộ Phật giáo, mà trong đó cũng phản ánh toàn bộ văn minh tại những nơi mà Phật giáo được truyền đến. Điều này cũng được chứng minh cụ thể bởi lịch sử Việt nam.

Mỗi bộ phái Phật giáo tự xây dựng cho mình một nền văn hiến Luận tạng riêng biệt, tập hợp các luận giải giáo nghĩa, bảo vệ kiến giải Phật pháp của mình, bài trừ các quan điểm dị học. Đây là nền văn hiến đồ sộ, liên tục phát triển trên nhiều khu vực địa lý khác nhau. Cho đến khi Hồi giáo bành trướng tại Ấn Độ, Phật giáo bị đào thải. Một bộ phận văn hiến Phật giáo được chuyển sang Tây Tạng, qua các bản dịch Phạn Tạng, và một số lớn nguyên bản Phạn văn được bảo trì. Một bộ phận khác, lớn nhất, gần như hoàn chỉnh nhất, văn hiến Phật giáo được chuyển dịch sang Hán tạng, bao gồm hầu hết mọi xu hướng tư tưởng dị biệt của Phật giáo phát triển trong lịch sử Ấn Độ, từ Nguyên thủy, Bộ phái, Đại thừa, cho đến Mật giáo.

Truyền thuyết ghi rằng Phật giáo được truyền vào Trung Hoa dưới đời Hán Minh đế, niên hiệu Vĩnh Bình thứ 10 (65. Tl), và bản kinh Phật đầu tiên được dịch sang Hán văn là Kinh Tứ Thập Nhị Chương, do Ca Diếp Ma Đằng và Trúc Pháp Lan. Nhưng truyền thuyết này không được nhất trí hoàn toàn giữa các nhà nghiên cứu lịch sử Phật giáo Trung Quốc. Điều chắc chắn là Khương Tăng Hội, quê quán Việt Nam, xuất phát từ Giao Chỉ (Việt Nam), đã đưa Phật giáo vào Giang tả, miền Nam Trung Hoa. Các công trình phiên dịch và chú giải của Khương Tăng Hội đã chứng tỏ rằng trước đó, tức từ năm thứ 247 kỷ nguyên Tây lịch, thời gian được nói là Tăng Hội vào đất Kiến Nghiệp, quy y cho Tôn Quyền, Phật giáo đã phát triển đến một hình thái nhất định tại Việt Nam, cùng một số kinh Phật được phiên dịch. Điều này cũng được củng cố thêm bởi những điều được ghi chép trong Mâu Tử Lý hoặc luận. Có lẽ do hậu quả của thời kỳ Bắc thuộc, hầu hết những điều được tìm thấy trong hành trạng của Khương Tăng Hội và trong ghi chép của Mâu tử đều bị xóa sạch. Chỉ tồn tại những gì được ghi nhận là truyền từ Trung Quốc.

Dịch giả Phạn Hán đầu tiên tại Trung Quốc được khẳng định là An Thế Cao (đến Trung Quốc trong khoảng 147 -167 Tl). Tất nhiên trước đó hẳn cũng có các dịch giả khác mà tên tuổi không được ghi nhận. Lương Tăng Hựu căn cứ trên bản Kinh lục xưa nhất của Đạo An ( 312 – 385 Tl) ghi nhận có chừng 134 kinh không rõ dịch giả, và do đó cũng không xác định trước hay sau An Thế Cao.

Sự nghiệp phiên dịch Phật kinh Phạn Hán liên tục từ An Thế Cao, cho đến các đời Minh, Thanh được tập thành trong 32 tập của Đại chính, bao gồm Thánh điển nguyên thủy, Bộ phái, Đại thừa, Mật giáo, 1692 bộ. Những trước tác của Trung Hoa, từ sớ giải, luận giải, cho đến sử truyện, du ký, v.v..., tập thành từ tập 33 đên 55 trong Đại chính, gồm 1492 tác phẩm. Số tác phẩm được ấn hành trong Tục tạng chữ Vạn còn nhiều hơn thế nữa. Đây là hai bản Hán tạng tương đối đầy đủ nhất, trong đó tạng Đại chính được sử dụng rộng rãi trên quy mô thế giới.

Sự nghiệp phiên dịch Kinh điển ở nước ta được bắt đầu rất sớm, có thể trước cả thời Khương Tăng Hội, mà dấu vết có thể tìm thấy trong Lục độ tập kinh. Ngôn ngữ phiên dịch của Khang Tăng Hội là Hán văn. Hiện chưa có phát hiện nào về các bản dịch kinh Phật bằng tiếng quốc âm. Suốt trong thời kỳ Bắc thuộc, do nhu cầu tinh thông Hán văn như là sách lược cấp thời để đối phó sự đồng hóa của phương Bắc, Hán văn trở thành ngôn ngữ thống trị. Vì vậy công trình phiên dịch Kinh điển thành quốc âm không thể thực hiện. Bởi vì, công trình phiên dịch Tam tạng tại Trung Hoa thành tựu đồ sộ được thấy ngày nay chủ yếu do sự bảo trợ của triều đình. Quốc âm chỉ được dùng như là phương tiện hoằng pháp trong nhân gian.

Cho đến thời Pháp thuộc, trước tình trạng vong quốc và sự đe dọa bởi văn hóa xâm lược, văn hóa dân tộc có nguy cơ mất gốc, cho nên sơn môn phát động phong trào chấn hưng Phật giáo, phổ biến Kinh điển bằng tiếng quốc ngữ qua ký tự La-tinh. Từ đó, lần lượt các Kinh điển quan trọng từ Hán tạng được phiên dịch theo nhu cầu học và tu của Tăng già và Phật tử tại gia. Phần lớn các Kinh điển này đều thuộc Đại thừa, chỉ một số rất ít được trích dịch từ các A-hàm. Dù Đại thừa hay A-hàm, các Kinh Luận được phiên dịch đều không theo một hệ thống nào cả. Do đó sự nghiên cứu Phật học Việt Nam vẫn chưa có cơ sở chắc chắn. Mặt khác, do ảnh hưởng ngữ pháp Phạn, các bản dịch Hán hàm chứa một số vấn đề ngữ pháp Phạn Hán khiến cho ngay cả các nhà chú giải Kinh điển lớn như Cát Tạng, Trí Khải cũng phạm phải rất nhiều sai lầm. Chính Ngạn Tông, người tổ chức dịch trường? Theo lệnh của Tùy Dạng Đế đã nêu lên một số sai lầm này. Cho đến Huyền Trang, vì phát hiện nhiều sai lầm trong các bản Hán dịch nên quyết tâm nhập Trúc cầu pháp, bất chấp lệnh cấm triều đình và các nguy hiểm trên lộ trình.

Ngày nay, do sự phát hiện nhiều bản Kinh Luận quan trọng bằng tiếng Sanskrit, cũng như sự phổ biến ngôn ngữ Tây Tạng, mà phần lớn Kinh điển Sanskrit được phiên dịch, nên nhiều công trình chỉnh lý được thực hiện cho các bản dịch Phạn Hán. Thêm vào đó, do sự phổ biến ngôn ngữ Pali, vốn được xem là ngôn ngữ Thánh điển gần với nguyên thuyết nhất, một số sai lầm trong các bản dịch A-hàm cũng được chỉnh lý, và tỉ giáo, khiến cho lời dạy của Đức Thích Tôn được thọ trì một cách trong sáng hơn.

Trên đây là những nhận thức cơ bản để Ban phiên dịch Đại tạng kinh Việt Nam y theo đó mà thực hiện các bản dịch. Trước hết, là bản dịch các kinh A-hàm đang được giới thiệu ở đây. Các kinh thuộc bộ A-hàm được dịch sang Hán rất sớm, kể từ thời Hậu Hán với An Thế Cao. Nhưng phần lớn các truyền bản này đều phát xuất từ Tây vực, từ các nước Phật giáo thịnh hành thời đó như Quy-tư, Vu-điền. Do khẩu âm và phương ngữ nên trong các truyền bản được nói là Phạn văn đã hàm chứa khá nhiều sai lạc. Điều này có thể thấy rõ qua sự so sánh các đoạn tương đương Pali, hay các dẫn chứng trong Đại Tì-bà-sa, Du-già sư địa. Thêm vào đó, các dịch giả hầu hết đều học Phật và học tiếng Sanskrit tại các nước Tây vực chứ không trực tiếp tại Ấn Độ như La Thập và Huyền Trang, nên trình độ ngôn ngữ Phạn có hạn chế. Các vị ấy khi vừa đặt chân lên Trung Hoa, do khát vọng thâm thiết của các Phật tử Trung Hoa, muốn có thêm kinh Phật để học và tu, cho nên trong khi chưa tinh thông tiếng Hán, mà công trình phiên dịch lại được thôi thúc cần thực hiện. Vì không tinh thông Hán ngữ nên công tác phiên dịch luôn luôn qua trung gian một người chuyển ngữ. Quá trình phiên dịch đi qua nhiều giai đoạn mà chính người chủ dịch không thể quán triệt, cho nên trong các bản dịch hàm chứa những đoạn văn rất tối nghĩa, và nhiều khi nhầm lẫn. Trong tình hình như vậy, một bản dịch Việt từ Hán đòi hỏi rất nhiều tham khảo để hy vọng tiếp cận với nguyên bản Sanskrit đã thất lạc, và cũng từ đó mà hy vọng có thể tiếp cận với lời Phật dạy hơn, điều mà các bản Hán dịch do trở ngại ngôn ngữ đã không thể thực hiện được.

Đại Tạng kinh Việt Nam chủ yếu căn cứ trên Đại chánh Đại tạng kinh, Nhật Bản, gồm 100 tập, được biên tập khởi đầu từ niên hiệu Đại chánh (Taisho) thứ 11, 1922 Tl, cho đến niên hiệu Chiêu Hòa (Showa) thứ 9, 1934 Tl, tập hợp trên 100 nhà nghiên cứu Phật học hàng đầu của Nhật Bản, dưới sự chủ trì của Cao Nam Thuận Thứ Lang (Takakusu Junjiro) và Độ Biên Hải Húc (Watanabe Kaigyoku). Để bản sử dụng là bản in của Chùa Hải Ấn, Triều Tiên, được gọi là bản Cao-lệ. Công trình chỉnh lý văn bản căn cứ các khắc bản Tống, Nguyên, Minh, cùng một số khắc bản và thủ bản tại Hoa và Nhật khác như tả bản Thiên bình, bản Liêu của Cung nội sảnh, bản Chùa Đại Đức, bản Chùa Vạn Đức, v.v... Một số bản văn được phát hiện tại các vùng trong Tây vực như Vu Điền, Đôn Hoàng, Quy Tư, Cao Xương, cũng được dùng làm tham khảo. Nhiều đoạn văn từ Pali và Sanskrit cũng được dẫn dưới cước chú để đối chiếu đoạn Hán dịch mà người biên tập nghi ngờ là không chính xác hoặc thuộc về dị bản nào đó.

Nội dung Đại tạng Đại chánh được phân làm ba phần chính: Phần thứ nhất, gồm 32 tập, là các bản dịch Phạn Hán bao gồm Kinh, Luật, Luận, được thuyết bởi chính kim khẩu của Phật, hay được kiết tập bởi các Thánh đệ tử, hoặc được trước tác bởi các Luận sư. Phần thứ hai, từ Đại chánh tập 33 đến tập 55, trước tác của Trung Hoa, bao gồm các Sớ giải Kinh, Luật, Luận, và luận thuyết riêng biệt của các tông phái Phật giáo Trung Hoa, các Sử truyện, Truyện ký, Du ký, Truyền kỳ; các bản Hán dịch thuộc ngoại giáo như Thắng luận, Số luận, Ba tư giáo, Thiên chúa giáo, các tập ngữ vựng Phạn Hán, giáo khoa Phạn Hán, các Kinh lục. Phần thứ ba, từ tập 56 đến 85, tập họp các trước tác của Nhật Bản, gồm các Sớ giải Kinh, Luật, Luận, phần lớn căn cứ trên các bản sớ giải Trung Hoa mà giải nghĩa rộng thêm, và các luận thuyết của các tông phái tại Nhật Bản. Còn lại 12 tập sưu tập các đồ tượng, tranh ảnh, phần lớn là các đồ hình mạn-đà-la của Mật tông. 3 tập cuối, tổng mục lục, liệt kê nội dụng các bản Đại tạng lưu hành.

Bản phiên dịch Đại Tạng Kinh Việt Nam chọn Đại chánh tạng làm để bản, phiên dịch tất cả tác phẩm được ấn hành trong đó. Phàm lệ để thực hiện bản dịch tạm thời được quy định như sau:

1. Đại Tạng Kinh Việt Nam bao gồm tất cả các bản dịch tiếng Việt của Tam Tạng Kinh điển Phật giáo đã xuất hiện ở nước ta từ trước đến nay, qua các thời kỳ với nhiều dịch giả khác nhau, để cho thấy quá trình hình thành Đại Tạng Kinh Việt Nam qua lịch sử.

2. Về bản đáy, bản dịch Việt căn cứ trên ấn bản Đại chính tân tu Đại tạng kinh 100 tập, mỗi tập trên dưới 1000 trang chữ Hán cỡ 10pt và sẽ được đánh số theo thứ tự của số ghi trong bản in Đại chính. Mỗi trang của bản in Đại chính được chia làm ba cột: a, b, c. Số trang và cột này đều được ghi trong bản dịch để tiện tham khảo.

3. Vì thế, một bản kinh chữ Hán có thể có nhiều bản dịch tiếng Việt, nên sau số thứ tự của Đại Chính, sẽ đánh thêm các mẫu tự A, B, C... để phân biệt các bản dịch tiếng Việt khác nhau của cùng một bản kinh chữ Hán đó.

4. Về xử lý văn bản trong khi phiên dịch, phần lớn căn cứ công trình hiệu đính và đối chiếu của bản Đại Chính. Ngoài ra, tham khảo thêm các công trình hiệu đính và đối chiếu khác.

5. Giữa các ấn bản có những điểm khác nhau, bản Việt sẽ lựa chọn hoặc hiệu đính theo nhận thức của người dịch.

6. Trong bản Hán, nếu chỗ nào xét thấy văn dịch hay từ ngữ không phù hợp với giáo nghĩa truyền thống phổ biến, người dịch sẽ tham khảo các Kinh, Luật, Luận cần thiết để hiệu chính. Những hiệu chính này được giải thích ở phần cước chú.

7. Bản Hán dịch thực hiện căn cứ phần lớn trên sự truyền khẩu. Do đó những từ phát âm tương tự dễ đưa đến ngộ nhận, như sam Pāli hay sama và samyak; cala và jala; muti và muṭṭhi, v.v... Trong những trường hợp này, người dịch sẽ tham chiếu các kinh tương đương, các bản Hán biệt dịch, suy đoán tự dạng nguyên thủy có thể có trong Phạn bản để hiệu chính. Những hiệu chính này đều được ghi ở phần cước chú.

8. Do các truyền bản khác nhau giữa các bộ phái, để có nhận thức về giáo nghĩa nguyên thủy, chung cho tất cả, cần có những nghiên cứu đối chiếu sâu rộng. Công việc này ngoài khả năng hiện tại của các dịch giả. Tuy nhiên, trong trường hợp có thể, những điểm dị biệt giữa các truyền bản sẽ được ghi nhận và đối chiếu. Những ghi nhận này được nêu ở phần cước chú.

9. Bản Hán dịch được phân thành số quyển. Bản dịch Việt không chia số quyển như vậy, nhưng sẽ ghi ở phần cước chú mỗi khi bắt đầu một quyển khác.

10. Các từ Phật học trong một số bản Hán dịch nếu không phổ biến, do đó có thể gây khó khăn cho việc đọc và nghiên cứu, trong các trường hợp như vậy, tuy vẫn giữ nguyên dịch ngữ của bản Hán, nhưng dịch ngữ tương đương thông dụng hơn sẽ được ghi trong phần cước chú. Trong trường hợp có thể, sẽ ghi luôn dịch giả của những dịch ngữ này và xuất xứ của chúng từ bản dịch nào để tiện việc tham khảo.

11. Các kinh sách tham khảo trong cước chú đều được viết tắt theo qui định phổ thông của giới nghiên cứu quốc tế; xem qui định về viết tắt ở cuối mỗi tập của Đại tạng kinh Việt nam.

## II. PHƯƠNG ÁN THỰC HIỆN

Dự án thực hiện bao gồm các công trình phiên dịch, biên tập, và ấn hành, một Hội Đồng phiên dịch Đại Tạng Kinh Việt Nam được thành lập, được điều phối bởi Tổng biên tập, với các nhiệm vụ được phân phối như sau:

### 1. ỦY BAN PHIÊN DỊCH

Để hoàn tất một bản dịch, các công tác sau đây cần được thực hiện:

a. Phiên dịch trực tiếp: Các văn bản lần lượt được phân phối đến các vị có trình độ Hán văn tương đối, kiến thức Phật học cơ bản, và khả năng ngôn ngữ cần thiết, phiên dịch trực tiếp từ Hán sang Việt.

b. Hiệu đính và chú thích: Nhiệm vụ chủ yếu của phần hiệu chính là đọc lại bản dịch thô và bổ túc những sai lầm có thể có trong bản dịch. Trong thực tế, người hiệu đính còn phải làm nhiều hơn thế nữa.

Trước hết là phần chỉnh lý văn bản. Phần này đáng lý phải thực hiện trước khi phiên dịch. Việc chỉnh lý văn bản thoạt tiên có vẻ đơn giản, vì người dịch chỉ lưu ý một số nhầm lẫn trong việc khắc bản của để bản. Những điểm khác nhau giữa các bản khắc hầu hết được ghi ở cước chú trong ấn bản Đại Chính, người dịch chỉ cần hiểu rõ nội dung đoạn dịch thì có thể lựa chọn những từ thích hợp trong cước chú. Tuy nhiên, do hạn chế về trình độ Phật pháp và khả năng tham khảo nên đa số người dịch không chọn được từ chính xác. Mặt khác, ngay cả các từ trong cước chú không phải hoàn toàn chính xác. Ngay cả Đại sư Ấn Thuận cũng phạm phải một số sai lầm khi chọn từ, vì không tìm ra các đoạn Pali hoặc Sanskrit tương đương nên phải dựa trên ức đoán. Những ức đoán phần nhiều là sai. Mặt khác, nhiều sai lầm không phải do tả bản hay khắc bản, mà do chính từ truyền bản. Bởi vì, Kinh điển từ Ấn Độ truyền sang hầu hết đều do khẩu truyền. Những biến đổi trong khẩu âm, phát âm, khiến nhầm lẫn từ này với từ khác, làm cho ý nghĩa nguyên thủy của giáo lý sai lạc. Người dịch từ Hán văn mà không có trình độ Phạn văn nhất định thì không thể phát hiện những sai lầm này. Điều đáng lưu ý những sai lầm này xuất hiện rất nhiều và rất thường xuyên trong nhiều bản dịch Phạn Hán.

Phần hiệu đính tập trung trên cú pháp Phạn mà ảnh hưởng của nó trong các bản dịch khiến cho nhiều khi ngay cả những vị tinh thông Hán, ngay cả đến các nhà chú giải Kinh điển nổi tiếng cũng phải nhầm lẫn. Để hiểu rõ nội dung bản dịch Hán, cần thiết phải tìm lại nguyên bản Phạn để đối chiếu. Đại sư Cát Tạng đã vấp phải sai lầm khi không có cơ sở để phân tích mệnh đề Hán dịch là năng động hay thụ động, do đó đã nhầm lẫn người giết với kẻ bị giết. Đó là một đoạn văn trong Thắng man mà nguyên bản Phạn của kinh này đã thất lạc, nhưng đoạn văn tương đương lại được tìm thấy trong trích dẫn của Sikṣasamuccaya của Sāntideva. Nếu không tìm thấy đoạn Sanskrit được trích dẫn này thì không ai có thể biết rằng Cát Tạng đã nhầm lẫn.

Rất nhiều Kinh điển trong nguyên bản Phạn đã bị thất lạc. Ngay cả những tác phẩm quan trọng như Đại Tì-bà-sa chỉ tồn tại trong bản dịch của Huyền Trang. Nhiều đoạn được trích dẫn trong bản dịch Câu-xá, mà Phạn văn đã được phát hiện, cũng giúp người đọc Đại Tì-bà-sa có manh mối để đi sâu vào nội dung. Đọc một bản văn mà không nắm vững nội dung của nó, nghĩa là chính dịch giả cũng không hiểu, hoặc hiểu sai, sao có thể hy vọng người đọc hiểu được đoạn văn phiên dịch? Do đó, công tác hiệu đính không đơn giản chỉ bổ túc những khuyết điểm trong bản dịch về lối hành văn, mà đòi hỏi công phu tham khảo rất nhiều để nắm vững nội dung nguyên tác trong một giới hạn khả dĩ.

Đại Tạng Kinh Việt Nam là bản dịch Việt từ Hán tạng, do đó không thể tự tiện thay đổi nội dung dù phát hiện những sai lầm trong bản Hán. Những sai lầm mang tính lịch sử, do đó không được phép loại bỏ tùy tiện. Tuy vậy, bản dịch Việt cũng không thể bỏ qua những nhầm lẫn được phát hiện. Những phát hiện sai lầm cần được nêu lên, và những hiệu đính cũng cần được đề nghị. Những điểm này được ghi ở phần cước chú để cho bản Việt vẫn còn gần với bản Hán dịch.

Trên đây là một số điều kiện tất yếu để thực hiện một bản dịch tương đối khả dĩ chấp nhận. Trong tình hình hiện tại, chúng ta chỉ có rất ít vị có thể hội đủ điều kiện yêu cầu như trên. Do đó, dự án thực hiện hướng đến chương trình đào tạo, không đơn giản chỉ là đào tạo chuyên gia dịch thuật, mà là bồi dưỡng những vị có trình độ Phật học cao với khả năng đọc và hiểu các ngôn ngữ chuyển tải Thánh điển, chủ yếu các thứ tiếng Pali, Sanskrit, Tây Tạng và Hán. Trong tình hình nghiên cứu Phật học hiện tại trên thế giới, người muốn nghiên cứu Phật học mà không biết đến các ngôn ngữ này thì khó có thể nắm vững giáo nghĩa căn bản. Và đây cũng là điều mà Ngạn Tông đã nêu rõ trong các điều kiện tham gia dịch thuật trong viện phiên dịch bảo trợ bởi Tùy Dạng đế, mặc dù Ngạn Tông chỉ yêu cầu hiểu biết Phạn văn nhưng đồng thời cũng yêu cầu kiến thức uyên bác không chỉ tinh thông Phật điển mà còn cả thư tịch ngoại giáo.

Chi tiết chương trình đào tạo cần được trình bày trong một dịp khác.

## 2. ỦY BAN ẤN HÀNH

Công tác ấn hành gồm các phần:

a. Sửa lỗi chính tả của các bản dịch. Hiện tại lỗi chính tả trong các bản dịch do các Thầy, Cô, và Phật tử tự nguyện chỉnh sửa. Nhưng chỉ là công tác nghiệp dư, do không chuyên trách, và do đó cũng thiếu kinh nghiệm trong việc phát hiện lỗi, nên các bản in phổ biến tồn tại khá nhiều lỗi chính tả.

b. Trình bày bản in. Công tác này tùy thuộc điều kiện kỹ thuật vi tính. Sơ khởi, ban ấn hành chưa đủ điều kiện để có những vị thành thạo sử dụng kỹ thuật vi tính trong việc trình bày văn bản. Công việc này hiện tại do các Thầy Cô phụ trách, với trình độ kỹ thuật do tự học, và tự phát. Vì vậy, trong nhiều trường hợp không khắc phục được lỗi kỹ thuật nên hình thức trình bày của bản văn chưa được hoàn hảo như mong đợi. Sự nghiệp phiên dịch được định khoảng 15 năm, hoặc có thể lâu hơn nữa. Hình thức Đại Tạng Kinh do đó không thể được thiết kế một lần hoàn hảo. Trong diễn tiến như vậy, tất nhiên trình độ kỹ thuật được cải tiến theo thời gian, khiến cho hình thức trình bày cũng cần thay đổi cho phù hợp với thời đại. Hậu quả sẽ khó tránh khỏi là sự không đồng bộ giữa các tập Đại Tạng Kinh ấn hành trước và sau.

c. Ấn loát. Sau khi hình thức trình bày được chấp nhận, bản dịch được đưa đi nhà in. Trách nhiệm ấn loát được giao cho nhà in với các khoản được ghi thành hợp đồng. Vấn đề ấn loát như vậy tương đối ổn định. Tuy nhiên, cũng cần có người chuyên trách để theo dõi quá trình ấn loát, hầu tránh những sai sót kỹ thuật có thể có do nhà in.

d. Phát hành, phổ biến và vận động. Một nhiệm vụ không kém quan trọng là phát hành và phổ biến Đại Tạng Kinh. Công việc này đáng lý do một ban phát hành chuyên trách. Nhưng trong điều kiện nhân sự hiện tại, một ban như vậy chưa thể thành lập, do đó ban ấn hành kiêm nhiệm. Thêm nữa, công trình phiên dịch là sự nghiệp chung của toàn thể Phật tử Việt Nam, không phân biệt Giáo hội, hệ phái, do đó cần có sự tham gia và cống hiến của chư Tăng Ni, Phật tử, bằng hằng sản và hằng tâm, bằng tâm nguyện cá nhân hay tập thể dưới các hình thức hỗ trợ và bảo trợ bằng vật chất hoặc tinh thần, cống hiến bằng tất cả khả năng vật chất và trí tuệ. Công việc vận động này để cho được hữu hiệu với sự tham gia tích cực của nhiều chúng đệ tử cũng cần được chuyên trách bởi một ban vận động. Trong điều kiện nhân sự hiện tại, ban ấn hành kiêm nhiệm.

## HẬU TỪ

Trải qua trên dưới 2 nghìn năm du nhập, những giáo nghĩa căn bản mà đức Phật đã giảng được học và hành tại Việt Nam, đã đem lại nhiều an lạc cho nhiều cá nhân và xã hội, đã góp phần xây dựng tình cảm và tư duy của các cộng đồng cư dân trên đất nước Việt. Thế nhưng, sự nghiệp phiên dịch cũng như ấn hành để phổ biến Thánh điển, làm nền tảng sở y cho sự học và hành, chưa được thực hiện trên quy mô rộng lớn toàn quốc.

Sự nghiệp phiên dịch tại Trung Quốc trải qua gần hai nghìn năm, với thành tựu vĩ đại, tập đại thành và bảo đảm kho tàng Thánh điển thoát qua nhiều trận hủy diệt do những đức tin mù quáng, quàng tín. Sự nghiệp ấy đại bộ phận do các quốc vương Phật tử tích cực bảo trợ, đã là sự nghiệp chung của toàn thể nhân dân theo từng giai đoạn đặc biệt của lịch sử. Việt nam tuy cũng có các minh quân Phật tử, nhưng do tác động bởi các yếu tố chính trị xã hội nên chưa từng được tổ chức quy mô dưới sự bảo trợ của triều đình. Chỉ do yêu cầu thực tế học và hành mà một số Kinh điển được phiên dịch, nhưng chưa đủ để lập thành nền tảng tương đối hoàn bị cho sự nghiên cứu sâu giáo nghĩa.

Gần đây, vào năm 1973, một Hội đồng phiên dịch Tam Tạng lần đầu tiên trong lịch sử được thành lập, Chủ tịch: Thượng Tọa Thích Trí Tịnh, Tổng thư ký: Thượng Tọa Thích Quảng Độ, với các thành viên quy tụ tất cả các Thượng Tọa và Đại Đức đã có công trình phiên dịch và có uy tín trên phương diện nghiên cứu Phật học, dưới sự chỉ đạo của Viện Tăng Thống, Giáo hội Phật giáo Việt Nam Thống Nhất. Chương trình phiên dịch được soạn thảo trên quy mô rộng lớn, nhưng do bởi hoàn cảnh chiến tranh cho nên chỉ mới thực hiện được một phần nhỏ. Một phần của thành quả này về sau được ấn hành năm 1993 bởi Viện Nghiên cứu Phật học Việt Nam, trực thuộc Giáo Hội Phật giáo Việt Nam, dưới danh hiệu "Đại Tạng Kinh Việt Nam". Thành quả này là các kinh thuộc bộ A-hàm được phân công bởi Hội đồng Phiên dịch Tam Tạng, trong đó, Trường A-hàm và Tạp A-hàm do TT Thiện Siêu, TT Trí Thành và ĐĐ Tuệ Sỹ thuộc Viện Cao đẳng Phật học Hải Đức Nha Trang; Trung A-hàm và Tăng nhất A-hàm do TT Thanh Từ, TT Bửu Huệ, TT Thiền Tâm thuộc Viện Cao đẳng Phật học Huệ Nghiêm Sài Gòn.

Ngoài ra, một phần phân công khác cũng đã được hoàn thành như:

- TT Trí Nghiêm: Đại Bát Nhã (Huyền Trang dịch, 600 cuốn) thuộc bộ Bát-nhã.
- TT Trí Tịnh: Kinh Ma Ha Bát Nhã Ba La Mật (Đại phẩm) thuộc bộ Bát Nhã; Kinh Diệu Pháp Liên Hoa (La-thập dịch), thuộc bộ Pháp Hoa; Kinh Đại phương Quảng Phật Hoa Nghiêm (bản Bát thập) thuộc bộ Hoa Nghiêm; và toàn bộ Đại Bảo Tích.

Các bản dịch này cũng đã được ấn hành nhưng do bởi đệ tử của các Ngài chứ chưa đưa vào Đại tạng kinh Việt Nam.

Những vị được phân công khác chưa thấy có thành quả được công bố.

Mặc dù với nỗ lực to lớn, nhưng do hoàn cảnh nhiễu nhương của đất nước, nên thành tựu rất khiêm nhượng. Thêm nữa, các thành tựu này cũng chưa hội đủ điều kiện và thời gian thuận tiện để được hiệu đính và biên tập, theo tiêu chuẩn nghiên cứu và phiên dịch Phật điển trong trình độ nghiên cứu Phật giáo hiện đại của thế giới, do đó cũng chưa thể được dự phần trong sự nghiệp phiên dịch và nghiên cứu Phật học trên quy mô quốc tế, như cống hiến của Phật giáo Việt Nam cho cộng đồng nhân loại trong sự nghiệp hoằng dương Chánh pháp chung, của toàn thể Phật tử thế giới vì lợi ích và an lạc của hết thảy mọi loài chúng sanh.

Sự nghiệp như vậy không thể là cống hiến cá biệt của một cá nhân hay tập thể, của một Giáo hội hay hệ phái, mà là sự nghiệp chung của toàn thể Tăng tín đồ Phật giáo Việt Nam, không chỉ một thế hệ, mà liên tục trong nhiều thế hệ, cùng tồn tại và tiến bộ theo đà thăng tiến của xã hội và nhân loại. Trên hết là báo đáp ân đức của Phật Tổ, đã vì an lạc của chúng sanh mà trải qua vô vàn khổ hành, qua vô số a-tăng-kỳ kiếp. Thứ đến, kế thừa sự nghiệp hoằng pháp lợi sanh của Thầy Tổ để cho ngọn đèn Chánh pháp luôn luôn được thắp sáng trong thế gian.

Vì vậy, chúng tôi khẩn thiết, trên nương nhờ uy thần nhiếp thọ của Chư Phật và Thánh Tăng, cùng với sự tán trợ của chư vị Trưởng Lão hiện tiền trong hàng Tăng bảo, kêu gọi sự hỗ trợ cống hiến bằng tất cả tâm nguyện và trí lực, bằng tất cả hằng sản và hằng tâm, của bốn chúng đệ tử Phật, cho sự nghiệp hoằng pháp đệ nhất tối thắng này được tiến hành vững chắc và liên tục từ thế hệ này cho đến nhiều thế hệ tiếp theo, duy trì ngọn đèn Chánh pháp tồn tại lâu dài trong thế gian vì lợi ích và an lạc của hết thảy chúng sanh.

*Mùa Phật đản 2552 – Mậu Tý 2008*

***Trí Siêu – Tuệ Sỹ***

*cẩn bạch*

# MỘT SỐ VẤN ĐỀ NGỮ PHÁP TRONG CÁC BẢN DỊCH PHẠN HÁN

TUỆ SỸ

## I. LÝ LUẬN PHIÊN DỊCH

Nói một cách chung chung, do một sự tình cờ lịch sử nào đó mà một số người, cùng một hay nhiều huyết thống khác nhau, cùng tụ hội trong một phạm vi không gian, dần dần phát sinh những quan hệ gắn bó, hoặc vật chất hoặc tình cảm, để hình thành một cộng đồng xã hội. Mối dây ràng buộc các thành viên của cộng đồng tất nhiên phải là ngôn ngữ. Đó là tín hiệu truyền thông, trao đổi những biến cố, những hiện tượng thường nhật, phát sinh trong nội bộ cộng đồng, giữa các thành viên, hay từ thiên nhiên, môi trường trong đó họ hoạt động để sinh tồn. Mối quan hệ càng ngày càng phức tạp, do sự phát triển số lượng thành viên, do những phát hiện mới trong thiên nhiên, những phát minh mới về công cụ, kỹ thuật, để hỗ trợ, tăng hiệu quả lao động. Môi trường thiên nhiên có những ảnh hưởng nhất định lên tình cảm và tư duy của từng cá nhân. Thêm vào đó, những mâu thuẫn quyền lợi giữa các cá nhân trong sự chiếm hữu tài nguyên thiên nhiên để sinh tồn, rồi những xung đột tình cảm, và nhiều sự kiện, nhiều biến cố thường nhật khác nữa; tất cả tập hợp thành kho dữ liệu càng lúc càng phức tạp, để từ đó, một cách tự nhiên, cộng đồng nguyên thủy hay bán nguyên thủy ấy xử lý sao cho tiện lợi và hữu hiệu trong quan hệ hằng ngày. Nghĩa là xử lý thành một hệ thống tín hiệu nhạy bén để chuyển tải ý tưởng, thông tin những biến cố cho các thành viên. Hệ thống tín hiệu ấy là những quy định về ngữ vựng, ngữ pháp, sao cho khi phát biểu mà không gây hiểu lầm giữa người này với người khác.

Có lẽ trong chúng ta nhiều người đã chứng kiến, và cũng có người đã từng tham gia, khi bọn trẻ nít họp nhau thành một nhóm với những sinh hoạt cá biệt, chúng thường đặt ra một hệ ngôn ngữ riêng biệt, để khi cần thiết, thông tin cho nhau mà người lớn trong gia đình không hay biết. Chúng bảo vệ "cộng đồng nhí" của mình bằng một hệ thống tín hiệu đặc biệt. Tất nhiên, khi quan hệ với bên ngoài "cộng đồng nhí" của mình, chúng cũng phải dùng ngôn ngữ chung của gia đình, và của xã hội trong đó gia đình chúng đang tồn tại.

Cũng vậy, trong quá trình phát triển cộng đồng, ngôn ngữ với những quy định cá biệt trong nội bộ cộng đồng dần dần trở thành biểu hiệu cá tính hay ý thức cộng đồng, mà ở mức độ bình thường ta gọi là tinh thần cộng đồng, hay tinh thần xã hội. Khi cộng đồng ấy phát triển lớn mạnh thành một nước, thành một dân tộc, tinh thần ấy trở thành điều mà chúng ta gọi là tinh thần dân tộc. Ngôn ngữ bấy giờ không chỉ là công cụ chuyển tải, thông tin, mà đích thực là tín hiệu hay biểu hiện bản sắc của một cộng đồng, hay lớn hơn, của một dân tộc.

Do điều kiện lịch sử, mỗi dân tộc có tiếng nói riêng biệt của mình, mang bản sắc cá biệt của dân tộc mình. Khi có sự tiếp xúc giữa hai dân tộc, bên này muốn tìm hiểu bên kia, hiểu để sống chung hòa hiệp, phân phối đồng đều tài nguyên thiên nhiên, và trao đổi hữu ích các thành quả lao động, điều trước tiên cần làm là học ngôn ngữ.

Cho nên, người ta nói chắc chắn không sai lầm rằng, muốn hiểu được một dân tộc, với tất cả tình cảm, tư duy, cho đến mọi thứ phong tục, tập quán, của một dân tộc, thì điều kiện tất yếu là phải hiểu được ngôn ngữ của dân tộc ấy. Nói cho chính xác, hiểu cho được bản chất hay yếu tính của ngôn ngữ ấy. Về điều này, chúng ta có thể nói gọn rằng, người ngoại quốc nào muốn hiểu rõ con người Việt Nam thì được khuyên là nên đọc và hiểu truyện Kiều của Nguyễn Du. Muốn hiểu được truyện Kiều của Nguyễn Du thì nhất định phải nắm vững tiếng Việt, phải thâm nhập thể tính của ngôn ngữ ấy.

Để hiểu được như vậy thì chưa chắc gì chính người Việt đã làm được. Tất nhiên, không phải ai cũng có thể nói đúng rằng "Tôi hiểu rõ tôi là ai". Cho nên, nếu không thể trực tiếp, người có thể đi qua trung gian. Đó là thông qua thông ngôn, hay thông dịch.

Theo định nghĩa chung ngày nay, phiên dịch là sự chuyển dịch một ngôn ngữ này sang một ngôn ngữ khác. Tất nhiên trong Hán văn hai từ "dịch" trong đây cơ bản không đồng nghĩa. Chúng ta nói là chuyển dịch, vì quen với từ Anh *translation*, mà gốc La-tinh của nó, *translatio* là từ phát sinh từ phân từ thụ động quá khứ – *translatus*, của động từ *transfere* mà chúng ta tạm cho là tương đương với từ *chuyển dịch*. Nội hàm của từ ngữ như vậy cũng cho ta thấy rõ mục đích của công việc này và cách thức thực hiện. Về cơ bản, và có lẽ kể từ nguyên thủy, dịch là chuyển một vật từ ngôn ngữ này sang ngôn ngữ khác để người nghe đồng nhất nội hàm của hai từ khác nhau. Như khi một Phạn Tăng muốn chuyển từ āmra-vana sang Hán, vì lúc bấy giờ đức Phật đang ở tại chỗ đó. Theo chứng kiến hiện trường, hay do mô tả chính xác, họ chuyển được từ *vana* sang từ *viên* là cái vườn, mặc dù nhiều khi họ phân vân giữa *viên* và *lâm*. Nhưng hiện trường không có vật gì tương đương với từ āmra, và cũng không thể mô tả để người Hán hiểu, đành phải phiên âm là *yêm-ma-la viên*. Hoặc giả khi họ phiên dịch những điều Phật quy định về thức ăn cho Tỳ kheo. Họ đưa ra từ khādanīya. Sự kiện được đề cập này có thể mô tả xác thực, mà cũng có thể chứng kiến hiện trường. Nhưng trong Hán văn không hề có từ tương đương, vì người Hán không bao giờ nghĩ đến thực phẩm theo cách đó. Vậy lại phải phiên âm: *khư-đà-ni*, hay *khư-xà-ni*, hay tương tự, tất nhiên phát âm lơ lớ với nguyên ngữ.

Đó là trường hợp phiên chuyển những từ cụ thể, thấy được, sờ nắn được, mà vẫn vấp phải những điều bất khả. Trong trường hợp liên hệ đến ý tưởng, sự việc tất phải khó hơn. Nhưng cũng có thể dễ hơn. Vì người ta nói vẽ quỷ dễ hơn vẽ người.

Người Hán tự hào nền văn minh của mình, trình độ tư tưởng học thuật cao siêu, nhưng khi giao tiếp với hệ tư duy nhiều tưởng tượng siêu hình như Ấn-Độ, họ vấp phải rất nhiều khó khăn. Ngay cả những từ thông thường, chỉ vào sự việc mà hầu như dân tộc tộc nào cũng có khái niệm đến, trong một trình độ văn minh nhất định. Như những từ liên hệ đến đạo đức: *thí* hay cho, *nhẫn* hay nhịn, và *giới* hay răn cấm. Nhiều dịch giả, kể cả những dịch giả lớn như Cưu-ma-la-thập, Huyền Trang, trong nhiều trường hợp đã không đồng ý dùng những từ này để dịch các từ Phạn mà trong giới hạn nào đó có thể tương đương như: dāna, phiên âm là đàn-na thay vì dịch là thí hay bố thí; śīla, phiên âm là *thi-la* thay vì dịch là giới. kṣānti, âm là *sằn-đề*, thay vì dịch là nhẫn. Đó là trong những ngữ cảnh mà các vị này cho là không thể có tương đương trong Hán; mặc dù trong nhiều nơi khác, trong ngữ cảnh khác, các vị cũng dịch sang các từ Hán tương đương.

Hoặc khi phiên âm, hoặc khi dịch nghĩa cùng một từ, các vị dịch giả này quả thật rất cẩn thận trong việc di chuyển ý tưởng, từ một truyền thống tư duy này sang một truyền thống tư duy khác, cũng y như thể cây quít phương

Nam được trồng sang đất Bắc, tất vị chua ngọt phải có thay đổi. Một nhà triết học Tây-ban-nha đã cảnh giác điều này. Ông nói: Một ý tưởng không thể không thay đổi khi đi từ ngôn ngữ này sang ngôn ngữ khác.[1] Nói cách khác, như người ta thường nói: *dịch là phản*. Đó là cách nói của người Ý: *Traduttore traditore*. Một dịch giả là một kẻ phản bội.

Ý tưởng này vô tình mà lại trùng hợp với cách nghĩ của người Hán cách đây có lẽ cũng gần ba nghìn năm. Sách Đại Đái Lễ ký, thiên Tiểu biện chép: "Ai Công nói: Quả nhân muốn học tiểu biện.... Khổng Tử đáp: ... Truyền lời bằng tượng, mà (những kẻ) "lật lưỡi" đều đến, có thể nói đã là giản rồi..." [2] "Những kẻ lật lưỡi" trong chữ Hán là 反舌 "phản thiệt"; từ ngữ có vẻ xem nhẹ các dân tộc mà tiếng nói không giống người Hán. Tất nhiên là vì thời đại quá xa nên chúng ta không chắc chắn trong ý nghĩ những người Đại Hán khi gọi các thứ tiếng không giống tiếng mình là loại "lật lưỡi" có mang ý khinh thị hay không. Trong đoạn văn khác của *Lữ Thị Xuân Thu* thì hình như có ý này vậy. Thiên "Công danh" chép: "Người câu giỏi, cá dưới sâu mười *nhận* cũng ngoi lên; ấy là nhờ mồi thơm. Người săn giỏi, chim bay trên cao một trăm *nhận* cũng rơi xuống; ấy là nhờ cung tốt. Người làm vua giỏi, bọn Man Di, *lật lưỡi*, phong tục khác, tập quán khác, cũng đến thần phục; đó là nhờ đức dày"[3]

Trong cách nói ấy, để chuyển ngôn ngữ của một chủng tộc bán khai sang một dân tộc được xem là văn minh hơn, người ta phải "lật lưỡi" để nói.

---

[1] Miguel de Unamuno y Jugo (1864 - 1936), Tragic sense of life, transl. J.E. Crawford Flitch, Autor's Preface: "Whereby they emerge other than they originally were, for an idea does not pass from one language to another without change."

[2] 大戴礼记 . 小辨第七十四: 公曰: "寡人欲學小辨，以觀於政，其可乎？" 子曰: "否，不可。。。傳言以象，反舌皆至，可謂簡矣。

[3] 吕氏春秋 · 功名: 善釣者出魚乎十仞之下，餌香也; 善弋者下鳥乎百仞之上，弓良也; 善為君者，蠻夷反舌殊俗異習皆服之，德厚也。

Bởi vì cái gì mà được lật mặt trái lên, thì mặt trái ấy tất xấu hơn rồi. Và đây cũng là ý tưởng bi quan đối với sự nghiệp phiên dịch, nói như nhà văn Anh J. Howell: "Một bản dịch là mặt trái của tấm thảm."[1] Theo cách nói này thì đẹp và trung thành là hai mặt không thể đi chung.

Vậy, bi quan mà nói, dịch là phiên dịch; phiên là phản. Nhưng cũng với ý tưởng "phiên phản" này, nhà sử học Phật giáo Trung Hoa đời Tống, Tán Ninh, khi luận về sự nghiệp phiên dịch Phạn Hán, lại có nhận xét khá lạc quan: Cổ đại, người Hán chỉ có từ đơn là "dịch." Kể từ khi Kinh *Tứ Thập Nhị Chương* được dịch từ Phạn sang Hán, bản dịch Phạn Hán được coi là đầu tiên, bấy giờ thêm vào từ "phiên" để gọi đủ là "phiên dịch". Sư nói: "Phiên 翻, như phiên (lật ngược) tấm lụa gấm, mặt lưng cũng là bông hoa. Duy có điều, xuôi ngược không giống nhau."[2]

Sư cũng đặt vấn đề về sự thông hành của từ "dịch." Vì, từ thượng cổ, đời nhà Châu trong khi giao tiếp với các dân tộc bốn phương, đã đặt ra bộ thông ngôn với bốn phòng chủ sự: phòng Tượng 象 tư thông tiếng nói sáu Man; Đề 鞮 chủ sự bảy Nhung; Ký 寄 ty thông chín Di; và Dịch 譯 tri sự tám Địch.[3] Sách lược ngoại giao của người Hán cổ đại, để thu phục các dân tộc thiểu số Man Di, đã đặt vấn đề thông dịch lên hàng đầu, cho thấy họ đã ý thức tầm quan trọng của chức năng ngôn ngữ trong mọi giao tiếp. Muốn chinh phục người, cần phải hiểu người. Muốn hiểu được người, cần phải nắm vững ngôn ngữ mà người sử dụng. Người Hán khá tự hào về chính sách này. *Thượng thư đại truyện* chép: "Về phía nam Giao Chỉ, có nước Việt Thường. Chu Công nhiếp chính được sáu năm. Chế lễ, làm nhạc;

---

[1] James Howell, Poems of Translations (1660), dẫn bởi Dictonaire des Proverbes, Larousse 1980: "Une traducion n' est que le revers d'une tapisserie."

[2] 沙門贊寧宋高僧傳卷第三：翻也者如翻錦綺背面俱花。但其花有左右不同耳。

[3] 禮記菁華錄卷二侯官吳曾祺評註 王制第五：五方之民。言語不通。嗜欲不同。達其志。通其欲。東方曰寄。南方曰象。西方曰狄鞮。北方曰譯。

thiên hạ thái bình. Việt Thường mang theo ba người thông dịch, dịch qua nhiều lớp, mà đến hiến chim trĩ trắng”.[1]

Các trích dẫn trên cho thấy “dịch” là một trong bốn chức quan thông dịch, đối tượng chính là các dân tộc Địch ở phương Bắc. Khổng Dĩnh Đạt giải thích[2]: “Quan chức truyền thông truyền ngôn ngữ phương Đông gọi là Ký, tức truyền ký (truyền đạt và gởi đi) ngôn ngữ trong và ngoài nước. Thông truyền ngôn ngữ phương Nam gọi là Tượng, mô phỏng tượng trưng ngôn ngữ của trong nước và ngoài nước. Thông truyền ngôn ngữ phương Tây gọi là Địch Đề. Đề nghĩa là *biết*; thông truyền ngôn ngữ của Di Địch cho người Trung quốc hiểu biết nhau. Thông truyền ngôn ngữ phương Bắc gọi là Dịch. *Dịch* nghĩa là *trần* (trình bày), là trần thuyết lời nói của trong và ngoài nước”.

Tán Ninh nói, trong bốn chức quan thông ngôn này, về sau chỉ có chức quan Dịch là thông dụng. Vì sao? Nghi là từ đời Hán về sau, nhiều sự biến xảy ra ở phương Bắc, cho nên từ *dịch* trở thành quen thuộc. Sư cho rằng, dù quan Tượng tư giúp vua hiểu biết những việc xảy ra ở phương xứ, hay bằng phương ngôn – địa phương ngữ, để biết chuyện gần, đấy chẳng qua là tìm hiểu những phong tục khác lạ để thấu rõ tình phương mà thôi. Nói cách khác, đấy cũng chỉ là những giao tiếp thường nhật. Điều đáng nói là, “Trong biển Vô lậu mà nổi dậy âm vang sóng triều, thật là đáng kinh dị”.[3] Nói cách khác, Giáo pháp của Phật là pháp vô ngôn. Được phô diễn thành lời đã là sự lạ rồi, mà nay lại được dịch từ lời đó sang lời khác, thì thật đáng

---

[1] 尚書大傳 卷四：“交阯之南有越裳國。周公 居攝六年，制禮作樂，天下和平。越裳以三象重譯而獻白雉。”

[2] 禮記·王制 孔穎達 疏：“其通傳東方之語官謂之曰寄，言傳寄外內言語。通傳南方語官謂之曰象者，言放象外內之言。其通傳西方語官謂之狄鞮者，鞮，知也；謂通傳夷狄之語與中國相知。其通傳北方語官謂之曰譯者，譯，陳也；謂陳說外內之言。”

[3] 宋高僧傳 譯經篇 論曰。無漏海中震潮音而可怪。

lạ hơn nữa. Đây là điểm mà các nhà phiên dịch Kinh Phật cũng như các nhà nghiên cứu Phật học Trung Hoa đều luôn luôn cảnh giác. Bởi vì, tình trạng tam sao thất bản, nhầm lẫn từ này với từ kia, ý nghĩa này với ý nghĩa khác, xảy ra không phải hiếm.

Như nhận xét của Tăng Hựu,[1] ngay trong sự lưu truyền chính thống của Thi Thư tại Trung Quốc, được Thầy truyền trò giữa các lễ sư, mà còn có sự nhầm lẫn giữa các từ 菟斯 *thố tư* với 菟鮮 *thố tiên*,[2] 孔子蚤作 *Khổng Tử tảo tác* với 作早.[3] Xem thế, sự sai sót, nhầm lẫn trong các bản dịch Phạn Hạn là điều tất nhiên. Thế nhưng, đại bộ phận những vị đọc các bản dịch này không phải chỉ cốt tìm hiểu hay thưởng thức những gì hay đẹp, cao siêu từ một nguồn văn hóa văn minh khác lạ, mà mục đích là đọc và hiểu lời Phật, nhắm đến cứu cánh là giải thoát sinh tử cho chính mình, và có thể cho nhiều người nữa. Hiểu đúng hay hiểu sai từ các bản dịch không phải là chuyện trà dư tửu hậu của các văn sĩ, mà sinh tử đại sự của những người học Phật. Do đó, yêu cầu chính xác trong sự phiên dịch phải là tuyệt đối, mặc dù ai cũng biết rằng rất khó, và có thể là không bao giờ đạt đến mức hoàn hảo tuyệt đối.

Đạo An, người tham dự rất nhiều trong những công trình phiên dịch Phạn Hán đầu tiên, qua kinh nghiệm bản thân, đã nêu lên năm điều mất gốc và ba điều không dễ trong các bản dịch.[4] Trong đó, ba điều không dễ – *tam bất dị* – đề cập đến nội dung chuyển tải. Điều khó thứ nhất:

---

[1] 釋僧祐出三藏記集卷第一胡漢譯經音義同異記第四。

[2] 詩小雅：有菟斯首，炰之燔之。君子有酒，酌言獻之。Thi kinh Tập truyện II, Tiểu nhã; Bộ Quốc gia giáo dục, Saigon 1969, tr. 130-11.

[3] 禮記檀弓上 孔子蚤作，負手曳杖，消搖於門，歌曰：「泰山其頹乎！梁木其壞乎！哲人其萎乎！」

[4] 出三藏記集序卷第八 摩訶鉢羅若波羅蜜經抄序. T55n2145, tr. 52b24 Dẫn bởi 釋道宣 續高僧傳卷第二 彌天釋道安每稱。譯胡為秦。有五失本三不易也。T50n2060, tr. 438a19

Tâm của bậc Đại trí Tam minh, lời của đấng Giác ngộ đã khuất; những gì Thánh nói tất tùy thời. Thời gian, phong tục, tất có đổi khác; mà nay muốn chuyển dịch những điều cao nhã cổ xưa sao cho phù hợp với thời nay; đây là điều không dễ. Ngu và trí cách nhau trời vực. Thánh nhân há có thềm bậc, mà muốn đem lời ẩn áo trên nghìn năm trước truyền cho phù hợp với lịch đại đế vương xuống đến hạng mạt tục; đây là điều không dễ thứ hai. A-nan đọc lại Kinh, cách Phật không xa, thế mà Đại Ca-diếp còn yêu cầu năm trăm A-la-hán lục thông thay nhau thẩm định lại. Huống hồ cách nay hơn cả nghìn năm rồi; lấy ý gần của mình mà đắn đo, các vị A-la-hán còn thận trọng dè dặt như thế, thì những con người trong vòng sinh tử bình phàm như thế này, há lại không biết rằng sự thấu hiểu pháp là quan trọng hay sao? Đó là điều không dễ thứ ba.

Đó là ba điều không dễ. Về mặt hình thức, do vấn đề ngữ pháp, người dịch thường gặp phải năm trường hợp gọi là "mất gốc" – *ngũ thất bản*. Bản dịch có nhiều khi phản bội bản gốc. Năm trường hợp này sẽ được phân tích sau, khi dẫn chứng những điển hình về cú pháp Phạn-Hán.

Bản thân Đạo An không phải là nhà Phạn ngữ học, tinh thông Phạn ngữ. Ngài chỉ là người nghiên cứu Phật học và tu Phật. Thuyết "ngũ thất bản" và "tam bất dị" tuy có thể nói là nhận xét rất tinh tế về mối quan hệ Phạn Hán, nhưng đấy không phải do hiểu biết trực tiếp từ kinh nghiệm bản thân, mà là gián tiếp qua sự tham dự các công trình phiên dịch Phật Kinh đương thời. Sách sử chép Đạo An thông minh dị thường, kiến thức bác lãm. Nhưng không thấy đâu nói Ngài học tiếng Phạn.

Điều có thể nói là "bức xúc" nhất của Đạo An trong việc phiên dịch Phạn-Hán, là cho rằng ngôn ngữ Phạn trọng chất, mà Hoa thì trọng văn. Để cho người Hán nghe mà thấy ưa thích, phi văn bất khả. Nhưng như thế thì phải bỏ mất cái trọng chất của Phạn. Như khi đọc bản dịch Tỳ-kheo đại giới của Đạo Hiền do Huệ Thường bút thọ, thấy văn dịch hoặc quá chất phác, hoặc trùng lặp dài dòng, đề nghị Huệ Thường cắt xén những chỗ xem ra nặng nề hay rườm rà. Huệ Thường kính cẩn đáp: "Rất không nên. Giới là lễ. Lễ thì chỉ có chấp hành chứ không có thắc mắc. Ở nước này, sách Thượng thư, Hà lạc, văn chất phác nhưng có dám đặt tay vào sửa đâu".[1]

Trong bài tựa cho bản dịch *Bệ-bà-sa luận*, Đạo An cũng nhắc đến phát biểu của Triệu Chính: "Từ trước, những người dịch kinh hiềm rằng tiếng Hồ chất phác, nên sửa đổi cho phù hợp thói quen ở đây. Nhưng điều ấy không nên. Truyền dịch Hồ thành Hán, vì không rành phương ngôn nên muốn tìm hiểu nơi lời hay mà thôi. Hiềm gì văn hay chất. Văn hay chất tùy theo thời. Không nên thay đổi. Nơi chất vốn đã có cái hay của kinh rồi, chỉ có điều truyền thông sự thể không hết, đó là do lỗi của người dịch."[2]

Thật sự, chúng ta biết rằng cái gọi là chất hay văn trong ngôn ngữ không có tiêu chuẩn cố định cho tất cả mọi thứ tiếng. Tiếng nước này mà dịch sát từng chữ một qua tiếng nước khác, chắc chắn phần lớn sẽ lộ rõ nhiều điểm chất phác, "quê mùa". Bản thân Đạo An mặc dù tham dự nhiều công trình phiên dịch, nhưng không phải là người tinh thông Phạn ngữ, tất không thể thưởng thức được những nét duyên dáng trong tiếng Phạn, trái lại chỉ thấy nó quê mùa.

Nhận xét của La-thập về tiếng Phạn: "Nước Thiên Trúc rất trọng văn chế (ngữ pháp). Âm vận phải phù hợp nhạc lý khả dĩ có thể tấu đàn được mới cho là hay. Phàm

[1] 出三藏記集序卷第十一 比丘大戒序第十一釋道安作 T55n2145, tr. 80b12
[2] 出三藏記集序卷第十鞞婆沙序釋道安法師T55n2145_p0073c15.

tham kiến quốc vương tất có ca tụng công đức. Nghi thức khi lễ kiến Phật, trọng ở chỗ tán ca, mà ta thấy rất nhiều kệ tụng trong kinh. Nếu sửa đổi Phạn theo Hán, tất mất hẳn vẻ đẹp của nó. Tuy có thể nắm được đại ý, nhưng văn thể quá cách biệt. Chẳng khác nào nhai thức ăn cho người khác. Không những nhạt nhẽo, mà có khi còn muốn ói nữa".[1]

Cho đến thời của Đạo An, Phật giáo truyền vào Trung Quốc khoảng hơn 400 năm. Số lượng kinh được dịch, theo mục lục do Đạo An ghi và sau này Tăng Hưu sưu tập lại, trong đó được xếp vào loại "cổ điển" có 92 kinh,[2] gồm 92 quyển, và số kinh không rõ dịch giả có 134 kinh, gồm 147 quyển;[3] mục lục của những kinh được gọi là dị kinh ở Lương thổ gồm 59 bộ;[4] dị kinh ở Quan trung gồm 24 bộ;[5] và một số kinh được xếp vào loại nghi ngờ, gồm 26 kinh.[6] Riêng bản thân Đạo An cũng tham dự và viết tựa cho nhiều bản dịch. Nói chung, các vị dịch giả này là những người tiên phong trong lịch sử phiên dịch Phạn Hán, trải dài trên một nghìn năm. Nói như Tán Ninh, *Tống Cao T*ăng truyện, họ là "những Phạn khách Hoa Tăng, nghe lời mà đoán ý, vuông tròn cùng nhau đẽo gọt, vàng đá khó phân... trong gang tấc mà cách xa nghìn dặm, nhìn mặt nhau không hiểu hết nhau". Đó là sự mô tả những giai đoạn đầu tiên của lịch sử phiên dịch Phạn Hán. Phạn khách đến Trung Quốc, thời gian ngắn, tiếng Hoa chưa rành, cần Hoa Tăng hỗ trợ. Hoa Tăng học Phật, nhiều vị đương thời rất có uy tín, nổi

---

1 慧皎 高僧傳卷第二 鳩摩羅什：天竺國俗甚重文製。其宮商體韻以入絃為善。凡覲國王必有贊德。見佛之儀。以歌歎為貴。經中偈頌皆其式也。但改梵為秦失其藻蔚。雖得大意殊隔文體。有似嚼飯與人。非徒失味。乃令嘔噦也。T50n2059, tr. 332b24

2 出三藏記集錄中卷第三 新集安公古異經錄第一

3 出三藏記集錄中卷第三 新集安公失譯經錄第二

4 出三藏記集錄中卷第三 新集安公涼土異經錄第三

5 出三藏記集錄中卷第三 新集安公關中異經錄第四

6 出三藏記集錄下卷第五 新集安公疑經錄第二

danh Phật học uyên bác, nhưng không thông tiếng Phạn. Cho nên khó tránh trường hợp "trong gang tấc mà cách xa nghìn dặm".

Đại bộ phận trong số các Phạn Tăng, trong hai triều đại Hậu Hán và Đông Tấn, khoảng 60 vị, không phải trực tiếp xuất phát hay xuất từ Ấn-Độ, mà tại các nước thuộc Tây vực, như An-tức, Đại Nguyệt chi, Khang cư, với những tên tuổi như An Thế Cao, Chi Lâu-ca-sấm, Chi Khiêm, Khang Tăng Hội. Trong truyền bản mà họ có để phiên dịch, âm nghĩa không thể tránh khỏi sự tam sao thất bản. Thêm vào đó, về phần tinh thông Phạn ngữ, chúng ta không có cơ sở để nhận định, nhưng về Hán văn Hoa ngữ thì chắc chắn là họ chưa thể tinh thông. Vì vậy yêu cầu phẩm chất cao về văn cũng như nghĩa trong các bản dịch này thật khó mà như ý. Đấy thực sự là điều "bức xúc" của Đạo An.

Mối quan tâm này của Đạo An có thể được thấy khá cụ thể trong bài tựa mà Ngài viết cho Đạo hành bát nhã, Hán dịch bởi Chi Lâu-ca-sấm.[1] Chỗ thâm diệu của Bát-nhã, như lời của Đạo An: Nương Chân như, dạo trong Pháp tính, mờ mịt mà vô danh, đó là căn nhà hun hút của Trí độ. "Bằng danh giáo mà đưa ý tưởng đến chỗ cao xa, đó là quán trọ của Trí độ...".[2] Bát-nhã Chân như vốn vô ngôn, vô tướng, nhưng ở đây Đạo An đã phải mượn cách nói của Lão Trang để phô diễn lời Phật, đó cũng là điều bất đắc dĩ nếu xét theo thuyết "tam bất dị" của chính ngài: hạ lời Phật xuống cho ngang tầm thời đại, để người đời có thể hiểu.

Trước Đạo hành Bát-nhã dịch bởi Chi Lâu-ca-sấm, đã xuất hiện Đạo hành kinh, hoặc gọi là Đạo hành phẩm,

[1] 道行般若經卷 後漢月支國三藏支婁迦讖譯 T 8 No. 224.

[2] 據真如、遊法性、冥然無名者，智度之奧室也。名教遠想者，智度之蘧廬也。T8n224, tr. 425a14

vì, như Đạo An nói, đây là bản toát lược của Đạo hành, chỉ gồm có một quyển. Đạo An đã dùng bản kinh toát lược để học Bát-nhã. Nguyên trong khoảng thời đại Hoàn Linh (Hán Hoàn đế, Linh đế, TL. 147-189), Trúc Sóc Phật (Phật Sóc) mang Phạn bản đến Kinh sư, rồi dịch ra Hán. Thuận bản gốc mà dịch, không trau chuốt văn từ. Bản kinh đã là tóm lược rồi, chữ nghĩa và phong tục Phạn Hán khác nhau, mà người dịch nếu không phải là bậc Tam Đạt (Tam minh A-la-hán), làm sao có thể nhất nhất theo sát nguyên bản? Hóa cho nên, trong bản dịch có nhiều chỗ khiến người đọc không hiểu đầu đuôi là thế nào.[1] Đạo An hâm mộ giáo nghĩa Bát-nhã, cảm nhận được ý chỉ vi diệu trong đó, nhưng rất ân hận là bản dịch không đủ sức chuyển tải nội dung để người đọc có thể hiểu sâu hơn nữa.

Sau đó, Chi Lâu-ca-sâm cho ra bản dịch gọi là Đạo hành phẩm kinh gồm 10 quyển, được xem là toàn bản, nhưng Đạo An cũng than phiền là bị cắt xén nhiều chỗ. Về sau, nếu không nhờ có *Phóng quang Bát-nhã* để đối chiếu, thật khó mà hiểu nổi Đạo hành.

Đồng thời với Đạo An, Chu Sỹ Hành cũng hâm mộ giáo nghĩa Bát-nhã. Sư ở tại Lạc Dương thường dùng bản dịch của Sóc Phật để giảng. Nhưng cũng ân hận như Đạo An, ý nghĩa của Kinh bị ngưng trệ, đầu đuôi không phù hợp nhau. Do đó, Sư quyết chí đi tìm cho được nguyên bản. Vào khoảng 260. Tl Sư khởi hành từ Ung châu, nay là huyện Cam Túc tỉnh Thiểm Tây, lên đường đi Tây Vực. Đến nước Vu-điền, gặp được bản Phạn, gọi là bản Hồ, gồm 90 chương, hơn 60 vạn lời, bèn sao chép, rồi mang về. Bấy giờ vào khoảng niên hiệu Thái Khang thứ 3 đời Ngụy ( 282. Tl). Sư khiến đệ tử là Phất Như Đàn mang kinh đến Lạc Dương. Mãi cho đến

[1] 因本順旨，轉音如已，敬順聖言，了不加飾也。然經既抄撮，合成章指，音殊俗異，譯人口傳，自非三達， 胡能一一得本緣故乎？由是道行頗有首尾隱者，古賢論之，往往有滯。T8n224, tr. 425b9

Thái Khang thứ 9 (291.Tl), Kinh mới được Vô-la-xoa cùng Trúc Thúc-Lan phiên dịch, gọi là *Phóng quang Bát-nhã*.[1]

Từ đó về sau, trong vòng 15 năm, Đạo An chuyên giảng *Phóng quang*, mỗi năm có đến mấy lần.[2] Nhưng vẫn có nhiều chỗ tối nghĩa, chẳng hiểu đầu đuôi ra làm sao cả. Mỗi lần như vậy, Đạo An nói, “Buông quyển mà suy nghĩ, hận không được gặp Vô-la-xoa và Phật Hộ”. Cho đến niên hiệu Kiến Nguyên 18 (382. Tl?), Tiền bộ vương nước Xa sư khiến Quốc sư đến chầu, dâng tặng vua Tần Phù Kiên bộ Đại phẩm bằng Hồ bản. Tức thì, công tác phiên dịch được tiến hành. Sa-môn người Thiên-trúc Đàm-ma-tì đọc bản Phạn và Phật Hộ (Phật Niệm?)[3] dịch Hán thành *Ma-ha Bát-nhã sao kinh*.[4] Đọc bản dịch này, và đối chiếu với các bản dịch trước đây, Đạo An viết tựa trong đó nêu ra năm điểm mất gốc và ba điều không dễ, như đã đề cập trên.

Đương thời với Đạo An có Trúc Phật Niệm, người gốc Lượng Châu, gia thế ở Hà Tây, biết rất nhiều phương ngữ do đó giao dịch được cả Hoa và Nhung tức các dân tộc thiểu số phía tây Trung Quốc. Nhờ khả năng biết nhiều phương ngữ nên đảm trách khá nhiều công tác phiên dịch Phật kinh.[5] Trong khoảng Kiến Nguyên thứ 20 (384. Tl), có Tăng-già-bạt-trừng, người nước Kế-tân, mang đến các Phạn bản *Tạp A-tì-đàm tì-bà-sa, Tăng-già-la-sát sở tập kinh,* và Bà-tu-mật. Theo yêu cầu của Đạo An và Triệu Chính, bấy giờ đang là Bí thư lang của Phù Kiên, Tăng-già-bạt-trừng miệng đọc Phạn văn, Phật-đồ-la-sát dịch

---

[1] 放光般若經 西晉于闐國三藏無羅叉奉詔譯. T 8 No. 221.

[2] 出三藏記集序卷第八 摩訶鉢羅若波羅蜜經抄序 T55n2145, tr. 52b10

[3] Nguyên trong bài tựa nói là Phật Hộ. Các bản Kinh lục đều nói là Phật Niệm. Phật Hộ, tức Phật-đồ-la-sát, đồng thời với Đạo An; theo đề nghị của Đạo An và Triệu Chính, bấy giờ là Bí thư Lang trung của Phù Kiên, dịch Tạp A-tì-đàm tì-bà-sa luận, Tăng-già-la-sát sở tập kinh, do Tăng-già-bạt-trừng mang đến.

[4] 摩訶般若鈔經 秦天竺沙門曇摩蜱共竺佛念譯 T 8 No 226.

[5] 出三藏記集傳下卷第十五 佛念法師傳第五T55n2145, tr. 111b8

Hán. Nhưng tiếng Hán của Ngài chưa thông thạo, nên Đạo An và Triệu Chính phải mất rất nhiều thời gian để nhuận văn, gần một năm sau mới hoàn tất. Riêng bản văn *Bà-tu-mật* được yêu cầu Phật Niệm dịch. Phật Niệm cho rằng tiếng Hồ quá chất phác, mà người Hoa thì ưa văn hoa, do đó cắt xén, trau chuốt văn cú hoa lệ. Đạo An và Triệu Chính rất không hài lòng về chủ trương này của Phật Niệm.[1]

Xem qua trên đây đủ thấy việc phiên dịch Phạn Hán cho đến thời Đạo An tuy được nói là có cơ sở khá vững do kinh nghiệm của nhiều lớp đi trước, nhưng vẫn còn nhiều khó khăn chưa thể vượt qua. Trong hai trích dẫn vừa rồi, một liên hệ đến bản dịch *Bát-nhã*, và một liên hệ đến Phật Hộ và Phật Niệm, cho thấy không phải người dịch nắm văn bản trong tay rồi dịch thẳng, mà phải qua trung gian. Phật Hộ là người ngoại quốc, tiếng Hán không rành nên phải có người nhuận văn. Những người nhuận văn lại không rành tiếng Phạn, làm sao tin tưởng là nhuận sắc mà không làm lạc ý nguyên tác trong một vài chỗ? Trong khi đó, Phật Niệm là người Hán, học tiếng Phạn do giao tiếp rộng, nhưng không phải được đào tạo tại các trường Phật học chính thống như Cưu-ma-la-thập, Huyền Trang, hay Nghĩa Tịnh. Tiếng Phạn của Sư cũng không mấy bảo đảm. Trong trường hợp mà nói dịch sát nguyên văn như Huyền Trang làm sau này thật là bất khả. Kinh nghiệm phiên dịch hiện tại cũng cho ta biết rằng, nếu không nắm vững ngôn ngữ gốc thì không thể dịch sát văn mà không mất nghĩa; do đó điều tốt nhất là đọc rồi cố gắng hiểu nghĩa đoạn văn, sau đó viết lại theo ý mình hiểu. Nói là dịch, nhưng phần lớn là diễn lại theo sự hiểu biết của mình.

[1] 出三藏記集序卷第十-僧伽羅刹集經後記-未詳作者：念迺學通內外才辯多奇。常疑西域言繁質謂此土好華。每存瑩飾文句滅其繁長安公趙郎之所深疾。T55n2145, tr. 71c2

Duy có điều viết theo mạch lạc của bản gốc. Đọc các bản dịch *A-hàm* trong thời kỳ này tất sẽ có cảm giác này.

Cho nên, yêu cầu của Đạo An là trực dịch. Đó là yêu cầu của tất cả độc giả. Độc giả như chúng ta ngày nay cũng vậy, không phải chỉ với Kinh điển, mà với nhiều loại tác phẩm. Nhất là những tác phẩm về văn học và tư tưởng. Bản dịch càng thoát, càng xa bản gốc, dù văn chương hay thế nào – giả thiết hay hơn bản gốc – cũng không hẳn được ưa chuộng. Vì người đọc muốn đi thẳng đến tác giả, nhưng vì khả năng ngôn ngữ của mình không đủ nên phải đọc qua bản dịch. Cho nên, yêu cầu của Đạo An không phải là dễ dàng cho dịch giả.

Chủ trương ý dịch và trực dịch có từ thời Đạo An và Phật Niệm, vẫn tiếp tục trong suốt lịch sử phiên dịch Phật điển tại Trung hoa. Mà đỉnh cao đối lập của hai chủ trương này là Cưu-ma-la-thập và Huyền Trang.

Các dịch giả lớn về sau, như La-thập và Huyền Trang, chủ trương ý dịch và trực dịch đối lập nhau rõ rệt, cả hai đều thông thạo cả Phạn và Hán. Huyền Trang người Hán, nhưng mười mấy năm trực tiếp học với các bậc thầy đệ nhất tại Ấn Độ, khả năng biện luận bằng tiếng Phạn cho đến các triết gia, các đại học giả Ấn Độ đương thời cũng phải chịu khuất phục. Huyền Trang chủ trương trực dịch. La-thập, dòng dõi quý tộc Ấn Độ, cha từng là Tướng quốc, nhưng tiếng Hán cũng rất thành thạo, làm thơ Hán cũng tuyệt vời như người Hán. La-thập chủ trương ý dịch.

Với La-thập, không thể dịch thẳng được vẻ đẹp, thâm thúy trong tiếng Phạn sang tiếng Hán mà không khỏi thành ngây ngô, có khi khiến người đọc phải "lợm giọng" vì người đọc bản dịch trong nhiều trường hợp chẳng khác nào ăn thức ăn do người khác nhai giùm cho. Đó chính là lời của La-thập đã dẫn trên.

Câu chuyện sau đây thường được viện dẫn mỗi khi đề cập đến phong cách phiên dịch của La-thập. Trong khi dịch Kinh *Pháp Hoa*, phẩm "Ngũ bách đệ tử thọ ký", đến đoạn văn mà trong bản dịch trước đó, *Chánh pháp Hoa*, Trúc Hộ dịch như sau:天上視世間，世間得見天上，天人世人往來交接,[1] "Trên trời nhìn thấy thế gian, thế gian được thấy trên trời. Người trên trời và người dưới thế qua lại giao tiếp". La-thập cho rằng dịch như thế thì sát tiếng Phạn thật, nhưng nghe quê mùa. Nguyên đoạn này, theo bản Phạn mà chúng ta có ngày nay như sau: [devavimānāni cākāśasthitāni bhaviṣyanti] devā api manuṣyān drakṣyanti manuṣyā api devān drakṣyanti][2] Chúng ta cần dẫn thêm một đoạn trước mới có thể nói đến ngữ khí trong tiếng Phạn của toàn đoạn. Đoạn văn này mà dịch sát sang tiếng Việt cũng có thể nghe khá ngây ngô. Có thể ví dụ như lời của một bản nhạc, hát lên nghe hay, nhưng lấy tiêu chuẩn văn viết mà thưởng thức, thì lời nhạc cũng rất ngây ngô. Cho nên, người không thưởng thức được "nhạc lý" trong tiếng Phạn thì cũng khó mà thưởng thức cái hay của những đoạn văn tương tợ. Thật sự Hán không sao có thể dịch sát đoạn Phạn này được. Vì trong đó có vấn đề số và biến cách của các từ, và thì thái của động từ. Nhưng nếu người mà cảm nhận trọn vẹn văn khí Phạn ở đây, và cũng hiểu được văn khí ngây ngô trong đoạn Hán dịch, thì đó phải là người thông thạo cả hai thứ tiếng.

Trong khi La-thập chưa biết nên dịch thế nào cho đúng ý nguyên bản mà cũng không nghe quê mùa trong tiếng Hán, bấy giờ Tăng Duệ đề nghị, "Há không phải muốn nói rằng 天人交接，兩得相見: trời người giao tiếp, hai bên thấy nhau. La-thập khen hay.[3] Trong trường hợp

[1] 正法華經卷第五, T9n263, tr.95c28.

[2] Saddharmapuṇḍarīka-sūtram, romanized and revised text of the Bibliotheca Buddhica Publication, Tokyo 1958; p. 178.

[3] 高僧傳卷第六T50n2059, tr. 364b02

như vậy thì cần ý dịch. Nhưng trường hợp như vậy không phải là ít.

Mặt khác, La-thập truyền Phật giáo vào Trung Hoa, muốn người Trung Hoa hiểu Phật giáo theo truyền thống của chính người Hán, qua phong cách ngôn ngữ Hán, do đó chủ trương ý dịch. Quýt phương Bắc mang trồng phương Nam, ngọt có thể thành chua. Nhưng phân bón thế nào để giữ được vị ngọt. Tất nhiên không còn vị ngọt như phương Bắc nữa. Ngọt nhiều hơn hay ít hơn đều có thể xảy ra.

Trong khi đó, Huyền Trang là người Hán, muốn hiểu Phật pháp mà nguồn gốc từ Ấn Độ, hiểu Phật pháp từ Ấn Độ như chính người Ấn, do đó chủ trương trực dịch. Cả hai đều thành công, nhưng không cùng một hướng. Huyền Trang chỉ thành công trong việc truyền bá Du-già tông mà Phật giáo Trung Hoa gọi là Pháp tướng tông. La-thập thành công trong việc xây dựng điều mà Phật giáo Trung Hoa gọi là Pháp tính tông. Tính và Tướng, tuy một mà hai, tuy hai mà một. Trong điều gọi là Pháp tính tông gầy dựng cơ sở bởi La-thập, dấu vết Ấn-Độ của Long Thị hay Đề-bà mờ nhạt. Những ai nghiên cứu *Trung luận*, qua các bản tiếng Phạn, và bản dịch Tây Tạng, với các Luận của Long Thọ, Đề-bà, Phật Hộ, Thanh Biện, và cả Nguyệt Xứng sau này, tất thấy rõ điều này. Về phía kia, trong Duy Thức truyền bởi Huyền Trang, bóng dáng của Vô Trước, Thế Thân còn có thể thấy rõ.

Nhưng trực dịch hay ý dịch thảy đều không phải là giải pháp lý tưởng để hiểu một hệ tư tưởng khác với truyền thống của mình. Cho nên, Ngạn Tông chủ trương, để có thể thấu hiểu Phật pháp, giải pháp tốt nhất là học tiếng Phạn.

Ngạn Tông sinh trước Huyền Trang khoảng gần nửa thế kỷ. Dưới thời Tùy, niên hiệu Đại Nghiệp thứ 2 (606.

Tl)), Dạng Đế lập Phiên dịch quán trong Thượng lâm viên tại Lạc Dương để phiên dịch Kinh điển. Ngạn Tông tham dự công tác phiên dịch, và cũng nhân đó học thông tiếng Phạn.

Năm đó Huyền Trang khoảng 6 tuổi. Chừng 25 năm sau, quyết chí liều mình Tây du cầu pháp. Lý do Tây Vực cầu pháp, như truyện nói, "Pháp sư sau khi đi tham khảo khắp tất cả bậc Thầy đương thời, thâu hóa đầy đủ thuyết của họ, suy khảo tường tận lý của họ, nhưng mỗi người đi theo con đường riêng của tông phái này. Nghiệm Thánh điển, cũng có chỗ ẩn chỗ hiển, không biết theo vào đâu. Do đó, quyết chí Tây du để giải quyết những điều nghi hoặc".[1] Điều đó có nghĩa là qua các bản dịch Phật kinh hiện hữu đương thời, Pháp sư đã phát hiện nhiều điều không ổn, và không thể tham vấn bất cứ ai về điều nghi hoặc.

Về Ngạn Tông, sau khi học tiếng Phạn, đồng thời với kinh nghiệm có được trong khi tham dự phiên dịch dưới sự bảo trợ của Tùy Dạng đế, tổng kết kinh nghiệm của mình trong quá trình học và dịch Phạn Hán, Sư đề nghị tám tiêu chuẩn và mười trọng điểm, gọi là "bát bị, thập điều", để có thể có một bản dịch tương đối chấp nhận được.

Ngạn Tông cảm thấy tính bất khả sự phiên dịch Phật kinh, viết *Biện chính luận*, trong đó chủ trương, đại ý: Sau khi thuật lại thuyết của Đạo An về tam bất dị và ngũ thất bản, và nêu một số trường hợp sai lầm trong phiên dịch và giải thích, Ngạn Tông nói, "Tiếng Phạn có cái lý là có thể học, có gì lại không học? Vả lại, để khai cơ chỉ dạy cho người mới học mà chỉ bằng lòng với các bản dịch, chẳng khác nào dạy vẹt học nói phải mất quá nhiều công sức để có thể hiểu được một từ. Rồi trải qua rất nhiều năm

[1] 大唐大慈恩寺三藏法師傳　法師既遍謁眾師。備飡其說。詳考其理。各擅宗途。驗之聖典。亦隱顯有異莫知適從。乃誓遊西方以問所惑。T50n2053, tr. 222c2

mới mong đạo được rộng, mới hy vọng bao quát cổ kim, bao la thiên địa. Sự nghiệp như núi cao, văn loại như biển sâu, tiếng Phạn kia là quy mô của Đại Thánh. Nắm sơ lược chương bản thì có thể biết được thể thức. Lúc đó nếu có công phu nghiên cứu, thì sự giải thích không bị vướng mắc".[1]

Về tám tiêu chuẩn hay bát bị: 1. Thành tâm thọ pháp, chí nguyện giúp ích cho người. 2. Trước khi bước vào giới trường, đôi chân phải vững vàng trên giới luật. 3. Văn, chuyển tải được Tam tạng; nghĩa, bao trùm cả năm thừa. 4. Cần phải tham bác thêm kinh sử (ngoại điển), trau giồi điển từ, không để cho quá vụng về, thô lậu. 5. Độ lượng khoan hòa, khí lượng bao dung, không câu nệ. 6. Hâm mộ đạo thuật, coi nhẹ lợi danh, không quáng mắt vì cao danh. 7. Tinh thông Phạn ngữ, nắm vững phương thức diễn đạt, không làm sai lạc ý nghĩa trong nguyên bản. 8. Bác lãm văn tự Trung hoa, các loại triện lệ.[2]

Tám tiêu chuẩn cho dịch giả như Ngạn Tông đề trên, quả thật rất lý thú. Trước hết, vấn đề đạo đức của người dịch. Người thông dịch trung gian giữa người nói và người nghe, nếu không được hai bên chấp nhận, cơ bản là tin tưởng về tác phong đạo đức, để người ấy không xuyên tạc những lời được nói. Đây là điều rất thông thường, không cần thiết phải luận giải dài dòng. Nhưng, đối với người phiên dịch Thánh Điển mà thiếu nhiệt tình, không hâm mộ, không kính phục những điều mình dịch, bị quáng mắt bởi danh vọng, người ấy không thể trung thực với điều mình thông dịch. Hiểu được một người, tất yếu phải chí thành với người đó. Một bản dịch hay, người ta nói, vì dịch giả say mê nó, "ăn ngủ với nó". Người thế gian với nhau, cao thấp có giới hạn, dù cao cho bằng Hy Mã Lạp Sơn, vẫn

---

[1] 續高僧傳卷第二 T50n2060, tr. 438b26

[2] 翻譯名義 T54n2131, tr. 1067c5

có người leo lên đỉnh được. Vậy mà trong sự phiên dịch còn đòi hỏi tâm tình chí thành nơi người dịch. Huống hồ, dịch giả kinh Phật, tự đứng trung gian giữa Thánh và phàm, nếu không chí thành với lý tưởng, làm sao hiểu được bằng tất cả tâm trí của mình những lời mình muốn dịch?

Thế nhưng, chí thành với lý tưởng chưa đủ, nhóm yêu cầu thứ hai của Ngạn Tông là trình độ kiến thức của người dịch. Không phải chỉ thuộc kinh Phật là đủ, mà đòi hỏi "bác thông kinh sử". Trình độ kiến thức thấp kém, tất nhiên không đủ để lãnh hội một bản văn. Không hiểu, làm sao dịch?

Một vấn đề nữa, trong các yêu cầu của Ngạn Tông, là khả năng văn học. Đây hẳn là điều mà Ngạn Tông kinh nghiệm trong quá trình tham dự phiên dịch.

Người dịch, trung gian giữa hai ngôn ngữ, yêu cầu phải nắm vững cả hai thứ ngôn ngữ đó.

Tám tiêu chuẩn theo Ngạn Tông cũng là điều áp dụng cho mọi dịch giả, không riêng gì người dịch kinh Phật, chỉ có điều thay đổi cách nói cho phù hợp.

Về mười trọng điểm hay thập điều, đó là những điểm quan trọng cần phải lưu ý trong khi dịch: 1.cú vận, 2.vấn đáp, 3.danh nghĩa, 4.kinh luận, 5.ca tụng, 6.chú công, 7.phẩm đề, 8.chuyên nghiệp, 9.tự bộ, 10.tự thanh. Đây là những điểm đặc biệt trong ngôn ngữ văn học Phật giáo, hay nói chung là Phạn ngữ. Trong đó, những yếu tố cần nắm vững trước hết tất nhiên là ngữ pháp, bao gồm ngữ vựng và cú pháp. Những vấn đề này sẽ được phan tích trong phần sau.

Tóm lại, tuy Ngạn Tông, qua kinh nghiệm bản thân, cũng như tổng kết kinh nghiệm của các tiền bối, nêu lên thành khoa mục "bát bị thập điều" nhưng ở đây chúng ta có thể nói, theo quan điểm của Ngạn Tông, dù cho người có hội đủ các điểm nêu trong bát bị thập điều, nhưng vị tất đã có thể hiểu hết kinh Phật, để có thể tin rằng mình dịch đúng. Như Đạo đã nhận xét: trí và ngu cách nhau trời với vực, mà cảnh giới của Thánh nhân thì không có thêm bậc cho ta leo. Đem vi ngôn của bậc Đại Giác đã trên nghìn năm mà hạ xuống cho ngang tầm thời đại, điều đó thật quả không dễ. Tiếp đến nhận xét của La-thập: đọc bản dịch, chẳng khác nào ăn thức do người khác nhai giùm cho. Vì vậy, Ngạn Tông chủ trương, người muốn nghiên cứu kinh Phật thì nên học tiếng Phạn để đọc thẳng tiếng Phạn. Chủ trương của Ngạn Tông được hưởng ứng như thế nào, không có sử mô tả. Nhưng phong trào học tiếng Phạn đời nhà Đường là điều dễ thấy. Đọc các luận sớ của Khuy Cơ, Phổ Quang, v.v..., chúng ta thấy nếu không hiểu biết ngữ pháp không thể phân tích được cú pháp phiên dịch Phạn Hán như vậy, với ý nghĩa các biến cách, giải thích cấu tạo hợp từ, vai trò của giới từ biến đổi ý nghĩa của động từ căn. Những điểm ngữ pháp này hoàn toàn xa lạ với Hán văn.

Tuy nhiên, cũng có thể nói chắc rằng phong trào học tiếng Phạn không được phổ biến, vì nó quá khó đối với một người Hán. Dù vậy, nhu cầu học tiếng Phạn vẫn thỉnh thoảng được nhắc đến. Trên ba trăm năm sau Ngạn Tông, có Thiên Tức Tai nhân được Tống Thái Tông cử làm dịch chủ cho dịch trường Truyền pháp viện mà Hoàng lập và bảo trợ (niên hiệu Thái bình hưng quốc thứ 8 – TL 983), đã dâng sớ nêu rõ sự cần thiết học tiếng Phạn, và xin vua cho tuyển 50 đồng tử để huấn luyện cho Phạn ngữ. Vua y tấu, ra lệnh tập họp 500 đồng tử để sát hạch.[1] Trong số 50 đồng tử được huấn luyện Phạn văn có Duy Tịnh, về sau đã có những cống hiến quan trọng trong sự nghiệp phiên dịch Phạn Hán.

[1] 大中祥符法實錄卷三, dẫn bởi 曹仕邦 中國佛教譯經史研究餘瀋

## II. TỪ NGỮ LUẬN

### 1. Âm vận

Từ ngữ Phạn thuộc loại đa âm tiết, khác với Hán ngữ thuộc loại đơn âm tiết. Trong tiếng Hán, một âm có thể cấu thành một từ, và một từ có đủ nội hàm để trỏ vào một vật, hay chuyển tải một ý tưởng. Trong tiếng Phạn, đại bộ phận cần phải có nhiều âm tiết liên tiếp nhau được phát lên mới thành một từ. Do tính cách này mà Kinh Đại Niết-bàn phân giáo lý của Phật thành hai loại là "bán tự giáo", giáo lý chỉ được nói bởi một nửa từ, chưa đủ nghĩa; và "mãn tự giáo" chỉ giáo nghĩa đã được nói đầy đủ. Kinh nêu thí dụ: Một người cha dạy cho con trẻ mới một nửa chữ (bán tự); cậu bé tất nhiên bằng chừng ấy nửa chữ chưa đủ để hiểu ngữ pháp cấu tạo từ (Tì-già-la luận: vyākaraṇa).[1]

Giải thích bán tự và mãn tự, Huệ Hạo cho thí dụ, như chữ *nguyệt* 月 mà thiếu mất một nét biên thì không thành chữ; mới chỉ được nũa chữ. Điều này chỉ thấy được trong cách viết chứ không chỉ rõ thứ tự âm tiết để cấu tạo thành từ trong cách phát âm tiếng Phạn. Huệ Hạo còn cho thêm thí dụ, như chữ *chư* 諸 là mãn tự, trong đó gồm hai từ *ngôn* 言 và *giả* 者 là những bán tự.[2] Thí dụ này không chính xác, vì *ngôn* và giả *tự* chúng đã có nghĩa. Khi ghép lại để thành chư *chư*, chỉ là do nguyên tắc hài thanh.

Nhưng Huệ Lâm chưa đồng ý với cách giải thích của Huệ Hạo. Theo đó, 34 tự mẫu (phụ âm) mà được hiểu là bán tự, đấy chỉ là sự suy đoán tự ý. Huệ Lâm nêu thí dụ, như trong từ *tát-phạ* 薩嚩 (*sarva*) âm *ra* 囉 (*-r*) ở giữa hai âm *sa* 娑 và *phạ* 嚩 chính là bán tự. Trong cách viết chữ tất-đàm hay devanagari, bán âm *r(a)* này được viết chồng lên âm *phạ* (*va*) như một móc câu hay hình trăng thượng

---

[1] 大般涅槃經卷第五, T12n374, tr. 390c17; T12n375, tr. 630c26.

[2] 出三藏記集卷第一, T55n2145, tr. 4b19.

huyền. Hoặc như trong từ *một-đà* 沒馱 (*buddha*), cuối từ có thể được thêm âm *na* 娜 (*m*, tị âm), nó là bán tự được viết thành một chấm đặt trên đầu chữ đà.[1] Ở đây, Huệ Lâm hiểu bán tự tức bán mẫu âm (semi-voyel). Cách hiểu này chưa chính xác. Nhưng cũng cho thấy sự khó khăn của các nhà Phạn ngữ học Trung quốc khi giải thích các quy luật trong ngữ âm học.

Do bởi đa âm tiết nên trong quy luật cấu tạo từ của Phạn ngữ, luật phối âm cần phải được tôn trọng khi lập thành một từ bằng cách biến đổi ngữ cán và kết hợp với các tiền tố (*prefix*) hay hậu tố (*suffix*). Cho nên, để giải thích một từ ngữ Phạn, ta cần phải phân tích nó thành các yếu tố cấu tạo, và sự nối kết các yếu tố này theo luật liên thanh (*sandhi*: euphonic combination).[2]

---

[1] 一切經音義卷第二十五, T54n2128, tr. 470c20.

[2] [0602c05] 論。鉢剌底至轉變成緣。此釋緣也。准正理云。經主此中釋差別義。鉢剌底是至義 乃至 如是所釋越彼所宗 乃至 經主自立此句義已後自假立如是徵難。如是句義理不應然。所以者何。依一作者有二作用 准此等文。故知論主依經部宗釋也西方字法有字界．字緣。略如此方字有形有聲。如一形上聲助不同目種種法。如水形上若以可助即目其[7]河。若以每助即目海也。若以也助即目其池若以白助即目泉也。若以甚助即目其湛。若以主助即目其注。水之一形有種種義。由助字異。注．湛不同。河．海有異。水是潩義。由可助故目[＊]河也若以可為[8]木助即目其柯。梵字亦爾。鉢剌底是至義。[9]翳底界是行義。由先[10]翳底界行義助鉢剌底至義轉變成緣。

梵云三[7]木訖底唐言總說。[8]是和集義。即合集總說眾多名等故。以總說釋其身也。言於合集義中說嗢遮界故者。於聲明中。依三摩婆曳(唐言合集)義立嗢遮為字界。界是本義。[10]是故字本中。嗢遮宜以合集義釋。復以種種字緣。加嗢遮界。轉成三木訖底。唐言總說。

梵云三木訖底此云總說梵云三摩婆曳此云合集字界緣者且如此方江河等字皆從其水水即是界工可是緣以工助水成江以可助水成河也

般若。正翻為慧。智度論云。因位名般若。果位名智。是則慧為智之因。智為慧之果。纂要疏云。若依大品經。若 (jñā)字通智慧二義。故智與慧。名義少殊。體性無別。刊定記釋云。此明字界字緣。若 (jñā)字是字界。般 (pra)那(na)都為緣。若以般為緣。助於若字。則名為慧 (prajñā)。若以那為緣。助於若字 (jñāṇa)。則名為智。常途亦有不分。以智即是慧。慧即是智。故般若二字。一往翻為智慧。

Đoạn Hán dịch sau đây của Huyền Trang trong Câu-xá định nghĩa "căn"[1] trong 22 căn là gì: *tối thắng tự tại quang hiển danh căn.* Nguyên Phạn văn: idi paramaiśvarye tasya indantīti indriyāṇi.[2] Phổ Quang[3] giải thích: "Theo ngữ pháp của phương Tây, từ ngữ được cấu tạo gồm có tự giới (dhātu: động từ căn) và tự duyên (pratyaya: giới từ). Trong đây, "tối thắng tự tại" là tự giới; "quang hiển" là tự duyên. Do sự tổng hợp của tự giới và tự duyên này mà căn có nghĩa tăng thượng". Căn cứ theo *Thuận chính lý*[4], Phổ Quang nêu lên hai động từ căn (tự giới) khả dĩ của từ Phạn indriya: *y-địa* 伊地 *√id*, và *nhẫn-địa* 忍地 *√indh.* Theo đó, *y-địa* có nghĩa là "tối thắng tự tại 最勝自在"[5] và *nhẫn-địa* có nghĩa là "chiếu chước minh liễu 照灼明了".[6] Cụm từ định nghĩa Sanskrit dẫn trên được Phổ Quang phiên âm Hán như sau: *ba-la-mê-thấp-phạt-duệ* 波羅迷濕伐羅曳, và giải thích: *ba-la-mê* có nghĩa là "tối thắng", *thấp-phạt-ra-duệ* có nghĩa là "tự tại"; trong đó *duệ* chỉ biến cách thứ bảy (đệ thất chuyển thanh) có nghĩa là "ở trong". Giải thích này tuy khá rõ nghĩa nhưng vẫn không phân tích được quy luật sandhi trong cụm từ Sanskrit, theo đó: paramaiśvarye = parama+aiśvarye, là điều khó tìm thấy tương đương trong ngữ pháp Hán.

Giải thích theo động từ căn *nhẫn-địa* (√*indh*), Phổ Quang nói: nguyên tiếng Phạn, *nhẫn-địa địa-bát-đáo* 忍地地般到 (Sk. *indhi dīptau*); trong đó, địa-bát nghĩa là "chiếu minh照明", đáo là biến cách thứ bảy. Do trong nghĩa "chiếu minh" mà lập từ *nhẫn-địa.* Tổng hợp ý nghĩa của hai động từ căn, ta có ý nghĩa của từ *indriya* mà Hán dịch là "căn".

---

[1] Căn 根, Sanskrit: indriya, phân biệt với mūla (gốc) cũng được dịch là căn 根.

[2] Kośabhāṣya, ii. 1.

[3] 俱舍論記卷第三, T 1821 tr.55c20.

[4] 順正理論卷第九T 1562 tr. 377b3.

[5] √id = ind, cf. William-Monier: √ind, cl. 1. P. indati, to be powerful, có uy lực.

[6] √idh = indh, cf. WUilliam-Monie, √indh, cl. 7. A1. inddhe, to kindle, light, set on fire, thắp sáng.

Trong khi chú giải các luận *Câu-xá*, hay *Thành duy thức*, các đệ tử của Ngài Huyền Trang đã sử dụng kiến thức Phạn như vậy rất nhiều. Có lẽ do chính Huyền Trang giảng giải. Như được thấy trên, đại bộ phận từ ngữ Phạn đều có gốc từ động từ căn. Các giới từ hay tự duyên, chính xác là những tiếp đầu và tiếp vĩ thanh, được thêm vào để biến đổi ý nghĩa gốc và diễn xuất thành ý nghĩa mới. Các luận sư Ấn độ, từ Long Thọ có đến Nguyệt Xứng, khi giải thích các từ được nói đến trong kinh, như từ duyên khởi (pratītyasamutpāda) chẳng hạn, đều không thể không đề cập đến ngữ nguyên học của từ.

## III. CÚ PHÁP

### I. BIẾN CÁCH

Danh (nāma), cú (pāda), văn (vyañjana), tức danh từ, mệnh đề và âm tố, là những yếu tố cấu tạo thành ngôn ngữ, để biểu đạt một sự vật, một ý tưởng.[1]

Một cách tổng quát, một danh từ là tên gọi trỏ vào một sự vật hay một ý tưởng, nhưng thông thường một danh từ chưa đủ để mô tả hết vật mà nó trỏ vào. Chẳng hạn, khi nói đến từ "vua": rājā (Pāli), từ này đã hàm ngụ một mệnh đề mô tả trong nó: dhammena pare rañjetīti kho rājā rājā,[2] nó làm hài lòng những người khác một cách đúng pháp, nên gọi nó là vua. Tất nhiên, khi dịch Việt, người ta không thể tìm thấy mối quan hệ tộc họ giữa các từ. Song, về mặt ngữ pháp, các từ xuất trong cùng một không gian ngôn ngữ, mối quan hệ chức năng của chúng trong không gian đó biểu đạt một sự vật hay một ý tưởng.

---

[1] Tì-bà-sa 44, tr. 447b 28: 猶如一切名句文身。是所制造文章呪術異論根本。Tất cả danh cú văn, là căn bản để chế tạo văn chương, chú thuật, dị luận.

[2] Aggaññasutta, D. iii. 93.

Cơ bản, một không gian như vậy chứa đựng hai yếu tố, chủ ngữ và thuật ngữ. Nói theo ngôn ngữ triết học Phật giáo, đó là mối quan hệ của thể và dụng, hay thể và tướng. Một sự vật hay một ý tưởng là một pháp, một tồn tại. Không một pháp nào được biết đến mà không bao hàm hai khái niệm thể và dụng hay thể và tướng. Nói cách khác, một từ không bao giờ là một đơn thể độc lập, mà luôn luôn tồn tại trong quan hệ với các từ khác. Đó cũng là đặc tính của các pháp hữu vi; đó cũng là *sanskṛta* trong triết học và *sanskṛta* trong ngôn ngữ. Các pháp hữu vi – *sanskṛta* – xuất hiện và tồn tại, sinh và diệt, bị chi phối bởi pháp duyên khởi (*pratītyasamutpāda*); cũng vậy, một từ sanskrit chỉ có thể có ý nghĩa trong mối quan hệ ngữ pháp với các từ khác.

Hỏi, "Đây là cái gì?". Đáp, "Đây là thế gian". Từ thế gian nếu được tách riêng, được nhận thức như một tự thể độc lập; bấy giờ nó không biểu đạt một cái gì. Cũng như khi nói "cái sừng", một cách độc lập, mà chẳng hàm ngụ đó là sừng trâu hay sừng thỏ, thì danh từ ấy chẳng trỏ vào một cái gì hiện thực cả. Như vậy, nói "thế gian" là nói trong quan hệ đến các pháp khác, như là pháp hữu vi trong quan hệ duyên khởi. Kinh Đại Bát-nhã nêu lên định nghĩa về thế gian: "Này Xá-lợi Tử, thế gian, tức là sáu ba-la-mật kia, vì nó *là* thế gian, nó *tạo* thế gian, nó *do* thế gian, nó vì thế gian, nó nhân thế gian, nó thuộc thế gian, nó y thế gian".[1]

Trong định nghĩa này, từ 'ba-la-mật' và từ "thế gian" quan hệ nhau theo bảy cách: 1. quan hệ đồng nhất: ba-la-mật *là* thế gian. 2. Quan hệ chủ khác: ba-la-mật *tạo* thế gian. 3. Quan hệ phương tiện, hay công cụ: ba-la-mật *do* thế gian hay *bởi* thế gian. 4. Quan hệ mục đích: ba-la-mật

[1] Đại Bát-nhã 498, Huyền Trang, tr. 535a28: 舍利子！世間者，謂彼六種波羅蜜多，是世間故，名為世間；造世間故，名為世間；由世間故，名為世間；為世間故，名為世間；因世間故，名為世間；屬世間故，名為世間；依世間故，名為世間。

*vì* (ích lợi) thế gian. 5. Quan hệ xuất xứ: ba-la-mật *nhân* bởi thế gian. 6. Quan hệ sở thuộc: ba-la-mật *thuộc* thế gian. 7. Quan hệ sở y: ba-la-mật *y* cứ thế gian.

Trong nhiều loại ngôn ngữ, các mối quan hệ này được biểu đạt bằng các giới từ, như đoạn văn dẫn Hán dịch và Việt dịch trên. Trong ngữ pháp Sanskrit, các mối quan hệ này được biểu đạt bằng sự biến đổi đuôi từ, subanta, Hán dịch âm là *tô-mạn-đa* 蘇漫多. Thuật ngữ Pāṇiṇī gọi sự biến đổi này la *vibhakti*, các dịch giả Phạn Hán gọi là *chuyển thanh* 囀聲. Những từ này được Huyền Trang dùng để giảng cho các môn đệ những điểm liên hệ ngữ pháp trong các bản dịch *Du-già sư địa*, và *Thành duy thức*.[1]

Đoạn văn Đại Bát-nhã dẫn trên cũng được Khuy Cơ dẫn chứng khi giải thích ý nghĩa thế gian, và nói rằng "từ thế gian ở đây được giải thích bằng tám chuyển thanh".[2] Trong đó, biến cách thứ tám, hô khởi cách, không được dùng đến, nên chỉ có bảy.

Từ dẫn dụng của Khuy Cơ dẫn trên, Huệ Chiểu giải thích rộng thêm. "*Sớ nói rằng, căn cứ trên tám chuyển thanh, Đại Bát-nhã định nghĩa thế gian như sau: Là thế gian xuất nên gọi là thế gian. Vì năm uẩn tức là thế gian, chứ không phải năm uẩn xuất hiện từ thế gian. Vì thể của năm uẩn là thế gian. Khi năm uẩn tự hiện, bấy giờ gọi là thế gian xuất; như người đời nói Thánh nhân xuất. Chuẩn tám chuyển thanh, đây là thể thanh*".[3] Trong đoạn dẫn của Huệ Chiểu có thêm từ *xuất*. Từ này thuộc về một định nghĩa khác trong Đại bát-nhã, nhưng Huệ Chiểu đưa lên đây. Trong Đại Bát-nhã, nguyên văn Hán dịch nói: "*Sáu loại ba-la-mật-đa kia là thế gian, nên được nói là thế*

[1] Tuần Luân, Du-già luận ký 1, T42n1828, tr. 331b; Khuy Cơ, Du-già sư địa luận lược toản 6, T43n1829, tr. 95b9; Khuy Cơ, Thành duy thức luận thuật ký 1, T43n1830, tr.. 229c.

[2] Khuy Cơ, Thành duy thức luận thuật ký 1, T43n1830, tr.. 238a.

[3] Huệ Chiểu, Thành duy thức luận liễu nghĩa đăng 1, T43n1832, tr. 674a10.

*gian*". Trong bản Hán, hai từ ba-la-mật-đa, và thế gian, là đồng cách. Ở đây, từ thế gian thuộc biến cách thứ nhất, gọi là chủ cách (nominative). Mặc dù trong nhiều chỗ kinh và luận năm uẩn được dùng để định nghĩa thế gian, nhưng chúng không liên hệ gì đến định nghĩa của Đại Bát-nhã được dẫn.

Tiếp theo, Huệ Chiểu giải thích: "*Nói là* tạo thế gian, *vì từ trên năm uẩn mà khởi các phiền não. Phiền não sinh nghiệp, tạo tác quả đương lai, nên nói là tọa thế gian. Tức là nghiệp thanh*". Thuật ngữ nghiệp thanh, chỉ biến cách thứ hai của danh từ làm túc từ trực tiếp cho một động từ. Đại Bát-nhã nói, *tạo thế gian*; nên hiểu là ba-la-mật-đa *tạo* thế gian.

Tương tự, Linh Thái giải thích dẫn từ *do thế gian* của Đại bát-nhã: "*Do thế gian, đó là chuyển thanh thứ ba, cụ thanh, nói đến các duyên khác của thế gian. Tức do hoặc (phiền não), nghiệp, khổ, là tác cụ của thế gian*".[1] Cụ thanh, tức biến cách danh từ thứ ba, phương tiện hay công cụ cách. Trong ngữ cảnh của Đại *bát-nhã*, thế gian quan hệ với ba-la-mật-đa như là phương tiện hay công cụ, trong đó động từ được hiểu ngầm. Đại bát-nhã nói: "*Sáu ba-la-mật-đa, do bởi thế gian, nên được gọi là thế gian*". Thế gian, như vậy, là một phẩm tính hay một sắc thái của ba-la-mật-đa, trái với xuất thế gian. Kinh nói, bồ-tát hành bố thí mà còn dính mắc bởi ba phạm trù ta, người và vật, bố thí ba-la-mật ấy được nói là thế gian.[2] Thế gian trong quan hệ này với sáu ba-la-mật-đa, biểu thị bằng cụ cách (*karaṇa*), hàm ngụ rằng ba-la-mật được tu hành, hay được thực hiện, song hành với thế gian, do bởi thế gian hay ngang qua thế gian.[3]

---

[1] Thành duy thức luận sớ sao 1.

[2] Đại bát nhã, op.cit, tr. 534b08.

[3] ibid.

Những giải thích dẫn trên không hoàn toàn chính xác, mặc dù được Khuy Cơ cho biết rõ là Đại bát-nhã định nghĩa từ "thế gian" qua tám biến cách, tức tám chuyển thanh. Trong ngôn ngữ Hán không có các biến cách danh từ. Một từ xuất hiện độc lập, hay liên hệ các từ khác trong một mệnh đề, vẫn không thay đổi hình thái của nó. Cho nên, khi dịch một danh từ được biến cách trong tiếng Phạn, các dịch giả Hán phải mượn đến các hư tự, như là những giới từ.

Các từ *cụ, vị, tùng, thuộc, y*, là những hư tự được dùng ghép với một danh từ Hán, tương đương với đuôi biến cách của một từ Phạn. Thí dụ, đuôi biến cách thứ tư trong tiếng Phạn, từ *bhikṣu*, biến cách thứ tư (dative case, *caturthī*, vị cách) số ít là *bhikṣave*, số nhiều là *bhikṣubhyaḥ*, Hán thường dịch là *vị Tỳ kheo* 為比丘, hoặc *vị chư Tỳ-kheo* 為諸比丘, trong đó đuôi biến cách được biểu đạt bởi từ *vị* 為, do đó gọi biến cách này la *vị thanh*. Trong câu Phạn, "Phật vị chư tỳ kheo thuyết pháp"[1], tiếng Việt thường dịch sát là "Phật *vì* các Tỳ kheo nói pháp." Từ "vị" trong Hán, hay "vì" trong tiếng Việt có nội hàm là vì mục đích, hay vì ích lợi. Như vậy, câu dịch tiếng Việt có thể hiểu ở đây rằng Phật vì ích lợi của các Tỳ kheo mà nói pháp. Tuy nhiên, trong ngữ cảnh, ta có thể hiểu câu này muốn nói rằng "Phật thuyết pháp cho các Tỳ kheo nghe".

Trong tiếng Phạn, một số từ có nội hàm "nói" yêu cầu túc từ kép: một trực tiếp là điều được nói, và một gián tiếp là người nghe nói.[2]

[1] Mẫu Pāli: sāriputto mahāpañño dhammaṃ desei bhikkhunaṃ, Đại trí Xá-lợi-phất thuyết pháp cho các Tỳ kheo. (cf. S. i. 190). Ở đây cách sáu được dùng thay cho cách bốn. Cf. F. Edgerton, Buddhist Hybrid Sanskrit, 7.63. Genetive for dative. – With verbs of speaking: bhagavāṃ veṇuvane bhikṣuṇām āmantrayati.

[2] Cf. J. S. Speikjer, Sanskrit Syntax, p. 59, of telling, dpeaking, announcing, promising.

Trường hợp dẫn trên, cách dịch tiếng Việt của từ *vị* 為 Hán vẫn có thể chấp nhận, thế nhưng, trường hợp sau đây thì khó thông. Câu Hán dịch: *tức tùng tọa khởi vị Phật tác lễ* 即從坐起。為佛作禮; nếu dịch Việt: liền rời chỗ ngồi, vì Phật làm lễ; câu dịch Việt sẽ được hiểu là "làm lễ thay cho Phật". Theo ngữ cảnh, chúng ta biết, hiểu như vậy không chính xác.

Một số động từ Phạn có nội hàm "kính lễ" có túc từ gián tiếp ở cách thứ tư (*caturthī*), theo quy tắc ngữ pháp *Pāṇini*, được dẫn dụng bởi *Yaśomitra* khi giải thích biến cách thứ tư trong bài kệ quy kỉnh của luận Câu-xá.[1] Quy tắc này cũng được Khuy Cơ lưu ý khi giải thích bài tụng quy kỉnh của luận *Thành duy thức*. Hai câu đầu của bài tụng nói: Khể thủ Duy thức tánh, Mãn Phần thanh tịnh giả 稽首唯識性。満分清淨者。Căn cứ theo ngữ pháp Hán, Việt dịch phổ thông hai câu này sẽ là: "Cúi lạy Duy thức tánh, đấng Viên Mãn thanh tịnh và đấng Bán Phần thanh tịnh". Bởi trong Hán dịch, các từ Duy thức tánh và Mãn, Phần thanh tịnh đều không có giới từ, nên được hiểu là túc từ trực tiếp của động từ "khể thủ". Nhưng *Thuật ký* của Khuy Cơ giải thích rõ: từ Duy thức tánh thuộc biến cách thứ bảy; các từ Mãn, Phần tịnh thuộc biến cách thứ tư, vì theo ngữ pháp, Phạn các đối tượng kính lễ đều thuộc biến cách thứ tư.[2] Theo giải thích này, hai câu tụng Hán cần phải dịch Việt như sau: "Cúi lạy đấng Mãn thanh tịnh và đấng Phần thanh tịnh trong Duy thức tánh".

---

[1] Pāṇini, 2.3. 16: namaḥ-svasti-svāhā-svadhālaṃ-vaṣaḍyogāc.

[2] Thành duy thức luận thuật ký 1, T43n1830, tr. 232c20.

# CÙNG MỘT TÁC GIẢ

1. *Truyện cổ Việt Nam (Tập 1 & Tập 2)* - Nhật ngữ- 1974, 1975
2. *Giọt mưa đầu hạ* - Việt ngữ - 1979
3. *Ngỡ ngàng* - Việt ngữ - 1980
4. *Lịch sử Phật Giáo Việt Nam Hải Ngoại trước và sau năm 1975* - Việt & Đức ngữ - 1982
5. *Cuộc đời người Tăng sĩ* - Việt & Đức ngữ - 1983
6. *Lễ nhạc Phật Giáo* - Việt & Đức ngữ - 1984
7. *Tình đời nghĩa đạo* - Việt ngữ - 1985
8. *Tìm hiểu giáo lý Phật Giáo* - Việt & Đức ngữ - 1985
9. *Đời sống tinh thần của Phật Tử Việt Nam tại ngoại quốc* - Việt & Đức ngữ - 1986
10. *Đường không biên giới* - Việt & Đức ngữ - 1987 (tái bản 2020)
11. *Hình ảnh 10 năm sinh hoạt Phật Giáo Việt Nam tại Tây Đức* - Việt & Đức ngữ - 1988
12. *Lòng từ Đức Phật* - Việt ngữ - 1989
13. *Nghiên cứu Giáo Đoàn Phật Giáo thời nguyên thủy I, II , III* - dịch từ Nhật ngữ ra Việt & Đức ngữ - 1990, 1991, 1992
14. *Tường thuật về Đại hội Tăng già Phật Giáo thế giới kỳ 5 khóa I tại Hannover, Đức Quốc* - Việt, Anh, Đức ngữ - 1993
15. *Giữa chốn cung vàng* - Việt ngữ - 1994 (tái bản 2020)
16. *Chùa Viên Giác* - Việt ngữ - 1994
17. *Chùa Viên Giác* - Đức ngữ - 1995 (tái bản 2019)
18. *Vụ án một người tu* - Việt ngữ - 1995 (tái bản 2020)

19. *Chùa Quan Âm (Canada)* - Việt ngữ - 1996
20. *Phật Giáo và con người* - Việt & Đức ngữ - 1996 (tái bản 2020)
21. *Khóa giáo lý Âu Châu kỳ 9* - Việt & Đức ngữ - 1997
22. *Theo dấu chân xưa (Hành hương Trung quốc I)* - Việt ngữ - 1998
23. *Sống và chết theo quan niệm của Phật Giáo* - Việt & Đức ngữ - 1998 (tái bản 2019)
24. *Tiếp kiến Đức Đạt Lai Lạt Ma* - Việt & Đức ngữ - 1999 (tái bản 2019)
25. *Vọng cố nhân lầu (Hành hương Trung Quốc II)* - Việt ngữ - 1999
26. *Có và Không* - Việt & Đức ngữ - 2000 (tái bản 2020)
27. *Kinh Đại Bi* (dịch từ Hán văn ra Việt văn) - Việt & Đức ngữ - 2001
28. *Phật thuyết Bồ Tát Hành Phương Tiện Cảnh Giới Thần Thông Biến Hóa Kinh* - dịch từ Hán văn ra Việt ngữ - 2001
29. *Bhutan có gì lạ?* - Việt ngữ - 2001 (tái bản 2020)
30. *Kinh Đại Phương Quảng Tổng Trì* - dịch từ Hán văn ra Việt ngữ - 2002
31. *Cảm tạ xứ Đức* - Việt & Đức ngữ - 2002 (tái bản 2019)
32. *Thư tòa soạn báo Viên Giác trong 25 năm (1979 - 2003, 2004)* - Việt ngữ - 2003
33. *Bổn Sự kinh* - Dịch từ Hán văn sang Việt ngữ - 2003
34. *Những đoản văn viết trong 25 năm qua* - Việt & Đức ngữ - 2003
35. *Phát Bồ Đề Tâm kinh luận* - Dịch từ Hán văn sang Việt ngữ - 2004

36. *Đại Đường Tây Vức Ký* - Dịch từ Hán văn sang Việt ngữ - 2004 (tái bản 2022)
37. *Làm thế nào để trở thành một người tốt* - Việt ngữ - 2004
38. *Dưới cội bồ đề* - Việt ngữ - 2005
39. *Đại Thừa Tập Bồ Tát Học Luận* - Dịch từ Hán văn sang Việt ngữ - 2005
40. *Bồ Đề Tư Lương luận* - Dịch từ Hán văn sang Việt ngữ - 2005
41. *Phật nói luận A Tỳ Đàm về việc thành lập thế giới* - Dịch từ Hán văn sang Việt ngữ - 2006
42. *Giai nhân và Hòa Thượng* - Việt ngữ - 2006
43. *Thiền Lâm Tế Nhật Bản* - Dịch từ Nhựt ngữ sang Việt ngữ - 2006
44. *Luận về con đường giải thoát* - Dịch từ Hán văn sang Việt ngữ - 2006
45. *Luận về bốn chân lý* - Dịch từ Hán văn sang Việt ngữ - 2007
46. *Tịnh Độ tông Nhật Bản* - Dịch từ Nhật ngữ sang Việt ngữ - 2007
47. *Tào Động tông Nhật Bản* - Dịch từ Nhật ngữ sang Việt ngữ - 2008
48. *Phật Giáo và khoa học* - Việt ngữ - 2008
49. *Pháp ngữ* - Việt ngữ - 2008
50. *Những mẩu chuyện linh ứng của Đức Địa Tạng Vương Bồ Tát* - Dịch từ Nhật ngữ sang Việt ngữ - 2009
51. *Nhật Liên tông Nhật Bản* - Dịch từ Nhật ngữ sang Việt ngữ - 2009

52. *Chân Ngôn tông Nhật Bản* - Dịch từ Nhật ngữ sang Việt ngữ - 2010
53. *Chết an lạc, tái sanh hoan hỉ* - Dịch chung với T.T. Nguyên Tạng từ Anh ngữ sang Việt Ngữ - 2011
54. *Chuyện tình của Liên Hoa Hòa Thượng* - Việt Ngữ - 2011
55. *Tư tưởng Tịnh Độ Tông* - Việt ngữ - 2012
56. *Những bản kinh căn bản của Tịnh Độ Tông Nhật Bản* - Dịch từ Đức ngữ sang Việt ngữ - 2012
57. *Dưới bóng đa chùa Viên Giác* - Việt ngữ, viết chung với Trần Trung Đạo - 2012 (tái bản 2019)
58. *Diệu Pháp Liên Hoa kinh Văn cú* - Dịch từ chữ Hán sang tiếng Việt - 2013
59. *Hương Lúa Chùa Quê (Hoài Niệm Tuổi Thơ)* - Việt ngữ viết chung với H.T. Thích Bảo Lạc - 2013
60. *Hiện tượng của tử sinh* - Việt ngữ - 2014
61. *Nhật Bản trong lòng tôi* - Việt ngữ - 2015
62. *Nước Úc trong tâm tôi* - Việt ngữ - 2016
63. *Nước Mỹ bao lần đi và đến* - Việt ngữ - 2017
64. *Thiền quán về Sống và Chết* - Dịch từ Anh ngữ sang Việt ngữ với TT. Thích Nguyên Tạng - 2017
65. *Mối tơ vương của Huyền Trân Công Chúa* - Việt ngữ - 2018
65. *Vua là Phật, Phật là Vua* - Việt ngữ - 2020
66. *Phật Giáo Việt Nam tại Âu Châu* - Việt ngữ - 2020
67. *Vua là Phật, Phật là Vua* - Việt ngữ - 2020
68. *Tư tưởng Phật giáo trong thi ca Nguyễn Du*- Việt ngữ - 2021
69. *Tôi đọc Đại Tạng Kinh* - Việt ngữ - 2022

# CÁC TÁC PHẨM TÁI BẢN GẦN ĐÂY

*(Các sách này có thể mua qua trang Amazon)*

1. *Tư tưởng Tịnh Độ Tông* - Việt ngữ - 2019
2. *Dưới bóng đa chùa Viên Giác* - Việt ngữ, viết chung với Trần Trung Đạo - 2019
3. *Hương Lúa Chùa Quê (Hoài Niệm Tuổi Thơ)* - Việt ngữ viết chung với H.T. Thích Bảo Lạc - 2019
4. *Mối tơ vương của Huyền Trân Công Chúa* - Việt ngữ - 2019
5. *Chùa Viên Giác* - Đức ngữ - 2019
6. *Cảm tạ xứ Đức* - Việt & Đức ngữ - 2019

8\. *Tiếp kiến Đức Đạt Lai Lạt Ma* - Việt & Đức ngữ - 2019

7\. *Đường không biên giới* - Việt & Đức ngữ - 2020

9\. *Phật Giáo và con người* - Việt & Đức ngữ - 2020

10\. *Sống và chết theo quan niệm của Phật Giáo* - Việt & Đức ngữ - 2020

11\. *Có và Không* - Việt & Đức ngữ - 2000

12\. *Mây oan cửa thiền (Vụ án một người tu)* - Việt ngữ - 2020

13\. *Bhutan có gì lạ?* - Việt ngữ - 2020

14\. *Tích Lan - Đạo Tình Muôn Thuở* - Việt ngữ - 2020

15\. *Tây Vực Ký* - Việt ngữ - 2022

www.ingramcontent.com/pod-product-compliance
Lightning Source LLC
LaVergne TN
LVHW090220051026
849517LV00001B/131